அயோத்திதாசர்

பார்ப்பனர் முதல் பறையர் வரை

டி. தருமராஜ்

மானுடவியல், நாட்டார் வழக்கியல், பண்பாடு, வரலாறு, கலை, இலக்கியம், திரைப்படம் உள்ளிட்ட துறைகளில் இருபத்தைந்து ஆண்டுகளுக்கும் மேலாகத் தொடர்ந்து இயங்கி வருபவர். மதுரை காமராசர் பல்கலைக்கழகத்தின் நாட்டுப்புறவியல் மற்றும் பண்பாட்டு ஆய்வுகள் துறையின் பேராசிரியர். ஜெர்மனியிலுள்ள கோட்டிங்கன் பல்கலைக்கழகத்திலும், ட்யூபிங்கன் பல்கலைக் கழகத்திலும் வருகைதரு பேராசிரியராக பணியாற்றியவர்.

அயோத்திதாசரை முற்றிலும் புதிய கோணத்தில் அறிமுகப்படுத்தி விவாதிக்கும் 'நான் பூர்வ பௌத்தன்' *(2003)*, நாட்டுப்புறவியல் துறை சார்ந்த அடிப்படை நூலாகத் திகழும் 'தமிழ் நாட்டுப்புறவியல்' *(2011)*, மிகுந்த சர்ச்சைக்கும் விவாதத்துக்கும் உள்ளான 'நான் ஏன் தலித்தும் அல்ல?' *(2015)* உள்ளிட்ட நூல்களின் ஆசிரியர். காலச்சுவடு, புது விசை, தலித், வல்லினம், புதிய காற்று உள்ளிட்ட இதழ்களில் இவருடைய எழுத்துகள் வெளிவந்துள்ளன. இந்து தமிழ் திசையில் இவர் சமீபத்தில் எழுதிய கட்டுரைகள் வாசகப் பரப்பில் பெரும் தாக்கத்தை ஏற்படுத்தின.

ஜல்லிக்கட்டு விளையாட்டின் சமூகப் பண்பாட்டு வரலாற்றை விவரிக்கும் விரிவான நூலொன்றைத் தற்சமயம் எழுதிவருகிறார்.

அயோத்திதாசர்

பார்ப்பனர் முதல் பறையர் வரை

டி. தருமராஜ்

கிழக்கு

அயோத்திதாசர்: பார்ப்பனர் முதல் பறையர் வரை
IyotheeThassar: *Paarpanar mudhal Parayar varai*

T. Dharmaraj ©

First Edition: December 2019
328 Pages

ISBN: 978-93-86737-85-4
Kizhakku 1174

Kizhakku Pathippagam
177/103, First Floor, Ambal's Building, Lloyds Road,
Royapettah, Chennai - 600 014. Ph: +91-44-4200-9603
Email : support@nhm.in | Website : www.nhm.in

kizhakkupathippagam | kizhakku_nhm

Author's Email: dharmarajant@yahoo.co.in

Cover Image: Shutterstock ©

Kizhakku Pathippagam is an imprint of New Horizon Media Private Limited

சமர்ப்பணம்

நந்தனைக் கடந்த அயோத்திதாசரையும்
அந்த அயோத்திதாசரைக் கடந்த பெரியாரையும்
ஒரு சேரக் கடந்த இசைஞானி இளையராஜாவிற்கு.

உள்ளே

முன்னுரை

இந்தப் புத்தகம் அயோத்திதாசரோடு நான் மேற்கொண்ட நீண்ட பரிசோதனையின் விளைவு. நீண்ட என்றால் மிக நீண்ட, இருபது ஆண்டுகள் *(1999 - 2019)*.

அயோத்திதாசரின் எழுத்துக்கள் அறிமுகமான ஆரம்ப வருடங்களில் உன்மத்தம் பிடித்த நிலையில் இருந்தேன். 'நான் பூர்வ பௌத்தன்' நூலை வாசிக்கிற யாராலும் இதை உணர முடியும். ஒரு பேச்சுக்காக அப்படிச் சொல்லவில்லை, நிஜமாகவே பைத்தியம் பிடித்திருந்தது.

அவரிடம் கிறுக்குப் பிடிக்க வைக்கும் எழுத்து முறை இருந்தது. இதே போன்ற கிறுக்குத்தனம் பெரியாரிடத்திலும் உண்டு என்றாலும், அது விடலைப்பருவக் கிறுக்கு. சேசுசபை பள்ளிக்கூடங்களில் படித்த எங்களுக்கு பெரியாரை விடவும் சிறந்த விடுதலை எதுவும் இல்லை. பாதிரியார்களை வீழ்த்துவதற்கு பெரியாரே சிறந்த ஆயுதமாக இருந்தார்.

ஆனால், 'அயோத்திதாசர் பைத்தியம்' கொஞ்சம் வித்தியாசமானது. சமூக நீதியையும் சமத்துவத்தையும் இத்தனைக் கற்பனை வளத்தோடு விவரிக்க முடியுமா என்ற வியப்பும் அதில் ஒன்று. அம்பேத்கரின் எழுத்துக்களில் எதிர்பார்த்து ஏமாந்திருந்த எதுவோ அயோத்தி தாசரிடம் இருப்பதாகப் பட்டது தான் முதல் அனுபவம். அது என்ன என்று கண்டுபிடிக்கவே நான் இந்நூலை எழுத ஆரம்பித்தேன்.

கடந்த இருபது வருடங்களில் சுமார் ஆயிரம் கூட்டங்களிலாவது அயோத்திதாசரைப் பற்றிப் பேசியிருப்பேன். எந்தத் தலைப்பு என்றாலும் அயோத்திதாசரைக் குறிப்பிடாமல் இவன் பேச மாட்டான் என்ற எல்லைக்குக்கூட இது சென்றிருக்கிறது. இது வீம்பு அல்ல.

எனது இயல்பாகவே அது மாறியிருந்தது. அப்படியொரு ஆகிருதியாக விளங்கியவர் அயோத்திதாசர்.

அயோத்திதாசர் சிந்தனைகள் தொகுதிகளாக வெளியான பின்பு, அதனைக் கூட்டாக வாசிப்பதே சரி என்று கருதி பாளையங் கோட்டையில் 'கல்லாத்தி' என்ற பெயரில் தொடர்ச்சியான கூட்டு விவாதங்களை ஏற்பாடு செய்திருந்தோம். அயோத்திதாசர் எழுதிய ஏதாவதொரு சிறுகட்டுரையை வாசித்து, பின் பலரும் கலந்துரையாடுவதே கூட்டு விவாதம்.

அதன் விளைவாக எழுதப்பட்டதே 'நான் பூர்வ பௌத்தன்' என்ற சிறுநூல். அந்த நூலைப் பதிப்பித்த மதுரையைச் சார்ந்த டாக்டர் அம்பேத்கர் பண்பாட்டு மையத்திற்கு நன்றிகள் சொல்ல வேண்டும். அந்நூல் பாளையங்கோட்டையில் நடைபெற்ற அம்பேத்கர் பிறந்த தின, தலித் கலை விழாவில் வெளியிடப்பட்டது.

•

'நான் பூர்வ பௌத்தன்' விதவிதமான எதிர்வினைகளை உருவாக்கியது. முதலாவதாக, அயோத்திதாசர் கொண்டாடப்பட வேண்டியவர் என்ற யோசனையை அது பற்ற வைத்தது. அதன் பின்பே, விடுதலைச் சிறுத்தைகள் கட்சியைச் சார்ந்த பலரும் அயோத்திதாசரின் புகைப் படங்களையும் ஓவியங்களையும் தங்களது முகப்பாக மாற்றிக் கொண்டனர். பல புதிய ஆய்வாளர்கள் அயோத்திதாசர் குறித்து எழுத வந்தனர். இப்படியாக அயோத்திதாசர் மீதிருந்த பண்டிதத்தன்மை கொஞ்சம் கொஞ்சமாக விலக ஆரம்பித்திருந்தது.

இரண்டாவதாக, அயோத்திதாசரை மறுக்கக்கூடியவர்கள் என்றொரு குழுவும் உருவாக ஆரம்பித்தது. இந்தக் குழுவோ பெரியார் மீதான அளவுக்கதிகமான பிரம்மையால் செய்யப்பட்டிருந்தது. பெரியார் சுயம்புவானவர் என்ற நம்பிக்கை அயோத்திதாசரால் சிதைவுறுவதை அவர்களால் தாங்கிக் கொள்ள முடியவில்லை. இதனால், கடுமையான 'அயோத்திதாசர் - பெரியார்' விரோதம் ஒன்றும் தமிழகத்தில் வளர்த் தெடுக்கப்பட்டது. அயோத்திதாசர் புதிதாக எதையும் சொல்லிவிட வில்லை என்றும், அவர் ஒரு கட்டுப்பெட்டி என்றும் நிரூபிக்க அக்குழுவினர் மீண்டும் மீண்டும் முயற்சித்தனர்.

மூன்றாவதாக, அயோத்திதாசர் விளிம்பு நிலை மக்கள் குறித்து வெளிப்படுத்திய அபிப்பிராயங்கள் ஏராளமானோரை காயப் படுத்தின. சாதித்துவேசம் பார்க்கிற சாதாரண நபர்தான் அவர் என்பதை பலராலும் சகித்துக் கொள்ள முடியவில்லை. குறிப்பாக,

அருந்ததியினரைப் பற்றிய அவரது விளக்கங்கள் மூடத்தனமானவை என்றே விமர்சிக்கப்பட்டன.

•

தொண்ணூறு சொச்சம் நிரம்பிய அந்தச் சிறு நூல், பார்க்கப்போனால், தன் தகுதிக்கு மீறிய விளைவுகளையே ஏற்படுத்தியிருந்தது.

ஆனாலும், அயோத்திதாசர் குறித்த எனது அக்கறைகளை இந்த எதிர்வினைகள் எந்த வகையிலும் குறைத்துவிடவில்லை. மாறாக, நான் புதிய கேள்விகளைச் சுமந்துகொண்டு அயோத்திதாசரை முன்னிலும் அதிகமாக வாசிக்க ஆரம்பித்தேன்.

இதற்கு, என்னிடம் சில அடிப்படையான நோக்கங்கள் இருந்தன. அவற்றை முன்னிட்டு எந்த வகையிலும் அயோத்திதாசர் பரிசோதனை களை நான் நிறுத்துவதாக இல்லை.

1. அட்டவணைச் சாதிகள் என்றும் தலித் என்றும் சொல்லப்படும் வகைப்பாடுகளின் மீது எனக்கு எப்பொழுதுமே நம்பிக்கை இருந்தது இல்லை. காலனியச் சொல்லாடலின் ஒரு அங்கமாக உருவாகி வந்த இந்த வகை, அம்பேத்கரின் புண்ணியத்தில் சுதந்திர இந்தியாவில் மேலும் மேலும் உறுதிப்படுத்தப்பட்ட இந்த வகை எனக்குத் தனிப்பட்ட வகையில் பெரும் சுமையாகவே இருந்தது. இதிலிருந்து வெற்றிகரமாக வெளியேறுவதற்கு அயோத்திதாசரின் யோசனைகள் துணை செய்யமுடியும் என்பது ஒரு கருதுகோள். இதனுடைய வெளிப்பாடே 'நான் ஏன் தலித்தும் அல்ல?' என்ற நூல்.

2. திராவிடம் இயக்கம் வெற்றி பெற்ற மதமதப்பில் பிறந்து வளர்ந்த (அதாவது, 1967க்குப் பின் பிறந்தவர்கள்) எனக்கு, அதன் அடுத்த கட்ட வளர்ச்சி நிலை என்னவாக இருக்கவேண்டும் என்பது மாபெரும் சவாலாக இருந்தது. ஜனநாயக அரசியலமைப்பை மிகச் சாதுர்யமாகப் பயன்படுத்தி அதிகாரத்தைக் கைப்பற்றிக் கொண்டன என்றாலும் திராவிட இயக்கங்கள் தங்களது ஆதாரமான கருத்தியல் நிலைப்பாடுகளை இழந்துவிட்டன என்பதே உண்மை. இந்த உண்மை என்னிடம் ஏராளமான கேள்விகளை எழுப்பியபடியே இருந்தது. ஒரு விடுதலை இயக்கம், அரசியல் அதிகாரத்தை கையிலெடுக்கையில், கருத்தியல் நேர்மையைக் கை நழுவ விடுவது ஏன் என்பதை நான் விளங்கிக்கொள்ள விரும்பினேன். அதிகாரம், கருத்தியல் நேர்மை, வெகுஜன இயக்கம் போன்ற விஷயங்களை நாம் மறுபரிசீலனை செய்ய வேண்டும் என்றும் எனக்குப் பட்டது. அந்த வகையில்,

மாறிவரும் சூழல்களுக்கு ஏற்ப சமத்துவம், பகுத்தறிவு, கடவுள் மறுப்பு போன்றவற்றை இன்னும் வலிமையாகக் கருக்கொள்வது எப்படி என்பதும் எனது கேள்வியாக இருந்தது. இந்த முயற்சிக்கும் அயோத்திதாசர் பயனுள்ளவராக இருப்பார் என்று எனக்குப் பட்டது.

3. அதே போல, சாதி குறித்து நிலவும் எந்தவொரு அறிவியல் உண்மையிலும் எனக்கு சம்மதம் இருக்கவில்லை. அவற்றிற்கு எதிரான வலுவான ஒரு பாடு அனுபவங்கள் என்னிடம் இருந்தன. சாதி தொடர்பான எல்லா வியாக்கியானங்களும் இறுதியிலும் இறுதியாய், சுத்தம் - அசுத்தம் அல்லது பார்ப்பார் - பறையர் என்று சுருங்கிப் போவதில் நான் நிஜமாகவே அதிருப்தி கொண்டிருந்தேன். அதன் தொடர்ச்சியாக, 'பிராமண எதிர்ப்பு' என்ற ஒற்றைத் திட்டம் சாதி எதிர்ப்பாக நிலைநிறுத்தப்படுவது குறித்தும் எனக்கு உடன்பாடு இல்லை. இந்த உரையாடலுக்கும் அயோத்திதாசர் மிக முக்கியமான தரவாக இருக்கமுடியும் என்பது இன்னொரு கருதுகோள்.

•

அயோத்திதாசர் குறித்த எனது பரிசோதனைகளின் விளைவான இந்தப் புத்தகத்தை வாசிக்கிற நீங்கள், இதன் தாறுமாறான ஒழுங்கமைப்பை வெகு எளிதாக உணர்ந்துவிட முடியும். வழக்கமாக, இது போன்ற புத்தகங்கள் கொண்டிருக்கும் ஒருமையை இதில் நீங்கள் பார்க்க முடியாமல் போகலாம். அதனால் திகைக்கலாம்; குழம்பலாம்; எரிச்சலுறலாம்; கோபப்படலாம். அந்தச் சமயங்களில் உங்களுக்கு என்னால் சொல்ல முடிந்த ஒரே பதில் இதுதான் - 'இது ஒரு குறை அல்ல; இந்தப் புத்தகமே அப்படித்தான் செய்யப்பட்டிருக்கிறது!'.

•

அயோத்திதாசரை வாசித்தல், திரும்ப வாசித்தல், திரும்பத் திரும்ப வாசித்தல் என்பதை நான் பல்வேறு வழிகளில் மேற்கொண்டிருந்தேன். ஏற்கனவே குறிப்பிட்டது போல, குழுவாசிப்பு அவற்றுள் ஒன்று. மற்றொன்று, அயோத்திதாசர் சிந்தனைகள் பற்றிக் கூட்டங்களில் பேசுவது.

இவ்விரண்டையும் தவிர்த்து வேறு சில வழிமுறைகளையும் நான் பின்பற்றினேன். இவை கொஞ்சம் கோணல்மாணலானவை. குடிகாரனைப் போல தடுமாறுபவை. ஆனால், அயோத்திதாசர் மாதிரியான நபர்களுக்கு இதுவொன்றும் புதிது அல்ல. இன்றைக்கு இருந்தால் அவரும் கூட இப்படியே செய்திருப்பார்.

குறிப்பாக, அவரது கட்டுரைகளை நான் திரும்ப எழுதிப் பார்க்கத் தொடங்கினேன். 'இவனுக்கு ஏன் இந்த வேண்டாத வேலை? உருப்படியாய் எதையாவது எழுதலாமே?' என்றெல்லாம் அக்கறைப்படும் அளவுக்கு நான் திரும்பத் திரும்ப எழுதினேன். 'இந்திர தேச சரித்திரம்' தொடர்கட்டுரையை 'ஒடுக்கப்பட்ட சரித்திரம்' என்ற பெயரில் எழுதினேன். 'ஆடி மாதம் அம்மனுக்குக் கூழ் ஊற்றுதல்' கட்டுரையை 'இது பௌத்த நிலம்' என்ற பெயரில் எழுதினேன். திரும்ப வாசிப்பதோடு திரும்ப எழுதிப்பார்த்து விடுவது. அவரைப் பிடித்தாட்டிய கோட்டி என்னையும் பிடிக்கட்டும் என்ற உத்தி இது. ஆனால், இந்த வழியில் மூல நூற்களை மறுவாசிப்புக்கு உட்படுத்துவது ஏராளமான அனுகூலங்களை வழங்க முடியும் என்பதை நான் கண்டு கொண்டேன். இப்புத்தகத்தில் நீங்கள் அதை உணரமுடியும்.

இது போக, இன்னொரு முக்கியமான பரிசோதனையையும் நான் நிகழ்த்தியிருந்தேன்.

'இந்திர தேச சரித்திரம்' என்ற தொடர் கட்டுரையிலும், 'பறையர் என்ற பெயரின் உற்பவம்' என்ற கட்டுரையிலும் பிராமண எதிர்ப்பின் வரலாற்றை கோவில் உரிமைகள், பூஜை புனஸ்காரங்கள் சார்ந்து ஒரு புனைவு போல அயோத்திதாசர் சித்தரித்திருப்பார். இப்படியான வரலாறு குறித்து என்னிடம் சில கேள்விகள் இருந்தன:

'சாதித் துவேசம் என்பது பிராமணர்களின் சதி' என்ற வாதம் எவ்வளவு தீர்க்கமான உண்மை? பறையர் சாதிக்குச் சொல்லப்படுவது போல தமிழகத்தின் அத்தனை சாதிகளுக்கும் தனித்தனியே 'பிராமண எதிர்ப்பு' வரலாறு இருக்க முடியுமா? அப்படி இருந்தன என்றால் அவை எங்கே? இல்லை என்றால் ஏன் இல்லை?

இதற்காக, வேளாண் சாதி என்று தங்களைப் பெருமையாக அடையாளப் படுத்திக் கொள்ளும் தேவேந்திரர்கள் 'பிராமண சூழ்ச்சியால்' இன்றைய இழிநிலையை அடைந்தார்கள் என்று தொனிக்கக்கூடிய புனைவரலாறு ஒன்றை 'தேவேந்திரர்கள் வீழ்த்தப்பட்டது எப்படி?' என்ற பெயரில் எழுதினேன். அதை அம்மக்கள் மத்தியில் பரவவும் செய்தேன். ஆதியில் அவர்கள் பௌத்தர்களாக இருந்தார்கள் என்றும், போலி பிராமணர்களின் சூழ்ச்சியால் இத்தாழ்நிலை அடைந்தார்கள் என்றும் என்னால் ஏறக்குறைய நிரூபிக்க முடிந்தது.

ஆனால், இந்திர தேச சரித்திரம் பறையர் சமூகத்திற்குள் ஏற்படுத்திய உணர்வெழுச்சியை தேவேந்திரர்கள் வீழ்த்தப்பட்டது எப்படியால் உருவாக்க முடியவில்லை. ஒரு முக்கியக் காரணம், தேவேந்திரர்களின் பாரம்பரிய ஞாபகம், வீழ்ச்சியை முற்றிலும் வேறு சட்டகத்தில் கற்பனை செய்திருந்தது. அதில் பிராமணர்களுக்கோ மாட்டுக்

கறிக்கோ இடமிருக்கவில்லை. அதற்குப் பதில் வடுகர்களும் வன்புணர்வுகளும் மலிந்திருந்தன. இந்தப் பரிசோதனை எனக்கு ஒரு விஷயத்தை மீண்டும் மீண்டும் சுட்டிக் கொண்டிருந்தது. வரலாறு பாரம்பரிய ஞாபகங்களைக் கொன்றே உயிர் வாழ்கிறது. ஆனால், கொல்வதற்கு பாரம்பரிய ஞாபகம் எதுவுமற்ற வரலாறுகள் உயிர் வாழ்வதும் இல்லை.

●

அயோத்திதாசர் குறித்த எனது அக்கறைகளுக்கு சில மாற்றுக் காரணங்களும் இருந்தன. அவரது தர்க்கத்தில் இருந்த கோளாறு அப்படி ஒன்று.

யதார்த்த பிராமணர்களின் செய்கைகளுக்கான பௌத்த தன்ம விளக்கம் அறியாத போலி பிராமணர்கள், அச்செய்கைகளை மாத்திரம் பின்பற்றினார்கள். அப்படிச் செய்வதன் மூலம், தாங்கள் தான் அந்த நிஜ பிராமணர்கள் என்று சொல்லி போஜனம் தேடிக் கொண்டார்கள் என்பதை குற்றச்சாட்டாக முன்வைக்கும் அயோத்திதாசருக்கு, இதே போன்று பூர்வபௌத்தர்களின் செய்கைகளுக்கான தன்மங்களை அறியாத பெரும்பான்மை தமிழர்களும் அச்செய்கைகளை மாத்திரம் பின்பற்றிக் கொண்டிருப்பது ஏமாற்று வேலையாகவோ அல்லது போலித்தனமாகவோ தோன்றவில்லை.

அத்தமிழர்கள் அத்தனை பேரும் தத்தம் பண்பாட்டுச் செயல்களுக்கான பௌத்த அர்த்தங்களை விளங்கிக் கொண்டால் மட்டும் போதும். அதாவது 'நாமெல்லாம் பௌத்தர்களே!' என்று உணர்ந்து விட்டால் மட்டும் போதும் என்று எழுத ஆரம்பிக்கிறார். அதாவது, வேஷ பிராமணர்களைப் போல வேஷ பௌத்தர்கள், வேஷ பறையர்கள் இருக்கமுடியும் என்று அவரால் எழுத முடியவில்லை. தர்க்க அடிப்படையில் பிழையாகத் தோன்றும் இந்தக் காரியத்தை முழுமையாக விளங்கிக் கொள்ள நான் விரும்பினேன். இந்தப் புத்தகம் எழுதப் பட்டதற்கான காரணங்களில் இதுவும் ஒன்று.

அதே போல, அருந்ததியர் குறித்து அவர் வெளிப்படுத்தும் தகவல்களை 'சாதி வெறுப்பு' என்று மட்டுமே ஒதுக்கிவிட என்னால் முடியவில்லை. தீண்டாமை உண்டு என்று அவர் பேசுவதும், பறையர் என்ற வார்த்தை கேட்டு அவர் வெகுளுவதும் என்னை அப்படி யோசிக்கவிடாமல் தடுத்துக் கொண்டிருந்தன. இதை விளங்கிக் கொள்வதற்காகவும் இந்தப் புத்தகம் எழுதப்பட்டது.

எல்லாவற்றிற்கும் அப்பால், அவரிடம் நான் வியந்த ஒரு புதுமை, அவர் ஒரு கற்பனையை நிஜத்தோடு கலந்து மிகையுலகு ஒன்றை

உருவாக்கியிருந்தார். அது ஒரு துணிச்சலான சாகசம். சென்ற நூற்றாண்டின் ஆரம்ப வருடங்களில் இப்படியான சாகசங்கள் நிறைய நடந்திருந்தன. காந்தி அப்படியொரு உதாரணம். பெரியாரையும் சொல்லலாம். பாரதியைக்கூடச் சொல்லமுடியும். தாம் எதைக் கற்பனை செய்கிறோமோ அதுவாகவே மாறிவிடுதல். பழைய பௌத்தர்களைக் கற்பனை செய்த அயோத்திதாசர் தானே அப்படியொரு பழைய பௌத்தனாக வாழ்ந்து காட்டியது என்னைப் பொறுத்தவரையில் அசாத்தியமான நிகழ்ச்சி. அவருடைய வெற்றி தோல்வி இதைக் கொண்டே தீர்மானிக்கப்பட வேண்டும் என்று நான் சொல்வேன். அப்படி அவர் உருவாக்கிய மிகையுலகைக் கொண்டாடுவதும் விளங்கிக் கொள்வதுமே இந்தப் புத்தகத்தின் நோக்கம்.

•

எனது அயோத்திதாசர் எழுத்துக்களைத் தொடர்ந்து வாசித்தும் விவாதித்தும் வருகிற நண்பர்கள் பலர். குறிப்பாக கஜேந்திரன் அய்யாத்துரை, ந.முத்துமோகன், அ. மார்க்ஸ், ஆதவன் தீட்சண்யா, மதிவண்ணன், ஸ்டாலின் ராஜாங்கம், பெரியசாமி ராஜா, அருட்தந்தை ஜெயபதி, ஹாமீம் முஸ்தபா, ஆ.சிவசுப்பிரமணியன், ரவிக்குமார் போன்ற அனைவருக்கும் இந்நேரம் நான் நன்றி சொல்லக் கடமைப் பட்டிருக்கிறேன். இந்நூலின் கடைசி கட்டுரையை (பூர்வ பௌத்தனின் கல்லறை) வாசித்து மேம்படுத்த உதவியவர்கள் பவணந்தி வேம்புலு, அழகரசன், சி. சரவணகார்த்திகேயன், அபிலாஷ் சந்திரன் மற்றும் சுரேஷ் பிரதீப். அனைவருக்கும் எனது நன்றி. எனது அயோத்திதாசர் பரிசோதனைகளுக்கு களமமைத்துத் தந்த தூய சவேரியார் கல்லூரி நாட்டார் வழக்காற்றியல் துறைக்கும், மதுரை காமராசர் பல்கலைக்கழக நாட்டுப்புறவியல் மற்றும் பண்பாட்டு ஆய்வுகள் துறைக்கும் என்றென்றைக்கும் எனது நன்றி. இந்நூலை அழகுற அச்சமைத்து வெளியிடும் கிழக்கு பதிப்பகத்திற்கும், குறிப்பாக மருதனுக்கும் நன்றிகள்.

டி. தருமராஜ்
மதுரை

நன்றி

‘அயோத்திதாசர்: இருபதாம் நூற்றாண்டின் நவீனத் தமிழ் சிந்தனையாளர்’ என்ற கட்டுரை, ‘புது விசை’ இதழில் 2001ம் ஆண்டு வெளியானது.

‘நான் பூர்வ பௌத்தன்’ என்ற நூல், 2003ம் வருடம், டாக்டர் அம்பேத்கர் பண்பாட்டு மைய வெளியீடாக பதிக்கப்பட்டது.

‘ஒடுக்கப்பட்ட சரித்திரம்’ என்ற கட்டுரை, ‘தலித்’ இதழ், எண்.1 தொகுதி 7, 2003ம் வருடம் வெளியானது.

‘மையம், விளிம்பு அதற்கும் அப்பால் நிற்கும் அயோத்திதாசர்’ என்ற கட்டுரை, பாண்டிச்சேரியிலிருந்து வெளிவந்த வல்லினம் இதழில் 2004ம் வருடம் வெளிவந்தது.

‘அயோத்திதாசர் என்ற கலகக்காரர்’ என்ற பதிவு காலச்சுவடு இதழில் வெளியானது.

‘இது பௌத்த நிலம்’ என்ற தலைப்பிலான தொடர் கட்டுரைகள், மதுரையிலிருந்து வெளியான ‘புதிய காற்று’ இதழில் ஜனவரி 2008 முதல் ஆகஸ்ட் 2008 வரை வெளியாயின.

‘மையம், விளிம்பு அதற்கும் அப்பால் நிற்கும் அயோத்திதாசர்’ என்ற கட்டுரை ஆங்கிலத்தில் *Iyothee Thass: Beyond Centre and Margin* என்ற தலைப்பில் K. Satyanarayana and Susie Tharu தொகுத்து Penguin Books வெளியிட்ட *No Alphabet in Sight - New Dalit Writings from South India* என்ற நூலில் 2011ம் ஆண்டு வெளியானது.

பகுதி ஒன்று

நான் பூர்வ பௌத்தன்

முதற்பதிப்பிற்கு எழுதப்பட்ட முன்னுரை

எழுதுவதற்கான காரணங்கள் குறித்து ஏராளமாய் பேசப்பட்டுள்ளன. நிறைய பேருக்கு எழுத்து ஒரு கலை. சிலர் எழுதுவதன் மூலம் யோசிக்க விரும்புகிறார்கள். எழுதினால் மட்டுமே சிலருக்கு மன அமைதி கிடைக்கிறது. எழுத்து இன்னும் சிலருக்கு முகவரி போல. இதற்கெல்லாம் அப்பால், ஆத்ம விசாரணையை மேற்கொள்வதன் மூலம், கடந்த காலக் குற்ற ஞாபகத்திலிருந்து விடுதலையடையும் உத்தியாகக் கூட 'எழுதுதல்' அறிவுறுத்தப்படுகிறது.

பல நேரங்களில் எழுத்து உணர்வுகளின் குவியலாகக் கற்பனை செய்யப்படுகிறது. அது, தன்னை வாசிக்கிறவர்களுக்குப் பல்வேறு வகையான உணர்வுகளைத் தந்து கொண்டிருக்கிறது. ஒரு எழுத்து தரக்கூடிய உணர்வைப் பொறுத்தே அவ்வெழுத்தும் தரப்படுத்தப்படுகிறது. அழுகையை அல்லது அதற்கு நிகரான மன இறுக்கத்தைத் தோற்றுவிக்கும் எழுத்தையே முதல் தரமான எழுத்து என்று ஒப்புக்கொள்ளும் பழக்கம் நம்மிடம் இருக்கிறது.

எழுத்து, ஓர் வாகனத்தைப் போல் செயல்பட வேண்டுமென்று சிலர் கருதுகிறார்கள். அது, வாசகரை வேறொரு தளத்திற்குத் தூக்கிச் செல்வது இன்றியமையாதது என இவர்கள் வாதிடக்கூடும்.

ஆனால், எழுத்து பற்றிய ஒரு தலித்தின் பார்வை இவற்றிலிருந்து மாறுபட்டதாகவே அமைந்திருக்கிறது.

●

'எழுத்து' பரவலாக்கப்பட்டதும், எழுதப்பட்ட செய்திகளையெல்லாம் படிக்க முடிகிற ஒரு தலித், தன்னைப் பற்றி எழுதப்பட்டுள்ள

அவதூறுகளையே முதலில் எதிர்கொள்ள வேண்டியிருக்கிறது. எத்தனை விதமான அவதூறுகள்!

சிலவற்றைப் பார்த்த மாத்திரமே புரிந்து கொள்ள முடிகிறது - அவை சேற்றை வாரி இறைக்கின்றன!

வேறு சில எழுத்துக்கள் பாசாங்கு வகை. உங்களுக்கு ஆதரவாய் பேசுவது போல நடித்துக் கொண்டே உங்கள் காலை இடறிவிடக் கூடியது.

தன்னைப் பற்றிய அசிங்கங்களையும், வசைகளையும், அநீதியான சித்தரிப்புகளையுமே பார்க்க முடிகிற தலித், அவற்றிற்கு எதிரான தனது நியாயங்களைப் பதிவு செய்ய வேண்டிய கட்டாயத்தை அடைகிறான். எழுத்து முறையை அவன் தேர்ந்தெடுப்பது என்பது இல்லாமல், ஒரு வகையான எழுத்து முறை அவனைத் தேர்ந்தெடுக்கிறது.

அதாவது, அவதூறுகளுக்கு எதிரான எழுத்து முறை.

●

இந்த உலகில் இரண்டு விஷயங்களைப் பற்றி நீங்கள் எதுவும் பேசமுடியும் - கடவுளும், தீண்டத்தகாதவனும்.

இவ்விருவர் பற்றியும் நீங்கள் விதவிதமாகக் கற்பனை செய்ய முடியும்.

இவர்களை விலங்குகள் போல் யோசிக்கலாம்; பெண் பித்தர்கள் என்று சித்திரிக்கலாம்; கேலி செய்யலாம்; இவர்களைக் கருவியாய்க் கொண்டு உங்களது எதிரிகளை வதம் செய்யலாம்; சில தருணங்களில் செருப்பால் கூட அடிக்கலாம். இப்படி, கடவுளைப் பற்றியும் தீண்டத்தகாதவர்களைப் பற்றியும் பேசுவதற்கும் எழுதுவதற்கும் பூரண கருத்துச் சுதந்திரம் வழங்கப்பட்டிருக்கிறது.

இவர்களில் கடவுளைக் காப்பாற்றுவதற்காக வரலாறு நெடுகிலும் பல்வேறு இயக்கங்கள் பாடுபட்டிருக்கின்றன. இயக்கங்களையும் தாண்டி இன்று அரசியல் கட்சிகளும்கூடக் கடவுளைக் காப்பாற்றுவதற்காக வரிந்து கட்டுவதைப் பார்க்கிறோம். இந்தச் சூழலில், நினைத்ததை யெல்லாம் பேசக்கூடிய ஒரே விஷயமாக உங்களுக்கு தீண்டத்தகாதவர்கள் மட்டுமே எஞ்சியிருக்கிறார்கள்.

நீங்கள் இவர்களை விதவிதமான பெயர்களில் அழைக்கலாம், நீங்கள் கோபமாக இருந்தால், அவர்களைப் புலையன் என்றோ சண்டாளன் என்றோ சொல்லுங்கள். கோபமில்லாமல், உங்கள் மனதில் வெறுப்பு மட்டும் மண்டியிருக்கிறது என்றால் அவர்களைப் பஞ்சமன் என்று அழைத்துப் பார்க்கலாம்.

ஆன்மீகத்தில் திளைத்து, உங்களுக்கென ஒரு புனித பிம்பத்தை நீங்கள் உருவாக்கி வைத்திருக்கிறீர்கள் என்றால், அவர்களை 'ஹரிஜன்' என்று அழையுங்கள். ஒருவேளை நீங்கள் பேச்சளவில் ஜனநாயகத்தை வலியுறுத்துகிறவராய் இருக்கலாம். அப்படியானால் அவர்களைப் 'பட்டியல் சாதிகள்' என்ற அர்த்தத்தில் எஸ்.சி. என்று சொல்லுங்கள், அல்லது 'அடிமட்ட சாதிகள்' என்று சொல்லுங்கள்.

வன்மத்துடன், ஊணில் தைக்கிறதைப்போல அவர்களைப் பேச வேண்டும் என்ற ஆவல் உங்களுக்கு ஏற்படலாம். அவ்வாறு தோன்றுவது இயற்கையும் கூட! இப்படியெல்லாம் உங்களுக்குள் தோன்றினால், நீங்கள் முழு சுவாதீனத்துடன் இருக்கிறீர்கள் என்று அர்த்தம். இது போன்ற ஆவல் உங்களுக்கு ஏற்படுகையில், நீங்கள் தாராளமாய் அவர்களை பள்ளப்பயலே என்றும், பறப்பயலே என்றும், சக்கிலியப் பயலே என்றும் அழைக்கலாம். இவ்வாறு சொல்வதற்கு நீங்கள் கொஞ்சமும் கூச்சப்பட வேண்டியதில்லை. இவ்வாறு அழைக்கப்படுவதையே அவர்கள் விரும்புவதாய் நமது பாரம் பரியமிக்க புனித நூல்கள் குறிப்பிடுகின்றன.

இன்னும் நீங்கள் பல்வேறு விஷயங்களைப் பேச முடியும் உதாரணமாய் சுகாதாரம் பற்றிய அக்கறையை நீங்கள் வெளிப்படுத்த விரும்பலாம். அப்படியானால் நீங்கள் தாராளமாய் 'அசுத்த மானவர்கள்' என்று இவர்களை உதாரணம் காட்டமுடியும். இல்லை, பெருகி வரும் மக்கள் தொகையைப் பற்றி யோசிக்கிறவராய் இருக்கலாம். பன்றிகளைப் போல் குழந்தைகளைப் பெற்றுத்தள்ளும் மக்கள் கூட்டத்தைக் குறிக்க நீங்கள் இவர்களைப் பயன்படுத்திக் கொள்ளலாம்.

ஒழுக்கத்தின் மேன்மையைப் பேசுகையில், ஒழுக்கமின்மையின் சின்னமாக இவர்களைச் சித்திரிக்கலாம். உங்களுக்குத் திடீரென்று சமூகசேவை செய்யும் விருப்பம் தோன்றியிருக்கலாம். அவ்வாறு தோன்றுகையில் நீங்கள் இவர்களுடைய குடியிருப்புகளுக்குச் சென்று இவர்களின் குழந்தைகளைக் குளிப்பாட்டுங்கள்; கழிவுநீர்க் கால்வாய் களின் அவசியத்தைப் பற்றிப் பேசுங்கள்; குடும்பக் கட்டுப்பாடு செய்து கொள்ள வேண்டிய அவசியத்தை வலியுறுத்துங்கள்; மனிதர்களும் வீட்டு விலங்குகளும் வெவ்வேறு இடங்களில் வசிக்க வேண்டிய தேவையைச் சொல்லுங்கள்; இரவு நேரங்களில் அங்குள்ள குழந்தைகளுக்குப் பாடல்கள் மூலம் கல்வி போதியுங்கள். இப்படியே நீங்கள் உலகம் அறிந்த சமூக சேவகராக மாறமுடியும்.

'தீண்டத்தகாதவர்களான' இவர்களை மூலதனமாகக் கொண்டு நீங்கள் இன்னும் பல்வேறு அவதாரங்களை எடுக்கமுடியும். சாதியத் தளைகளிலிருந்து இம்மக்களை விடுவித்து பொன்னுலகம் ஒன்றிற்கு

அழைத்துச் செல்வதாக நீங்கள் தாராளமாய் வாக்குறுதி கொடுக்கலாம்.

உங்களையும் உங்களது வாக்குறுதிகளையும் நம்புவதற்கு இம்மக்கள் ஆர்வத்தோடு இருக்கிறார்கள். உங்களைப் போன்ற சாயலுடன், நீங்கள் பேசும் அதே விஷயங்களைப் பேசிக் கொண்டு மகாபுருஷர்கள் வருவார்கள் என்ற பழங்கதைகள் அவர்களிடம் உள்ளன. உங்களது தலைமையின் கீழ் இம்மக்களைத் திரட்டுவதன் மூலம் நீங்கள் சமூகப் போராளியாக உருமாற்றம் அடையமுடியும்.

போராளியாக விரும்பாதவர்கள் 'அறிஞர்களாக' மாற முயற்சிக்கலாம். முன்னதைக் காட்டிலும் இது இன்னமும் எளிதானது. ஏதாவதொரு கல்லூரி அல்லது பல்கலைக்கழகம் அல்லது ஆய்வு நிறுவனம் சார்ந்து நீங்கள் 'அறிஞராக' மாறுவதற்கான முயற்சியை மேற்கொள்ள வேண்டும்.

வேறெந்த ஒரு பொருளைப் பற்றிய ஆராய்ச்சியைக் காட்டிலும் இம்மக்களைப் பற்றி ஆராய்ச்சி செய்வது சுலபமோ சுலபம். ஏதாவதொரு 'தீண்டத்தகாத' கிராமத்தைத் தேர்ந்தெடுத்து நீங்கள் ஆய்வை மேற்கொள்ள முடியும். அவர்களது சமுதாய நிலை, நாட்டுப்புறச் சங்கதிகள், தெய்வங்கள் என்று ஏதாவதொரு தலைப்பில் நீங்கள் அறிஞராகிவிட முடியும்.

இதுவும் கசக்கிறது என்றால், நீங்கள் 'சீர்திருத்தவாதியாக' மாற முயற்சிக்கலாம். சமூகச் சீர்திருத்தவாதியாக மாறுவதற்கு இம்மக்கள் வசிக்கும் பகுதிகளுக்குச் சென்று சாதியின் கொடூரத்தன்மைகள் குறித்து நீங்கள் பிரசாரம் செய்யலாம். அல்லது நீங்கள் சமயச் சீர்திருத்தவாதியாக மாற முடியும். இந்து சமயம் தீண்டத்தகாதவர் களை எவ்வாறெல்லாம் 'விரட்டியடித்தது', அதனால் அவர்களில் பலர் எப்படியெல்லாம் கிறிஸ்தவம், இஸ்லாம் போன்ற 'திறந்திருந்த கோவில்களில்' தஞ்சம் அடைந்தனர் என்ற கற்பனைகளைப் பரப்பி இந்து சமய சீர்திருத்தத்திற்குப் பாடுபடலாம்.

இப்படி எண்ணற்ற வழிகள் உள்ளன என்றாலும், நீங்கள் 'தீண்டத்த காதவனைப்' பற்றிப் பேசுவதற்கும் ஒரு எல்லை இருக்கிறது.

நீங்கள் பேசிக் கொண்டும் எழுதிக் கொண்டும் இருக்கிற 'தீண்டத்தகாதவர்' தம்மை 'தலித்' என்று புரிந்து கொள்ளும் சமயத்தில் உங்களுக்கு வருகிறது ஆபத்து.

அதன்பின், மனம் போனபடி பேசவும், எழுதவும் உங்களால் முடிவதில்லை. வெவ்வேறு தோரணைகளில் நீங்கள் செய்வது அனைத்தும் தூற்றுதலே என்பதை தலித் புரிந்துகொள்கிறான். நீங்கள் வரலாற்றைப் பொய்யாகத் திரிக்கிறீர்கள் என்பதை அவன் அறிகிறான்.

இறுதியாக, 'தீண்டத்தகாதவர்கள்' குறித்தும் விருப்பம் போல பேசவோ எழுதவோ முடியாத அவலநிலையை நீங்கள் அடைந்து விடுகிறீர்கள். மீறியும் நீங்கள் எழுதும் பொழுது, அவர்கள் தலித்தாக நின்று உங்களை மறுக்கத் தொடங்குகிறார்கள்.

'தீண்டத்தகாதவர்' பற்றி எதையும் எழுத முடியாத, 'கருத்துச் சுதந்திரம்' பறிபோன உங்களுடைய நிலையைக் காட்டிலும் தலித்தென தன்னை உணர்ந்தவனின் வலி ஆழமானது என்பதை உங்களோடு சேர்ந்து பலரும் யோசிக்க மறுக்கிறார்கள்.

'எழுதுதல்' என்பது பலருக்கும் விதவிதமான நோக்கங்களை உடையதாய் அமைந்திருக்கிறது. ஆத்ம விசாரணை, உண்மையை உணர்தல், எழுத்தின் தொன்மத்தை ஊடுருவுதல், சூட்சுமத்தை அறிதல், வாழ்க்கையாக மாற்றுதல், நிலைபேற்றை அடைதல், அகத்தூய்மையை வேண்டுதல் எனப் பல்வேறு காரணங்கள் உங்களுக்கு இருக்கமுடியும்.

ஆனால், ஒரு தலித்தின் எழுத்து, அவன் மீது வாரி இறைக்கப்பட்ட அவதூறுகளை அகற்றுதல் என்பதையே செய்ய வேண்டியிருக்கிறது. தான்தோன்றித்தனமாக எழுதப்படும் பல்வேறு விஷயங்களை அவன் கூர்மையாக அவதானிக்க வேண்டியிருக்கிறது.

நீங்கள் எந்தத் தோற்றத்தில் பதுங்கியிருக்கிறீர்கள் என்பதை அவன் யோசிக்க வேண்டியிருக்கிறது. உங்களது அறிஞர் என்ற விலாசமும், சமூக - சமய சீர்திருத்தவாதி என்ற பாசாங்கும், சமூக சேவகர் என்ற அடையாளமும், சமூகப் போராளி என்ற பாத்திரமும் அவனைச் சலிப்புற வைத்திருக்கிறது. உங்களது வார்த்தைகளில் வெளிப்படும் பசப்புதலை அவன் தெளிவாகவே உணர்கிறான். சமூகத்தின் ஏதாவதொரு அடுக்கில் சிறு சலசலப்பு ஏற்பட்டாலும், நீங்கள் உடனடியாய் அவனை உள்ளிழுத்துப் பேசும் வித்தையை அவன் உணர்ந்து கொண்டான்.

தமிழ்ச் சமூகத்தில் சலசலப்புகளுக்குப் பஞ்சமில்லை. குறிப்பாக, 'தலித்' உணர்வுகள் வெளிப்படத் தொடங்கிய சமீப காலங்களில் இத்தகைய சலசலப்புகள் கணிசமாக அதிகரித்தும் உள்ளன.

இந்திய அரசியல் சட்டம் நடைமுறைப்படுத்தும் இடஒதுக்கீட்டுக் கொள்கை குறித்து அக்கப்போர்கள் நடந்துள்ளன. மத அடிப்படைவாதம் பேசுகிறவர்களும், எதிர்ப்பவர்களும் கலவரங்களைச் செய்திருக்கின்றனர். அரசியலில் மத உணர்வுகளைக் கலக்கலாமா கூடாதா என்ற சண்டை கடந்த இருபது, முப்பது ஆண்டுகளாக நடைபெற்று வருகிறது. சிறுபான்மைச் சமூகத்தவர்களின் உரிமைகள் பேசப்படுகின்றன. அவர்களின் தேசப்பற்று கேள்விக்கு உட்படுத்தப்படுகிறது. இதனிடையே இந்தியா வல்லரசாக மாறுவதற்கு இடைஞ்சலாக இருப்பது வறுமை மட்டுமே என்றும் அறிவிக்கப்படுகிறது.

மேற்கூறிய அத்தனை சலசலப்புகளின் போதும், 'தலித்துகள்' ஒரு பேசு பொருளாக இருந்துள்ளார்கள் என்பது முக்கியமானது. அதிலும் குறிப்பாக சமீபத்திய 'மதமாற்றத் தடை சட்டம்' பற்றிய வாதங்களும், பிரதிவாதங்களும் தலித்துகளையே மையப் பொருளாகக் கொண்டிருக்கின்றன. சமூகத்தின் பல்வேறு நிலையினரும் தலித்துகள் குறித்து கருத்துத் தெரிவிக்கின்றனர். பல நேரங்களில் 'தலித்துகள்' என்றே குறிப்பாகவும், சில நேரங்களில் 'அடித்தள மக்கள்' என்ற பொதுப்பெயரின் மூலமும் வாதப் பிரதிவாதங்கள் நடைபெறுகின்றன.

இந்து மதம் தலித்துகளை ஏன் புறக்கணிக்கிறது என்ற தொனியில் நடைபெறும் அக்கப்போர், அவர்களது ஒழுக்கம், சுகாதாரம், வாழ்க்கை முறை குறித்த அவதூறுகளைப் பரப்புவதாக மாறுகிறது. இது நாள் வரையில் தலித்துகள் மட்டுமே மதம் மாறியிருப்பது போன்ற தோற்றமொன்று ஏற்படுத்தப்படுகிறது. அவ்வாறு மதம் மாறியவர்களும் 'விரட்டியடிக்கப்பட்டதாலேயே' மதம் மாறியதாக அறிஞர்கள் தெரிவிக்கின்றனர். சிறுபான்மைச் சமூகத்துத் தலித்துகளின் சமயப்பற்று 'திறந்த மடத்தில் நாய் நுழைந்ததைப்' போன்றது என்ற சிந்தனை(?) பரப்பப்படுகிறது.

இந்து அடிப்படைவாதிகளால் திரும்பத் திரும்பச் சொல்லப்படும் வாதத்தை நாம் அறிவோம். அதாவது, இந்த நாட்டிலுள்ள கிறிஸ்தவ. இஸ்லாமிய தலித்துகள் அனைவரும் ஐரோப்பியப் பாதிரிகளின் கோதுமைக்காகவும், பால் மாவிற்காகவும், முகம்மதிய அரசர்களின் மிரட்டலுக்குப் பயந்தும் மதம் மாறியவர்கள் என்பதே இந்த நாட்டின் உயர்சாதி அபிப்பிராயம். இதனாலேயே மதமாற்றத் தடைசட்டம் 'ஆசைகாட்டுவதை' குற்றமெனச் சொல்கிறது. ஆனால், இத்தடைச் சட்டத்தை எதிர்க்கின்ற 'சமூகச் சிந்தனையாளர்கள்' பலரும் கூட தலித்துகளின் மதமாற்றங்களை இதே கண்ணோட்டத்தோடு பார்ப்பது தான் நமக்கு வியப்பைத் தருகிறது.

இந்தச் சூழலைச் சாக்காக வைத்துக் கொண்டு, இந்து சமயத்தைப் புனருத்தாரணம் செய்ய விரும்பும் பலரும் சைவ, வைணவ மரபுகளின் மேன்மையைப் பேசத் தொடங்குகிறார்கள். வைணவம் என்ற பெயரில் இயங்கிய பொழுது சாதியக் கேள்வி எவ்வாறு சாமர்த்தியமாகக் கையாளப்பட்டது என்பதையும், அது 'இந்து' வாக மாறிய பொழுது அச்சாமர்த்தியம் எவ்வாறு இல்லாமல் போனது என்பதையும் சுட்டிக் காட்டுகிறார்கள். இந்து மதத்தின் சாமர்த்தியமின்மையே தலித்துகளின் மதமாற்றத்திற்குக் காரணம் என்றும் அவர்கள் விளக்குகிறார்கள்.

இன்றைய 'இந்து' சமயம் வைணவ சூழ்ச்சியைப் பயன்படுத்தினால் தலித் பிரச்சனை தீர்க்கப்படும் என்பது போலவும்

பேசத்தொடங்கினார்கள். இந்து மதத்தின் மிகப்பெரிய பலவீனம் தலித்துகளைப் பிற மதங்களுக்கு விரட்டியதே என்றும் முடிவு சொன்னார்கள்.

வேறு சில சந்நியாசிகள் தலித்துகளைச் சரி வர குளிக்கச் சொன்னார்கள்; மாமிசம் சாப்பிடுவதைக் கைவிடச் சொன்னார்கள்; பிராமணர்களை வணங்கச் சொன்னார்கள். ஒவ்வொருவரின் பேச்சிலும், அவரவர் சாதியின் அனுகூலங்கள் மறைந்து கிடப்பதை இப்பொழு தெல்லாம் ஒரு தலித் தெளிவாகவே புரிந்து கொள்கிறான்.

இந்த நாட்டில் சாதியம் கொடூரமாக மட்டுமே வெளிப்படுகிறது என்று இனியும் நம்புவோமானால், நாம் பெருந்தவறுகளைச் செய்தவர்களாய் மாறுவோம். சாதியம் அடக்குமுறையாக, கொடுங்கோன்மையாக மட்டுமல்ல, கிறங்க வைக்கும் புன்னகையுடன், நட்புணர்வாகவும் வெளிப்படுகிறது. பெருஞ் சமூகத்தால் கொண்டாடப்படும் தத்தம் சாதிய உணர்வுகளைப் பலரும் பல்வேறுவிதமாய் வெளிப்படுத்து கிறார்கள் என்பதே உண்மை.

படுகொலை செய்வதும், பாலியல் பலாத்காரம் செய்வதும், விலங்கிலும் கேவலமாய் நடத்துவதும், இழிவான வகையில் தண்டிப்பதும், கட்டற்ற வன்முறையைப் பிரயோகிப்பதும் மட்டுமே சாதிய அடக்குமுறை என்று சொல்வதற்கில்லை. இன்றைய சூழலில் சாதி அத்தியாவசியமான பொருளாக மாறிவிட்டதை வெட்கத்தோடு சொல்லியே ஆக வேண்டும்.

சாதி, நண்பர்களைத் தீர்மானிக்கிறது; கொள்கைகளைத் தீர்மானிக்கிறது; நம்பிக்கைகளை வடிவமைக்கிறது; கும்பிட வேண்டிய தெய்வங்களைச் சொல்லித் தருகிறது; பொருளாதார நிலையை வடிவமைக்கிறது; கோட்பாடுகளை உருவாக்குகிறது. சாதியத்தின் தன்மைகளை முழுமையாகப் புரிந்து கொள்ளாத இன்றைய சூழலில் சாதிய உணர்வுகளிலிருந்து விடுபட்டவர் என்று யாரைச் சொல்ல முடியும்?

இந்த உண்மையை நம்மோடு பலரும் ஒத்துக் கொள்வார்கள். சாதியம், நாம் கற்பனை செய்வதைவிடவும் ஆழமானது என்பதில் பலருக்கும் சந்தேகமில்லை. சாதிய உணர்வுகள் புத்திசார்ந்தது மட்டுமல்ல, பகுத்தறிவோடு திருத்திக் கொள்வதற்கு அதன் வலைப்பின்னல் பொதுப்பிரக்ஞை சார்ந்தது. எனவேதான் சாதியத்தைத் தனிநபர்களால் வெல்ல முடிவதில்லை. அது, சமூகத்தால் திருத்தப்படவேண்டியது.

இந்த இடத்தில், இதுவரையில் நம்மோடு ஒத்துப் போன பலரும் முரண்படத் தொடங்குகிறார்கள். 'சாதியம்' தனிநபர் சார்ந்தது இல்லை, சமூகம் சார்ந்தது என்றால், சாதியம் தானே நமது பண்பாடு என்பதாக விவாதிக்கத் தொடங்குகிறார்கள்.

‘பண்பாடு’ பற்றிய மயக்கமான, போதை தரும் விளக்கங்களைக் கொண்டிருக்கக்கூடிய மேற்கூறிய நபர்களுக்குச் சாதியமும் பண்பாடும் ஒன்றே தான் என்று சொல்வது அசௌகரியத்தை ஏற்படுத்துகிறது. இந்த அசௌகரியம் சிலரை சாதியத்திற்கு ஆதரவான நிலைப்பாட்டைக்கூட எடுக்க வைக்கிறது. ‘சாதியம் தான் நமது பண்பாடு’ என்ற முடிவிற்கு வந்து அதையே கடைப்பிடிக்கவும் தொடங்கி விடுகிறார்கள். ஆனால், வேறு சிலர் சாதிக்கும் பண்பாட்டிற்குமான தொடர்பை ‘பகுத்தறிவு’ சார்ந்து விளங்கிக் கொள்ள முயற்சிக்கிறார்கள்.

இவர்களின் ‘பகுத்தறிவு’ தமிழ்ப் பண்பாட்டிலிருந்து‘சாதியம்’ என்ற காரணியைத் தனிமைப்படுத்தி அதற்குப் ‘பிராமணியம்’ என்று பெயர் சூட்டுகிறது. பிராமணியமே சாதியமாக உருவகப்படுத்தப்படுகிறது. இவ்வாறு பிராமணியத்தைக் கண்டுபிடித்தது இரண்டு வகைகளில் பகுத்தறிவுவாதிகளுக்கு உதவி செய்தது. ஒன்று, பிராமணியமே சாதியம் என்று சொல்வதன் மூலம், தமிழ்ப் பண்பாட்டின் புனிதம் குறித்த பழங்கதைகள் நிறுவப்படுகின்றன. இரண்டு, சாதியத்திற்கு எதிரான போராட்டத்தில் எதிரி கண்ணுக்குத் தெரிய ஆரம்பிக்கிறார்.

வரலாற்றில் நிகழ்ந்த இத்தகைய குழப்பங்களையெல்லாம் ஒதுக்கிவிட்டு, குறைந்தபட்சம் சுயநலமற்ற தன்மையோடு நமது பண்பாட்டையும், அதில் நிலவும் சாதிய உணர்வுகளையும் நாம் அணுக வேண்டும் என்றே நான் விரும்புகிறேன். சாதி, மதம், பண்பாடு போன்ற பல்வேறு காரணிகளும் விவாதத்திற்கான பொருட்களாய் நம்முன் வைக்கப்பட்டுள்ளன. சாதிய வேறுபாடுகள் நியாயமானவை என்று கருதுபவர்களுடன் நமக்கு எவ்வித உரையாடலும் அவசியமில்லை. சாதியத்தை மறுக்கிற, வேரறுக்க விரும்புகிற சிலராவது ஒரே தளத்திற்கு வரமுடியுமா என்று முயற்சிக்கலாம்.

•

இந்தப் புத்தகத்தின் தேவையும் இதனடிப்படையில் அமைந்ததே.

இன்றைய, தமிழகத்தின் அரசியல் பண்பாட்டுச் சூழலில் மிகவும் நம்பிக்கை தரக்கூடிய சிந்தனையாளராக அயோத்திதாசர் விளங்குகிறார். அதிலும் குறிப்பாக, அவரது சமயம் குறித்த சிந்தனைகள் இன்றைய காலகட்டத்தில் விவாதிக்கப்பட வேண்டியவை. தமது வாழ்வில், இறுதிப் பத்தாண்டுகளில் அவர் முன்னெடுத்த ‘தமிழ் பௌத்தம்’ என்ற சிந்தனையை மட்டுமே இப்புத்தகம் விவரிக்கின்றது.

அயோத்திதாசரின் ‘தமிழ் பௌத்தம்’ பற்றிய சிந்தனைகளை இன்று விவாதிப்பதற்கு இரண்டு முக்கியமான காரணங்கள் உள்ளன.

ஒன்று, ஏற்கனவே குறிப்பிட்டது போல், தமிழக அரசு கொண்டு வந்துள்ள மதமாற்றத் தடைசட்டம், விரும்பியோ விரும்பாமலோ, தலித்துகளையும் மதமாற்றத்தையும் இணைத்தவொரு உரையாடலை தமிழகத்தில் எழுப்பியுள்ளது. இது தொடர்பான பல்வேறு சங்கதிகள் பேசப்பட்டாலும், வரலாற்று பூர்வமான, நடுநிலையான, நேர்மையான விவாதங்கள் இன்னமும் தொடங்கப்படவில்லை.

வரலாற்றில் தலித்துகளின் பங்களிப்பு, அவர்களது சிந்தனை மரபு, அவர்களது சமயம், அவர்களது சாதிய எதிர்ப்பு முயற்சிகள், அவர்களது தொன்மம் போன்ற செய்திகளை உள்ளடக்கிய அயோத்திதாசரின் 'தமிழ் பௌத்த' சிந்தனை அத்தகையதொரு விவாதத்தை ஏற்படுத்தும் என்ற நம்பிக்கை இருக்கிறது. எனவே, அயோத்திதாசரையும் அவரது 'தமிழ் பௌத்த' சிந்தனைகளையும் பரவலாக்கவேண்டிய தேவை இருக்கிறது.

இரண்டாவது, கடந்த பத்து வருடங்களாகத் தமிழக அறிவுச் சூழலில் பல்வேறு தாக்கங்களை ஏற்படுத்தி வரும் நாட்டுப்புறத் தெய்வங் களையும், நம்பிக்கைகளையும் சார்ந்தது. இந்தியாவின் சமய வரலாற்றைப் பேசும் பலரும் செவ்வியல் சமயங்களான பௌத்தம், சமணம், சைவம், வைணவம், சீக்கியம் போன்ற சமயங்களையே பேசுபொருளாகக் கொள்ளுவது வழக்கமாக இருந்த வந்தது.

எழுதப்பட்ட ஆவணங்களையே தங்களது ஆதாரங்களாகக் கொண்ட சமய வரலாற்று ஆசிரியர்கள் புனித நூல்களையும், சமயக் குருக்களையும், சமய இலக்கியங்களையுமே கவனம் கொண்டு எழுத வந்தனர். ஆனால், பெருவாரியான இந்தியச் சமூகம் இத்தகைய செவ்வியல் சமயங்களுக்குள் அடைபடாத நாட்டுப்புறத் தெய்வ வழிபாடுகளையே பண்பாட்டுத் தளத்தில் பேணி வந்திருப்பதைக் காலம் தாழ்த்தியே நாம் புரிந்து கொண்டோம். வட்டாரத் தன்மையைக் கொண்டதும், முன்னோர் வழிபாட்டின் சாயல்களைக் கொண்டதுமான இத்தகைய தெய்வங்கள் எந்தவொரு நிறுவனச் சமயத்திற்கும் உட்படாத தனித்தன்மைகளைக் கொண்டிருப்பது சமீப காலங்களில் உணரப்பட்டிருக்கிறது.

பேய்கள், பிசாசுகள், கணங்கள் என்றெல்லாம் எழுத்திலக்கியங்களில் குறிக்கப்படுகின்ற தெய்வங்களே மக்களின் சமய நடவடிக்கைகளைத் தீர்மானிக்கிற சக்திகளாக அமைந்துள்ளன. தமிழகச் சூழலில், அய்யனார், மாடன், அம்மன் போன்ற பொதுப் பெயர்களிலும் அந்தந்த ஊர் அல்லது வட்டாரம் சார்ந்து சின்னத்தம்பி, பிச்சைக்காரன், மதுரைவீரன், கருப்பசாமி என்று தனியான பெயர்களிலும் வணங்கப்படும்

இத்தெய்வங்கள் மிகக் கணிசமான மக்கள் தொகையின் சமய நம்பிக்கைகளைத் தீர்மானிக்கின்றன. எந்தவொரு தனிப்பட்ட செவ்வியல் சமயத்திலும் நெருக்கமில்லாத இத்தெய்வங்களில் பெரும்பான்மை இறந்துபட்ட மனிதர்களாகவே அமைந்துள்ளன.

'இந்து' அடிப்படைவாதம் அரசியல் நிலைப்பாடாகப் பேசப்படுகின்ற இன்றைய சுழலில், நாட்டுப்புறத் தெய்வம் பலருக்கும் நம்பிக்கையளிக்கும் காரணியாக மாறத் தொடங்கியுள்ளது. 'இந்து' அடிப்படைவாதம் பேசுவோருக்கும், அதனை முழுமையாக எதிர்ப்பவர்களுக்கும் நாட்டுப்புறத் தெய்வங்கள் விருப்பமுடையதாய் உள்ளன.

'இந்து' அடிப்படைவாதிகள், வட்டாரத் தன்மையுடன் விளங்குகிற இத்தெய்வங்களையெல்லாம் சிவனோடோ அல்லது திருமாலோடோ இணைத்துப் புராணங்கள் புனையத் தொடங்கினார்கள். இவ்வாறு செய்யப்பட்ட புராணங்களை மக்கள் மத்தியில் பரப்புவதன் மூலம், இத்தெய்வங்களை நம்புகின்ற மக்கள் அனைவரையும் சிவனையோ, திருமாலையோ ஏற்றுக் கொள்கிற பக்தகோடிகளாக மாற்றுவது அவர்களது திட்டம்.

இதன் மூலம், மதுரை வீரனையோ அல்லது சுடலை மாடனையோ வணங்கி, வருடம் ஒருமுறை கொடை நடத்தி வாழ்ந்து வந்த மக்கள் திரளை, அவர்களே அறியாவண்ணம் 'இந்துக்களாக' மதம் மாற்றும் நோக்கம் நிறைவேறும் என்று திட்டமிட்டனர். முதலில் புராணங்களைப் புனைவதும், அதன்பின்பு வழிபாட்டு முறைகளை மாற்றுவதும், அதன்பின் ஆகமவிதிகளை நடைமுறைப்படுத்துவதும் என்று அவர்களுக்குத் தெளிவான செயல்திட்டம் இருந்தது. அதன்படியே நடைமுறைப்படுத்தவும் செய்தனர்.

'இந்து' அடிப்படைவாதிகளின் இத்தகைய தெளிவான செயல் திட்டத்தையும், அதனை நடைமுறைப்படுத்தும் பாங்கினையும் கண்ட 'மதவாதத்திற்கு எதிரான நண்பர்கள்' திகைத்தார்கள் என்றே சொல்ல வேண்டும். மத அடிப்படைவாதிகளின் இத்தகைய மதமாற்ற முயற்சிகளை நமது நண்பர்கள் காலம் தாழ்த்தியே கண்டு கொண்டார்கள். இவ்வாறு காலம் தாழ்ந்ததற்கும் காரணம் உண்டு.

மதவாதத்திற்கு எதிரான நமது நண்பர்கள் பெரும்பான்மையும், திராவிடச் சிந்தனையிலும், பொதுவுடமைக் கோட்பாட்டிலும் வளர்ந்து வந்தவர்கள். இவ்விரு சிந்தனைகளின் சமயம் குறித்த பார்வைகளும் குறைபாடு உடையவை என்பது உண்மை. முக்கியமாக, இவ்விரு சிந்தனைகளும் பெரும்பான்மை மக்களின் வாழ்க்கையில் அங்கமாக

இருந்த நாட்டுப்புறத் தெய்வங்களின் பண்பாட்டுப் பாத்திரத்தை பெரும்பாலும் உணர்ந்து கொள்ளவில்லை அல்லது குறைத்தே மதிப்பிட்டன.

கல்வியாளர்கள் மத்தியில் பிரபலமாகத் தொடங்கிய பின்பும், 'இந்து' அடிப்படைவாதிகளின் மதமாற்றத் திட்டம் வெளிப்பட்ட பின்புமே நமது நண்பர்கள் நாட்டுப்புறத் தெய்வங்களைக் கணக்கிலெடுக்கத் தொடங்கினர். அவற்றைப் பற்றிய ஆய்வுகளைப் படிக்கத் தொடங்கினர்; ஆழமாகக் கவனிக்கத் தொடங்கினர்; அறியப்படாத தெய்வங்களைத் தேடத் தொடங்கினர்.

ஆனால், 'இந்து' அடிப்படைவாதிகள் அதற்குள் தங்களது திட்டத்தின் பெரும் பகுதியை நிறைவேற்றி இருந்தார்கள். பல்வேறு நாட்டுப்புறத் தெய்வங்கள் புதிதாகச் செய்யப்பட்ட புராணங்களின் மூலம் சிவனோடும், திருமாலோடும் உறவு கொள்ளத் தொடங்கின. ஏராளமான நாட்டுப்புறக் கோவில்களில் பலி கொடுத்தல் நிறுத்தப்பட்டது.

நாட்டுப்புறத் தெய்வங்களுக்கு அசைவப் படையல் தரும் முறை மாற்றப்பட்டு, சைவப் படையல் நடைமுறைப் படுத்தப்பட்டது. கட்டடக் கோவில்கள் எழும்பின. பிராமணர்களை அழைத்து வந்து கும்பாபிஷேகம் செய்தனர். அம்மன்களின் பெயர்கள் மாற்றப்பட்டுத் துர்க்கைகளாகவும், சக்தியாகவும் புதுப்பெயர்கள் வழங்கப்பட்டன. சத்தமின்றி, பெருவாரியான மக்கள் இந்துக்களாக மதமாற்றம் செய்யப்பட்டனர்.

காலம் கடந்து போனது என்றாலும், 'இந்து' அடிப்படைவாதத்தை எதிர்கொள்வதற்கான சரியான தளம் நாட்டுப்புறத் தெய்வ வழிபாடுகளே என்று உணர்ந்துகொண்ட நமது நண்பர்கள் எந்த அளவில் இத்தெய்வ வழிபாடுகளைப் போராட்டக் கருவியாக மாற்றுவது என்று யோசிக்கத் தொடங்கினார்கள். 'இந்து' அடிப்படைவாதம் சொல்கிற சர்வாதிகார ஒற்றைத்தன்மைக்கு எதிராகப் பன்முகத் தன்மையை வெளிப்படுத்தும் நாட்டுப்புறத் தெய்வ வழிபாடுகளை உற்சாகப்படுத்தலாமா என்றுகூட யோசிக்கலானார்கள்.

நாட்டுப்புற வழிபாடுகளை உற்சாகப்படுத்துதல் என்பது பலிகொடுத்தலைக் கட்டாயமாக்குவது, அசைவப் படையலை வலியுறுத்துவது, பிராமணப் பூசாரிகளை அனுமதிக்க மறுப்பது, ஆகம நெறிமுறைகளை நடைமுறைப்படுத்துவதற்கு எதிராக நிற்பது என்று பல்வேறு செயல்முறைகளாக முன்வைக்கப்பட்டன. ஒருபடி மேலே போய் நாட்டுப்புறத் தெய்வங்களையே நமது அடையாளங்களாக

முன்னிறுத்துவது என்பதும்கூட யோசிக்கப்பட்டது. பெருஞ்சுழலில் சிக்கிக் கொண்டவனுக்குக் கையில் கிடைத்த ஒரே ஆதாரம் போல நாட்டுப்புறத் தெய்வங்களை இறுகப் பற்றிக் கொள்ளும் வேட்கை நம் நண்பர்களுக்கு ஏற்பட்டது.

ஆனால், நடைமுறை வேறுமாதிரியாக இருந்தது. பெரும்பான்மை யான மக்கள் தங்களது கிராமத் தெய்வங்களுக்குக் கோவில் போல ஒரு கட்டடம் தேவையென்றே விரும்பினார்கள்; கும்பாபிஷேகம் செய்வது தங்களது கிராமத்தின், சாதியின் அந்தஸ்தை உயர்த்துவதாக நினைத்தார்கள்; பலி கொடுத்தலைக் கூடுமானவரை தவிர்க்கலாமே என்ற எண்ணம் பரப்பப்பட்டது; தங்களது தெய்வங்கள் (அதாவது முன்னோர்கள்) சிவன் வழியோ, திருமால் வழியோ வந்தவர்கள் என்று கதைகள் சொல்லப்படுவதில் அவர்கள் ஆனந்தம் கொண்டனர்; பிராமணர்கள் தங்களது கோவில்களுக்கும் பூசாரிகளாக வந்து போவது புரட்சிகரமான மாற்றம் என்றும் விளங்கிக் கொண்டனர்.

சமயத்தின் தோற்றம், வளர்ச்சி நிலைகள் பற்றியெல்லாம் ஆராய்ந்த பலரும் இத்தகைய மாற்றங்களை இயற்கையானது என்றே சொல்லி வந்தனர். பரிணாமக் கோட்பாட்டை முன்னிறுத்திப் பேசுகின்ற ஆய்வாளர்கள், நாட்டுப்புறத் தெய்வங்கள் செவ்வியல் சமயங் களுக்குள் இணைவதை வளர்ச்சி நிலை என்றே மதிப்பிடுகிறார்கள். ஆவிகளைப் பற்றிய நம்பிக்கைகளில் தொடங்கி, முன்னோர் வழிபாடாக உருமாறி, பல தெய்வ நிலையை அடைந்து, இறுதியில் ஒரு தெய்வச் செவ்வியல் சமயமாக மாறுவதே படிநிலை இயக்கம் என்பது நிறுவப்பட்டுள்ளது.

இதன்படி, நடுகற்களாக, ஆயுதங்களாக, மரங்களாக, மட்டைகளாக நிற்கும் நாட்டுப்புறத் தெய்வங்கள் சிலையுருவங்களாக மாறும்; முன்னோர்களைப் பற்றிய பழங்கதைகள் தெய்வங்களின் புராணங்களாக உருமாறும்; அசைவப் படையல் சைவப் படையலாகும்; வழிபாட்டு விதிமுறைகள் ஒழுங்குபடுத்தப்படும்; புனித நூல்கள் உருவாகும்; வழிபாடுகளை நடத்துவதற்குத் தனியான சாதிகள் அதிகாரம் பெறும்; எல்லாத் தெய்வங்களும் ஒற்றைக் கடவுளின் அவதாரங்களாக அல்லது ஏவல் படைகளாக மாற்றப்படும்.

சமயங்களை ஆராய்ந்தவர்களின் இந்த முடிவுகளும் 'இந்து' அடிப்படை வாதிகளின் திட்டத்தையே இயற்கையானதென்று வலியுறுத்தின. நாட்டுப்புறத் தெய்வங்களை அவற்றின் இயல்பு கெடாமல் பாதுகாக்க நினைத்த நமது நண்பர்களின் செயல் திட்டங்கள் இயற்கைக்கு விரோதமானதென ஆராய்ச்சியாளர்கள் வலியுறுத்தினர்.

இதனிடையே, நாட்டுப்புறத் தெய்வங்களைப் போராட்டக் கருவியாய் கையிலெடுப்பதில் வேறொரு சிக்கலும் முளைத்தது. இந்தச் சிக்கல், இந்தியச் சாதி அமைப்பு ஏற்படுத்தியது.

பன்முகத்தன்மையோடு, செவ்வியல் சமய அடிப்படைவாதங்களுக்கு எதிரான குணத்தை நாட்டுப்புறத் தெய்வங்கள் கொண்டிருந்தன என்றாலும், இத்தெய்வங்கள் அந்தந்த வட்டாரத்தோடு கொண்டிருந்த நெருக்கத்தால், குறிப்பிட்ட வட்டாரத்தின் சாதிய ஒடுக்குமுறை பேணப்படும் கேந்திரமாகவும் செயல்பட்டன. பல நாட்டுப்புறத் தெய்வங்கள் சாதிய அடையாளம் உடையவை. பெரும்பான்மையும் சாதி மீறிய செயல்பாடுகளால் கொலையுண்டு பின்பு தெய்வமானவை.

அவற்றின் வழிபாட்டு முறைகளில் பிராமண அதிகாரம் நுழைய வில்லை என்றாலும், பிற சாதிகளின் அதிகாரங்கள் வரையறுக்கப் பட்டிருந்தன. பல்வேறு நாட்டுப்புறத் தெய்வ வழிபாடுகளில் இன்றளவும் தலித்துகள் கேவலத்திலும் கேவலமாய் நடத்தப்படுவது தொடர்கிறது.

குறிப்பாக, ஏவல் தொழில் செய்வதற்குக் கட்டாயப்படுத்தப்பட்ட சாதிகள் நாட்டுப்புறத் திருவிழாக்களில் மிகக் கொடூரமாய் நடத்தப் படுவது வழக்கமாய் இருந்தது. இக்கொடை விழாக்களின் ஒரு பகுதியாய் நிகழ்த்தப்படும் நாட்டுப்புறக் கலைநிகழ்வுகள் பாலியலைத் தூண்டும் வகையில் மாற்றப்பட்டன. அதில் பங்கேற்கும் பெண் கலைஞர்கள் பாலியல் பலாத்காரம் செய்யப்படுவது திருவிழாவின் முக்கியப் பகுதியாக இருந்து வருகிறது. ஆண் கலைஞர்கள் ‘கூத்தாடிகள்’ என்ற இழிநிலையிலேயே வைக்கப்பட்டனர்.

சாதிய ஒடுக்குமுறையையும், பெண்களை இழிவுபடுத்துவதையும் திரும்பத் திரும்ப வலியுறுத்தி வரும் நாட்டுப்புறத் தெய்வ வழிபாடு களைப் போராட்டக் கருவியாகக் கையாளுவது நியாயமா என்ற கேள்வியை நம் நண்பர்களால் சரிவர எதிர்கொள்ள முடியவில்லை என்பதே உண்மை.

‘இந்து’ அடிப்படைவாதத்திற்கு எதிரானது என்று கண்டறியப்பட்ட ஆயுதம் இவ்வளவு பிற்போக்கானது என்பதை அறிந்த பொழுது நிராயுதபாணியாக நிற்கும் நிலையையே நாம் இன்று அனுபவிக்கிறோம். நமது செயல்திட்டம் என்ன? நாம் எதனை ஆதாரமாகக் கொண்டு போராடுவது என்ற மயக்கங்கள் பெருமளவில் விவாதிக்கப்படுகின்றன.

இந்தச் சூழலில் சுமார் நூறு வருடங்களுக்கு முன்பு அயோத்திதாசர் முன்வைத்த ‘தமிழ் பௌத்தம்’ என்ற திட்டம் மிகச் சரியானதாக

இருக்கமுடியும் என்ற நம்பிக்கை எனக்கு இருக்கிறது. 'தமிழ் பௌத்தம்' என்ற தமது பெருங்கனவை நாட்டுப்புறத் தெய்வங்களி லிருந்தே அயோத்திதாசர் தொடங்குகிறார் என்பது ஆச்சரியத்தையே தருகிறது. 'இந்து' அடிப்படைவாதத்திற்கு எதிராக பகுத்தறிவு சார்ந்து அவர் முன்வைக்கும் பண்பாட்டு மாற்றத்திற்கான திட்டங்களையே இந்தப் புத்தகம் விளக்கிச் சொல்கிறது.

1

~~~

சிவனும் காத்தவராயனும்

1892ம் வருடம் ஏப்ரல் மாதம், சென்னை விக்டோரியா டவுண் ஹால். சென்னை மஹாஜன சபையின் கூட்டம் நடைபெற்றுக் கொண்டிருந்தது.

பரந்து விரிந்த சென்னை மாகாணத்தின் அனைத்து ஜில்லாக்களி லிருந்தும் பிரதிநிதிகள் வந்திருந்தனர். மக்களின் பல்வேறு பிரச்சினை களைக் கேட்டு, விவாதித்து, பிரிட்டிஷ் அரசாங்கத்திற்கு கோரிக்கை களைச் சமர்ப்பிக்கும் முகமாக அந்தக் கூட்டம் கூட்டப்பட்டிருந்தது.

மஹாஜன சபையின் தலைவர், அரங்கைய நாயுடு நடுநாயகமாக அமர்ந்திருக்கிறார். அவருக்கு அடுத்த இருக்கையில் அமர்ந்திருக்கும் வீரராகவாச்சாரியார் தான் சபையின் செயலாளர். கூட்டம் எந்தவித இடையூறுமில்லாது திட்டமிட்டபடியே நடந்து கொண்டிருக்கிறது.

தலைவர் அரங்கைய நாயுடு, ஏற்கனவே தம்மிடம் தெரிவிக்கப் பட்டிருந்த மக்கள் குறைகளை வாசித்துக் கொண்டிருந்தார். அன்றைய தினம் எந்தெந்தப் பிரச்சினைகளையெல்லாம் மஹாஜனசபை விவாதிக்கப் போகிறது என்பதன் பட்டியல் அது. அப்பட்டியலை வாசித்து முடித்ததும், அதில் குறிக்கப்பட்ட சிக்கல்களைச் சபை விவாதித்து, ஆவண செய்வதற்கான தீர்மானங்கள் நிறைவேற்றப்படும். பின்னர் இத்தீர்மானங்கள் முறைப்படி பிரிட்டிஷ் அரசாங்கத்திற்கு அனுப்பி வைக்கப்படும்.
~~~

தமது கையிலிருந்த காகிதத்தைப் பார்த்து வாசித்துக் கொண்டிருந்த அரங்கைய நாயுடு இடையில் ஒரு நிமிடம் தயங்கினார். காகிதத்திலிருந்து விலகி ஒரு முறை கூட்டத்தைப் பார்த்தார். கூட்டத்தினர் அமைதியாய் அவரையே பார்த்துக் கொண்டிருந்தனர். எதற்குத் தயங்குகிறாரென அவர்களுக்கு விளங்கவில்லை.

அந்த ஒரு கணம் மட்டும்தான். மறுகணம் அரங்கைய நாயுடு ஏதோ நினைப்பு வந்தவராய் அருகிலிருந்த பென்சிலைக் கொண்டு காகிதத்தில் எழுதியிருந்த எதையோ அடித்து விட்டுப் புன்னகையுடன் கூட்டத்தை ஏறிட்டார்.

ஏன் முதலில் தயங்கினார்? பின் எதை நினைத்து அமைதியானார்? இதற்கிடையே காகிதத்தில் அவர் எந்த விஷயத்தை அடித்துத் திருத்தினார்? சென்னை மாகாண மக்களின் வாழ்க்கைப் பிரச்சனைகள் எழுதப்பட்டுள்ள காகிதத்தில் தலைவர் பார்த்துத் திருத்தும்படிக்கு என்ன தவறு நேர்ந்திருக்கும்?

பென்சிலால் மீண்டும் மீண்டும் ஒரு குறிப்பிட்ட வரியை அடித்து முடித்த அரங்கைய நாயுடு தொடர்ந்து இவ்வாறு பேசத் தொடங்கினார்:

‘நமது மாகாணத்தில் வாழும் பறையர் இன மக்களின் பிரச்சனைகள் குறித்து நாம் இங்கு சபையில் விவாதிக்க வேண்டிய அவசியமில்லை. ‘Parayar Problem’ குறித்து ஏராளமான துரைமார்கள் பேசவும் எழுதவும் செய்திருக்கிறார்கள். எனவே இது பிரிட்டிஷ் அரசாங்கத்திற்கு நன்றாகவே தெரிந்த விஷயம். எனவே நாம் புதிதாய் விவாதிக்க எதுவுமில்லை.’

அரங்கைய நாயுடு இப்படிச் சொன்னதும்தான் கூட்டத்தில் பலருக்கும் அவர் தயங்கியதும், பின் சுதாரித்ததும், அதன்பின் காகிதத்தில் திருத்தியதற்குமான காரணம் விளங்கியது. கூட்டத்தில் அமர்ந்திருந்த பலருக்கும் தலைவரின் செய்கை நியாயமானதாகவே பட்டது.

மஹாஜனசபையின் நோக்கமே மக்களின் பிரச்சனைகளை அரசின் கவனத்திற்குக் கொண்டு செல்வதுதான். சபை சில பிரச்சனைகளை விவாதித்துத் தீர்மானங்களை நிறைவேற்றி அரசுக்கு அனுப்பி வைக்கும். அரசு இத்தீர்மானங்களை உடனே நிறைவேற்றும் என்ற உத்தரவாதம் இல்லை.

சென்னை மாகாணம் மிகப் பெரியது; ஜில்லாக்களின் எண்ணிக்கை அதிகம்; வசிக்கும் சாதிகளின் எண்ணிக்கையும் அதிகம். இதனால் எல்லோருடைய குறைகளையும் கவனத்தில் கொள்வது யதார்த்தத்தில் முடியாதவொன்று. எதையாவது செய்து, தங்களது சாதிக்கான வசதிக்

குறைவுகளை சபையில் எடுத்துச் சொல்லி, தீர்மானம் போடச் செய்து, அரசின் கவனத்திற்குக் கொண்டு வந்து விட வேண்டுமென்பதே பலரின் கனவாக இருந்தது. அந்த நோக்கத்திலேயே அக்கூட்டத்திலும் கலந்து கொண்டிருந்தனர்.

இந்தச் சூழலில் பறையர் குல மக்களின் பிரச்சனைகளைத் தவிர்த்து விடுவது எல்லோருக்குமே சாதகமாய் இருந்தது. அரங்கைய நாயுடு காகிதத்தில் திருத்தி விளக்கியதும் அனைவரும் அமைதியாய் இருந்து ஆமோதித்தனர்.

தனது தன்னிச்சையான முடிவிற்குச் சபை முழுவதும் கட்டுப்பட்டது கண்டு அரங்கைய நாயுடுவுக்கு உள்ளூர பெருமிதமாய் இருந்தது. பெருமிதம் அவருக்குள் மிடுக்காய் பரவியது. வீரனைப் போன்ற பாவனையுடன் மீண்டுமொருமுறை அந்த அரங்கம் முழுவதையும் பார்வையால் துழாவினார். பின் மேற்கொண்டு வாசிப்பதற்கென காகிதத்தைக் கையில் எடுத்துக் கொண்டார்.

அந்த நேரம் கூட்டத்திலிருந்து ஒரு நபர் எழுந்து நின்று அரங்கைய நாயுடுவை நோக்கி பேசத் தொடங்கினார்.

'தலைவர்களுக்கு வணக்கம்! பறையர் குலத்தவரின் குறைகளைப் பேசுவதற்கான பிரதிநிதியாய் நான் வந்திருக்கிறேன். நீங்கள் குறிப்பிட்டது போல் சில துரைமார்கள் எங்களது சோதனைகளை அறிந்துள்ளார்கள் தாம். அதே போல் வேறு சில துரைமார்கள் சொற்ப உதவிகளையும் செய்கிறார்கள். ஆனால், இந்தக் குலம் இவ்வாறு வேதனைப்படுவதற்குக் காரணமான நீங்கள் அல்லவா அவர்களை முன்னேற்றுவது குறித்து எதையாவது செய்திருக்க வேண்டும். பறையர்களின் இழிநிலைக்குக் காரணமான நீங்களே இவ்வாறு கைகழுவி விடுவது போல் பேசுவது நியாயமாகுமா?'

அந்த நபர் இப்படிப் பேசியது அங்கிருந்த அனைவருக்கும் திகைப்பாய் இருந்தது. மஹாஜன சபையின் தலைவரை எதிர்த்துக் கேள்வி கேட்கக்கூடிய நபரை தெளிவாய் பார்க்க விரும்பி, அந்த நபரை நோக்கித் திரும்பலானார்கள்.

அந்த நபர் கரிய நிறத்தவராய் இருந்தார். வயது ஐம்பதுக்குள் இருக்க வேண்டும். வளத்தியுமில்லாமல் குள்ளமாகவுமில்லாமல் நடுத்தர உயரத்தில் கனவானைப் போன்ற உடையில் காணப்பட்டார். படித்தவர் என்பது அவரது கண்களில் வெளிப்பட்டது. அறிந்து கொள்ளத்தக்க எந்தவித உணர்ச்சியையும் தாண்டிய அமைதியொன்று அவரது பளபளத்த முகத்தில் நிரம்பியிருந்தது.

இதற்குள் அரங்கம் சலசலப்படையத் தொடங்கியிருந்தது. யாரென்று அறிந்திராத ஒருவர் இப்படிப் பேசுவதை அனுமதிப்பதா கூடாதா என்று பலரும் விவாதிக்கத் தொடங்கினர். அரங்கைய நாயுடு செய்வது அறியாமல் நின்று கொண்டிருந்தார்.

சபை பரபரப்படைவதைக் கண்ட சபாநாயகர் கூட்டத்தைக் கையமர்த்திவிட்டு, 'பறையர் குலத்திற்கு இந்தச் சபை என்ன செய்ய வேண்டுமென்று அன்பர் விளக்கினால் நலமாய் இருக்கும்' என்று அந்த நபரை நோக்கிக் கேட்டார்.

தங்களது படபடப்பைக் கொஞ்சமும் தணிக்காத கூட்டம், அந்த நபர் என்ன சொல்லக்கூடுமென அவர் புறம் திரும்பி வேடிக்கைப் பார்த்தது.

அதுவரையிலும் நின்றபடியேயிருந்த அவர் இப்படிப் பேசத் தொடங்கினார்.

'ஐயா, தெய்வம் என்பது சகலவிதமான சாதியினருக்கும் பொதுவானது. இப்படித்தான் பலரும் சொல்ல நான் கேள்விப்பட்டிருக்கிறேன். அதுவே உண்மையும் கூட. உண்மை இப்படியிருக்க, எங்களில் வைணவர்களாய் இருப்பவர்களை விஷ்ணு கோவிலுக்குள்ளும், சைவர்களாய் இருப்பவர்களை சிவன் கோவிலுக்குள்ளும் சேர்க்க மறுப்பது ஏனென்று விளங்கவில்லை. எங்களையும் சேர்த்துக் கொண்டால் நாமெல்லோரும் அன்போடும் நலமோடும் இருக்க முடியுமே. நமது மதமும் கூட பிரபலமான மதமாகுமே. இதை ஏன் யாரும் செய்வதில்லை?'

அந்த நபர் இப்படிக் கேட்டதும்தான் தாமதம். கூட்டத்தில் பலரும் 'அபச்சாரம், அபச்சாரம்' என்று கதறத் தொடங்கினார்கள். அந்த நபரின் சொற்களைக் கேட்க விரும்பாதவர்களாய் தங்களுடைய காதுகளைப் பொத்திக் கொண்டனர். உன்மத்தம் கண்டவர்கள் போல் பிதற்றத் தொடங்கினார்கள்.

'முடியவே முடியாது'' என்று ஓங்கிய குரலில் கூச்சலிட்டார்கள். 'எங்கு வந்து எதைப் பேசுவது?' என்பதாகக் கோபம் கொண்டார்கள். 'பேசவிட்டதே தவறு' ஏன்று சபாநாயகரைக் கடிந்து கொண்டனர். 'அடி மடியிலேயே கை வைப்பதா?' என்று அங்கலாய்க்கத் தொடங்கினார்கள்.

இப்படியே சபையில் பலரும் பலவிதமாய் பேசிக்கொண்டிருக்க, விக்டோரியா டவுண் ஹால் கலவரம் கண்டு நடுங்கிக் கொண்டிருந்தது.

இதில் எதையுமே எதிர்பாராதது போல் அந்த நபர் நின்று கொண்டிருந்தார். அவருக்கு இதுவெல்லாம் ஏன் என்று விளங்காமல்

ஆச்சரியமாய் இருந்திருக்கவேண்டும். இந்தச் சிறு விஷயத்திற்கு இவர்களெல்லாம் ஏன் பதட்டமடைய வேண்டுமென்று அவருக்கு விளங்கவில்லை. 'கோவிலுக்குள் சேர்த்துக் கொள்ளுங்கள்' என்ற சிறுகோரிக்கை இவ்வளவு பெரிய எதிர்ப்பை வெளிப்படுத்துமென அவர் எதிர்பார்த்திருக்கவில்லை. சபையோர்களின் கொந்தளிப்பை வேடிக்கை பார்த்தபடி நின்று கொண்டேயிருந்தார்.

இதனிடையே எதிர்க்கூச்சல் போட்டவர்களிலிருந்து ஒரு நபர் எழுந்து நின்று மற்றவர்களையெல்லாம் பேசாமலிருக்கும்படி அமைதிப்படுத்தத் தொடங்கினார்.

அவரது பெயர் சிவராம் சாஸ்திரி என்று சொன்னார்கள். தஞ்சாவூரைச் சார்ந்தவர் என்றும், அங்கிருந்து ஒரு பிரதிநிதியாக இச்சபைக்கு வந்திருக்கிறார் என்றும் கூறினர். சிவராம சாஸ்திரியின் சொல்லுக்குக் கூச்சலிட்டவர்கள் மரியாதை தந்தனர். அமைதியாக இருக்கத் தொடங்கினர்.

ஆனால் அதே நேரம், அந்தப் புது மனிதரின் கேள்விக்கு சிவராம சாஸ்திரி பதில் சொல்லியே ஆக வேண்டும் என்றும் வேண்டுகோள் விடுத்தனர். கூச்சலிட்டவர்களையெல்லாம் அமர்த்திவிட்டு சிவராமசாஸ்திரி மட்டும் நின்று கொண்டிருந்தார். அவருக்கு நேர் எதிரே இன்னொரு பக்கத்தில் அந்தப் புதிய மனிதர்.

'பறையர் குலத்தின் பிரதிநிதியாய் வந்திருக்கும் அன்பருக்கு நான் பதில் சொல்ல வேண்டிய கடமை இருக்கிறது. அந்த அன்பர், எங்களை ஏன் சிவன் கோவிலுக்குள்ளும், விஷ்ணு கோவிலுக்குள்ளும் சேர்க்க மறுக்கீறீர்கள் என்று கேட்கிறார். இதற்கான காரணம் எல்லோருக்கும் தெரிந்ததுதான். சிவனும், விஷ்ணுவும் என்றைக்குமே அவர்களது கடவுள்கள் இல்லை. அவர்கள் கும்பிடுவதற்கென்று சில தெய்வங்கள் நாம் அவர்களுக்கு வழங்கியிருக்கிறோம். மதுரை வீரன், காட்டேரி, கருப்பண்ணசாமி மாதிரியான தெய்வங்கள் மட்டுமே அவர்களுக்கானவை. சிவனும், விஷ்ணுவும் நம்முடைய கடவுள். அவர்களுடையது அல்ல.'

சிவராமசாஸ்திரி இப்படிச் சொன்னதும் அந்த அரங்கமே அதிரும் வண்ணம் கரவொலி எழுந்தது. ஒருவரை ஒருவர் தழுவிக் கொண்டு தங்களது மகிழ்ச்சியை வெளிப்படுத்தினர். பலரும் சிவராம சாஸ்திரியை 'சரியான பதிலடி!' என்று சொல்லிப் பாராட்டினார்கள்.

இந்த வேடிக்கைகளெல்லாம் முடியும் மட்டும் காத்திருந்தார் அந்தப் புதியவர். பின்பு, சிவராம சாஸ்திரியையும் சபையையும் நோக்கி, ''உங்களுடைய பதிலுக்கு மிக்க நன்றி. நீங்கள் சொல்வது போல்

இருக்கும் என்றால், உங்களுடைய கடவுள்கள் எங்கள் மக்களுக்கு என்றைக்கும் வேண்டாம்', என்று சொல்லி தொடர்ந்து பேசலானார்.

'இது தவிர வேறு சில கோரிக்கைகளும் என்னிடம் உண்டு. எங்கள் குழந்தைகள் நான்காவது வரையில் கற்பதற்கு இலவசப் பாடசாலைகள் வேண்டும். அதே போல் அங்கங்கே வெறுமனே கிடக்கின்ற நிலங்களை இக்குலத்துக் கிராமவாசிகளுக்குக் கொடுத்து ஆதரிக்க வேண்டும். இவ்விரு கோரிக்கைகளையும் இந்தச் சபை அரசாங்கத்திற்குப் பரிந்துரை செய்தால் நலமாக இருக்கும்'.

அந்தப் புதிய நபர் கோவில் பிரச்சினையைத் தவிர்த்துவிட்டு வேறு சில சலுகைகளைக் கேட்டதும் சபையில் அமர்ந்திருந்தவர்களுக்குப் பெருத்த சந்தோஷமாய் இருந்தது. சிவராம சாஸ்திரி கொடுத்த பதிலடியிலேயே அந்த நபர் கோவில் பிரச்சினையைக் கைவிட்டார் என்று நம்பி அகமகிழ்ந்து போனார்கள். இதனால் சிவராம சாஸ்திரியைக் கூட்டத்தினர் வெற்றி நாயகனைப் போல் பார்த்தனர். இதைக் கண்ட சாஸ்திரியும் புளகாங்கிதம் கொண்டார்.

தமது இரு கோரிக்கைகளையும் சொல்லிவிட்டு அமைதியாய் அமர்ந்திருக்கும் அப்புதிய மனிதரைக் கடைக்கண்ணால் ஒரு முறை பார்த்துக் கொண்டார். அந்தப் பார்வையில் மேலும் அவரைச் சீண்டிப் பார்க்க வேண்டுமென்ற ஆவல் இருந்தது.

சிவராம சாஸ்திரி வெற்றிக் களிப்பில் மறுபடியும் பேசத் தொடங்கினார். மஹாஜன சபையின் தலைவர் அரங்கையநாயுடுவும், செயலாளர் வீரராகவாச்சாரியும் இவையனைத்தையும் வேடிக்கை பார்த்துக் கொண்டிருந்தனர். தமது கோரிக்கைகளை சொல்லி விட்டு உட்கார்ந்திருந்த அந்தப் புதிய மனிதர் எதுவுமே நடக்காத பாவனையில் அமைதியாகவே இருந்தார்.

'கோவிலில் சேர்த்துக் கொள்ள முடியாததை ஏற்றுக் கொண்ட அந்த அன்பர் இப்பொழுது நான் சொல்லப் போவதையும் ஏற்றுக் கொள்வார் என்று நினைக்கிறேன்'. சிவராம சாஸ்திரி இப்படித் தொடங்கியதும் அந்தப் புதிய நபர் தலையை உயர்த்திக் கவனிக்கத் தொடங்கினார்.

'கல்வி கற்றலும், புத்தி சாதுரியமும் பயிற்சியாலோ, கட்டாயத்தினாலோ வருவது இல்லை. விவேகமும், புத்தியும் பிராமண வித்திற்கு மட்டுமே சொந்தமானது என்பதை அன்பர் அறிந்திருக்க நியாயமில்லை. ஆதி என்ற பறையர் குலப் பெண்ணிற்குப் பிறந்தவர் என்றாலும், வள்ளுவ நாயகனாருக்குக் குறள் இயற்றும் விவேகம் வந்ததற்குக் காரணம் அவருடைய தந்தை பகவன் என்ற பிராமணராய் இருந்ததால்தான்.

பிராமண வித்து இருந்திருக்காவிட்டால் வள்ளுவர் திருக்குறளைப் பாடியிருக்க முடியாது. புத்தி வளர வேண்டி பறையர் குலச் சிறுவர்களுக்கு இலவச பாடசாலை கேட்கும் அன்பர் வள்ளுவர் வரலாறு தெரிந்திருந்தால் இப்படிப் பேசியிருக்கமாட்டார்.'

சாஸ்திரியின் பேச்சிலிருந்த கேலியையும் கிண்டலையும் அங்கிருந்த அனைவரும் ரசித்தனர். பேச்சில் வல்லவர் சிவராமசாஸ்திரி என்று பலரும் சிலாகித்தார்கள்.

சிவராம சாஸ்திரி வள்ளுவர் கதையென்று பிதற்றிய சங்கதிகளைக் கேட்ட அந்தப் புதிய நபர் முதன் முறையாய் நரகலை மிதித்துவிட்ட உணர்வைப் பெற்றார். கேவலமான மனிதனுடன் வாதம் செய்ய வேண்டியதாயிற்றே என்ற வருத்தம் அவரை வாட்டியது. எதிர்பாராததை எல்லாம் சந்திக்க நேர்ந்ததே என்ற கலக்கம் அவருக்குள் மூண்டது.

நீலகிரியிலிருந்து புறப்பட்ட போது இப்படியெல்லாம் நடக்குமென்று தோணாமல் போச்சே என்று தன்னையே கடிந்து கொண்டார். நோய் கண்ட மனிதர்களைப் பார்ப்பது போல அங்கிருந்த அனைவரையும் பார்த்தார். சிவராம சாஸ்திரியின் கண்களில் வழியும் குரோதம் அவருக்கு எரிச்சலைத் தந்தது. இப்படியான மனிதருக்குப் பதில் சொல்ல வேண்டுமா என்ற எதிர்மறை எண்ணமும் தோன்றியது. ஆனால் வேறு வழியே இல்லை என்பதால் தனது இருக்கையிலிருந்து எழுந்து நின்றார்.

'நீங்கள் சொல்வதை ஏற்றுக் கொள்வதற்கு முன் எனக்குச் சில கேள்விகள் கேட்க வேண்டும்.'

உற்சாகத்தில் மிதந்து கொண்டிருந்த சாஸ்திரி பெருந்தன்மையாய் இருப்பது போல, 'தாராளமாய்' என்றார்.

அந்தப் புதிய நபர் ஒரு முறை தமது தொண்டையைச் செருமிக் கொண்டு, நிதானமாய், கணீரென்ற குரலில், அந்த விக்டோரியா டவுண் ஹாலே அதிரும்படிக்கு பேசத் தொடங்கினார்.

'கல்வியும், விவேகமும் பிராமண வித்திற்கே சொந்தமானது என்றால், இன்றைய தினம் மிஷனெரிமார்களின் துணையால் B.A., M.A. போன்ற பட்டங்களைப் பெற்றிருக்கின்ற பறையர்கள் அனைவரும் யாருடைய வித்திற்குப் பிறந்திருப்பார்கள்? அதே போல் இன்றைய தினம் சிறைச்சாலைகளில் இருக்கக்கூடிய பிராமணர்களெல்லாம் யாருடைய வித்திற்குப் பிறந்திருப்பார்கள்?'

இந்த வார்த்தைகளைக் கேட்டதும் அந்த அரங்கத்தின் மீது இடி விழுந்தது. சிவராம சாஸ்திரி முகத்தை மூடிக் கொண்டார்.

உற்சாகத்தில் திளைத்த அனைவரும் தங்களது தலைகளைத் தொங்கவிட்டு அவமானத்தின் சுமை தாங்காது கூனிக்குறுகிப் போனார்கள். அந்தப் புதிய நபர் மட்டும் அரங்கில் அனாதரவாய் நின்று கொண்டிருந்தார். அவரது கேள்வி மட்டும் தொடர்ந்து அந்த அரங்கில் குறுக்கும் நெடுக்குமாய் ஓடிக் கொண்டிருந்தது.

இப்படியே சில நிமிடங்கள் கடந்தன. அரங்கைய நாயுடுவும், வீரராகவாச்சாரியும் அந்தப் புதிய மனிதரை அமரும்படி சைகை செய்தனர். அதன்பின் வேறு விஷயங்களைப் பேசத் தொடங்கினார்கள். அன்றைய தினம் முழுவதும் ஒரு வனாந்திர வெறுமை அரங்கினுள் புரண்டு கொண்டேயிருந்தது.

அன்றைய சென்னை மாகாண மஹாஜனக் கூட்டம் இந்தக் களேபரங்களுக்குப் பின் வழக்கம் போல நடந்து முடிந்தது. சிவராம சாஸ்திரியோ அல்லது அவரை ஆதரித்த பிற உறுப்பினர்களோ அன்றைய கூட்டத்தில் வேறெதுவும் பேசியிருக்கவில்லை. நீலகிரியிலிருந்து வந்ததாகத் தம்மை அறிமுகப்படுத்திக் கொண்ட அந்தப் புதிய மனிதர் இறுதி வரையில் தீராச் சங்கடத்துடனேயே அமர்ந்திருந்தார்.

அவர் முன்வைத்த இரு கோரிக்கைகளும் - பறையர் குலச் சிறுவர்களுக்கு நான்காவது வகுப்பு வரை இலவசக் கல்வி, பறையர் குலக் கிராமவாசிகளுக்கு வெறுமனே கிடக்கும் நிலங்களை வழங்குதல் - சபையில் ஏற்றுக் கொள்ளப்பட்டன. இவை முறையே தீர்மானங்களாக மாற்றப்பட்டு அரசாங்கத்தின் பார்வைக்கு அனுப்பி வைக்கப்பட்டன.

கோரிக்கைகளை முன்வைத்தவராக இராஜா சர்வகலை இராமசாமி முதலியார் தீர்மானத்தில் கையொப்பமிட்டார். இக்கோரிக்கைகளை ஆமோதித்தவர் என எல்லூர் சங்கரன் என்பவரின் பெயர் சேர்க்கப்பட்டது. பிரதி ஆமோதகர் என மூன்றாவது ஒருவரின் பெயரும் சேர்க்கப்பட வேண்டுமென கேட்டபொழுது, நீலகிரியைச் சார்ந்த அப்புதிய மனிதர் எழுந்து நின்று தனது பெயரை பிரதி ஆமோதகராகச் சேர்க்கச் சொன்னார்.

அவர் சொன்ன பெயர் - அயோத்திதாச பண்டிதர்.

2

~~~

பண்டித அயோத்திதாசர்

அயோத்திதாச பண்டிதர் என்ற பெயரைக் கேள்விப்பட்டதும், சென்னை மகாஜனசபை உறுப்பினர்கள் எவரும் எந்த அதிர்ச்சிக்கும் உள்ளாகவில்லை. ஏதோவொரு பெயர் என்பதாக மட்டுமே இதனைப் புரிந்து கொண்டார்கள். ஆனால், அயோத்திதாசர் மகாஜனசபையில் எழுப்பிய பிரச்சனைகளும், அதனை வலிமையுடன் முன்வைத்த பாங்கும் பலரையும் சஞ்சலப்படுத்தின.

அன்றைய நாள் நிகழ்ச்சியை ஒரு அசம்பாவிதமாக மறந்துவிடுவதற்கே முயற்சி செய்தார்கள். அப்படியொரு சம்பவம் அன்றைய தினம் நடைபெறவேயில்லை என்று தோன்றும் வகையில், அது குறித்து மேற்கொண்டு பேசவோ, எழுதவோ செய்யாமல் தவிர்த்தார்கள். இதன் மூலம் அந்நிகழ்ச்சி வரலாற்றில் பதிவு செய்யப்படாமல் போகும்படி கவனமாய் இருந்தனர்.

ஆனால், மன உளைச்சலையும், அழுத்தத்தையும் தந்து கொண்டிருந்த இச்சம்பவத்தை அயோத்திதாசர் தமது வாழ்நாள் முழுவதும் மறக்காமல் இருந்தார். சாதி வெறியை நினைத்து நினைத்து அவர் உள்ளம் படபடப்பாய் இருந்தது. இப்படபடப்பையும், அது ஏற்படுத்திய உள்ளக் குமுறல்களையும் பலமுறை எழுத்தின் மூலமாகப் பதிவு செய்து கொண்டிருந்தார்.

1892ம் ஆண்டு, சென்னை மகாஜனசபையில் மட்டுமல்ல, சுமார் 125 வருடங்கள் கழித்து இன்றும்கூட தமிழ் கூறும் நல்லுலகில்
~~~

‘அயோத்திதாச பண்டிதர்’ என்ற பெயர் எந்தவொரு ஆச்சர்யத்தையும், அதிர்ச்சியையும் ஏற்படுத்தக் கூடியதல்ல. இருபதாம் நூற்றாண்டின் தொடக்க காலங்களில், தமிழகத்தின் மிகப்பெரும் சிந்தனையாளராக விளங்கிய அயோத்திதாசர், தமிழகத்து வரலாற்றாய்வாளர்களால் திட்டமிட்டே மறைக்கப்பட்டார்.

தமது மரணம் வரையிலும், மிகத் தீவிரமாகச் செயல்பட்டு வந்த அயோத்திதாசரைப் பற்றிய ஒரு சிறு குறிப்புகூட இடம்பெற்று விடாத படி பார்த்துக் கொண்ட தந்திரம் இருபதாம் நூற்றாண்டின் இறுதி வரையில் வெற்றிகரமாகவே செயல்பட்டு வந்தது.

அயோத்திதாசரின் சமகாலத்தில் வாழ்ந்து வந்த தேசியக் கவிகளுக்கும், புரட்சியாளர்களுக்கும், சுதேசிகளுக்கும் அவருக்குப் பின் தோன்றி, சென்ற நூற்றாண்டில் தமிழகமே தலைமேல் வைத்துக் கூத்தாடிய திராவிடச் சிந்தனையாளர்களுக்கும், எழுத்தாளர்களுக்கும், அரசியல்வாதிகளுக்கும் அவரை இருட்டடிப்புச் செய்ததில் கணிசமான பங்கு இருக்கவே செய்தது. தமிழ்ச் சமூகத்தின் நாடி நரம்புகளிலும் புரையோடிப் போயிருக்கும் சாதிய வெறியையும், காழ்ப்புணர்வையும் தவிர்த்து இதற்கு வேறென்ன தான் காரணமாக இருக்க முடியும்?

1845 ஆம் வருடம், மே மாதம், இருபதாம் நாள் அயோத்திதாசர் பிறந்தார். கோயம்புத்தூர் மாவட்டத்திலுள்ள ஒரு சிற்றூரில் அவர் பிறந்ததாகத் தகவல்கள் தெரிவிக்கின்றன. அவரது தந்தையார் பெயர் கந்தசாமி என்று சொல்லப்படுகிறது. அவரது தாயாரைப் பற்றிய தகவல்கள் தெரியவில்லை. பிறப்பால் பறையர் சாதியைச் சார்ந்த அயோத்திதாசர், ‘வள்ளுவர்’ என்பது தனது கிளைப்பிரிவு என்பதைப் பல இடங்களில் சுட்டிக் காட்டுகிறார்.[1]

‘சாக்கையர்’ என்ற அடைமொழியுடன் வழங்கப்படும் இவ்வள்ளுவர்கள் பறையர் சாதியின் சடங்குகளையும் சம்பிரதாயங்களையும் நிர்வாகம் செய்யும் தொழிலை மேற்கொண்டிருந்தனர். கோவில் பூசாரிகளாகவும், மருத்துவர்களாகவும், ஏடுகளை வாசிக்கத் தெரிந்தவர்களாகவும், காலத்தைக் கணிப்பவர்களாகவும், புலவர்களாகவும் விளங்கிய வள்ளுவர்கள் தீவிரமான சமயப் பற்றாளர்களாகவும் இருந்து வந்தனர். அயோத்திதாசரின் குடும்ப வழியில் பலரும் கல்வியில் ஓங்கியவர்களாக, மருத்துவர்களாக, கணியர்களாக இருந்து வந்ததால் அவருடைய இளமைப்பருவம் முழுமையும் கல்வியிலும், கேள்வியிலுமே கழிந்தது.

தனது வீட்டில் தமிழிலக்கிய ஏட்டுப் பிரதிகளும், மருத்துவச் சுவடிகளும், ஜாதக ஏடுகளும் பாதுகாக்கப்பட்டு வருவதாக

அயோத்திதாசர் பல்வேறு இடங்களில் தெரிவிக்கிறார். இலக்கிய, அறிவியல் ஏடுகளின் பரிச்சயம், அயோத்திதாசரின் சிந்தனையைக் கட்டமைப்பதில் பெருமளவில் துணைபுரிந்துள்ளது. தமிழ் இலக்கியம் தொடர்பான அவரது மாறுபட்ட பார்வைகள் அனைத்தும் இது போன்ற குடும்பப் பாரம்பரியத்திலிருந்தே உருவாகியுள்ளன.

அயோத்திதாசரின் இயற்பெயர் 'காத்தவராயன்' என்ற குறிப்பைப் பலரும் தெரியப்படுத்துகிறார்கள். நெடுநாள் வரையில் காத்தவராயன் என்றே அவர் அழைக்கப்பட்டார். உரிய பருவம் வந்ததும், முறையான கல்விப் பயிற்சி பெறவேண்டி, தமிழிலக்கிய இலக்கணப் பண்டிதர் ஒருவரிடம் காத்தவராயன் மாணவராகச் சேர்ந்தார். தொண்டை மண்டலத்தைச் சார்ந்த வல்லகாளத்தி நகரில் வசித்து வந்த அப்பண்டிதரின் பெயர், வீ. அயோத்திதாசக் கவிராயர்.

குருகுல முறையில், திண்ணைப் பள்ளியை நடத்தி வந்த இக்கவிராயர் மூலம் தமிழின் பாரம்பரியத்தையும், மரபையும் காத்தவராயன் தெளிவாகக் கற்றுத் தேர்ந்தார். இலக்கிய, இலக்கணப் பயிற்சிகள் அவருடைய பார்வையை விசாலமாக்கியதுடன், கூர்மையான தர்க்க அறிவையும் ஊட்டின.

அயோத்திதாசக் கவிராயரின் பாட்டுக் கட்டும் திறனும், வியாக்கியானத் திறமையும், உரை சொல்லும் புலமையும் காத்தவராயருக்கு விருப்பமான குணங்களாக அமைந்திருந்தன. தமது குருவின் புலமையையும், ஞானத்தையும் முழுமையாக உள்வாங்கிக் கொண்ட காத்தவராயர், குருவிற்குச் சிறப்புச் செய்யும் எண்ணத்துடன் இயற்பெயரைத் துறந்து 'அயோத்திதாசர்' என்ற புனைபெயரை வரிந்து கொண்டார்.

அயோத்திதாசரின் தமிழ்பௌத்த செயல்பாடுகள் 1890ல் தொடங்குகின்றன என்றாலும், அவரது பொதுவாழ்க்கை 1870 களிலேயே ஆரம்பித்துவிட்டது. கோவை மாவட்ட சிற்றூர் ஒன்றில் பிறந்த அயோத்திதாசரின் இளமைப் பருவம் நீலகிரியிலேயே கழிந்தது. அவரது குடும்பத்தினரும், உறவினர்களும் நீலகிரியிலேயே வசித்து வந்தனர். 1870ல் நீலகிரி பகுதியிலுள்ள தாழ்த்தப்பட்ட மக்களை இணைத்து அத்வைதானந்த சபையை அயோத்திதாசர் தொடங்குகிறார்.[2]

இச்சபை இரண்டு நோக்கங்களுக்காக உருவாக்கப்பட்டது. ஒன்று, கிறிஸ்தவ மதப் போதகர்களின் மறை பரப்புப் பணிகளுக்கு எதிரான செயல்பாடுகளை ஒருங்கிணைப்பது; இரண்டு, அத்வைத மரபின் மூலம் வர்ணாசிரம, சாதிய ஒடுக்குமுறைகளுக்கு எதிரான நிலைப்பாட்டை வலுப்படுத்துவது.[3]

அயோத்திதாசரின் பொதுவாழ்க்கை இவ்விதமாக ஆரம்பித்ததில் ஆச்சரியம் ஒன்றுமில்லை. அவரது குடும்பம் வைணவ மார்க்கத்தைக் கடைபிடித்து வந்தது என்பதை அவரே பல இடங்களில் குறிப்பிடு கின்றார். சாதிய ஒடுக்குமுறைக்கு எதிரான அவரது நிலைப்பாட்டின் தொடக்க காலங்களில், அத்வைத மரபின் மீதான நம்பிக்கைகளே அவரை வழிநடத்திச் சென்றன. ஆனால், இந்நம்பிக்கைகள் வெகு விரைவில் பொய்த்தும் போயின.

1880களில் அயோத்திதாசரின் நிலைப்பாடுகளில் சிற்சில மாற்றங்கள் ஏற்படத் தொடங்குகின்றன. 1870லிருந்து அத்வைதானந்த சபையின் மூலமாக வர்ணக் கோட்பாட்டையும், சாதிய மேலாண்மையையும், கூடவே கிறிஸ்தவ மதமாற்றத்தையும் எதிர்த்து வந்த அயோத்திதாசர் சமூக விடுதலையை வேற்று மதத்தின் மூலமாக அல்லாமல், நமது தேசத்தில் வழங்கும் மதத்தின் மூலமாகவே அடைய முடியும் என்றும் நம்பி வந்தார்.

1881ஆம் ஆண்டு, காலனிய ஆட்சியாளர்கள் மக்கள் தொகைக் கணக்கிடும் பணியை மேற்கொண்டனர். அது நாள் வரையில், அத்வைத அடிச்சுவட்டில் சிந்தித்து வந்த அயோத்திதாசரிடம் முதன் முறையாகத் தமிழ், தமிழர் என்ற சிந்தனைகளும், நாம் இந்துக்கள் அல்ல என்ற தெளிவும் ஏற்படத் தொடங்குகின்றன.[4]

மக்கள் தொகையைக் கணக்கிடும் பணியில், சமய அடையாளங் களைப் பதிவு செய்யும் வேலையும் இணைந்திருந்தது. பௌத்தர், சமணர், கிறிஸ்தவர், இஸ்லாமியர், சீக்கியர் போன்ற செவ்வியல் சமய அடையாளங்களைச் சாராத பெருவாரியான மக்களுக்கு எந்தச் சமய அடையாளத்தை வழங்குவது என்ற குழப்பம் ஏற்பட்டது.

இத்தருணத்தில் வெள்ளை அதிகாரிகளுக்கு அணுக்கமாக இருந்த உயர்சாதியினர், மேற்கூறிய பெருந்திரளான மக்களை 'இந்துக்கள்' என்று அடையாளப்படுத்தும்படி ஆலோசனை வழங்கினர். அதன்படியே வெள்ளை அதிகாரிகளும் இம்மக்களை 'இந்துக்கள்' என்று குறிப்பிடும்படி கணக்கெடுப்பாளர்களுக்கு அறிவுறுத்தினர்.

மக்கள் தொகைக் கணக்கெடுப்பின் மூலமாக மறைமுகமான 'மதமாற்றம்' நிகழ்வதை அயோத்திதாசர் உணர்ந்து கொண்டார். 'இந்துக்கள்' என்ற அடையாளம், உயர் சாதியினரின் தந்திரம் மூலம் வலுக்கட்டாயமாக இந்திய சமூகத்தின் மீது திணிக்கப்படுவதை அறிந்து கொண்டார். இத்திணிப்பிற்கான எதிர்ப்புணர்வை வன்மையாகவே அயோத்திதாசர் வெளிப்படுத்தினார். தமது எதிர்ப்புணர்வை கோரிக்கையாக வெள்ளை அதிகாரிகளுக்கு அனுப்பி வைத்தார்.

அவர் எழுதியனுப்பிய கோரிக்கை ஒரு விஷயத்தைத் தெளிவாக முன்வைத்தது. 'இந்திய தேசத்திலுள்ள பழங்குடி மக்களும், பஞ்சமர் என்றழைக்கப்படும் தாழ்த்தப் பட்டவர்களும் 'இந்துக்கள்' என்ற அடையாளத்தை ஏற்றுக் கொண்டவர்கள் அல்ல. எனவே, இவ்விரு மக்களும் 'ஆதித் தமிழர்கள்' என்பதாகவே கணக்கெடுப்பில் பதிவு செய்யப்படல் வேண்டும்.'

அயோத்திதாசரின் இத்தகைய கோரிக்கை அன்றைய காலனிய ஆட்சியாளர்களால் கவனத்தில் கொள்ளப்படவில்லை. எந்தவிதமான அங்கீகரிக்கப்பெற்ற, வெளிப்படையான சமய அடையாளங்களையும் கொண்டிராத அத்தனை இந்தியர்களும் இந்துக்களே என்று சொல்லிய வாதம் வெற்றிகரமாய் நடைமுறைப்படுத்தப்பட்டது.

நிர்வாக வசதிக்காகக் காலனிய ஆட்சியாளர்களால் மேற்கொள்ளப் பட்ட இத்தகைய மக்கள் தொகைக் கணக்கெடுப்பும், சமய அடையாளக் கணக்கெடுப்பும் எவ்வளவு பெரிய அரசியல் மாறுதல்களைச் சுதந்திர இந்தியாவில் ஏற்படுத்தப் போகிறது என்ற முன்னெச்சரிக்கை அன்றைக்கு எவருக்கும் இருக்கவில்லை. இதனால், எத்தனை உயிர்கள் பலியாகப் போகின்றன என்று யோசித்து முடிவு செய்யும் பக்குவமும் யாருக்கும் இருக்கவில்லை.

இவ்வாறு 'இந்து' என்ற உயர்சாதி அடையாளத்தைப் பெரும் பான்மையோரின் அடையாளமாக மாற்றுவதன் மூலம் மத அடிப்படைவாதிகளுக்கு எத்தனை வசதியான களத்தை ஏற்படுத்தித் தருகிறோம் என்ற உள்ளுணர்வு எவருக்கும் இல்லை.

கணக்கெடுப்புப் பணியின் மூலமாக தங்களது கட்சிக்குப் பக்தர்களின் எண்ணிக்கை அதிகரிப்பது குறித்துப் பிராமணர்களுக்கு மகிழ்ச்சியாகவே இருந்தது. காலனிய அலுவலர்களாக வெள்ளை அதிகாரிகளுக்குச் சேவகம் செய்து வந்த பிராமணர்கள் இது விஷயமாய் தங்களது திட்டம் வெற்றி யடைந்ததாகவே களித்திருந்தனர். அவர்களுக்குப் பின்புலமாய் நின்று செயல்பட்டு வந்த உயர்சாதி தனவந்தர்கள் இறுமாப்பு கொண்டனர்.

ஆனால், பெருவாரியான பிற்படுத்தப்பட்ட சமூகம் இத்தகைய சதிவேலை நடைபெறுவது குறித்து எந்தவித அக்கறையும் கொண்டிருக்க வில்லை. கண்களை மூடிக்கொண்டு, தாங்கள் 'இந்துக்களாக' அடையாளப் படுத்தப்பட்டதை ஏதோ அரசாங்கக் காரியம் என்று நினைத்து வாளாய் இருந்தனர்.

1881 - மக்கள் தொகைக் கணக்கெடுப்பில் மறைந்திருந்த சூழ்ச்சியை உணர்ந்து கொண்டவராய் அயோத்திதாசர் மட்டுமே காணப்படுகிறார். 'இந்துக்கள்' என்ற அடையாளம் தங்களுக்குப் பொருந்தாது என்பதில் அவர் உறுதியுடையவராய் இருந்தார்.

அதற்கு மாற்றாக அவர் முன்வைத்த அடையாளம் மொழி அடையாளமாக இருந்தது. தமிழகப் பழங்குடியினரும், தாழ்த்தப்பட்ட மக்களும் 'ஆதித் தமிழர்கள்' என்றே குறிக்கப்பட வேண்டுமென்ற அவரது கோரிக்கையை நாம் கவனத்தில் கொள்ளவேண்டும். 'ஆதித் தமிழர்கள்' என்ற அடையாளம் மொழியையும், அம்மக்களின் தொன்மையையும் குறிப்பதாக அமைகிறது.

'ஆதித் தமிழர்கள்' என்ற அடையாளத்தைச் சமயம் சார்ந்ததாக அயோத்திதாசர் புரிந்து கொண்டிருப்பாரா? அல்லது, வெளிப்படையான எந்தவொரு சமயத்திற்குள்ளும் வந்து சேராத தமிழ்ப் பழங்குடிகளுக்கும், தாழ்த்தப்பட்ட மக்களுக்கும் பேசும் மொழியைத் தவிர வேறொரு பண்பாட்டு அடையாளம் இருக்க முடியாது என்று நினைத்திருப்பாரா? மொழியையும் சமயத்தையும் ஒன்று போலப் புரிந்து கொள்ள முடியுமா? இப்படியே நிறைய கேள்விகளைக் கேட்க முடியும் என்றாலும் மக்கள் தொகைக் கணக்கெடுப்பில் நடைபெற்ற சதிக்கு எதிரான அயோத்திதாசரின் குரலைக் கலகத்தை விளைவித்த குரலாகப் புரிந்து கொள்வது அவசியம்.

'நாங்கள் இந்துக்கள் அல்ல' என்று அறிவிப்பது இன்றைய கால கட்டத்திலேயே ஏராளமான அதிர்வுகளை ஏற்படுத்துகிறது என்றால், சுமார் 120 வருடங்களுக்கு முன்பு அயோத்திதாசர் இதே குரலை எழுப்பியபோது அது எவ்வளவு புழுக்கங்களை, எதிர்ப்புகளை விளைவித்திருக்கும்! அதோடு நில்லாமல், தம்மை 'ஆதித்தமிழனாக' அடையாளப்படுத்தும் செய்கை நிச்சயமாய் வெறுப்பையே அவருக்குச் சம்பாதித்துத் தந்திருக்கும்.

1881-ல் அயோத்திதாசர் எழுப்பிய அடையாளப் பிரச்சனை சரியான பக்கபலமின்மையாலும், அதிகாரமின்மையாலும் ஆட்சியாளர்களால் புறக்கணிக்கப்பட்டது. ஆனால், அயோத்திதாசர் இதனாலெல்லாம் தளர்ந்துவிடவில்லை. இதன் பின்பே அவரிடம் அதிசயப்படத்தக்க, இன்றைக்கும் மலைப்பைத் தருகிற மாற்றங்கள் நடைபெறத் தொடங்கின.

அவரது சிந்தனையோட்டத்தில் 1870 க்கும் 80 களுக்கும் இடையில் நடைபெற்ற மிக முக்கியமான வளர்ச்சியை நாம் கவனத்தில் கொள்ள வேண்டும். சாதிய ஒடுக்குமுறைகளுக்கு எதிரான போர்க்குணத்தையும், மனப்பான்மையையும் கொண்டிருந்த அயோத்திதாசர் 1870 களில் அத்வைத சிந்தனை மரபு சாதிய விடுதலையைச் சாத்தியமாக்கும் என்பதில் அசைக்க முடியாத நம்பிக்கை கொண்டிருந்தார். அத்வைதக் கோட்பாடுகள் குறித்த அவரது சிந்தனையோட்டம் கிறிஸ்தவ மதமாற்றங்களை எதிர்க்கிற நிலைப்பாட்டினையும் அவருக்குள் தோற்றுவித்திருந்தது.

ஆனால், 1880களில் மக்கள் தொகைக் கணக்கெடுப்பிற்கு எதிராக அவர் வெளியிட்ட கருத்துகள் முற்றிலும் புதிய தளமொன்றில் அவர் இயங்கத் தலைப்பட்டதை நமக்குச் சுட்டுகின்றன. வர்ணாசிரம அடக்குமுறையையும், சாதிய காழ்ப்புணர்வையும் மறுக்கும் வழிமுறையென அத்வைத கோட்பாடுகளை முன்மொழிந்த அவர் அதனிலிருந்து முற்றிலும் மாறுபட்டு, தம்மையும் தமது சமூகத்தையும் 'இந்துக்கள் அல்ல' என்று அறிவித்ததுடன் 'ஆதித்தமிழர்' என்ற மொழி அடையாளமே பிரதான அடையாளம் என்று அறைகூவியது தலைகீழான மாற்றம் என்றுகூடச் சொல்லமுடியும்.

'ஆதித்தமிழர்' என்ற அடையாளத்தை எந்தவொரு அரசியல் லாபத்துக்காகவும் அவர் முன்மொழியவில்லை. அதே நேரம், அதிர்ச்சியை உண்டாக்குவது மட்டுமே அவரது நோக்கமாகவும் இருக்கவில்லை, 'ஆதித்தமிழர்' என்ற அடையாளம் அவருக்குள் ஆழமாகவே செயல்பட்டு வந்தது. இதனாலேயே இந்த நாட்டின் பழங்குடியின மக்களும், தாழ்த்தப்பட்டவர்களும் தமிழ் பேசும் மக்களின் மூதாதையர்கள் என்ற சிந்தனையை அவர் தொடர்ந்து வளர்த்து வந்தார். அக்கோட்பாட்டை வலுப்படுத்தும் பல்வேறு சான்றுகளையும் அவர் தேடத் தொடங்கினார்.

தொல்தமிழர் அல்லது தமிழ் மூதாதையர் அல்லது ஆதித் தமிழர் என்ற சிந்தனையின் அடுத்த நிலையாக 1886 ல் அயோத்திதாசர் ஓர் அறிக்கையை வெளியிட்டார். அந்த அறிக்கை இரண்டு செய்திகளை வலியுறுத்துவதாக அமைந்திருந்தது.

ஒன்று, பழங்குடியின மக்களும் தாழ்த்தப்பட்டவர்களுமான ஆதித் தமிழர்களே இந்நாட்டின் முதல் குடிமக்கள், அதாவது பூர்வகுடிகள் அல்லது மண்ணின் மைந்தர்கள்; இரண்டு, இம்மண்ணின் மைந்தர்களான அவர்கள் இந்துக்கள் அல்லர்.

மேற்கூறிய இரண்டு செய்திகளுமே அயோத்திதாசரின் பிற்காலத்திய சிந்தனைகளைத் தீர்மானிக்கக் கூடியவையாக அமைந்திருந்தன. சாதியால் ஒடுக்கப்பட்டவர்களே இந்நாட்டின் பூர்வகுடிகள்; அவர்கள் என்றைக்கும் இந்துக்களாக இருந்ததில்லை என்ற இரு கோட்பாடுகள் அவருடைய 'தமிழ்பௌத்த' ஆய்வுகளுக்குப் பின்னணியாக நின்றன.

அத்வைத சிந்தாந்தவாதி பௌத்தனாகத் தம்மை உணர்ந்து கொண்ட அறிவுப் பாதையில் இந்த இடைப்பட்ட காலகட்டம் மிக முக்கியத்துவம் வாய்ந்தது. தமது பழைய சார்புகளை அறுத்துவிட்டு, புதிய மனிதனாய் அயோத்திதாசர் பரிணமித்த காலகட்டமென்று 1880களை நாம் குறிப்பிட முடியும்.

1880களின் பிற்பகுதியில் அயோத்திதாசரின் வாழ்க்கையில் இரண்டு முக்கியமான சம்பவங்கள் நடந்தன. இவ்விரண்டும் அவருடைய பன்முகச் செயல்பாடுகளை நமக்கு விளக்கிக் காட்டுபவை.

தாழ்த்தப்பட்ட மக்களின் விடுதலையை முன்வைத்து வாழ்ந்து காட்டிய போராளி என்றும், 'தமிழ் பௌத்தம்' என்ற சமய நெறிமுறையைப் பரவலாக்கிய ஆன்மீகவாதி என்றுமே அயோத்திதாசர் அறியப் பட்டிருந்தார். இதனால், அத்திபூத்தாற்போல எங்கேயாவது அவரைப் பற்றிக் குறிப்பிட விளையும் ஒரு சிலரும் 'அவர் சமூகப் போராளி; பௌத்த நெறியைத் தழுவியவர்' என்றே குறிப்பிடும் வழக்கம் உண்டு. ஆனால், இத்தகைய பெரும் பிம்பங்களைக் கடந்து அயோத்திதாசருக்கு வேறு சில முகங்களும் உண்டு.

அவர் ஒரு சிறந்த பத்திரிகையாளர் - சுமார் ஏழு வருடங்கள் தொடர்ச்சியாக வாரப் பத்திரிகையை நடத்திய அனுபவம் உடையவர். அதே நேரம், அவர் அரசியல் செயல்பாட்டாளரும் கூட - தான் வாழ்ந்த காலத்து அரசியல் நிகழ்வுகளுக்கான எதிர்வினைகளை எழுத்தின் மூலமாகவும், போராட்டங்கள் மூலமாகவும் முன்னெடுத்தவர்.

இதற்கெல்லாம் அப்பால், அவருடைய தமிழிலக்கிய ஈடுபாடும், புலமையும் அசாதாரணமானது. அவரது திருக்குறள் உரையும், ஆத்திச்சூடி உரையும் தமிழிலக்கிய உலகிற்குப் புதுப்பொலிவைத் தருபவை. இன்னும் மேலே, அயோத்திதாசரைப் பேரும் புகழும் உடையவராக மாற்றியது அவரது சித்த மருத்துவ அறிவு - இறுதிவரை சித்த வைத்தியம் செய்து இலவசமாகப் பணியாற்றி வந்தவர் அவர்.

1880களின் பிற்பகுதியில் வெஸ்லி சபையைச் சார்ந்த அருட்திரு ஜான் ரத்தினத்துடன் இணைந்து பணியாற்றுகிற வாய்ப்பு அயோத்திதாசருக்கு வாய்த்தது. இவ்விருவரும் இணைந்து வெளியிட்ட 'திராவிட பாண்டியன்' என்ற செய்தி இதழ், தமிழ் இதழியல் வரலாற்றில் முக்கிய இடத்தினைப் பெறுகிறது.

'திராவிட பாண்டியன்' இதழ் மூலமே அயோத்திதாசர் பத்திரிகைத் தொழிலின் அரிச்சுவடிகளைக் கற்றுக் கொண்டார் என்று சொல்லலாம். பின்னாளில், வெகு கனமான விஷயங்களுடன் வெளிவந்த 'தமிழன்' பத்திரிகைக்கு முன்னோடியாகவே 'திராவிட பாண்டியன்' அமைந்திருந்தது.[5]

இதனையடுத்து, 1981 ஆம் ஆண்டு அயோத்திதாசரின் பெருமுயற்சியால் 'திராவிட மகாஜன சபை' என்ற அமைப்பு தொடங்கப் பெற்றது. நீலகிரியில் தொடங்கப்பட்ட இவ்வமைப்பின் தலைவராக அயோத்திதாசரே பணியாற்றினார்.

இச்சபையின் மூலமாக பல்வேறு யோசனைகள், தீர்மானங்களின் வடிவில் இந்திய தேசிய காங்கிரஸ் கட்சிக்கு அனுப்பி வைக்கப் பட்டன. 'திராவிடர்களின் பொது வாழ்விலுள்ள இடையூறுகளைக் களைதல்' என்ற பொருளில் அமைந்த தீர்மானம் அவற்றுள் முக்கியமானது.[6]

'திராவிடர்' என்ற சொற்பிரயோகம் அயோத்திதாசரின் காலத்தில் இருந்ததா என்று பலரும் ஆச்சரியப்படலாம். ஏறக்குறைய பத்து ஆண்டுகளுக்கு முன்பு, அதாவது 1881ல் மக்கள்தொகைக் கணக்கெடுப்புப் பணியின் போது 'ஆதித்தமிழன்' என்ற சொல்லை எந்தப் பொருளில் பயன்படுத்தினாரோ அதே பொருளிலேயே 'திராவிடன்' என்ற சொல்லையும் பயன்படுத்துகிறார்.

'திராவிட மகாஜன சபை' என்பது சாதியின் பெயரால் ஒடுக்கப் பட்டோருக்கான சபையாகவே தோற்றம் பெற்றது. இந்நாட்டில் பூர்வீகக் குடிகளாகவும், மண்ணின் மைந்தர்களாகவும், ஆதித் தமிழர் களாகவும் விளங்கிய பழங்குடிகளும், தாழ்த்தப்பட்ட மக்களுமே 'திராவிடன்' என்ற சொல்லால் அடையாளப்படுத்தப்பட்டனர்.

பின்னாட்களில், தமிழன் என்பதற்கும். திராவிடன் என்பதற்கும் பல்வேறு திரித்தல் விளக்கங்கள் அளிக்கப்பட்டன என்றாலும், அத்தகைய திரிபடைந்த அர்த்தங்களே இன்றைக்கும் வழக்கில் உள்ளன என்றாலும், அயோத்திதாசர் அவற்றை முற்றிலும் மாறான பொருளிலேயே பயன்படுத்தினார் என்பது முக்கியம்.

'திராவிட மகாஜன சபை' தோற்றுவிக்கப்பட்ட மறுவருடமான 1892 லேயே அயோத்திதாசர் நீலகிரி மாவட்டப் பிரதிநிதியாகச் சென்னை மகாஜனசபைக் கூட்டத்தில் கலந்து கொள்ள சென்னைக்கு வந்தார்.[7]

விக்டோரியா டவுண் ஹாலில் நடைபெற்ற அக்கூட்டத்தில் சிவராம சாஸ்திரி என்பவருக்கும் அயோத்திதாசருக்கும் இடையே நடைபெற்ற வாக்குவாதத்தை எல்லோரும் மறந்து விடவே முயற்சித்தார்கள். ஆனால், அயோத்திதாசர் அதை எளிதில் மறந்துவிடவில்லை. அங்கு நடைபெற்ற வாக்குவாதத்தில் வெளிப்பட்ட உணர்வுகள் அவரை விடாமல் துன்புறுத்தின. இயல்பாகவே, உணர்வு ததும்பும் உள்ளத்தைப் பெற்றிருந்த அயோத்திதாசரை அன்றைய நிகழ்ச்சி வெகுநாட்கள் வரை உறுத்திக் கொண்டே இருந்தது.

சிவராம சாஸ்திரி கூசாமல் பேசிய பேச்சுகளும், அதனை சபையோர்கள் வரவேற்றுக் களிப்படைந்த விதமும் அவருக்கு முகத்திலறைந்த உணர்வையே தந்து கொண்டிருந்தன.

'ஏன் இத்தனை விரோதம்? எதற்காக இத்தனை காழ்ப்புணர்வு? ஒரு வேளை நான் ஏதாவது அதிகமாய் பேசிவிட்டேனோ? என்னுடைய மேலதிகமான பேச்சுதான் அவர்களிடம் விலங்குக் குணங்களைத் தோற்றுவித்ததா? என்னுடைய எந்த பேச்சு அவர்களது பகுத்தறிவை மழுங்கச் செய்திருக்கும்? பகுத்தறிவோடு விளங்கும் மனிதர்களால் சிவராம சாஸ்திரி போலவும், பிற உறுப்பினர்களைப் போலவும் நடந்து கொண்டிருக்க முடியுமா? நிச்சயமாய் முடியாது. அப்படியானால், அவர்கள் அறிவை இழந்தது எதனால்? எங்கே தொலைத்தார்கள் புத்தியை?

'நான் பேசும் ஒவ்வொரு கணமும் சபையோர் கண்களில் கொப்பளித்ததே விரோதம்! அதற்கு என்ன காரணம்? என்னை ஏன் இயல்பாய் அவர்களால் பார்க்க முடியவில்லை? என் மீது விரோதம் பாராட்ட அவர்களுக்கும் எனக்கும் என்ன இருக்கிறது? அந்த விரோதம் என் மீதானது தானா? என் மீதானது மட்டும் தானா? அங்கு, அந்தச் சபையில், அவர்கள் கண்களுக்குத் தெரிந்தவன் நான் தானா? அது நானே தானா? விரோதத்தை உமிழ்ந்த கண்களுக்குச் சொந்தக்காரர்கள் அத்தனை பேரும் தனித்தனியான நபர்களா? இல்லை. பிரிந்த கண்களுடன் கொலை வெறி கொண்ட விலங்கின் பல்வேறு தோற்ற ரூபங்களா? என்னை அவர்கள் எப்படி பார்த்தார்கள்?'

சென்னை மகாஜன சபையின் கூட்டத்தில் நடைபெற்ற சம்பவம் அவரால் விளங்கிக் கொள்ள முடியாததாகவே இருந்தது. அந்நிகழ்ச்சியை மனதில் போட்டு அலசிக் கொண்டே இருந்தார். அது ஏற்படுத்திய ரணம், நாட்கள் கடந்தும் இயல்பு மாறாமல் புதிய காயம் போலவே இருந்தது. ஆறாத வடு. அங்கு பேசப்பட்ட சொற்கள் இன்னமும் தைக்கின்றன.

அந்தக் கூட்ட அனுபவத்தை அயோத்திதாசர் இரண்டு முக்கியமான கேள்விகளாக மனதில் உள்வாங்கியிருந்தார்.

1) அன்றைய கூட்டத்தில் அவர்கள் என்னை அயோத்திதாசராகப் பார்த்திருக்கவில்லை. ஏனெனில் அங்கிருந்த பலரும் எனக்குப் புதியவர்கள். அப்படியே நானும். நீலகிரியிலிருந்து வந்து கலந்து கொண்ட நபர் நான். அதிலும் பறையர் குலத்தின் பிரதிநிதியாய் வந்து சேர்ந்த நபர். அப்படித்தான் நான் அறிமுகமானேன். என்னைப் பலரும் அப்படியே அறிந்திருந்தார்கள். அதுபோல அந்தச் சபையில் கலந்து கொண்ட சிவராம சாஸ்திரியும் தனி மனிதன் இல்லை. பிராமண குலத்தின் பிரதிநிதி. அவன் எழுப்பிய குரல் பிராமணக் குரல்.

அப்படியானால், சிவராமசாஸ்திரி, அயோத்திதாசரான என் மீது காட்டிய விரோதம், உண்மையில் பறையர் குலத்தின் மீது காட்டிய

விரோதமா? சிவராம சாஸ்திரி பிராமணப் பிரதிநிதி என்றால், அன்றைய தினம், அந்தக் கூட்டத்தில் பிராமணர் குலம் பறையர் குலத்தின் மீது தனது விரோதத்தைக் காட்டியது என்றா கொள்ள வேண்டும்? அப்படித்தான் என்றால், இவ்விரு குலங்களுக்கும் இடையிலான விரோதத்தின் காரணம் என்ன?'

2) 'எங்களையும் பெருங்கோவில்களுக்குள் அனுமதியுங்கள் என்று நான் கேட்ட பொழுது தானே, மொத்த சபையும் கலகலத்துப் போனது! அதற்குப் பின்னர் தானே எல்லோரும் என்னைக் கோபமாய் பார்க்கத் தொடங்கினர்! அதற்குப் பதில் சொல்லும் வகையில் தானே சிவராம சாஸ்திரி 'எங்கள் கடவுள், உங்கள் கடவுள்' என்ற பிரிவினையை முன்வைத்தார்! பறையர் குலத்தைச் சார்ந்த நானோ அல்லது எவருமோ அந்தக் கோவில்களுக்குள் வரக்கூடாது என்று பிராமணர்கள் கூச்சலிடுவதன் நோக்கம் என்ன? பறையர் குலத்தவர் கோவிலுக்குள் வந்தால் என்ன நடந்துவிடும்? பிராமணர்கள் ஏன் பயப்படுகிறார்கள்?

மேற்கூறிய இரண்டு கேள்விகளும் அயோத்திதாசரின் மனதில் ஆழமாகப் பதிந்துவிட்டன. அவற்றிற்கான பதில்களைத் தேடும் வகையில் வெவ்வேறு நூற்களை வாசிக்கத் தொடங்கினார். பல ஊர்களுக்கும் பயணம் செய்தார். கிராமம் கிராமமாக அவருடைய பயணம் தொடர்ந்தது.

அறிவு நிரம்பிய பெரியோர்களைச் சென்று சந்தித்தார். அவர்களோடு உரையாடினார்; வாதம் செய்தார். எதன் மூலமாவது தமது கேள்விகளுக்குப் பதில் கிடைக்குமா என்ற அவருடைய தேடல், நாட்கள் செல்லச் செல்ல உக்கிரமடைந்து கொண்டே வந்தது.

தமிழ் இலக்கியங்களில் பதில் இருக்க முடியுமா என்று யோசித்தார். இதனால், மறுபடியும் ஒரு முறை தமிழிலக்கியப் பிரதிகளை வாசிக்கத் தொடங்கினார். இதனிடையே தமிழ் நூற்கள் மட்டுமல்லாது சமஸ்கிருத, பாலி மொழிகளில் எழுதப்பட்ட நூற்களையும் படிக்க வேண்டுமென்ற வேட்கை உண்டானது. எனவே, சமஸ்கிருதமும் பாலியும் கற்றுத் தேர்ந்தார். அம்மொழிகளில் எழுதப்பட்டிருந்த பல்வேறு நூற்களையும் வாசிக்கலானார். இப்படியே அயோத்திதாசரின் வாழ்க்கையில் 1890 களிலான காலகட்டம் தேடல்களின் காலமாகவே அமைந்திருந்தது.

1890 என்றால், அயோத்திதாசருக்கு நாற்பத்தைந்தாவது வயது நடைபெற்றுக் கொண்டிருக்க வேண்டும். இளமைக்கும் முதுமைக்கும் இடையிலான நடுத்தரப் பருவம். உடல் சோர்ந்து போகத் தொடங்குகிற காலகட்டம். குடும்பப் பொறுப்புகள் சுமையென

அழுத்தும் பருவம். தலையெடுக்கத் தொடங்கிய குழந்தைகளை உன்னிப்பாகக் கவனித்து வழிநடத்த வேண்டிய வயது. இத்தனையையும் மீறி அயோத்திதாசர் தமது தேடலையே முதன்மையானக் கருமமாகக் கொண்டிருந்தார்.

கிராமத்து உடல்வாகு அவருக்கு ஒத்துழைப்புத் தந்தது. சிறு வயதில் ஏற்பட்ட இளம்பிள்ளை வாத நோயினால் அவருடைய கால்கள் பலமற்று இருந்தன என்றாலும் அதையும் மீறி அவருடைய பயணம் தொடர்ந்தது. தமிழ், சமஸ்கிருத, பாலி மொழிகளிலான நூற்களையும், ஏடுகளையும் வாசிப்பது, விவாதிப்பது ஒரு வகை. கிராமங்கள் தோறும் சென்று, அங்குள்ள நடைமுறைகளை அறிந்து, குறிப்புகள் எடுத்து ஆராய்வது இன்னொரு வகை. வயதிலும், அனுபவத்திலும் சிறந்த அறிஞர்களுடன் உரையாடுவது, விவாதிப்பது மூன்றாவது வகை. அவருடைய தேடல் இம்மூன்று வழிகளிலும் நடைபெற்று வந்தது.

அயோத்திதாசர் பற்றிய நினைவுகளைப் பகிர்ந்து கொள்கிற பலரும் அவரை மிகக் கறாரான, நேர்மையான உழைப்பாளி என்றே நினைவு கூர்கிறார்கள். முழு நேரமும் உழைத்துக் கொண்டிருந்தவர் என்ற சித்திரமே பலராலும் முன்வைக்கப்படுகிறது. அதே நேரம், செய்யும் வேலையைப் பூரணத் திருப்தி வரும் வரையில் செய்யும் தன்மை கொண்டவர் என்றும் தெரிவிக்கின்றனர்.

சோம்பித் திரிவதோ, ஒத்திப் போடுவதோ, பாசாங்கு செய்வதோ, சமாதானங்கள் சொல்வதோ, சால்ஜாப்பு செய்வதோ அவருக்குப் பிடிக்காதவை. அத்தகைய நபர்களைத் தன்னருகில் கூட அண்ட விடுவதில்லை அவர். ஓயாமல் உழைத்துக் கொண்டிருக்கும் பிசாசு புகுந்த உடலையே அவர் பெற்றிருக்க வேண்டும். முடிக்கவேண்டிய மலையளவு காரியங்கள் கண்டு ஓயாமல் பரபரக்கும் உடல். அயோத்திதாசர் குறித்த இத்தகைய நினைவுகளெல்லாம் அவர் 'தமிழன்' பத்திரிக்கையை நடத்தி வந்த காலகட்டங்களைப் (1907-1914) பற்றிய சித்தரிப்புகள்.

19ம் நூற்றாண்டின் கடைசி பத்து வருடங்களில் அவர் இன்னமும் தீவிரமாக செயல்பட்டுக் கொண்டிருந்தார். அவருடைய உழைப்பிற்கான பலன் விளையவே விளைந்தது. அவருடைய தேடல், தமிழகத்தில் யாருமே கற்பனை செய்திராத தளம் ஒன்றிற்கு அவரை இட்டுச் சென்றது. அந்தத் தளத்தை அடைந்ததில் அயோத்திதாசர் பெற்ற உணர்வுகளைச் சொல்வதற்கு வார்த்தைகள் இல்லை.

மாறுபட்ட உலகமொன்றின் வாசல் திறக்கப்பட்டதாகவே அவர் கண்டார். அங்கு வாழ்க்கை, கூடுதல் தெளிவுடனும், அறிவின்

வழிநடத்தலிலும், அதீத நேர்மையுடனும், கறாரான சமத்துவத்துடனும் கட்டப்பட்டிருப்பதைக் கண்டு கொண்டார். மிக முக்கியமாக, அவ்வுலகில் சாதிய வேறுபாடுகளோ, வர்ண வித்தியாசங்களோ கற்பிக்கப்படவும் இல்லை; நடைமுறைப் படுத்தப்படவும் இல்லை.

மாறாக, அவரது கண்களின் முன்னே, முற்றிலும் மாறுபட்ட தொனியில் ஒலிக்கக்கூடிய மாற்றுப் பெருங்கதையாடல் ஒன்று மெல்ல மெல்ல அவிழ்ந்து விரிந்தது.

அதன் பெயர் ‘தமிழ் பௌத்தம்’.

3

~~~

பூர்வ பௌத்தம்

இருபதாம் நூற்றாண்டின் தொடக்க வருடங்களில் இந்தியாவெங்கும் சுதந்திர தாகம் பொங்கிப் பிரவாகம் செய்ததாய் கற்பனை பண்ணுகிற வரலாற்றாசிரியர்கள், சுதந்திர வெள்ளத்தில் சேறும் சகதியும், கயமையும் ஏமாற்றுத்தனமும், சுயநலமும் சாதி வெறியும் புரண்டோடுவதை வருத்தத்துடன் கவனித்துக் கொண்டிருந்த பெருவாரியான தாழ்த்தப் பட்ட மக்களையும், அவர்களது விடுதலை இயக்கங்களையும் கணக்கில் எடுத்துக் கொண்டிருக்கவில்லை.

தேசியவாதத்திற்குள் வந்த சேராத அத்தனையையும் திட்டமிட்டுப் புறக்கணிக்கும் திருப்பணியை தேசிய வாத அறிஞர்கள் செய்யத் தலைப்பட்டனர். இன்னமும் ஒரு படி மேலே போய், தேசிய உணர்வைப் பிரதிபலிக்காத தாழ்த்தப்பட்டவர்களின் இயக்கங்கள் அனைத்தையும் தேச விரோத சக்திகள் என்றும், காலனிய அடிவருடிகள் என்றும் கேவலப்படுத்தத் துணிந்தார்கள்.

இந்தக் கேவலங்களுக்கும், புறக்கணிப்புகளுக்கும் மத்தியிலேயே அயோத்திதாசர் வாழ்ந்து வந்தார் என்பது முக்கியம். சாதிய காழ்ப்புணர்வால் ஒடுக்கப்பட்டுக் கிடக்கும் தனது சமுதாயத்தை மேம்படுத்த அவர் உருவாக்கிய 'தமிழ் பௌத்தம்' என்ற திட்டம் இத்தனை வரலாற்று அசிங்கங்களுக்கு மத்தியிலேயே கிளர்ந்து எழுந்தது.
~~~

‘தமிழ் பௌத்தம்’ என்ற விரிந்த கற்பனையைச் செய்வதற்கு அயோத்திதாசர் பன்முகப்பட்ட தகவல்களையும் பயன்படுத்தியுள்ளார். அவருடைய ஞாபகத்தில் பதிந்து போன அத்தனை விஷயங்களுக்கும் தமிழ் பௌத்தத்தில் இடமிருந்தது. அவருடைய அனுபவங்கள், கேள்விப்பட்ட செய்திகள், வாய்மொழித் தகவல்கள், வழக்காறுகள், இலக்கியப் பனுவல்கள், இலக்கிய விவாதங்கள், செவிவழிச் செய்திகள், மருத்துவ ஏடுகள், மருத்துவக் குறிப்புகள், மருத்துவ அனுபவங்கள், சமஸ்கிருத மொழி அறிவு, பாலி மொழி அறிவு, அந்தந்த மொழிகளில் இயற்றப்பெற்ற நூல்களும் ஏடுகளும், சொற்களுக்கான விளக்கங்கள், நிகண்டுகள் பற்றிய மாற்றுப் பார்வை - இப்படியே ‘தமிழ் பௌத்தம்’ என்ற கட்டமைப்பிற்கு இன்னதுதான் என்றில்லாமல் பயன்படும் என்று தோன்றக்கூடிய அனைத்தையும் உபயோகப் படுத்துகிறார்.

அயோத்திதாசர் உபயோகப்படுத்திய தரவுகளை நாம் நான்கு வகையாகப் பிரித்துக் கொள்ளலாம்.

1) வாய்மொழித் தகவல்கள் : இப்பிரிவில் பழமொழிகள், பழங்கதைகள், பழைய ஞாபகங்கள், சொல்கதைகள், கர்ண பரம்பரைச் செய்திகள், புராணங்கள், செவிவழிப் பாடல்கள், கேள்விப்பட்ட செய்திகள், பார்த்த சம்பவங்கள் போன்றவை.

2) இலக்கியப் பனுவல்கள் : தமிழ், சமஸ்கிருத, பாலி மொழிகளில் செய்யப்பட்ட இலக்கியங்கள், அவற்றிற்கான உரைகள், மாற்று விளக்கங்கள், அவை தொடர்பான பாடபேதங்கள், பாட மாறுபாடுகளுக்கான காரணங்கள் போன்றவை.

3) சித்த மருத்துவத் தகவல்கள் : மருத்துவ ஏடுகள், பச்சிலைகள் பற்றிய விபரங்கள், தானியங்களைப் பற்றிய தகவல்கள், உலகப் பொருட்களின் மருத்துவக் குணங்கள், அவை கண்டுபிடிக்கப் பட்ட விதங்கள், அவற்றின் பயன்கள், மனித உடலின் தன்மைகள், அதைப் பொறுத்த குணங்கள் போன்றவை.

4) மொழியியல் தகவல்கள் : மொழியின் தோற்றம் குறித்த பார்வை, மொழியின் தத்துவம், சொற்களின் தன்மைகளும் - குணங்களும், அவற்றைப் பயன்படுத்தும் முறைகள், தமிழ் மொழியின் மேன்மை, சமஸ்கிருத - பாலி மொழிகளின் குணங்கள், மொழிகளுக்கு இடையிலான உறவுகள், நிகண்டுகள், மொழியின் இலக்கணமும் - இலட்சணமும் போன்றவை.

மேற்கூறிய அத்தனை வகையான தகவல்களையும் உள்ளடக்கியதாகவே ‘தமிழ் பௌத்தம்’ என்ற கதையாடல் அமைந்திருக்கிறது. தனி நபராக நின்று, சாத்தியப்பட்ட அத்தனை தளங்களிலும் செயல்படுகிறவராய் அயோத்திதாசர் காணப்படுகிறார்.

தமிழ்ச் சமூகத்தையும், தமிழர்களின் சமயத்தையும் மையமாகக் கொண்டே அவரது ஆய்வுகள் அமைந்துள்ளன. தமிழ்ச் சமூகம் என்று குறிப்பிடும் பொழுது, சாதியமைப்பிற்கு எதிராக அவர் முன்வைக்கக் கூடிய வாதம் தலைகீழாக்கம் செய்யக்கூடிய வகையில் அமைந்துள்ளது.

குறிப்பாகச் சொல்வதானால் சாதியையும், சமயத்தையுமே தனது ஆய்வுப் பொருளாகக் கொண்டிருந்த அயோத்திதாசர், இவ்விருக் காரணிகளைக் குறித்தும் நிலவக்கூடிய ஏராளமான பொய்க்கதைகளை மறுத்து அவற்றின் உண்மை நிலையை எடுத்துரைப்பதையே தனது பணியாகக் கொண்டிருந்தார். சாதியின், சமயத்தின் உண்மை நிலையைப் பேசத் தொடங்குகையிலேயே அவரது 'தமிழ் பௌத்தம்' என்ற சிந்தனை தோற்றம் கொள்கிறது.

'தமிழ் பௌத்தம்' என்ற பெருங்கதையாடலை அறிந்து கொள்வதற்கு முன், இக்கதையாடலை உருவாக்குவதற்கான சாத்தியங்கள் அயோத்திதாசருக்கு எவ்வாறு புலப்பட்டன என்று தெரிந்து கொள்வது நல்லது.

அதாவது 1890களின் போது அயோத்திதாசரை இரண்டு விஷயங்கள் உறுத்திக் கொண்டே இருந்தன. அவற்றிற்கான காரணங்களைத் தேடி அவர் பெரும் ஆய்வை மேற்கொண்டிருந்தார். அதன் விளைவாகவே அவர் 'தமிழ் பௌத்தம்' என்ற சிந்தனையைக் கண்டடைந்தார் என்றும் பார்த்தோம். அவருடைய சலிக்காத ஆய்வில் அவர் கண்டு கொண்டதுதான் என்ன? அவரை 'தமிழ் பௌத்தம்' நோக்கி எது உந்தித் தள்ளியது?

'தமிழ் பௌத்தம்' என்ற சிந்தனையின் தொடக்கக் காரணிகளாக இரண்டு செய்திகள் சொல்லப்படுகின்றன. ஒன்று, அன்றாட வாழ்க்கையில் நடைபெறும் நிகழ்வு; மற்றது, இலக்கியப் பனுவலிலிருந்து அறியப்படும் வரலாற்றுச் செய்தி. நிகழ்கால நடப்பு ஒன்றும், கடந்த கால வரலாற்றுச் செய்தி ஒன்றும்.

முதல் தகவல் இப்படிச் சொல்கிறது:

உயர்சாதி இந்துக்களால் 'பஞ்சமர்' என்று அழைக்கப்படும் 'ஆதி திராவிடர்கள்' வாழக்கூடிய கிராமங்கள் பல உள்ளன. இக்கிராமங் களில் பிராமண சாதியைச் சார்ந்த ஏதாவதொரு நபர் நுழைந்து விட்டால் அவரை ஊருக்கு வெளியே துரத்திவிடுவது வழக்கமாக இருக்கிறது. பிராமண சாதியைச் சார்ந்தவர் மிதித்த மண்ணும், நுழைந்த தெருவும் தீட்டுப்பட்டுவிட்டது என்ற காரணத்தினால், அப்பிராமணர்களை மிகுந்த கோபத்தோடு, கூச்சல் எழுப்பியபடியே ஊருக்கு வெளியே விரட்டிவிடுவது வழக்கமாக இருக்கிறது. அவ்வாறு விரட்டியதோடு

மட்டுமில்லாமல், அவர்கள் தீண்டிய பகுதியில் தீட்டு கழிக்கும் சடங்கினையும் 'ஆதி திராவிடர்கள்' நிகழ்த்துவது உண்டு. பிராமணர்கள் தீண்டிய இடங்களை சாணிப்பால் விட்டு கழுவி விடுவார்கள். அதன் பின்பு சாணிப்பால் நிரம்பிய மண்பானைகளை ஊருக்கு வெளியே கொண்டு போய், ஈமச்சடங்கின் போது போட்டு உடைப்பது போல், உடைத்து விட்டு வருவார்கள். இப்பழக்கம் நெடுங்காலமாய் ஆதிதிராவிடர்கள் வசிக்கும் கிராமங்களில் நடைபெற்று வருகிறது.

இதே போல், பிராமணர்களும் 'ஆதிதிராவிடர்களை' தங்களது குடியிருப்புகளுக்குள் அனுமதிப்பதில்லை. மீறி வருபவர்களை விரட்டவும் செய்கிறார்கள். வண்ணார், நாவிதர், கருமான், தோட்டி போன்ற தொழிலாளர்களை எல்லாம் தங்களது குடியிருப்பிற்குள் அனுமதிக்கும் பிராமணர்கள் ஆதிதிராவிடர்களை மட்டும் தங்களருகில் நெருங்கவிடுவதில்லை.[8]

இவ்விரு பழக்க வழக்கங்களும் இன்றளவும் தமிழகப் பகுதிகளில் நடைபெறுவதாக அயோத்திதாசர் குறிப்பிடுகிறார். பிராமணர்கள் ஆதி திராவிடர்களை எவ்வாறு நடத்துகிறார்களோ அதே போல் ஆதிதிரா விடர்களும் பிராமணர்களை நடத்துகிறார்கள் என்ற செய்தி அவருக்கு ஒரு விஷயத்தைத் தெளிவுபடுத்தியது. அதாவது, பிராமணர்களுக்கும் ஆதி திராவிடர்களுக்குமான விரோதம் இரண்டு பக்கமும் வெளிப்படும் ஒன்று. இரண்டு குலத்தினரும் பகைமை பாராட்டுவதன் மூலம் நெடுநாளைய சச்சரவு ஒன்றையே பிரதிபலிக்கிறார்கள். இந்தப் பகைமைக்கும் விரோதத்திற்குமான காரணம் வரலாற்றின் ஏதோவொரு பகுதியில் மறைந்திருக்க வேண்டும்.

தீண்டத்தகாதவர்கள், பஞ்சமர்கள் என்றெல்லாம் சொல்லி, பல்வேறு புராணக் கட்டுக்கதைகளை பரப்பி, தாங்கள் மட்டிலுமே உயர்ந்தவர்கள் என்பதாகவும், தங்களது பிறப்பே புனிதமானது என்றும் திரித்து, ஆதி திராவிடர்களை கேவலத்திலும் கேவலமாய் பிராமணர்கள் நடத்தி வருவது ஒரு பக்க உண்மை மட்டுமே. இதன் மறுபக்கத்தில், ஆதி திராவிடர்களும் மேற்கூறிய பிராமணர்களை தங்களிடம் நெருங்க விடாமல் செய்யும் வழக்கம் இருந்து கொண்டிருக்கிறது.

வர்ணாசிரம தர்மம் அல்லது சாதிக் கோட்பாடு என்ற பெயரில் ஆதி திராவிடர்களை இழிவினராக சித்தரிக்கும் வழக்கம் ஒரு சார்பு உடையது. உண்மையில், சாதித்துவேஷம் என்பது இவ்விரு சாதியினருக்குமிடையே ஏற்பட்ட பழைய விரோதம் ஒன்றின் காரணமாகவே உருப்பெற்றிருக்கிறது என்பதை அயோத்திதாசர் உணர்ந்து கொண்டார்.

அந்தப் பழைய விரோதம் என்னவாக இருக்கும் என்பதே அவருடைய அடுத்த கேள்வியாக அமைந்திருந்தது. இந்தக் கேள்விக்கான பதிலை

ஒரு பழைய ஏட்டுப் பிரதி அவருக்குச் சொல்லித் தந்தது. அந்த ஏட்டுப் பிரதி அஷ்வகோசர் என்ற முனிவர் எழுதிய பாடலுக்கான உரையாக அவருக்குக் கிடைத்தது. காக்கைப்பாடினியார், நல்லந்தனார் என்ற இரு தமிழ்ப்புலவர்களுக்கு அஷ்வகோசர் விவரித்ததாக அமையும் அந்தச் செய்யுள் பிரதியின் தலைப்பு 'நாரதீய புராண சங்கைத் தெளிவு' என்று இருந்தது.

1890களில் தீவிர வேட்கையுடன் தனது ஆய்வை மேற்கொண்டிருந்த அயோத்திதாசர் ஒரு முறை கோவை மாவட்டத்தில் பயணம் செய்து கொண்டிருந்தார். அப்பொழுது தற்செயலாக அவர் சில ஓலைச் சுவடிகளைப் பார்க்க நேர்ந்தது. இயல்பான ஆர்வத்தில் அச்சுவடிகளை புரட்டிப் பார்க்கத் தொடங்கினார். அதில், அது நாள் வரை தான் கேள்விப்பட்டிராத செய்யுள் பிரதி இருக்கக் கண்டு அவருக்கு உற்சாகம் ஏற்பட்டது. அந்த ஓலைச் சுவடி 'நாரதீய புராண சங்கைத் தெளிவு' என்று பெயரிடப்பட்டிருந்தது.[9]

570 செய்யுள்கள் கொண்ட அப்பிரதி அஷ்வகோசரால் எழுதப் பட்டிருந்தது. ஆர்வம் பொங்க அதை அந்த கணமே வாசிக்கத் தொடங்கிய அயோத்திதாசர் அது விவரித்த செய்திகளைக் கண்டு வியப்பின் விளிம்பிற்கே சென்றார். அப்பனுவல் முற்றிலும் புதிய உலகமொன்றை அவருக்குத் திறந்துவிட்டது. இத்தனை காலமும் தான் எதைத் தேடி அலைந்து கொண்டிருந்தோமோ அதற்கும் கூடுதலான ஒன்றைக் கண்டு கொண்ட மகிழ்ச்சியில் திக்குமுக்காடிப்போனார்.

'நாரதீய புராண சங்கைத் தெளிவு' இவ்வாறு சொல்லிச் சென்றது:

முன்னொரு காலத்தில் புருசீகர்கள் இரண்டு பிரிவாக வாழ்ந்து வந்தனர். ஒரு பிரிவினர் அக்னியை வழிபடக்கூடியவர்களாக அறியப் பட்டிருந்தனர். மற்றொரு பிரிவினர் வங்க தேசத்தினர் என்று அழைக்கப்பட்டனர். ஆனால் இருவருமே புருசீகர்கள் என்ற பொதுப் பெயரைக் கொண்டிருந்தனர். ஒரு சமயம் புருசீகர்களுக்குள் பெருத்த சண்டை மூண்டது. அக்னி வழிபாடு உடையவர்கள் ஒரு புறமும், வங்க நாட்டினர் மறுபுறமும் நின்று போராடினர். உக்கிரமாக நடைபெற்ற சண்டையில் அக்னி வழிபாடு உடையவர்களை வங்க நாட்டினர் தோற்கடித்தனர். தோற்றுப்போன அக்னிக்காரர்கள் அங்கிருந்து ஓட்டம் பிடித்தனர். உயிருக்குப் பயந்து ஓடி வந்த அவர்கள் சிந்தூரல் என்ற நதிக்கரையில் வந்து தஞ்சம் அடைந்தனர்.

சிந்தூரல் கரைகளில் ஏற்கனவே ஒரு மக்கள் குழு வாழ்ந்து வந்தது. அக்குழுவினர் திராவிடர்கள் என்று அழைக்கப்பட்டனர். அவர்களின் நாடு 'திராவிட நாடு' என்று சொல்லப்பட்டது. தப்பி ஓடி வந்த அக்னி வழிபாட்டு புருசீகர்கள் திராவிட நாட்டுக்குள் நுழைந்தனர்.

திராவிடர்களின் குடியிருப்புகளுக்கு வெளியே இப்புருசீகர்கள் தங்க ஆரம்பித்தனர். திராவிடர்களின் விருந்தோம்பலும், பழக்க வழக்கங்களும், நாகரீகமும் புருசீகர்களுக்கு கவர்ச்சியாய் இருந்தன. எனவே, அவர்கள் திராவிடர்களுடன் கலந்து உறவாடத் தொடங்கினார்கள்.

சிந்தூரல் கரையிலும், அதற்குத் தெற்கிலும் வாழ்ந்து வந்த திராவிடர்கள் பல்வேறு நாடுகளாகப் பிரிந்து வாழ்ந்து வந்தனர். ஆந்திரம், கருநாடகம், மகாராஷ்டிரம், திராவிட நாடுகள் என்ற பிரிவுகள் அவர்களிடம் இருந்தன. வெவ்வேறு நாடுகளாகப் பிரிந்திருந்தாலும், அவர்களுக்குள் திருமண சம்பந்தம் இருந்தது. பெண் கொடுத்து, பெண் எடுக்கும் வழிமுறையைப் பேணி வந்தார்கள். இதனால் அவர்களுக்குள் பெரிய அளவிலான ஏற்றத்தாழ்வுகள் இருந்திருக்கவில்லை. எல்லோரும் ஒன்று போல் அமர்ந்து உணவு உட்கொள்ளும் சமத்துவம் அவர்களுக்குள் இருந்தது.

திராவிடர்களுக்குள் ஏராளமான தத்துவ ஞானிகளும், அறிஞர்களும் இருந்தனர். இத்தகைய முனிவர்கள் இறந்தபொழுது அவர்களது சமாதிகள் மடங்களாக மாற்றப்பட்டிருந்தன. தென்காசி மடம், புத்தூர் மடம், திருப்புலி மடம் போன்றவையெல்லாம் இவ்வாறு எழுப்பப் பட்ட மடங்களே.

இம்மடங்களில் திராவிட யோகிகளும், சந்நியாசிகளும், முனிவர்களும் தங்கி மக்களுக்கு பௌத்த மார்க்கத்தை போதித்து வந்தார்கள். இவ்வாறு மடங்களில் வாழ்ந்து, நல்ல விஷயங்களைப் போதித்து வந்த யோகிகள் முப்புரி நூல் அணிவது வழக்கம்.

சமூகத்தின் பிற பிரிவினர்களான அரசர்கள், வணிகர்கள், உழவர்கள் போன்றவர்களிடமிருந்து தங்களை வேறுபடுத்தி அறிவதற்கு இந்த முப்புரி நூல் யோகிகளுக்குப் பயன்பட்டது. சந்நியாசிகளும், முனிவர்களுமே இத்தகைய கயிறை அணிந்து வந்ததால், இக்கயிறு மரியாதையான அடையாளமாக விளங்கி வந்தது.

தங்களது தேசத்திலிருந்து விரட்டப்பட்டு, ஒடி வந்த புருசீகர்களுக்கு திராவிடர்களின் இத்தகைய பழக்க வழக்கங்கள் அதிசயமாகவும் ஆச்சரியமாகவும் இருந்தன. திராவிடர்களின் ஒழுங்குமுறையைக் கவனித்த புருசீகர்கள், நாகரீக வளர்ச்சியும் ஒற்றுமையும் மேலோங்கிய திராவிடர்களைப் போரின் மூலம் வெற்றி கொள்வது அசாத்தியம் என்பதை விரைவிலேயே புரிந்துகொண்டனர். திராவிடர் களை வெல்வதானால் ஏதாவது சூழ்ச்சி செய்தால் மட்டுமே சாத்தியம் என்பது அவர்களுக்கு விளங்கியது. அப்படியே, புருசீகர்களின் சூழ்ச்சி ஆரம்பமாகியது.

சூழ்ச்சியின் முதற்கட்டமாக, புருசீகர்கள் தங்களது தாய்மொழியான சாவக மொழியைப் பேசுவதைத் தவிர்த்தனர். பதிலாக, திராவிடர்களின் ஆந்திரம், திராவிடம் போன்ற மொழிகளைக் கற்றுக் கொண்டார்கள்; அதையே பேசவும் தொடங்கினார்கள்.

அடுத்த கட்டமாக, திராவிட யோகிகள் மட்டுமே அணியக்கூடிய கயிறுகளைதாங்களும் அணியத் தொடங்கினர். அணிந்ததோடு நில்லாமல், கல்வியறிவு பெற்றிராத மக்களிடமும் குறுநில மன்னர்களிடமும் சென்று, 'நாங்களே பிராமணர்கள்' என்று சொல்லவும் தொடங்கினார்கள். தாங்களே பிராமணர்கள் என்றும், தாங்களே யோகிகள் என்றும், எனவே மக்கள் அனைவரும் தங்களுக்குப் பணிந்து நடத்தல் வேண்டு மென்றும், தாங்கள் கேட்ட அனைத்தையும் அவர்கள் கொண்டு தர வேண்டுமென்றும், சாஸ்திரங்கள் அப்படியே சொல்கின்றன என்றும் அவர்கள் பலவாறாகக் கட்டுக்கதைகளைப் பரப்பத் தொடங்கினார்கள்.

அத்தோடு நில்லாமல், தாங்கள் கற்றுக்கொண்ட ஒன்றிரண்டு சுலோகங் களைச் சொல்லி பாமர மக்களை ஏமாற்றத் தொடங்கினார்கள். தங்கள் மேல் பூரண நம்பிக்கை வரவேண்டி சில பாமரர்களுக்கு அச்சுலோகங்களை கற்றுத்தரவும் செய்தார்கள்.

இப்படியாக நாடெங்கிலும் போலி சந்நியாசிகள் பெருகுவது கண்ட, திராவிட யோகிகளும், அறிஞர்களும் இப்புது யோகிகளை அழைத்து விசாரிக்க ஆரம்பித்தனர். அவர்கள் எங்கிருந்து வருகிறார்கள் என்று கேள்வி கேட்டனர்.

அவர்கள் யோகிகளாக மாறியது எப்படி என்று விளக்கச் சொன்னார்கள். விசாரணையில், 'புது யோகிகளான எவரும் ஞான மார்க்கத்தைச் சார்ந்தவர்கள் இல்லை; உண்மையில் அவர்கள் அக்னியை வணங்கக்கூடிய புருசீகர்கள்; பாமர மக்களை ஏமாற்றி, உண்டு கொழுக்கவே யோகி என்று வேடம் போட்டிருக்கிறார்கள்' என்ற குட்டு உடைந்தது.

புருசீகர்களின் ஏமாற்று வேலையைக் கண்டு கொண்ட திராவிட முனிவர்கள், பார்த்த இடத்திலெல்லாம் புருசீகர்களை விரட்டத் தொடங்கினார்கள். சில இடங்களில் அடிக்கவும் செய்தனர். இதனால் புருசீகர்களுக்கு சிக்கல் உண்டானது.

எந்த கிராமத்திற்குச் சென்றாலும் தாங்கள் விரட்டப்படுவோம் என்ற பயம் உண்டானது. எங்கேயாவது திராவிட சந்நியாசிகளைப் பார்த்து விட்டால் புருசீகர்கள் நடுங்கத் தொடங்கினார்கள். தங்களைப் பார்த்துவிட்ட திராவிடர்கள் உடனடியாக மடங்களுக்குச் சென்று தங்களைப் பற்றிச் சொல்லி விடுகிறார்கள் என்று அச்சம் கொண்டனர்.

இதனால், திராவிடர்களைப் பார்த்த மாத்திரத்தில் புருசீகர்கள் நடுங்கியபடி, தங்களைப் பற்றி மடங்களில் போய் சொல்லப் போகிறார்கள்; மடங்களில் வந்து சொல்ல வருகிறார்கள் என்று புலம்பத் தொடங்கினார்கள்.

திராவிடர்களைப் பார்த்த இடத்திலெல்லாம் இவர்கள்'பறையப் போகிறார்கள்', 'பறையப் போகிறார்கள்' என்று கூப்பாடு போட்டார்கள். இந்தக் கூப்பாடு தேய்ந்து, தேய்ந்து 'பறையர்கள் போகிறார்கள்' என்பதாக மாறியது. இதுவே, நாளடைவில் இழிவான அடை மொழியாகி, திராவிடர்களைப் பார்த்தால் 'பறையர்கள்' என்று சொல்லும் நிலைக்கு வந்தது.

இதனிடையே புருசீகர்கள் தங்களது சூழ்ச்சியில் ஓரளவு வெற்றியும் பெறத் தொடங்கினார்கள். படிப்பறிவில்லாத பாமர ஜனங்களையும், குட்டி ராஜாக்களையும் அவர்கள் எளிதாய் ஏமாற்றினார்கள். தேசமே நம்பிக் கொண்டிருக்கிற, முப்புரி நூல் அணிந்த பிராமணர்கள் தாங்கள் தான் என்று அவர்கள் சொல்லியதைப் பலரும் நம்பத் தொடங்கினார்கள்.

இவ்வாறு புருசீகர்கள் கை மேலோங்கியதும், அவர்கள் செய்த முதல் காரியம் திராவிட யோகிகளின் மடங்களைக் கைப்பற்றியதுதான். கைப்பற்றியதோடு நில்லாமல் அவற்றை அடியோடு இடித்து நாசமாக்கவும் துணிந்தார்கள்.

மடங்களை இடிக்கும்பொழுது, அங்கு பாதுகாத்து வைக்கப் பட்டிருந்த கௌதம புத்தரின் சீலங்களைச் சொல்லும் ஓலைச் சுவடிகளையெல்லாம் தீயிட்டு பொசுக்கினார்கள். எவற்றை யெல்லாம் திராவிட முனிவர்கள் பொக்கிஷங்களாகப் பாதுகாத்து வந்தார்களோ அவற்றையெல்லாம் அழிப்பதில் தீவிரம் காட்டினார்கள்.

அத்தோடு நில்லாமல், புருசீகர்களின் கோபம் திராவிட யோகிகளின் மீதும் தனிப்பட்ட வகையில் திரும்பியது. திராவிட யோகிகளின் பண்பாட்டுப் பாத்திரத்தைத் தட்டிப் பறித்துக் கொண்ட புருசீகர்கள், இவர்களை இப்படியே விட்டால் எப்பொழுதும் நமக்கு ஆபத்துதான் என்பதை உணர்ந்து கொண்டனர்.

எனவே, திராவிட யோகிகளைப் பார்க்கும் கணமெல்லாம் 'பறையர்கள்', 'பறையர்கள்' என்று அவர்களைக் கேவலமாய் பேசி, விரட்டி விட்டனர். இப்படியே பிறரும் செய்யும் படி தூண்டி விட்டார்கள். திராவிட யோகிகளுடன் பழகுவது பாவம்; அவர்களைத் தொட்டால் தீட்டு; ஊருக்குள் அனுமதித்தால் கேடு என்று பலவாறாகச் சொல்லி, 'பறையர்கள்' என்ற பெயரோடு அவர்களை ஊருக்கு வெளியே விரட்டி விட்டனர்.

ஊருக்கு வெளியே தங்கியிருந்த புருசீகர்கள் உள்ளே நுழைந்ததும் திராவிட யோகிகள் 'பறையர்கள்' என்ற பெயரில் வெளியே தள்ளப்பட்டனர். அவர்களோடு கூட பௌத்த மதமும் திராவிடர்கள் மத்தியில் செல்வாக்கை இழக்கத் தொடங்கியது. ஏராளமான தமிழ் இலக்கியச் செல்வங்கள் திட்டமிட்டு அழிக்கப்பட்டன.

'நாரதீய புராண சங்கைத் தெளிவு' என்ற பெயரிலான அஷ்வகோசரின் உரை மேற்கூறிய வரலாற்று நிகழ்வைச் சொல்வதுடன் முற்றுப் பெற்றது. 570 பாடல்களில் அமைந்த அப்பனுவலை வாசித்து முடித்ததும் அயோத்திதாசர் அடைந்திருக்கக்கூடிய மகிழ்ச்சியை நம்மால் உணர முடிகிறது.

எதைத் தேடி, கிராமம் கிராமமாக அலைந்து, மனிதர்களைச் சந்தித்து, புத்தகங்களை ஆராய்ந்து ஏறக்குறைய உன்மத்தம் பிடித்த நிலையில் திரிந்தாரோ, அது அவருடைய கைகளில் தற்செயலாக வந்து விழுந்திருக்கிறது. அந்தப் பனுவலை அவர் ஒரு பொக்கிஷம் போலவே கருதினார். அதில் விளக்கப்பட்டிருந்த வரலாறு அவரது பல்வேறு கேள்விகளுக்குப் பதிலாக அமைந்திருந்தது.

பிராமணர்களுக்கும், பறையர்களுக்கும் இடையே நிலவும் விரோதத்திற்கும், அதனை முன்னிட்டு அவ்விருவரும் ஒருவரையொருவர் காணவிடாமல் செய்வதற்கும், 'பறையர்' என்பது இழிசொல்லாக நிலவுவதற்கும், சமூக அமைப்பில் 'தீண்டத்தகாதவர்களாக' அவர்கள் கருதப்படுவதற்கும் வரலாற்று ரீதியாக நிகழ்ந்த மாற்றங்களே காரணம் என்பதை அயோத்திதாசரால் உணர முடிந்தது.

வர்ணாசிரம தர்மமும், சாதிய மனோபாவங்களும் கட்டமைத்துப் பரப்பியுள்ள கட்டுக்கதைகள் சொல்வது போல் பிறப்பை அடிப்படையாகக் கொண்டவையல்ல சாதியம். சாதி இரத்தத்தால் தீர்மானிக்கப்படவில்லை. பிராமணனாகப் பிறப்பதற்கும், பறையனாகப் பிறப்பதற்கும் முன் ஜென்ம கர்மமே காரணம் என்பதெல்லாம் பித்தலாட்டம்; வரலாற்றில் நடைபெற்ற மிகப்பெரிய மோசடியின் விளைவே சாதியக் கொடுமைகள். கபட நாடகத்தின் விளைவு அது. அவிழ்த்து விடப்பட்ட கற்பனைக் கதைகளின் மேல் கட்டப்பட்டக் கோட்டை.

தீண்டத்தகாதவர்களின் கடந்த காலம் உன்னதமானது. அவர்கள் பூர்வீகத்தில் பௌத்த மதத்தைத் தழுவியிருந்தனர். நல்ல வாழ்க்கையை வாழ்வது எப்படி என்று வாழ்ந்து காட்டி அதையே போதித்து, புத்தரின் கொள்கைகளை மக்களிடம் பரப்பும் உத்தம வாழ்க்கையை மேற்கொண்டு வந்தவர்கள். அப்பௌத்தக் கொள்கைகளை இலக்கியங்களாக எழுதி வைத்துப் பேணி வந்தவர்கள்.

புருசீகர்களான பிராமணர்களின் ஊடுருவல் இவர்களைத் தலைகீழாகப் புரட்டி எறிந்திருக்கிறது. தங்களது சுயநலத்திற்காக அவிழ்த்துவிட்ட பொய்க்கதைகளுக்கு பௌத்த மதமும் பௌத்தர்களும் எதிராக நிற்பார்கள் என்பதைப் புரிந்து கொண்ட பிராமணர்கள் தங்களது மாயாஜாலத்தின் மூலம் மதத்தையும் அழித்து, பௌத்தர் களையும் தீண்டத்தகாதவர்களாக மாற்றினர்.

அஷ்வகோசர் விளக்கிய வரலாற்று நிகழ்வு, அயோத்திதாசரின் ஒட்டு மொத்தப் பார்வையையும் மாற்றியது. சமூகத்தை வேறு கோணத்தில் பார்க்க வேண்டியதன் தேவையை அவர் உணர்ந்து கொண்டார். இலக்கியப் பனுவல்களை மறுவாசிப்பிற்கு உட்படுத்த வேண்டிய கட்டாயம் அவருக்கு விளங்கியது. இலக்கண நூற்களையும், அற நூற்களையும் வாசிக்க் வேண்டிய முறைமை அவருக்கு விளங்கியது.

மொத்தத்தில், வேறொரு அயோத்திதாசர் அங்கே உருவாகியிருந்தார்.

இவருக்குத் தான் யாரென்பதும், தனது கடமைகள் என்னென்ன என்பதும் துல்லியமாக விளங்கியிருந்தன.

குழப்பங்கள் நீங்கிய ஆழ்ந்த தெளிவொன்று அவருக்குள் கிளைவிட்டு ஒளிர்ந்தது. அவருடைய பார்வை தீட்சண்யம் அடைந்து கருணையால் திரண்டது.

யாரேனும் இனி அவரை யார் என்று கேட்பார்கள் என்றால், அவர் ஆணித்தரமாய், பெருமையோடு சொல்வதற்கு ஒரு பதில் இருந்தது.

‘நான், பூர்வ பௌத்தன்.’

4

~~~

தமிழ் பௌத்த பெருங்கதையாடல்

பௌத்தம் என்றைக்குமே பலரையும் ஈர்க்கிற விஷயமாக இருந்திருக்கிறது. வரலாற்றின் வெவ்வேறு காலகட்டங்களில் அது தொடர்ச்சியாக விவாதிக்கப்பட்டும் விரும்பப்பட்டும் வந்திருக்கிறது. தனி நபர்கள் பௌத்தக் கொள்கைகளின் வாயிலாக தங்களையே உணர்ந்து கொண்ட சம்பவங்களை ஏராளமாய்க் கேட்டிருக்கிறோம். பௌத்த சிந்தனைகள் பலரது மன மாற்றத்திற்கும், அதனைத் தொடர்ந்த வாழ்க்கை மாற்றத்திற்கும் உதவியுள்ளன.

உலகின் முதல் ஒழுங்குப்படுத்தப்பட்ட சமயம் பௌத்தமே என்று ஆய்வாளர்கள் கருதுகின்றனர். தனக்கான கொள்கைகளையும், கோட்பாடுகளையும் கொண்டிருந்து, வாழ்க்கை நெறிமுறைகளை 'சமயம்' என்ற பெயரின் கீழ் போதித்து, வாழ்வின் துயரங்களிலிருந்து விடுபடும் வழிமுறையைச் சொல்லித் தருவதாய் உத்திரவாதம் அளித்த முதல் நிறுவன சமயம் பௌத்தமே என்று சொல்கிறார்கள். அதே போல, உலக அளவில் எழுத்து மொழியின் அறிமுகமும் கூட பௌத்த சமயத்தின் தோற்றத்தையொட்டியே நடைபெற்றதாகவும் சிலர் கருதுகின்றனர்.[10]

இதற்கெல்லாம் அப்பால், புத்தரின் வாழ்வும் போதனைகளும் பலரையும் வசீகரிப்பதாகவே அமைந்திருக்கிறது. அவர் குறித்த வினோதக் கதைகள் ஏறக்குறைய உலகின் பொது ஞாபகமாகவே காணப்படுகின்றன. இன்றளவும் சிற்பிகளையும் ஓவியர்களையும்
~~~

அவரது உருவம் இம்சித்தபடியே இருக்கிறது. வரைந்து மாளாத பாவனை. வடித்துத் தீராத திருவுரு.

இருபதாம் நூற்றாண்டில், இந்தியாவில், பௌத்தத்தால் ஈர்க்கப் பட்டவர்களில் மூவர் முக்கியமானவர். அவர்களில் மூத்தவர் அயோத்திதாச பண்டிதர். மற்ற இருவர் டாக்டர் அம்பேத்கரும், மயிலை சீனி. வேங்கடசாமியும். இம்மூவரும் பௌத்தத்தை தீவிரமான ஆய்வுக்கு உட்படுத்தியவர்கள். இவர்களில், மயிலை சீனி வேங்கடசாமியின் நோக்கம் ஆராய்ச்சி என்றளவிலேயே தங்கிப் போய்விட மற்ற இருவரும், பௌத்தம் தொடர்பான தங்களது ஆய்வின் முடிவுகளை ஆதாரமாகக் கொண்டு சமூக விடுதலைக்கான பாதையையும் வகுத்துத் தந்தனர்.

அயோத்திதாசருக்கும் அம்பேத்கருக்கும் அடிப்படையான நோக்கமே சாதியத் தளைகளை அறுத்தெறிவதாக இருந்தது. அதனை முன்னிட்டே அவர்கள் பௌத்த சமயத்தை ஆய்வுக்கு உட்படுத்தினார்கள்.

மயிலை சீனி வேங்கடசாமியின் பௌத்தம் தொடர்பான ஆய்வுகளுக்குப் பின்னாலும் ஓர் அரசியல் இருந்தது என்றாலும், தனது ஆய்வு முடிவுகளின் அடிப்படையில் இயக்கமொன்றை எழுப்பும் யோசனை அவருக்கு இருக்கவில்லை. அல்லது தான் நெருக்கமாயிருந்த திராவிடர் இயக்கத்தினுள்ளே தனது ஆய்வு முடிவுகளை பரீட்சித்து பார்க்கும் விருப்பமும் இருக்கவில்லை.

வரலாற்று ரீதியாக பௌத்தத்தின் மீது கட்டவிழ்த்து விடப்பட்ட வன்முறைகளையும், பொய்ப் பிரச்சாரங்களையும் வெளிப்படுத்தி, பௌத்த சமயத்திற்கு தமிழக வரலாற்றில் நியாயமாய் கிடைக்க வேண்டிய பங்கினை பெற்றுத் தருவதையே அவர் தனது எழுத்துகளில் பிரதிபலித்தார். எனவே, அயோத்திதாசரும் அம்பேத்கரும் போல பௌத்த சமயத்தை விடுதலைக்கான உத்தியாக மயிலை சீனி, வேங்கடசாமி கருதியிருக்கவில்லை.

ஆனால், பௌத்த சமயத்தின் இன்றைய நிலை குறித்து அம்பேத்கரும் மயிலை சீனி. வேங்கடசாமியும் ஒருமித்த கருத்தைக் கொண்டிருக்க, அயோத்திதாசர் அவர்களிடமிருந்து முற்றிலுமாக மாறுபடுகிறார். பௌத்தம் தோன்றிய இடம் இந்தியாவே என்றாலும், இன்று அதன் நிலை என்ன என்று யோசிக்கும் பொழுது, அம்பேத்கரோ மயிலை சீனி. வேங்கடசாமியோ மட்டுமல்ல, வேறு பல ஆய்வாளர்களும் கூட இந்தியாவில் பௌத்த சமயம் அழிந்து போயிற்று என்ற முடிவிற்கு வருகின்றனர்.[11]

பல நூற்றாண்டுகளுக்கு முன்பே இந்தியாவிலிருந்து பௌத்த சமயம் விரட்டியடிக்கப்பட்டது. பிற ஆசிய நாடுகளில் செல்வாக்கோடு திகழ்கிறது என்றாலும் தோன்றிய இடத்தில் அழிந்தேபோனது. ஆனால், முன்னொரு காலத்தில் பௌத்தம் இந்தியாவிலும் செல்வாக் கோடு இருந்தது. அப்பொழுது அரசர்கள் அதனை ஆதரித்தனர். இதற்கான இலக்கிய ஆதாரங்கள் ஏராளம் உள்ளன. கல்வெட்டுகளும், சாசனங்களும் கோடான கோடி.

அதேபோல் பல நூறு வருடங்களுக்கு முன்பு புத்த விஹாரங்களும், பள்ளிகளும் இருந்தன. பௌத்தர்கள் இருந்தனர். ஆனால் இன்று நமக்குக் கிடைப்பவையெல்லாம் அவற்றின் எச்சங்களே. புத்தர் சிலைகள் வழிபாடு இழந்து அருங்காட்சியில் பொருளாக மாறிப்போன காலம் இது.

பௌத்த சமயத்தின் நலிவும், வீழ்ச்சியும் குறித்து யோசிக்கின்ற அம்பேத்கர் மிகத் தெளிவாகவே இதனைச் சொல்கிறார். *'பௌத்த சமயம் இந்தியாவினின்று ஏன் மறைந்து விட்டதென்று நினைத்துப் பார்ப்பவருக்கு இது ஒரு வியப்பான, ஆனால், அதே சமயம் வருத்தமான செய்தியாகவே இருக்கும். ஆனாலும், இன்று அச்சமயம் சீனா, ஜப்பான், பர்மா, சியாம், அன்னாம், இந்தோ-சீனா மற்றும் மலேயா தீவுக் கூட்டங்களின் சில பகுதிகளில் செழித்துக் காணப்படுகிறது. இந்தியாவில் மட்டும் இது மறைந்து விட்டது. இது இந்தியாவிலிருந்து மறைந்து விட்டதோடு மட்டுமல்லாமல் புத்தரின் பெயரும் பெரும் பாலான இந்துக்களின் நினைவிலிருந்து மறைந்து விட்டது. இது எவ்வாறு ஏற்பட்டது?'*[12]

இதே மாதிரியான கருத்தை முன்வைக்கக்கூடிய மயிலை சீனி, வேங்கடசாமி, பௌத்தம் அழிந்ததற்கான காரணங்களை மிகத் தெளிவாகச் சொல்கிறார்:

'உலகத்திலேயே மிகப் பெரிய சனத்தொகையுடைய மதம், பௌத்த மதம். ஆனால் பௌத்த மதம் தோன்றிய இந்தியத் தேசத்திலே, பௌத்தர் மிகக் குறைவாகவே உள்ளனர். சைவ, வைணவ மதங்களாகிய 'இந்து மதம்' இந்தியாவில் பௌத்த மதத்தை அழித்து விட்டது. பௌத்த நாடுகளாகிய சீனா, பர்மா, சியாம், திபேத்து, இலங்கை முதலிய நாடுகளில் வாழும் மக்கள், புத்தர் தோன்றிய இந்திய நாட்டை இன்றும் புண்ணிய பூமியாக கருதிப் போற்றுகின்றனர். அந்நாட்டு மக்கள் ஆண்டுதோறும் கூட்டம் கூட்டமாகப் புத்தகயா முதலிய இடங்களுக்கு யாத்திரை செல்கிறார்கள். இந்தியராகிய நாம், கௌதம புத்தர் பௌத்த மதத்தை உண்டாக்கினார் என்று சரித்திரப் புத்தகத்தில் படித்துவிட்டு அம்மட்டும் நின்று விடுகிறோம்.'[13]

மயிலை சீனி. வேங்கடசாமி ரொம்பவும் தெளிவாய் சைவ, வைணவ சமயங்களே பௌத்தத்தை அழித்தன என்கிறார். ஆனால் அம்பேத்கரைப் பொறுத்த வரையில், 'இஸ்லாமியரின் படையெடுப்புகளால் தான் இந்தியாவில் பௌத்தம் வீழ்ச்சியடைந்தது.'[14]

பரவலாய் பௌத்தம் பற்றிப் பேசுகிற அனைவரும் கொண்டிருக்கக் கூடிய இந்த அபிப்பிராயத்திலிருந்து அயோத்திதாசர் முற்றிலுமாக வேறுபடுகிறார். வேறுபடுவதோடு, பௌத்தம் அழிந்ததாய் சொல்கிறவர்களைக் கடுமையாகக் கண்டிக்கவும் செய்கிறார்.

பௌத்தம் இந்தியாவில், அதிலும் முக்கியமாக தமிழகத்தில் அழிந்து போனது என்ற கருத்தை அவர் ஏற்றுக் கொள்வதில்லை. இந்த மண்ணில் பௌத்தம் இன்றும் வாழ்ந்து கொண்டிருக்கிறது என்பதில் அவருக்கு ஆணித்தரமான நம்பிக்கை இருந்தது.

பௌத்தத்தை அழிந்துபோன மதமாக யோசிப்பதற்கு அவர் தயாராக இல்லை. இன்றைய தினம் நமக்குக் கிடைக்கக்கூடிய பௌத்த சமயம் தொடர்பான தகவல்கள், தரவுகள் அனைத்தும் பௌத்தத்தின் எச்சங்கள் என்று சொல்லப்படுவதை அவர் வன்மையாகக் கண்டித்தார். பௌத்தம் அழிக்கப்பட்டது: பௌத்தர்கள் விரட்டப்பட்டனர் என்று சொல்வது பொய்க்கதை என்பதாக விவரிக்கிறார்.

அயோத்திதாசரைப் பொறுத்தளவில் பௌத்தர்கள் இன்றும் வாழ்ந்து கொண்டிருக்கிறார்கள். பௌத்த சமயமும் வாழ்ந்து கொண்டிருக்கிறது. எனவே பௌத்தம், அழிந்த சமயமல்ல; வாழும் சமயம்.

அயோத்திதாசரின் 'தமிழ் பௌத்தம்' என்ற சிந்தனை முழுக்கவும் இதன் அடிப்படையிலேயே கட்டப்பட்டிருக்கிறது. அவருடைய ஒவ்வொரு விளக்கமும் பௌத்தம் எவ்வாறு வாழ்ந்து கொண்டிருக்கிறது என்பதை விளக்கும் வகையிலேயே வடிவமைக்கப்பட்டுள்ளது.

இறந்துவிட்டதென நினைத்துக் கொண்டிருந்த ஒன்று, உயிரோடிருக்கும் ரகசியத்தை மெல்ல மெல்ல அவிழ்க்கும் லாவகத்தை அவருடைய எழுத்துக்கள் கொண்டுள்ளன. இன்னமும் பௌத்த சமயம் வாழ்ந்து கொண்டிருப்பதாய் சொல்லும் அவருடைய தீர்மானமும், வேகமும் நமக்கு ஆச்சர்யத்தைத் தருகின்றன. அதற்கென அவர் காட்டக்கூடிய ஆதாரங்கள் நம்மை மௌனமாக்குகின்றன.

தமிழ் பௌத்தம் தொடர்பான அவருடைய கற்பனையின் வசீகர சூட்சுமமே, 'வாழும் பௌத்தம்' என்ற சிந்தனையாகும். அதனை அவர் விவரிக்க விவரிக்க, அதன் பின்னுள்ள எதிர்ப்புணர்வும், காலம்

காலமாய் பாதுகாக்கப்பட்டு வரும் ரகசியத்தின் அழுத்தமும் நம்மைத் தொற்றிக் கொள்கின்றன.

'ஈதன்றி பௌத்தர்கள் அழிந்து விட்டார்கள், ஊரை விட்டு ஓடி விட்டார்களென்று எண்ணற்க. யாவர் வீட்டில் இலக்கிய நூற்கள், இலக்கண நூற்கள், வைத்திய நூற்கள், சோதிட நூற்கள், கணித நூற்கள் இருக்கின்றதோ, யாப்பிலக்கணங் கொண்டு வெண்பா விருத்தம், அகவற்பா மற்றும் பாடல்கள் பாடும் வித்துவான்கள் நாவிற்கும் பௌத்தர்களே அமுதூட்டி வருகின்றார்கள். ஆதலின் பௌத்தர்களை அழித்து விட்டார்களென்பதும், அழிந்தார் களென்பதும் பொய், பொய் முக்காலும் பொய்யென்று அறிந்துகொள்ளுவீராக.'[15]

அயோத்திதாசரின் தமிழ் பௌத்தப் பெருங்கதையாடலைப் புரிந்து கொள்வதற்கு பௌத்தத்தின் இன்றைய நிலை தொடர்பான அவருடைய மாறுபட்ட பார்வை இன்றியமையாதது. ஏறக்குறைய அத்தனை ஆய்வாளர்களையும் மறுக்கும் வகையில் அவர் வெளிப்படுத்தும் 'வாழும் பௌத்தம்' என்ற நம்பிக்கையை ஏற்றுக் கொள்வதென்பது வரலாற்றின் தர்க்க விதிகளுக்கு அப்பாற்பட்டது.

ஏறக்குறைய இதே போன்றவொரு மாறுபட்ட சிந்தனையை அவர் வேறொரு தருணத்திலும் முன் வைக்கின்றார்.

அயோத்திதாசரைக் கரிசனையோடு வாசிக்கிறவர்கள்கூட அவரது சமணம் தொடர்பான பார்வையை ஏற்றுக்கொள்ளத் தயங்குவார்கள். பௌத்தத்தைப் போலவே சமணமும் தமிழகத்தில் வேரூன்றியிருந்த சமயம். 'சமண சமயத்திற்கு ஜைன மதம் என்றும் பெயர் உண்டு. சமண சமயம், கி.மு. மூன்றாம் நூற்றாண்டிலே அசோகருடைய பாட்டனான சந்திரகுப்த மௌரியன் காலத்தில், தென்னிந்தியாவிலும் தமிழ்நாட்டிலும் பரவிற்று என்று சரித்திர ஆசிரியர் கூறுவர்.'[16]

'பௌத்த மதமும் சமண சமயமும் தமிழ்நாட்டிலே ஏறக்குறைய ஆயிரம் ஆண்டு வளம் பெற்றிருந்தன என்று கூறினோம். ஆனால், இந்த இரண்டு மதங்களும் எந்தக் காலத்திலும் ஒற்றுமையாய் இருந்ததில்லை. ஆதி காலம் முதல் ஒன்றையொன்று தாக்கிப் போர் செய்து கொண்டிருந்தன. போர் என்றால் மறப்போர் அன்று; வாதப்போர்.'[17]

சமண சமயத்தில் திகம்பரர், சுவேதாம்பரர் என்று இரண்டு வகைகள் இருந்தன. திகம்பரர் என்பது, திசைகளையே ஆடைகளாக ஏற்று நிர்வாணமாக வாழும் சந்நியாசிகளைக் குறிக்கும். சுவேதாம்பரர், நிர்வாண கோலத்தை ஏற்றுக்கொள்ளாத வெண்ணிற ஆடையணிந்த சமணப் பிரிவினர். 'சமணப் பிரிவுகளுள் தமிழகத்தில் அதிகம் பின்பற்றப்பட்டது திகம்பரம் ஆகும்.'[18]

பௌத்த, சமண சமயங்களைக் குறித்த பொதுவான கருத்துகள் இவ்வாறு இருக்க, அயோத்திதாசரின் பார்வை முற்றிலும் வேறாக அமைகின்றது. தமிழகத்தில் சைனர் என்றும், சமணர் என்றும் இரு பிரிவினர் வாழ்ந்ததாகக் கூறும் அயோத்திதாசர், சமணரென்பது பௌத்த சங்கத்தின் ஒரு வகையினரைக் குறிக்கும் என்றும், சைனரென்பது பௌத்தத்திலிருந்து வேறுபட்டுச் சென்ற குழு என்றும் வாதிடுகிறார்.

தமிழில் சமணர் என்றும், சமஸ்கிருதத்தில் சிரமணர் என்றும் அழைக்கப்படும் பிரிவினர், பௌத்த சங்கத் துறவிகளுள் ஒரு சாரார் ஆகும். இவர்களுள் தேர்ச்சி பெற்ற துறவிகளை மக்கள் சித்தர்கள் என்று அழைத்தனர்.

ஆனால், சைனரென்பது பௌத்த தர்மத்திலிருந்து வேறுபட்டு நின்ற பிரிவினர். இவர்கள் பௌத்தர்களைப் போல் அல்லாமல் சாதியாசாரத்தைக் கடைபிடித்தனர். பௌத்தம் கூறிய நிர்வாண நிலை என்பது ஆசைகளைத் துறந்த நிலையாகும். ஆனால், இதனைத் தவறாகப் புரிந்து கொண்ட சைனர்கள் ஆடைகளைத் துறந்து நிர்வாணமாக வாழத் தொடங்கினார்கள். இத்தகைய நிர்வாண சைனர்கள் தங்களை சந்நியாசிகள் என்று சொல்லி ஏமாற்றி வருகின்றனர்.

இன்னும் ஒருபடி மேலே போய், ஜெயினர்களுக்கும் பௌத்தர் களுக்குமான உறவு பற்றிய கேள்வியொன்றிற்குப் பதிலளிக்கும் அயோத்திதாசர், *'புத்த தர்மத்திலிருந்து நெருங்கத் தோன்றியது ஜைனம். திருக்குறள் ஜைனருடைய நூல் அல்லவென்று கூறியது அவர்களின் விசாரணைக் குறைவு. காரணம், பௌத்த தர்மத்தையும் ஜைன தர்மத்தையும் வேறாக எண்ணியுள்ளார்கள்... பௌத்தமும் ஜைனமும் ஒன்று என்று உணர்ந்திருப்பார்கள் என்றால் அவ்வகை வரையார்.'*[19]

நாம் பரவலாக நம்புவது போல் பௌத்தத்தையும், சமணத்தையும் வெவ்வேறு சமயங்கள் என்று எண்ணாது, இரண்டையும் இணைத்து 'தமிழ் பௌத்தம்' என்று பெயரில் யோசிக்கும் அயோத்திதாசர், இதன் மூலம் பௌத்தம் என்ற ஒற்றை அடையாளத்தின் கீழ் விரிக்கக்கூடிய பரந்த பண்பாட்டு, இலக்கிய, சிந்தனை உலகம் வியப்பூட்டுவதாக அமைகின்றது. சமணத்தையும் பௌத்தத்தையும் இணைத்து யோசிப்பதன் வாயிலாக உருவாகும் 'தமிழ் பௌத்தம்' பிரம்மாண்டமாய் விரிகின்றது.

அயோத்திதாசரின் சமணம் பற்றிய பார்வையின் அறிவியல் தன்மையை சோதிப்பது இந்த இடத்தில் நமக்கு முக்கியமில்லை. உண்மையில், சமணமும் பௌத்தமும் ஒரே சமயமா, இரண்டுக்கும் வேறுபாடுகள் இல்லையா என்பவை போன்ற கேள்விகளை எழுப்பி

விடை காண்பதை விடவும், இவ்வாறெல்லாம் சொல்லிக் கொள்வதன் மூலம் அவர் எதனை அடைய விரும்புகிறார் என்பதை விளக்குவதையே நான் முக்கியமாகக் கருதுகிறேன்.

இருபதாம் நூற்றாண்டு நெடுகிலும், பல்வேறு அறிஞர்களால் வெவ்வேறு தருணங்களில் சொல்லப்பட்டு, பொதுப் பிரக்ஞையில் தங்கிப் போன, பௌத்தம் தொடர்பான முன் முடிவுகளை அயோத்திதாசரின் சிந்தனைகள் தவிடு பொடியாக்குவதையும், அதற்கு மாற்றாக வேறு விளக்கங்களை முன்வைப்பதையும் வாசகர்கள் புரிந்து கொண்டிருக்க முடியும்.

ஒரு காலத்தில் இந்தியாவெங்கும் செல்வாக்கோடு விளங்கி இன்று அழிந்து போன சமயம் பௌத்தம் என்ற ஆய்வு முடிவுகளை மறுக்கின்ற அயோத்திதாசர், பௌத்தம் இன்றளவும் வாழ்ந்து கொண்டிருக்கிறது; பௌத்தர்கள் இருந்து கொண்டிருக்கிறார்கள் என்று வெளிப்படுத்திய நம்பிக்கையைப் பார்த்தோம்.

அதே போல், சமணம், பௌத்தம் என இரண்டும் வெவ்வேறு சமயங்கள்; தமிழகத்தில் விடாப்பிடியான வாதப்போர் நடத்திய மதங்கள் என்ற பொதுவான சிந்தனையை மறுத்து, பௌத்தத்தின் துறவு நிலையே சமணம் என்று சொல்லி, பௌத்தத்தின் எல்லையை விரித்து, வைதீக பிராமணிய, வேத சமயங்களுக்கு எதிரான ஆற்றல்களையெல்லாம் ஒன்றாய் திரட்டுகின்ற அயோத்திதாசரின் திட்டம் பிரமிப்பையே ஏற்படுத்துகின்றது.

இதே போன்று, அயோத்திதாசர் மறுக்கக்கூடிய இன்னொரு தளம் பௌத்தத்தின் மொழி தொடர்பான பார்வை. தமிழக அறிஞர்களைப் பொறுத்த வரையில் பௌத்தமும் சமணமும் அந்நிய மதங்கள். தமிழர்களின் பூர்வீக தெய்வங்கள் சிவனாகவும். திருமாலாகவும் இருந்தன என்றே மயிலை சீனி. வேங்கடசாமி போன்றவர்களும் கருதுகிறார்கள்.

தமிழையும், அதன் தொன்மையையும், அது உருவாக்கும் பண்பாட்டு அடையாளத்தையும் விதந்து பேசக்கூடிய அறிஞர்கள் பலரும், சைவ-வைணவம் இரண்டும் தமிழரின் பூர்வீக மதங்கள் என்றும், இவற்றை அழித்துவிட்டு 'பௌத்த - சமண' வடஇந்திய சமயங்கள் தமிழகத்தில் செல்வாக்கு பெற்றன என்றுமே வலியுறுத்துகிறார்கள். இதற்கான தொன்மமாக, தமிழ் மொழி சிவனுடைய உடுக்கையி லிருந்து பிறந்தது என்றும், முருகனால் அகத்தியருக்கு வழங்கப் பெற்றது என்றும் சில கதைகளைக் காட்டுகிறார்கள்.

அரசர்களின் ஆதரவைப் பெற்றதால் தமிழகத்தில் வேகமாகப் பரவிய பௌத்தமும் சமணமும் தமிழின் தூய்மையைக் கெடுத்தன என்பது இவர்களின் வலுவான குற்றச்சாட்டு. பௌத்தத்தின் புனித மொழியான பாலியும், வடமொழியான சமஸ்கிருதமும் பேணப்பட்ட அளவிற்கு தமிழ் பேணப்படவில்லை - மாறாக உதாசீனப்படுத்தப்பட்டது. பாலியிலும், சமஸ்கிருதத்திலும் இலக்கிய, இலக்கண, சாத்திர நூல்கள் எழுதப்பட்டன. தமிழில் ஏராளமான திசைச் சொற்கள் திணிக்கப் பட்டன. அதிகபட்சமாக, தமிழும் வடமொழியும் கலந்து எழுதும் 'மணிப்பிரவாளம்' என்றொரு மொழி நடையே தோற்றுவிக்கப்பட்டது.

தமிழ்நாட்டிலேயே தமிழ்மொழி புறக்கணிக்கப்படும் இழிநிலை ஏற்பட்டது. தமிழுக்கான இழிநிலை தமிழர்களின் இழிநிலையே. தமிழ் மொழி, தமிழ் சமயம், தமிழ் நாடு, தமிழ்ப் பண்பாடு, தமிழ் மாந்தர் என்று அனைத்தும் பாழ்படுவதற்கான காரணிகளாக பௌத்த-சமண வளர்ச்சி விளங்கியது என்று தமிழ் அறிஞர்கள் குற்றம் சாட்டுகின்றனர்.

இந்தச் சூழலிலேயே சைவ - வைணவ மதங்களின் பேரெழுச்சி நடைபெறுகிறது. பௌத்தர்களும், சமணர்களும் தமிழகத்திலிருந்து விரட்டப்படுகிறார்கள். தமிழ் மொழிக்கு மறுக்கப்பட்டு வந்த மரியாதை வழங்கப்படுகின்றது. தமிழர்கள், தங்களது பூர்வீக சமயங்களான சைவத்தையும் வைணவத்தையும் கைகொள்ளத் தொடங்கினர். வடஇந்திய, அந்நிய சமயங்கள் தமிழ் கூறும் நல்லுலகிலிருந்து வேரோடு பிடுங்கி எறியப்பட்டது.

மேற்கூறிய செய்திகளையே தமிழக வரலாறு என்று பலரும் சொல்லி வருகிறார்கள். இதற்காக ஏராளமான சான்றாதாரங்கள் முன்வைக்கப் படுகின்றன. பௌத்த-சமண சமயங்களுக்கு எதிரான கிளர்ச்சி சமயச் சண்டை என்ற எல்லையைத் தாண்டி 'தமிழர்' என்று அடையாள மீட்டுருவாக்கமாகவும் பலரால் முன்வைக்கப்படுகிறது.

'கி.பி. மூன்றாம் நூற்றாண்டுக்குப் பிறகு, பௌத்த மதமும் சமண சமயமும் சிறப்படைந்துவிட்டன. அவை பொதுமக்களின் ஆதரவைப் பெற்று செல்வாக்கடைந்து விட்டன. அப்போது சைவ சமயம் தாழ்வடைந்தது. ஆகவே, சைவ சமயம் முன்னைய உயர்நிலையை அடைவதற்குப் பௌத்த சமண சமயங்களுடன் போராடவேண்டி யிருந்தது. அதற்காகப் பக்தி இயக்கம் என்னும் ஒரு புதிய இயக்கம் தொடங்கப்பட்டது.'[20]

தமிழிலக்கிய வரலாற்றில் பக்தி இயக்க காலம் முக்கியமாகப் பேசப்படுகிறது. பக்தி இயக்க காலகட்டத்தை வியந்து

பாராட்டக்கூடிய பலரும், அக்காலகட்டத்திலேயே தமிழ், தமிழர், தமிழகம் என்ற அடையாளங்கள் மறுகட்டமைப்பு செய்யப்பட்டன; வடமொழி வீழ்த்தப்பெற்று தமிழ் உயர்ந்தது; அந்நிய சமயங்கள் விரட்டப்பட்டு தமிழரின் சமயங்களான சைவமும் வைணவமும் செழித்தன என்ற செய்திகளைத் தவறாமல் குறிக்கிறார்கள்.

இதன் மூலம் சமண-பௌத்த சமயங்கள் தமிழகத்திற்குப் புறம்பானவை, தமிழுக்கும், தமிழுணர்விற்கும் விரோதமானவை என்பன போன்ற கற்பிதங்கள் ஆழமாய் புனையப்பட்டிருப்பதை யாராலும் உணர முடியும். சைவ-வைணவ சமயங்களைப் பேணுவதும் ஆதரிப்பதும் தமிழைப் பேணுவது, தமிழரைப் பேணுவது, தமிழகத்தைப் பேணுவது என்ற புனைவைச் சுற்றியே மேற்கூறப்பட்ட வரலாறு கட்டப் பட்டிருப்பது வெளிப்படையாகத் தெரியும்.

நிறுவப்பட்ட வரலாற்று உண்மைகள் என்று சொல்லப்படும் இத்தகவல்கள் அனைத்தையும் எந்தவிதத் தயக்கமுமின்றி மறுத்து விடும் அயோத்திதாசர், சைவ-வைணவ சமயங்களின் கட்டுகதைகளே இவை என்றும் விமர்சிக்கின்றார்.

இயல்பாகவே, சாதிய சனாதனத்தை மறுக்கக்கூடிய பௌத்தமும் அதனுள்ளடங்கிய சமணமும், சாதியைப் போற்றுகின்ற வைதீக சமயங்களான சைவத்திற்கும் வைணவத்திற்கும் பகையானதில் வியப்பேதும் இல்லை என்கிறார் அயோத்திதாசர்.

வரலாற்று அறிஞர்கள் சொல்வது போல் சைவ-வைணவத்திற்கும் பௌத்தத்திற்குமான முரண் தமிழ்-வடமொழி என்ற மொழிகளுக்கு இடையிலான முரண் இல்லை அல்லது வேறுசிலர் சொல்வது போல் தமிழர் சமயத்திற்கும் - வட இந்திய சமயத்திற்குமான போராட்டம் இல்லை. அல்லது இன்னும் சிலர் பிதற்றுவது போல் தென்னவர் - வடவர் முரண்பாடோ இல்லை. பௌத்தத்திற்கும் சைவ - வைணவ சமயங்களுக்குமான முரண்பாடு சாதிய அமைப்பு குறித்த இருவேறு பார்வைகளின் முரண்பாடே.

சாதியக் கட்டமைப்பு குறித்த பௌத்த நிலைப்பாடு தெள்ளத் தெளிவானது. வைதீக சனாதனத்தையும், வேத நியாயப்படுத்தல்களையும், பிராமணிய மேலாண்மையையும், சாதித் துவேஷத்தையும் மிகக்கடுமையாக எதிர்ப்பதோடு, அதற்கு மாற்றான சிந்தனை மரபுகளை வளர்க்கும் திட்டத்தினையும் பௌத்தம் தனக்குள்ளே கொண்டிருந்தது.

சாதியக் கற்பனைகளை நிர்மூலமாக்குவதையே பௌத்தம் தனது முதன்மைப் பணியாகக் கொண்டிருந்தது. இதன் காரணமாகவே அச்சமயம் தமிழகத்தின் பெருவாரியான மக்களிடம் செல்வாக்கினைப் பெறவும் முடிந்தது.

ஆனால், சைவம் மற்றும் வைணவ சமயங்களின் சாதிய ஆதரவு நிலை எல்லோருமே அறிந்திருந்த ரகசியம். சாதிய மனோநிலையில் யார் யாரை மிஞ்சியிருந்தார்கள் என்பதில் இருவருக்குள்ளும் கருத்து வேறுபாடுகள் தோன்றும் அளவுக்கு அவர்களது சாதியச் சார்பு நிலை பிரபலமானது. தங்களுக்குள் முரண்பாடுகள் தோன்றும்போதெல்லாம், ஒருவர் மற்றவரின் சாதிய ஆதரவு நிலையைச் சொல்லி பழிப்பது என்பது இவர்களுக்குள் வழக்கம்.

'வைணவத்திற்குள்ளே சாதிக்கு எதிராகவும், வடமொழி ஆதிக்கத்திற்கு எதிராகவும் ஒரு கலகக் குரல் தொடர்ந்து வருகின்றது. அது பலவீனமாக இருந்திருக்கிறது... ஒரு தாழ்த்தப்பட்டவர் வைணவ தீட்சைபெற்று வைணவராகலாம். தீட்சைபெற்று வைணவரானவுடன் தீட்சை பெற்றவர்கள் யாரும் யாருடைய சாதியையும் கேட்கக் கூடாது. ஒன்றாகச் சமைத்து ஒன்றாகச் சாப்பிட வேண்டும். இந்தத் தாராள மனப்பான்மை சைவத்திலே கிடையாது.'[21]

சாதியக் கட்டமைப்பும், துவேஷங்களும் இல்லையென்றால் தாங்கள் இல்லையென்பதை சைவமும் சரி வைணவமும் சரி மிகத் தெளிவாகவே விளங்கிக் கொண்டிருந்தன. இதனால், சாதிய நெறிமுறைகளை வலியுறுத்தும் வகையிலான புனைவுகளை வெகுமளவில் உற்பத்தி செய்யவும் முயன்று வந்தன.

இந்தச் சூழலில், சாதிய எதிர்ப்புணர்வைத் தன்னுள்ளே ஆழமாகக் கொண்டிருந்த பௌத்தம் அக்கருத்துகளை மக்கள் மத்தியில் பரப்பும் வேகத்தையும், அது பெரும்பான்மையான மக்களின் சமயமாக மாறுவதையும் கண்ட சைவர்களும் வைணவர்களும் பதறிப் போனதில் ஆச்சர்யமில்லை.

பௌத்தம் வளர்கிற வேகத்தையும், அதற்கான செல்வாக்கையும் கண்ட சைவ-வைணவ பக்திமான்கள் இதனை எதிர்கொள்வதெப்படி என்று யோசித்திருந்த வேளையில், தற்செயலாய்க் கண்டுபிடிக்கப் பட்டதே அவர்களது தமிழ்மொழி மீதான பற்றும், தமிழக சமயம் என்ற கோஷமும் தமிழ்நாடு என்ற தேசியமும்.

தத்தமது சாதிய நிலைப்பாடுகளை மறைக்க முடியாமல், அதனை விட்டுவிடவும் விரும்பாத சைவர்களுக்கும் வைணவர்களுக்கும் 'தமிழ்' என்ற அடையாளமும், அதற்கான போராட்டம் என்ற புனைவும் பௌத்தத்தை எதிர்கொள்வதற்கான தந்திரங்களாக விளங்கியிருந்தன.

அதுநாள் வரையில், பௌத்தம் பேசி வந்த சாதிக்கு எதிரான அரசியல் பின்னுக்குத் தள்ளப்பட்டு, சைவ-வைணவக் கூட்டணி முன்வைத்த 'அந்நிய மதத்தைப் புறக்கணித்து, தமிழர் மதத்தைத் தழுவுதல்' என்ற தமிழ்த் தேசிய அரசியல் முன்னிலைக்கு வந்தது.

சாதிய வேறுபாடுகளற்ற, ஏற்றத் தாழ்வுகளற்ற சமூகத்தை நிர்மாணிக்கும் பண்பாட்டு அரசியலை விடவும், சைவ - வைணவம் முன்வைத்த 'தமிழ்த் தேசிய' அரசியல் கவர்ச்சிகரமாகவே இருந்தது. இதனடிப்படையில், விளிம்புநிலை மனிதர்களின் சமயமாக விளங்கியிருந்த பௌத்தம் 'அந்நிய மதம்' என்று முத்திரை குத்தப்பட்டது.

தமிழுக்கு எதிரான வடநாட்டினரின் சமயம் பௌத்தமென்று திரும்பத் திரும்பச் சொல்லப்பட்டது. தமிழ் மொழியை அழிக்க வந்த சத்துருவாக அது சித்தரிக்கப்பட்டது. பௌத்தத்தின் புனித மொழி தமிழ் அல்ல, பாலி என்று பிரசாரம் செய்யப்பட்டது. பௌத்தர்கள் அனைவரும் வடவர்கள் என்பது போன்ற மாயை பின்னப்பட்டது.[22]

இதற்கு மாற்றாக, தமிழ்த் தேசிய சமயமாக சைவ-வைணவக் கூட்டணி முன்வைக்கப்பட்டது. இவற்றின் சமயமொழி, தமிழ் என்று பிரகடனப்படுத்தப்பட்டது. இக்காலகட்டத்தில் அவசர அவசரமாக சைவ -வைணவத் திருமறைகள் எனப் பல்வேறு நூல்கள் தமிழில் செய்யப்பட்டன. தங்களது தமிழ் மீதான பற்றுதலையும், சார்பையும் 'பக்தி இலக்கியம்'என்ற பெயரில் பதிவு செய்யத் தொடங்கினார்கள்.

சாதிய ஒடுக்குமுறையை எதிர்த்துப் போராடிய தமிழ் பௌத்தர்களும் சமணர்களும் நாற்சந்திகளில் கூட்டம் கூட்டமாய் கழுவேற்றப் பட்டனர். 'தமிழ் தேசியத்தை உருவாக்கப் போகின்றோம்', 'தமிழகத்தில் தமிழர் சமயமே இருத்தல் வேண்டும்'. 'தமிழ் மொழியும் வட மொழியும் எதிரெதிரானவை' என்பவை போன்ற கற்பிதங்கள் எல்லாத் திசைகளிலிருந்தும் கேட்கத் தொடங்கின.

சைவமும் வைணவமும் கிளப்பிய தமிழ்த் தேசியப் பெரு வெள்ளத்தில், பௌத்தத்தை ஆதரித்தவர்களும், பௌத்தர்களும் தமிழ் விரோதிகளாக சித்தரிக்கப்பட்டு அடித்துச் செல்லப்பட்ட வினோதத்தை வரலாறு பக்தி இயக்க காலமென்று பதிந்து வைத்திருக்கிறது.

பௌத்தர்களின் புனித இடங்களை பறிமுதல் செய்து சைவ அல்லது வைணவத் திருவுருவங்கள் நிறுவி தமிழ்ப் படுத்தினார்கள். பௌத்தர்களது இலக்கியங்களை 'அனல்வாதம்' பேசி எரியூட்டினர்; 'புனல்வாதம்' பேசி ஆற்றில் எறிந்தனர். சூத்திர நூற்கள் அழிக்கப்பட்டன. பௌத்தர்களால் முன்னிலைப்படுத்தப்பட்ட கைவினைஞர்களும் சூத்திரதாரிகளும் கீழ்நிலைக்குத் தள்ளப்பட்டனர். இவ்வளவு அநியாயங்களும் நடைபெற்ற காலகட்டத்தை தமிழக வரலாற்றாசிரியர்கள் 'மறுமலர்ச்சி காலமாக' முன்னிலைப்படுத்தினார்கள்.

வரலாற்றில் நடைபெற்றிருந்த இத்தகைய பொய்களுக்கும் புரட்டு களுக்கும் எதிரான வாதமாகவே அயோத்திதாசர் தன்னுடைய 'தமிழ் பௌத்தம்' என்ற கருத்தாக்கத்தை முன் வைக்கிறார். சாதிய

சனாதனத்தை விடாப்பிடியாகப் பிடித்துக்கொண்டு தொடர்ந்து வலியுறுத்தி வரும் சைவ-வைணவ-வைதீக பிராமணப் பிரசாரங்களுக்கு எதிரான கதையாடலொன்றை மெல்ல மெல்ல கட்டமைக்கத் தொடங்குகிறார். எதைக் காரணமாகச் சொல்லி பௌத்தர்களையும், பௌத்தத்தையும், பௌத்த நூற்களையும் ஏளனப்படுத்தி, குற்றம் சாட்டினார்களோ அதையே தனது ஆயுதமாகக் கொண்டு, பௌத்தத்தை மறுபடியும் தொகுக்கத் தொடங்குகிறார்.

அயோத்திதாசரின் 'தமிழ் பௌத்தம்' என்ற சிந்தனை அடிப்படையில் 'தமிழ்' மொழிக்கும் பௌத்தத்திற்குமான நெருக்கத்தை விவரிப்பதாகவே ஆரம்பிக்கிறது. பக்தி இயக்க காலகட்டத்தில் பிரச்சாரம் செய்யப்பட்டது போல் 'பௌத்தர்கள்' வடஇந்தியர்களோ, வேற்றுமொழி பேசுகிறவர்களோ இல்லை என்று மறுக்கும் அயோத்திதாசர், இன்றைக்கும் சமூகத்தின் விளிம்புகளில் வாழும்படி நிர்பந்திக்கப்பட்ட பெருவாரியான தமிழர்களே பௌத்தர்கள் என்று பிரகடனப்படுத்துகிறார்.

சாதியின் பெயரால் புறந்தள்ளப்பட்ட தமிழர்கள்; சுத்தத்தின் பெயரால் விரட்டப்பட்ட தமிழர்கள்; விலங்கிலும் கேவலமாக நடத்தப்படுகின்ற தமிழர்கள்; அடிப்படை உரிமைகள்கூட வழங்கப்படாத தமிழர்கள்; தொழிலின் அடிப்படையில் தீண்டத்தகாதவர் என அடையாளப்படுத்தப்பட்ட தமிழர்கள் என்று ஒடுக்கப்பட்ட அனைத்துத் தமிழர்களும் பௌத்தர்கள் என்று அறிவிக்கும் அயோத்திதாசர், சமயக் காழ்ப்புணர்வினாலேயே இம்மக்கள் அனைவரும் கீழ்நிலைக்குத் தள்ளப்பட்டார்கள் என்றும் பேசத் தொடங்குகிறார்.

கீழ்நிலைக்குத் தள்ளப்பட்ட தமிழ் பௌத்தர்கள் இன்றளவும் வெளித்தெரியாதபடிக்குத் தங்களது பௌத்த ஞாபகங்களையும் சார்புகளையும் வழிபாடுகளையும் பாதுகாத்து வருகிறார்கள் என்று அறிவிக்கிறார்.

தீண்டத்தகாதவர்கள் அல்லது இழிசினர் என்றெல்லாம் தூற்றப்படும் பெருவாரியான ஒடுக்கப்பட்ட தமிழர்களே தமிழ் இலக்கிய, இலக்கண, கணித, சோதிட, வானியல் நூற்களைப் பாதுகாத்து வருகிறார்கள் என்பது போன்ற ஆதாரங்களையும் இதற்காக எடுத்துரைக்கிறார். இதன் அதிகபட்ச வெளிப்பாடாகவே அவரது 'தமிழகத்தில் பௌத்தர்கள் அழிந்துவிடவில்லை; வாழ்ந்து கொண்டிருக்கின்றனர்' என்ற பிரகடனம் அமைகிறது.

பௌத்தர்கள் யார் என்ற விசாரணைக்குப் பின், சைவ, வைணவக் கூட்டணி முன்வைத்த தமிழ் சமஸ்கிருத முரண்பாட்டைப் பற்றிப் பேசத்தொடங்குகிறார்.

தமிழும், சமஸ்கிருதமும் இன்றைய சூழலில் வலிமையான இரட்டை எதிர்மறைகளைப் போலவே செயல்படுகின்றன. சமஸ்கிருதம் தேவ பாஷையென்றும், தமிழ் நீச பாஷையென்றும் வழங்கப்படும் கதைகளை நாம் அறிவோம்.

இருவேறுபட்ட நாகரீகங்களின் குறியீடுகளாகவும் இவ்விரு மொழிகள் பயன்படுகின்றன. தமிழ் மொழி, திராவிட நாகரீகத்தையும், சமஸ்கிருதம் ஆரிய நாகரீகத்தையும் விளக்குகின்றன. எது காலத்தால் முந்தைய மொழி என்பதில் இரண்டு பக்க வாதங்களும் குழப்பம் தரக்கூடியவை.

இன்னும் ஒருபடிமேலே போய், அதிலிருந்து இதுவும் இதிலிருந்து அதுவும் உருவானதாய்கூட விவாதங்கள் உண்டு. எந்த மொழியில் இலக்கணங்கள், சாத்திரங்கள் அதிகம் என்பது போன்ற கணக்கெடுப்பு களும் உண்டு. சமீபகாலம் வரையிலும் திராவிடர் / தமிழர் என்ற அடையாளம் சமஸ்கிருதத்தைக் கொண்டாடும் ஆரியருக்கு எதிரான அடையாளமாகவே கட்டப்பட்டிருப்பதும் வெளிப்படை.

தமிழுக்கும் சமஸ்கிருதத்திற்குமான முரண்பாடு பண்பாட்டுத் தளத்தில் பிராமணருக்கும் பிராமணரல்லாதோருக்குமான முரண்பாடாகவே புரிந்து கொள்ளப்பட்டிருக்கிறது. சமஸ்கிருதமும் அதைச் சார்ந்த பதிவுகளும் பிராமணீயத்தையும், பிராமண மேலாண்மையையும் வலியுறுத்துபவை என்ற வாதத்தின் அடிப்படையில், தமிழும் தமிழில் செய்யப்பட்ட அனைத்தும் பிராமண எதிர்ப்பு என்ற குணத்தை உள்ளடக்கியது என்பது பொதுவான நம்பிக்கை.

எனவே, சமஸ்கிருதம் என்ற மொழியும், அதில் செய்யப்பட்ட பனுவல்களும், அதைப் போற்றுகின்ற நபர்களும்-நிறுவனங்களும், அவற்றைப் பாதுகாக்கும் நபர்களும் பிராமணர்களாகவே, பிராமண சார்பாளர்களாகவே இருக்கமுடியும் என்பது அதிலிருந்து வருவிக்கப் பட்ட துணை நம்பிக்கை. இதன் மூலம், சமஸ்கிருத மொழியில் செய்யப்பட்ட அனைத்தும் பிராமணர் என்ற சிறு குழுவின் அறிவுப் பெட்டகமென்று சொல்லி புறந்தள்ளப்பட்டன.

பக்தி இயக்க காலகட்டம் தொடங்கி இன்றளவும் சைவ-வைணவக் கூட்டணியினர் செய்து வரும் புரட்டுகளுக்கு எதிரான மாற்று அடையாளமொன்றை அயோத்திதாசர் தனது எழுத்துகளின் மூலம் உருவாக்குகின்றார்.

இந்த மாற்று அடையாளம், சாதீய எதிர்ப்புணர்வைத் தனது மையப் பொருளாகக் கொண்டிருக்கிறது; தமிழ்ச் சமூகத்தின் வரலாற்றைத் திருத்தி எழுதும் வேட்கையை வெளிப்படுத்துகிறது; சாதியக்

கட்டுமானத்தை விரும்பக்கூடிய சக்திகளின் உண்மையான முகத்தை அம்பலப்படுத்துகிறது; எந்தெந்தக் தளங்களிலெல்லாம் பெயர்களி லெல்லாம் சாதீய மேலாண்மை செயல்படுகிறது என்பதைப் பட்டியலிடுகிறது; பெருவாரியான தமிழ் மக்களின் பண்பாட்டு அடையாளங்களை புனருத்தாரணம் செய்கிறது; எவையெவை கட்டுக் கதைகள் - அவற்றின் உள்ளர்த்தம் என்ன - அவை யாருக்குப் பயன் படுகின்றன என்பதை விளக்குகிறது; தமிழர்களின் பாரம்பரிய அறிவியல் தளத்தை அடையாளப்படுத்துவதோடு, அதனை அழிக்க முனையும் சக்திகளையும் வெளிப்படுத்துகிறது; சில, மிகச்சிறிய குழுக்களின் சுயநலத்திற்காக வருவிக்கப்பட்ட தமிழ் - சமஸ்கிருத எதிர்மறையின் யதார்த்தத்தை விளக்குகிறது; இத்தகைய பன்முகச் செயல்பாடுகளுடைய மாற்றுத் தமிழ் அடையாளமே 'தமிழ் பௌத்தம்' என்றும் அழைக்கப்பட்டது.

பௌத்தமே தமிழர்களின் பூர்வீக சமயமாக இருந்தது என்ற கருத்துக் களிலிருந்து அயோத்திதாசர் தொடங்குகிறார். அந்த நாட்களில், பரந்து விரிந்த இந்தத் தேசமெங்கும் மூன்று வகையான பேச்சு முறைகள் வழங்கி வந்தன - மகட பாஷை எனப்படும் பாலி; சகடபாஷை எனப்படும் சமஸ்கிருதம்; திராவிட பாஷை எனப்படும் தமிழ்.

இக்காலகட்டத்தில், சித்தார்த்தி எனப்பட்ட புத்தர் தனது கொள்கைகளை மக்கள் மத்தியில் பரப்பத் தொடங்கினார். அவரது கொள்கைகளைக் கேட்டு மனதில் வாங்கிக் கொண்ட சீடர்கள் உலகெங்கும் சென்று அதனை வெளிப்படுத்த முனைந்தார்கள்.

இச்சீடர்கள் தூரதேசங்களுக்குச் செல்லும் போதும், வேற்று மொழியினரைச் சந்திக்கும்போது தாங்கள் மனதில் பதிந்துகொண்ட கொள்கைகள் திரிபடைவதைக் கண்டனர். இதனால், புத்தர் போதித்த சீலங்களில் ஏராளமான திரிபு வடிவங்கள் ஏற்படலாயின. இதனை அறிந்துகொண்ட அவலோகிதன் என்ற புத்தர் தனது கொள்கைகளை மாறாமல் பொறித்து வைப்பதற்காக, மூன்று மொழிகளுக்கும் எழுத்து வடிவங்களை உருவாக்கித் தந்தார்.

இப்படியே மகடமொழிக்கும், சகட மொழிக்கும், திராவிட மொழிக்குமான வரி வடிவங்களை பௌத்தம் உருவாக்கித் தந்தது. திராவிட மொழிக்கான எழுத்து வடிவத்தையும், இலக்கணத்தையும் அவலோகிதரான புத்தர் அகத்தியருக்கு சொல்லித் தந்தார். அகத்தியர் வழியாக அது தமிழுலகில் பரவத் தொடங்கியது. பௌத்தர்கள் செய்த தமிழிலக்கண நூலான வீரசோழியம் இந்தத் தகவலை பாதுகாத்து வைத்திருக்கிறது.

இந்தத் தகவலிலிருந்து அயோத்திதாசர் இரண்டு விஷயங்களை வெளிப்படுத்துகிறார். ஒன்று, திராவிட மொழியான தமிழுக்கு

வரிவடிவையும், இலக்கணத்தையும் ஆக்கித் தந்த பௌத்தம், தமிழ் விரோத சமயமாக இருக்கமுடியாது. அது வடஇந்திய, அந்நிய, தமிழ் விரோத மதம் என்பதெல்லாம் பக்தி இயக்க காலகட்டத்தின் பித்தலாட்டம்.

இரண்டு, பாலி, தமிழ், சமஸ்கிருதம் என்ற மூன்றும் ஒரே சமயத்தில், ஒரே குழுவினரால் ஒழுங்குபடுத்தப்பட்டதால் அவற்றிற்கிடையே இருப்பதாகச் சொல்லப்படும் ஒன்றையொன்று அழிக்கும் வேட்கையும் சைவ - வைணவர்களின் பயமுறுத்தலே.

இதற்கும் மேலே, தமிழ் மொழியின் அமைப்பை விளங்கிக் கொள்வதற்கு பௌத்தத் தர்மங்கள் எவ்வளவு இன்றியமையாதவை என்று பேசும் அயோத்திதாசர், நெடுங்காலமாய் பரப்பப்பட்டு வரும் பொய்க்கதைகளுக்கு மாறாக, தமிழ் மொழியின் உண்மையைப் புரிந்து கொள்வதற்கு பௌத்தத்தின் பஞ்சசீலத்தை அறிந்திருப்பது அவசியம் என்கிறார்.

நஞ்செழுத்து, அமுத எழுத்து என்று வகுக்கப்பட்டுள்ள தமிழ் எழுத்துகள் - நஞ்சு கலந்த எழுத்தைக் கொண்ட மொழி என்பதாலேயே 'தீராத விஷம்', அதாவது 'தீராவிடம்', திராவிடம் என்று பெயர் பெற்றது; அமுத எழுத்தையும் கொண்டதால் 'தமிழ்' என்ற பெயர் வந்தது.

உயிரெழுத்து, மெய்யெழுத்து என்று வகைப்படுத்தப்பட்ட எழுத்து இலட்சணம் - சொல் இலட்சணம் - பொருள் இலட்சணம் - யாப்பு இலட்சணம் - அணி இலட்சணம் என்று ஐந்து அழகுகளைக் கொண்ட தமிழின் இயல்பு பௌத்தத்தின் பஞ்சசீலங்களை அடிப்படையாகக் கொண்டது. எனவே, பௌத்தத்தை விளங்கிக் கொள்ளாதவர்களால் தமிழை விளங்கிக் கொள்ள முடியாது என்பது அவரது நம்பிக்கை.[23]

அயோத்திதாசரின் தமிழ் பௌத்தக் கட்டமைப்பில் இன்றியமையாததும், வரலாற்று முக்கியத்துவம் வாய்ந்ததும், தமிழ்ச் சிந்தனையுலகிற்கு புதுமையானதுமான பகுதி, 'பௌத்த சமயம் பெருவாரியான தமிழக மக்களின் சமயமாக இருந்தது' என்று நிரூபிக்கும் பகுதியே ஆகும்.

அதிலும் குறிப்பாக, இன்றைய சூழலில் சாதியின் பெயரால் ஒடுக்கப்படும் மக்களின் சமய மரபாக பௌத்தமே விளங்கியது என்று அவர் விவாதிக்கும் முறை தமிழுக்கு புதியதும், அவசியமானதும் ஆகும். சாதியின் பெயரால் ஏற்படுத்தப்பட்ட வேற்றுமைகளையும், காழ்ப்புணர்வுகளையும் ஏற்றுக்கொள்ள மறுத்த தமிழ் பௌத்தர்கள், சாதிய வெறியர்களால் எவ்வாறு தீண்டத்தகாதவர்களாக மாற்றப்பட்டனர்? அதற்காகப் புனையப்பட்ட பொய்க்கதைகளும், புராணங்களும் எவையெவை? பூர்வத்தில் பௌத்தர்களாக விளங்கிய ஒடுக்கப்பட்ட

மக்கள் மீது செலுத்தப்பட்ட சமயரீதியிலான வன்முறையின் விளைவுகளும், உள்ளர்த்தங்களும் என்ன என்பதையெல்லாம் அவருடைய எழுத்துகள் விலாவாரியாக விவரிக்கின்றன.

அயோத்திதாசரின் பௌத்தம் குறித்த எழுத்துக்களை நமது வசதிக்காக இரண்டு வகையென பிரித்துக் கொள்ளலாம். முதல் வகை எழுத்துகள், நேரடியாய் பௌத்தம் பற்றியவை. இவ்வகையான பதிவுகள் பொதுவாய் அறியப்பட்டுள்ள பௌத்த சமயத்தின் கோட்பாடு களையும், கொள்கைகளையும் புத்தரின் வாழ்க்கை வரலாற்றையும், அவருடைய போதனைகளையும் அடியொற்றி அமைந்தவை. 'புத்தர் எனும் இரவு பகலற்ற ஒளி', 'ஆதிவேதம்' போன்ற தலைப்புகளில் அமைந்த கட்டுரைகளை இத்தகைய முதல் வகை எழுத்துகள் என்று சொல்லலாம். பௌத்த தத்துவமே இக்கட்டுரைகளின் மையப் பொருளாக அமைந்துள்ளது.

இவற்றிற்கு அப்பாலும் 'சமயம்' தொடர்பான வேறு பல விஷயங்களை 'தமிழன்' பத்திரிகையில் குறிப்பிட்டுப் பேசியுள்ளார். இந்த விஷயங்கள் இன்றைக்கும் வழக்கத்திலுள்ளவை; நமது அன்றாட வாழ்க்கையோடு பின்னிப் பிணைந்தவை; பண்பாட்டுச் செயல்பாடுகள் என்று அழைக்கப்படுபவை. சமயம் தொடர்பான கட்டுரைகளில் முதல் வகை தத்துவம் சார்ந்தவை என்றால், இரண்டாம் வகை சமயச் செயல்பாடுகள் குறித்தவை என்று வகைப்படுத்த முடியும்.

பொதுவாக, உலக சமயங்கள் அனைத்திற்கும் மேற்கூறிய இரண்டு தளங்களும் உள்ளன. மிகவும் குறிப்பாக, பரிணாம வளர்ச்சிப் போக்கில் நிறுவனப்படுத்தப்பட்ட சமயங்களுக்குள் இவ்விரு பிரிவுகளும் தெளிவாகக் காணப்படுகின்றன. முதல் பிரிவு, சமயத்தை அறிவு சார்ந்தோ அல்லது எழுத்து சார்ந்தோ விளக்க முயல்கிறது. மிகக் குறைந்த நபர்களே பங்கு கொள்ளும் இப்பிரிவு தத்துவ நிலைப்பாடு களை மேலும் மேலும் செறிவூட்டுவதில் ஈடுபடுகிறது.

எண்ணிக்கையில் அதிகமான பொது மக்களை இரண்டாம் வகையினர் என்று சொல்லாம். இவர்கள் பக்தர்கள் அல்லது பற்றாளர்கள் என்று பொதுவாக அழைக்கப்படுகின்றனர். இப்பக்தர்கள் சமயத்தை தங்களது வாழ்க்கை முறையாக மாற்றிக் கொள்கிறவர்கள்.

சமயம் இவர்களுக்கு நம்பிக்கை சார்ந்தது. இவர்கள் வெகுஜனம் அல்லது பொதுஜனம் என்ற பெயர்களிலும் குறிக்கப்படுகின்றனர். இவர்கள் சமயத்தை உணர்வுபூர்வமாக அணுகக்கூடியவர்கள். இவர்களது 'சமயம்' தொடர்பான பார்வைகள் எழுத்து அல்லது பேச்சு மூலமாக வெளிப்படுவதை விடவும் அதிகமாக செயற்பாட்டளவில் வெளித் தெரிகின்றன.

ஒரு காரியத்தை செய்யத் தொடங்கும் முன்பு தெய்வ நம்பிக்கை பலருக்கு மனவுறுதியை வழங்குகிறது; தடைகளைச் சந்தித்த பொழுதெல்லாம் தெய்வமே நம்மைக் காப்பாற்றுகிறது; துயரங்களை எல்லாம் தெய்வத்தின் சோதனையாகக் கருதுபவர்கள் நாம்; அதிசயங்களும், ஆச்சரியங்களும் தெய்வங்களால் நிகழ்கின்றன; மனதை ஒருமுகப்படுத்துவதற்கு தெய்வப் பெயர்களை ஞாபகம் வைத்திருக்கிறோம்; மிகச் சிறந்த கதைகளிலெல்லாம் தெய்வங்களே கதைத் தலைவர்கள்; புராணக் கதைகள் தெய்வங்களின் வரலாறு; உடலெங்கும் தெய்வ அடையாளங்களைத் தரித்தவர்கள் நாம்; வாழ்க்கை வட்டச் சடங்குகளில் சமய நூல்களே நமக்கு ஆதாரம்; ஊர்த் திருவிழா என்பது கூட ஊருக்கானத் திருவிழா அல்ல. அது தெய்வத்திற்கானது - ஊர், நமக்கு தெய்வம்; சாதாரணத் தும்மலில் இருந்து ஆட்கொல்லி நோய் வரைக்கும் அத்தனை உடல் உபாதைகளும் தெய்வம் சம்பந்தப்பட்டவை. ஏறக்குறைய தெய்வங்களோ சமயங்களோ இல்லாமல் நமக்கு ஒரு நாள் இல்லை, அல்லது தெய்வங்களற்ற சமயங்களற்ற ஒரு நாளை வாழ்வது பற்றி நமக்கு யோசனைகளில்லை.

நம்பிக்கைகள், கதைகள், புராணங்கள், பூஜைகள், சடங்குகள், கோவில்கள், வாழ்க்கை வட்டச் சடங்குகள், திருவிழாக்கள் என இவை அனைத்தையும் இணைத்தே நாம் ‘பண்பாடு’ என்று சொல்லிக் கொள்கிறோம். இந்தப் பண்பாடே பல சமயங்களில் நம்மைத் தீர்மானிக்கும் வேலையைச் செய்கிறது. எனவே, அன்றாட வாழ்க்கை என்றும், பண்பாட்டு நிகழ்வுகள் என்றும், சமயச் செயல்பாடுகள் என்றும் சொல்லப்படுபவை அனைத்தும் ஒரே விஷயங்கள் தாம். சமயம் தொடர்பான அயோத்திதாசரின் இரண்டாவது வகை எழுத்துகள் இவை போன்ற பண்பாட்டுக் கூறுகள் பற்றியவையே.

சமயத்திற்கும் வாழ்க்கைக்குமான நெருங்கிய தொடர்பை வெளிப்படுத்தும் உச்சகட்ட உதாரணம் திருவிழா அல்லது பண்டிகை. ‘திருவிழா’ என்றும் ‘பண்டியல்’ என்றும் பேச்சு வழக்கில் அழைக்கப்படும் இத்தகைய நிகழ்வுகள் குறித்த அயோத்திதாசரின் எழுத்துகள் நமக்கு ஏராளமாய்க் கிடைத்துள்ளன. அம்மனுக்கு எடுக்கப்படும் ஊர்த்திருவிழா, கார்த்திகைத் தீபத் திருவிழா. தீபாவளி, சங்கராந்தி, காமன் பண்டிகை போன்றவைகள் குறித்த நீண்ட கட்டுரைகள் ஆர்வத்தைத் தூண்டுவனவாக அமைந்துள்ளன.

மரபாகச் சொல்லப்பட்டு வரும் விளக்கங்களை முற்றிலும் மறுப்பதாக அமைகின்றன அயோத்திதாசரின் விளக்கங்கள். ஏறக்குறைய அவரது எல்லா விளக்கங்களும் ஏற்கனவே சொல்லப்பட்டு வருபவைகளுக்கு தலைகீழாக அமைந்துள்ளன. இத்தலைகீழ் விளக்கங்களை பொத்தாம் பொதுவாய் சொல்லிப் போகாமல் ஆதாரபூர்வமாய் நிறுவவும்

செய்கின்றார். பழந்தமிழ் இலக்கியங்கள், இலக்கண நூற்கள், நிகண்டுகள், பழமொழிகள், பழஞ்சொற்கள் என ஒரு பரந்த தளத்திலிருந்து தனது வாதத்திற்கான ஆதாரங்களை அவர் எடுத்து வருகின்றார்.

வெவ்வேறு தரப்புகளிலிருந்து இவ்வாறு அவர் ஆதாரங்களை முன்வைக்கும் செயல்பாடு இன்றைய தமிழ்ச் சூழலில் காணப்படாத ஒன்று. மேலும் இவ்வாறு முன் வைக்கப்படும் ஆதாரங்களுக் கிடையேயும் அதைச் சார்ந்த தனது விளக்கங்களுக்கிடையேயும் அறுபட்டுவிடாத தர்க்கமொன்றையும் தனது கட்டுரைகளில் கட்டமைத்துக் கொள்கிறார். ஆதாரங்கள், விளக்கங்கள், தர்க்கம் என்ற மூன்றும் பின்னிப் பிணைந்ததாகவே அவரது கட்டுரைகள் அமைந்துள்ளன.

திருவிழாக்கள் பற்றிய கட்டுரைகளின் அமைப்பையும் தன்மையையும் புரிந்து கொள்வதற்காக ஒரு கட்டுரையை உதாரணமாக எடுத்துக் கொள்ளலாம். பக்க அளவில் சிறிய 'கார்த்திகை தீபமென வழங்கும் கார்த்துல தீப விவரம்'[24] என்ற கட்டுரையை கீழே விவரிக்கின்றேன்.

வழக்கம் போல, கட்டுரையின் தலைப்பே சில செய்திகளை நமக்குக் கோடிட்டு காட்டிவிடுகின்றது. 'கார்த்திகை தீபம்' என்ற பெயருக்கு 'கார்த்துல தீபம்' என்ற மாற்றுப் பெயரை வழங்குகிறார். கார்த்திகை தீபம் என்று சொல்லப்படுவதில், 'கார்த்திகை' மாதத்தின் பெயர் என்பதை நாம் அறிவோம். ஆனால், 'கார்த்துல' என்ற மாற்றுப் பெயருக்கான விளக்கம் நேரடியானது அல்ல. அதைப் புரிந்து கொள்வதற்கு கட்டுரையை முழுக்க வாசிக்க வேண்டும்.

கட்டுரை புராணக் கதை ஒன்றுடன் தொடங்குகிறது. இப்புராணம் ஆமணக்கு எண்ணெய் தோன்றிய கதையை விளக்குகிறது. எனவே இதனை தோற்றப் புராணக் கதை என்ற வகைக்குள் கொண்டு வரலாம் புராணக்கதை வருமாறு:

ரொம்ப காலத்திற்கு முன் மடாலபுரம் என்று ஒரு ஊர் இருந்தது. அந்த ஊரை ஒரு அரசன் ஆண்டு வந்தான். அரசனின் அரண்மனை பிரம்மாண்டமாய் இருந்தது. அந்த ஊரில் அரசனை எல்லோரும் மதித்தார்கள். நல்லவன் என்று பாராட்டினார்கள். வீரன் என்று கொண்டாடினார்கள்.

அதே ஊரில் ஒரு புத்த சங்கமும் இருந்தது. புத்த சங்கத்தில் பௌத்த சமயத் துறவிகள் பலர் வாழ்ந்து வந்தார்கள். அவர்களில் சிலர் நோயுற்றவர்களுக்கு வைத்தியம் செய்தார்கள். வேறு சிலர் பிள்ளை களுக்குக் கல்வி கற்றுக் கொடுத்தார்கள். இன்னும் சிலரோ மக்களுக்கு நல்ல சிந்தனைகளைப் போதித்து வந்தார்கள். இப்படியே புத்த

சங்கத்தில் வாழ்ந்த துறவிகள் மக்களுக்குப் பல்வேறு விதங்களில் உதவி செய்து வந்தார்கள்.

அரசன் நல்லவன்; துறவிகள் உதவும் குணம் கொண்டவர்கள்; அவ்வூரிலுள்ள மக்கள் மகிழ்ச்சியாய் இருந்தார்கள் என்றாலும் அந்த ஊரிலும் ஒரு குறை இருந்தது.

அதாவது, அந்த ஊரில் ஒன்றிரண்டு செல்வந்தர்களைத் தவிர மற்ற அனைத்து மக்களும் இருட்டிலேயே வாழ்ந்து வந்தார்கள். பெரும் பான்மையான மக்கள் குடியானவர்களாக இருந்தார்கள். அவர்களுடைய வீடுகளிலும் தீப்பந்தம் ஏற்றுவது நிறைவேறாக் கனவாகவே இருந்தது.

இரவு நேரங்களில் அந்த மக்கள் படுகின்ற துன்பங்கள் சொல்லி மாளாது. இருட்டுவதற்கு முன்பே அவர்கள் எல்லா வேலைகளையும் செய்ய வேண்டியதிருந்தது. இருட்டி விட்டதென்றால் சிறு குழந்தைகள் பயத்தில் அழ ஆரம்பித்தார்கள். கொடிய விஷமுள்ள பூச்சிகள் இருட்டைச் சாதகமாகக் கொண்டு வீடுகளுக்குள் வந்து குடியேறத் தொடங்கின. இதனால் இரவு நேரம் அச்சம் தரும் நேரமாக மாறிப் போயிருந்தது.

பயத்தைப் போக்கக்கூடிய வெளிச்சத்தை எளியவர்களின் வீடுகளுக்குள் கொண்டு வர முடியவில்லை என்பது பெரும் குறையாகவே இருந்து வந்தது.

அந்த நாட்களில் மக்கள் நெருப்பை உருவாக்கும் முறையைத் தெரிந்தே வைத்திருந்தார்கள். இரண்டு கற்களை உரசி அவர்களுக்கு நெருப்பை உருவாக்கத் தெரிந்திருந்தது. அவ்வாறு உருவாக்கிய நெருப்பின் துணையோடு சமைக்கவும் தெரிந்திருந்தார்கள். ஆனால் தீயின் உதவியோடு இருள் அடைந்த வீடுகளை வெளிச்சமாக்கும் வித்தையைத்தான் அவர்கள் அறிந்திருக்கவில்லை.

காய்ந்த குச்சிகளையும் சருகுகளையும் கொண்டு மூட்டப்படும் நெருப்பு கொஞ்ச நேரத்தில் வேகமாக எரிந்து பின்பு அணைந்து விடுகிறது. பெரிய விறகுக் கட்டையை வைத்தாலும் படபடவென்று எரிந்து விரைவில் அணைந்து விடுகிறது. இப்படி மடமடவென்று எரியும் நெருப்பை வெளிச்சத்திற்காக வீடுகளுக்குள் வைத்தால் வீடே அல்லவா தீயில் எரிந்து போகும்?

வெளிச்சத்திற்காகத் தீயைப் பயன்படுத்துவது கவனமாகச் செய்ய வேண்டிய வேலை. வெளிச்சம் தரக்கூடிய தீ நிதானமாக எரிய வேண்டும். அதே போல் ரொம்ப நேரம் நின்றும் எரிய வேண்டும். அப்பொழுது தான் நெருப்புப் பயனுள்ளதாக இருக்கும்.

நிதானமாக, ரொம்ப நேரம் நின்று எரியக்கூடிய தீ எங்கே இருக்கிறது?

மடாலபுரத்தில் வாழ்ந்து வந்த ஒரு புத்தத் துறவிக்கு யோசனை எல்லாம் இதுவாகவே இருந்தது. இரவுகளில் வெளிச்சம் இல்லாமல் மக்கள் படுகின்ற துன்பம் அவருக்கு வருத்தம் தந்தது. மக்களின் குறையைத் தீர்ப்பதற்குத் தன்னால் முடிந்த உதவியைச் செய்ய வேண்டும் என்று அவர் மனதிற்குள் சபதம் செய்தார். அதற்காகவே இரவு பகல் என்று பார்க்காமல் காடே மேடே என்று சுற்றி வந்தார்.

ஒவ்வொரு இரவிலும் மக்கள் படும் வேதனையை அந்தத் துறவி கண்கொண்டு பார்த்து வந்தார். குழந்தைகள் இருளைக் கண்டு பயந்து தாயின் மடியில் சுருண்டு கிடப்பது அவரை துன்புறுத்தியது. அதிலும் குறிப்பாக ஏழை மக்கள் மட்டுமே வெளிச்சம் இல்லாமல் துன்புறுவது அவரை மேலும் மேலும் வாட்டியது.

செல்வந்தர்களும் பிரபுக்களும் தங்களது வீடுகளில் தீப்பந்தங்களை வைத்துக் கொண்டனர். பந்தங்கள் அணையாமல் எரிவதற்காக அவர்கள் குடம் குடமாய் பசு நெய்யைப் பயன்படுத்தினார்கள். பணக்காரர்கள் என்பதால் அவர்களால் நெய்யைத் தாராளமாக உபயோகிக்க முடிந்தது. நெய் வாங்க முடியாத ஏழைக் குடியானவர்களின் வீடுகள் மட்டுமே இருண்டு கிடந்தன.

எல்லா மக்களும் பயன்படுத்துகிற மாதிரி ஒரு நெய் இருக்குமானால் எவ்வளவு வசதியாக இருக்கும்? பசுவின் நெய்யாக இருப்பதால் தானே எல்லோராலும் விலைக்கு வாங்க முடியவில்லை. எளிதாய் தயாரிக்க முடிகிற நெய் எதுவாக இருக்கும்?

இதே சிந்தனையில் அந்தத் துறவி நாளெல்லாம் சுற்றி வந்தார். கண்ணில் படுகிற அத்தனையையும் ஆராய்ந்து பார்த்தார். சிலவற்றை உடைத்துப் பார்த்தார்; வேறு சிலதை நசுக்கி முகர்ந்தார்; இன்னும் சிலவற்றை கசக்கி சாறு வழிகிறதா என்று எப்பொழுதும் ஒரே சிந்தனையாக இருந்தார்.

இப்படியே நாட்கள் கழிந்தன. பருவங்கள் மாறின. வெயிலோ மழையோ எதையுமே பொருட்படுத்தாமல் கருமமே கண்ணாக இருந்தார். வேறு விஷயங்களில் அவர் மனம் லயிக்க மறுத்தது. எத்தனை தோல்விகள் வந்தாலும் அத்தனையையும் தாங்கக்கூடிய மன வலிமை அவருக்கு இருந்தது. இவற்றிற்கெல்லாம் மேலே, தான் வணங்கக்கூடிய புத்தர் தன்னைக் கைவிடமாட்டார் என அவர் நம்பினார். அதிலும், மக்களுக்கான சேவையில் புத்தக் கடவுள் என்றைக்கும் துணையிருப்பார் என்பது அவருக்குத் தெரியும்.

அவருடைய நம்பிக்கையும் உழைப்பும் வீண்போகவில்லை.

ஒருநாள், வழக்கம் போல் துறவி தன்னுடைய தேடலில் தீவிரமாக இருந்தார். அன்றைய தினம் அவர் ஆமணக்கு விதைகளைப் பறித்து வந்திருந்தார். அந்த விதைகளை உற்றுப் பார்த்துக் கொண்டிருந்தார். பின்பு அவற்றை உள்ளங்கைகளில் கொட்டி உருட்டினார். ஒரு விதையை எடுத்து லேசாக நசுக்கிப் பார்த்தார். அந்த விதையிலிருந்து பிசுபிசுப்பான திரவம் வெளியேறியது. நெய்?

இத்தனை நாட்களுக்குப் பின் முதன் முதலாக அவருக்கு நம்பிக்கையின் ஒளி தெரிந்தது. உடனடியாகத் தன்னிடமிருந்த அத்தனை ஆமணக்கு விதைகளையும் நசுக்கிப் பார்க்கத் தொடங்கினார். அவற்றிலிருந்து வடிந்த திரவத்தைப் பத்திரமாக ஒரு பானையில் சேமித்து வைத்தார். கணிசமான நெய் பானையில் சேர்ந்தது.

அந்த நெய்யில் சிறிதளவை எடுத்து தீயில் ஊற்றிப் பார்த்தார். நெய் தீயை மேலும் பிரகாசமாய் எரிய வைத்தது.

இன்னும் சிறிது ஆமணக்கு நெய்யை தீயில் வார்த்தார். நெருப்பு நிதானமாய் எரியத் தொடங்கியது.

துறவிக்கு மகிழ்ச்சியில் தலைகால் புரியவில்லை. இத்தனை நாட்களாய் தான் போராடியதற்கு இறுதியில் வெற்றி கிடைத்தது என்று கூத்தாடினார்.

ஏழை எளியவர்களும் பயன்படுத்தக் கூடிய நெய்யைக் கண்டுபிடித்து விட்டோம் என்று தன் நண்பர்களிடமெல்லாம் சொல்லிக் கொண்டிருந்தார்.

சிறிது நேரத்தில் இந்தச் செய்தி புத்த சங்கம் முழுவதும் பரவியது. துறவிகள் அனைவரும் வந்து ஆமணக்கு நெய்யில் நெருப்பு எரிவதை வேடிக்கைப் பார்த்தனர். சங்கத்தின் மூத்த துறவி நமது துறவியை வஞ்சனையில்லாமல் வாயாற பாராட்டினார். புத்த சங்கத்திலுள்ள அனைவரும் இதனைத் திருவிழா போல் கொண்டாடி மகிழ்ந்தனர்.

மறுநாள், இந்தக் கண்டுபிடிப்பை அரசனிடம் காட்டுவதற்காக துறவி அரண்மனைக்குச் சென்றார். அரசவையில் எல்லோருக்கும் முன்பாக ஆமணக்கு நெய்யின் பலன்களை துறவி விளக்கிக் காட்டினார்.

துறவி சொல்வதைக் கேட்ட அனைவரும் வியப்பில் ஆழ்ந்தனர். இதுநாள் வரையில் அதிக விலையுடைய பசு நெய் மட்டுமே செய்து வந்த செயலை ஆமணக்கு செய்வது கண்டு ஆச்சரியப்பட்டனர். ஆமணக்கு நெய்யை ஊற்றியதும் நெருப்பு நிதானமாய் நின்று எரிவதை எல்லோரும் பார்த்தனர்.

அரசன் ஆனந்தக் கூத்தாடினான். இது அற்புதமான கண்டுபிடிப்பு என்று மகிழ்ந்தான். துறவிக்கு பல்வேறு மரியாதைகள் செய்து தனது மகிழ்ச்சியைத் தெரிவித்தான். திரும்பத் திரும்ப அவரைப் பாராட்டிய படியே இருந்தான்.

ஆமணக்கு நெய் நெருப்பை அதிக நேரம் எரிய வைக்கிறது என்ற கண்டுபிடிப்பு சமூகத்தில் பெரிய மாற்றத்தையே ஏற்படுத்தப் போகிறது என்று அரசனுக்குப்பட்டது.

ஆமணக்கு விதையை மிக எளிதாக விளைவிக்க முடியும். விதைகளை மக்களுக்கு இலவசமாகக் கூட வழங்க முடியும். மக்களே பயிரிட்டு ஏராளமான விதைகளைச் சேகரிக்க முடியும். அப்படியானால் ஆமணக்கு நெய் எளிதாகக் கிடைக்கும் பொருளாக மாறி விடும். எளிதாகக் கிடைக்கிறதென்றால் எல்லோரும் அதனைப் பயன்படுத்தித் தங்களது வீடுகளில் நெருப்பை எரிய வைக்க முடியும்.

துறவி இதையெல்லாம் எதிர்பார்த்தே வந்திருந்தார். தான் கொண்டு வந்துள்ள ஆமணக்கு விதைகளை எடுத்து அரசனிடம் தந்தார். இவ்விதைகளைப் பயிரிட்டு மேலும் அதிகமான விதைகளை உற்பத்தி செய்ய முடியுமென்று அரசனிடம் தெரிவித்தார்.

அந்த விதைகளை அரசன் உற்சாகத்துடன் பெற்றுக் கொண்டான். தனது சேவகர்களை அழைத்து, ‘இவ்விதைகளை எல்லோருக்கும் இலவசமாய் கொடுங்கள். கொடுத்து பயிரிடச் சொல்லுங்கள், என்று உடனடியாக ஆணையிட்டான்.

இந்த நேரம் அரசனுக்கு ஒரு சந்தேகம் வந்தது.

ஆமணக்கு நெய்யை வார்த்தால் தீ நன்றாக எரிகிறது. நெய் எரிந்து புகையும் கிளம்புகிறது. இந்தப் புகையால் உடலுக்கு ஏதேனும் கெடுதி உண்டாகுமோ?

விஷப்புகை போல் தெரியவில்லை. விஷப் புகையாயிருந்தால் இந்நேரம் அரசன் உட்பட பலரும் இறந்திருப்பார்கள். ஆகவே உடனடியான விஷம் எதுவுமில்லை. ஒருவேளை, நின்று கொல்லும் விஷமாக இருந்தால் என்ன செய்வது?

இப்படியொரு சந்தேகம் வந்ததும், அரசன் ஆமணக்கு நெய்யைச் சோதனை செய்து பார்க்க விரும்பினான். இந்த நெய்யை எரிப்பதன் மூலம் மனிதர்களுக்கோ, விலங்குகளுக்கோ, பிற ஜீவராசிகளுக்கோ எந்தவொரு தீங்கும் இல்லை என்பதை உறுதி செய்ய விரும்பினான்.

துறவியும் அங்கிருந்த பிறரும் அரசனின் சந்தேகம் சரியானது, நியாயமானது என்றே கூறினார்கள்.

ஆமணக்கு நெய்யை சோதனை செய்வது என்று முடிவு செய்யப்பட்டது.

மிகப்பெரிய பாத்திரம் ஒன்றில் ஆமணக்கு நெய்யை சேமிக்கும் படி அரசன் உத்தரவிட்டான். அந்த நெய் முழுவதையும் எரித்து, அதனால் ஒரு தீங்கும் நேரவில்லை என்று அறிந்தால் மட்டுமே தனது சந்தேகம் தீரும் என்று அரசன் நம்பினான்.

மடாலபுரத்தில் ‘அண்ணாந்து’ என்று ஒரு மலை இருந்தது. சிறிய குன்று போலவும் இல்லாமல், பெரிய மலை போலவும் இல்லாமல் அண்ணாந்து பார்த்தாலே உச்சி தெரியும் சிறிய மலை. ஆமணக்கு நெய்யை அண்ணாந்து மலையில் சோதிப்பது என்று முடிவு செய்தார்கள்.

இதற்காக அண்ணாந்து மலையின் உச்சியில் ஆழமான குழியொன்றை வெட்டுமாறு அரசன் உத்தரவிட்டான். சேவகர்கள் இரவு பகலாக நின்று பெரியதொரு குழியை வெட்டி முடித்தனர். குழியைச் சீர் செய்ததும் அதனுள் ஆமணக்கு நெய்யை நிரப்பினார்கள். நெய் நிரம்பிய குழி தயாரானது.

அதன்பின் பனைமரத்தின் தடிமனுக்கு திரி ஒன்று செய்து ஆமணக்கு நெய்க்குழியில் வைத்தனர். இந்த வேலைகள் அனைத்தையும் அரசன் நேரில் நின்று கவனித்தான். எல்லாம் தாயாரானதும் சேவகர்கள் திரியில் நெருப்பை பற்ற வைத்தனர்.

அண்ணாந்து மலையின் உச்சியில் நெருப்பு எரிந்து கொண்டிருந்தது. அதன் வெளிச்சம் சுற்றியுள்ள ஊர்களைப் பகல் போல் மாற்றியது. மக்கள் அனைவரும் மலையில் நெருப்பு எரிவதைப் பார்த்து மகிழ்ந்தனர். இப்படியே மூன்று நாட்கள் இரவும் பகலும் அந்த நெருப்பு எரிந்து கொண்டிருந்தது. இரவில்லா மூன்று நாட்கள். கொஞ்சம் கொஞ்சமாக நெய் வற்றி திரி தானாகவே அணைந்த பின்பே இரவு வந்தது.

மூன்று நாட்கள் எரிந்து முடிந்ததும், அரசன் தனது காவலர்களை அழைத்தான். ஒவ்வொருவரையும் ஒவ்வொரு திசையில் செல்லுமாறு கட்டளையிட்டான்.

அவ்வாறு செல்லும் போது சந்திக்கின்ற அத்தனை ஊர்களிலும் தீர விசாரிக்கும்படி உத்தரவிட்டான். மூன்று நாள் எரிந்த நெருப்பினால் மனிதர்களோ, விலங்குகளோ அல்லது வேறு உயிர்களோ பாதிக்கப் பட்டுள்ளதா என்று பார்த்து வரும்படி கட்டளையிட்டான்.

அரசனின் உத்தரவை ஏற்று காவலர்கள் ஊர் ஊராகச் சென்று விசாரிக்கத் தொடங்கினார்கள். கடந்த மூன்று நாட்களில் யாராவது

திடீரென்று மரணமடைந்தார்களா? அல்லது யாருக்காவது நோய் கண்டதா? ஆடுகள், மாடுகள், கோழிகள், பூனைகளுக்கு ஏதேனும் தீங்கு நேர்ந்ததா? இப்படியே அடுக்கடுக்காய் கேள்விகளைக் கேட்டனர்.

ஆனால் மக்கள் அனைவரும் அண்ணாந்து மலையில் எரிந்த நெருப்பு குளுமையாக இருந்ததென்று பதில் கூறினர். அதிலிருந்து கிளம்பிய புகை எந்தத் தீங்கையும் ஏற்படுத்தவில்லை என்றனர். அந்த நெருப்பு நல்லது என்றே எல்லா ஊர்களிலும் தெரிவித்தனர்.

மக்கள் குறிப்பிட்ட அனைத்தையும் காவலர்கள் அரசனிடம் தெரிவித்தனர். அவற்றையெல்லாம் கேட்ட பின்பே அரசனின் சந்தேகம் முழுவது மாக விலகியது. அதன்பின்பு காரியங்கள் மளமளவென்று நடைபெற்றன.

நாட்டு மக்கள் அனைவருக்கும் ஆமணக்கு விதைகள் இலவசமாய் வழங்கப்பட்டன. அதனைப் பயிரிடும் முறை தனியாகச் சொல்லித் தரப்பட்டது. பின்பு விதைகளைச் சேகரிக்கும் வழிமுறைகளும் காட்டப்பட்டன.

சேகரிக்கப்பட்ட விதைகளிலிருந்து நெய்யெடுக்கும் எளிதான முறையை மக்களுக்குக் கற்றுத் தந்தனர். போதாதற்கு சிறிதளவு ஆமணக்கு நெய்யும் இலவசமாக வழங்கப்பட்டது. அந்த நெய்யின் மூலம் தீ எரித்துக் கொள்ளும்படி அரசன் மக்களைக் கேட்டுக் கொண்டான்.

ஆமணக்கு நெய்யை இலவசமாய்ப் பெற்றுக் கொண்ட மக்கள் திகைத்துப் போய் செய்வதறியாது நின்றனர். அது நாள் வரையில் அவர்கள் தங்களுடைய வீடுகளுக்குள் தீ எரித்தது இல்லை. வீட்டினுள் தீ எரித்தால் வீடே பற்றிக் கொள்ளும் என்ற பயம் அவர்களுக்கு இருந்தது.

இதனால் ஆமணக்கு நெய்யை வீட்டிற்குள் எடுத்துச் சென்று எரிப்பதற்கு தயக்கமாக இருந்தது. என்ன செய்வது என்ற குழப்பம் அவர்களை வாட்டியது. இந்த நிலையே எல்லா ஊர்களிலும் காணப்பட்டது.

மக்கள் ஆமணக்கு நெய்யைக் கையில் வைத்துக் கொண்டு பயந்து போய் நின்றனர். நெருப்பு பொல்லாதது என்ற பயம். எனவே ஊர் மக்கள் கூடி பொதுவான ஒரு இடத்தில் நெய்யை எரித்துப் பார்க்க முடிவு செய்தனர்.

அதன்படி ஆமணக்கு நெய் முதலில் ஊர் மைதானத்தில் எரிக்கப்பட்டது. நெருப்பு அமைதியாய், நிதானமாய் எரிவதைக் கண்டு மக்களுக்குக் கொஞ்சமாய் தைரியம் வந்தது. எனவே அந்த நெய்யை சிறு சட்டியில் ஊற்றி தங்களது வீட்டு முற்றத்தில் வைத்து எரித்தார்கள். இவ்வாறு ஊர் முழுவதும் தீபங்கள் எரிந்து கொண்டிருந்தன.

இப்படியே மூன்று நாட்கள் எரித்துப் பார்த்த பின்பே மக்களுக்கு முழுத் தைரியம் வந்தது. அதன் பின், ஆமணக்கு நெய்யை வீட்டினுள் எடுத்துச் சென்று எரிக்கத் தொடங்கினார்கள்.

சிறு பாத்திரத்தில் ஆமணக்கு நெய் ஊற்றி எரிக்கப்படும் நெருப்பு வீட்டினுள் இருந்த இருளை (கார்) விலக்குவது (துலக்குவது) கண்டு எல்லோருக்கும் மகிழ்ச்சி.

இருளை விலக்கிய அத்தீபம் 'கார்துல தீபம்' என்று அழைக்கப்பட்டது.

ஆமணக்கு நெய் ஊற்றி தீ எரிக்கும் பாத்திரம் 'விளக்கு' என்று அழைக்கப்பட்டது. இப்படித்தான் இந்த உலகின் முதல் விளக்கு கண்டுபிடிக்கப்பட்டது. அவ்விளக்கில் பயன்பட்ட ஆமணக்கு நெய் விளக்கெண்ணெய் என்ற பெயரைப் பெற்றது.

விளக்கையும், கார்த்துல தீபத்தையும், விளக்கெண்ணெய்யையும் கண்டு பிடித்த மகிழ்ச்சியைக் கொண்டாடும் வகையில் இன்றும் நாம் கார்த்திகை மாத பௌர்ணமியில் அண்ணாந்து மலையில் விளக்கேற்று கிறோம். வீடுகளில், வாசல்களில், திண்ணைகளில் விளக்குகள் வைத்துக் கொண்டாடுகிறோம்.

இப்படியானவொரு புராணக் கதையை பெருவாரியான தமிழகம் அது நாள் வரையில் அறிந்திருக்கவில்லை. அயோத்திதாசர் சொல்கின்ற இப்புராணத்தை கேட்கக்கூடிய எவருக்கும் முதலில் தோன்றக்கூடிய கேள்வி, இக்கதை அயோத்திதாசரின் கற்பனையா அல்லது இதற்கு ஆதாரங்கள் ஏதும் உள்ளதா என்பதுதான்.

விளக்கெண்ணெயின் தோற்ற புராணத்தைச் சொல்லக்கூடிய கட்டுரையில் அயோத்திதாசர் இரண்டு இலக்கிய ஆதாரங்களை முன் வைக்கின்றார். ஒன்று, 'பதார்த்த சிந்தாமணி' என்ற சித்த மருத்துவ ஏட்டிலுள்ளது; மற்றொன்று, 'பெருந்திரட்டு' என்ற இலக்கிய ஏட்டிலுள்ளது.

பதார்த்த சிந்தாமணியிலிருந்து அவர் காட்டக்கூடிய பாடல் விளக்கெண்ணெயின் குணநலன்களையும், தன்மைகளையும் விளக்குகிறது. அவ்வெண்ணெய் நோய்களைத் தீர்க்கும் நிவாரணியாக எவ்வாறு செயல்படுகிறதென்பதை அப்பாடல் காட்டுகிறது.

பெருந்திரட்டிலிருந்து காட்டப்படுகின்ற ஆதாரம் 'பாசமாட்டு' என்ற உபதலைப்பின் கீழ் அமைந்துள்ளது. இப்பாடலிலேயே அயோத்திதாசர் எழுதக்கூடிய புராணக் கதை சொல்லப்படுகிறது. மடலாபுரம் என்ற ஊர், அதிலுள்ள புத்த சங்கம். அவர்கள் கண்டெடுத்த ஆமணக்கு நெய், அதை அரசனிடம் கொண்டு காட்டியது. அரசன் அண்ணாந்து

மலையில் சோதனை செய்தது, தீங்கு ஏதும் இல்லையென்று அறிந்தது, நாட்டு மக்களுக்கு அறிவித்தது என அத்தனை செய்திகளும் இப்பாடலில் சொல்லப்பட்டுள்ளன.

எண்ணெயின் மருத்துவ குணத்தையும், அது பயன்பாட்டிற்கு வந்த கதையையும் தெரிவிக்கும் இவ்விரு ஆதார செய்யுள்களிலிருந்தே அயோத்திதாசர் புராணத்தைக் கட்டமைக்கிறார்.

எழுத்து சார்ந்த இவ்வாதாரங்களைத் தவிர வாய்மொழியாகவும் அவருக்கு ஆதாரங்கள் இருந்திருக்குமா என்பது தெளிவாக இல்லை. வேறு சில இடங்களில் அவரே சொல்வதுபோல 'இது மக்கள் மத்தியில் வழங்கப்படும் கதை' என்று இப்பகுதியில் அவர் எதுவும் சொல்லவில்லை.

ஆனால், உண்மை இதுவாயிருக்க பிராமணர்கள் பொய்க் கதைகளை, புராணங்களைக் காட்டி மக்களை ஏமாற்றி விட்டனர் என்ற குற்றச்சாட்டை கட்டுரையின் இரண்டாம் பகுதியில் சொல்லிச் செல்கிறார்.

கார்த்திகை தீபத் திருவிழா தொடர்பான அயோத்திதாசரின் மாற்றுப் புராணத்தின் தன்மைகளைப் புரிந்து கொள்வதற்கு முன்பாக, ஏறக்குறைய இதே போன்று காணப்படும் வேறொரு புராணத்தையும் பார்த்து விடலாம்.

இந்தப் புராணமும் மாற்றுப் புராணமாகவே முன் வைக்கப்படுகிறது. 'தீபாவளி' என்ற பிரபலமான பண்டிகையின் காரண காரியங்களை விளக்கும் பொருட்டு இப்புராணம் சொல்லப்படுகிறது.

'தீபாவளி' பற்றிய அயோத்திதாசரின் கட்டுரை 'தீபாவளி பண்டிகை என்னும் தீபவதி ஸ்நான விவரம்' என்று தலைப்பிடப்பட்டுள்ளது,[25] கார்த்திகைக்கு 'கார்த்துலம்' என்ற மாற்றுப் பெயரை முன் வைத்தது போல் தீபாவளிக்கு 'தீபவதி ஸ்நானம்' என்ற பெயரைக் கட்டுரையின் தலைப்பு முன்வைக்கிறது.

அதனைத் தொடர்ந்து 'தீபவதி ஸ்நானம்' தொடர்பான புராணமொன்றை அயோத்திதாசர் எழுதத் தொடங்குகிறார். கார்த்திகைத் தீபவிழாவிற்குச் சொல்லப்பட்ட புராணத்திற்கும் இந்தப் புராணத்திற்கும் ஏராளமான ஒற்றுமைக் கூறுகள் உள்ளன. 'தீபவதி ஸ்நானம்' என்ற புராணத்தின் சுருக்கத்தை கீழே தருகின்றேன்.

'பள்ளி' என்ற நாட்டில், ஒரு நாள், புத்தத் துறவியொருவர், எள்ளிலிருந்து எடுக்கப்பட்ட நெய்யை ஆராய்ந்து கொண்டிருந்தார். 'எள்நெய்' உடல் சூட்டைத் தணிக்கக்கூடியது என்ற உண்மையை அவர் அப்பொழுதே கண்டு பிடித்தார். அந்த நெய்யை உடலில் குளிர தேய்த்து நீராட

வெப்பம் தணிந்து உடல் நிதானமடைவதை அவரால் உணர முடிந்தது.

துறவியின் இந்தக் கண்டுபிடிப்பு அரசனுக்குத் தெரிவிக்கப்பட்டது. பகுவன் என்ற அந்த அரசன், எள் நெய்யின் குணங்களை தெளிவாகக் கேட்டான்; பின், சோதனை செய்தான்; விளைவுகளை தன் கண்ணால் கண்டான். எள்நெய்யில் அற்புத பலன்கள் இருப்பது உண்மை தான் என்று முடிவாகியது.

எள்நெய்யின் பயன்களை அனைவரும் பெறும் வகையில் மக்களுக்கு அறிவிக்கச் செய்தான். எள்நெய் மக்களுக்கு வழங்கப்பட்டது. அதன் பயன்களும் விளக்கப்பட்டன.

எள்நெய்யைப் பெற்ற மக்கள், அதனைத் தங்களது உடலில் பூசிக் கொண்டனர். பின்பு, அவ்வூரில் ஓடக்கூடிய 'தீபவதி' என்ற ஆற்றில் இறங்கி நீராடினர். தங்களது உடலில் புத்துணர்ச்சி பரவுவதைக் கண்டனர்.

எள்ளிலிருந்து பெறப்படும் நெய்யானதால் விலையும் மலிவாக இருந்தது. மக்கள் தாராளமாய் நெய்யைப் பயன்படுத்தினர். தீபவதி ஆற்றில் நீராடிய ஞாபகத்தை 'தீபவதிக் குளியல்' என்று சொல்ல ஆரம்பித்தனர்.

இந்தத் 'தீபவதி' குளியலே இன்று தீபாவளித் திருநாளாகக் கொண்டாடப்படுகிறது.

இவ்விரண்டு புராணங்களையும் கேட்கின்ற வாசகர், இரண்டிற்குமான ஒற்றுமைகளை எளிதில் அறிந்து கொள்ள முடியும். ஒன்றே போல் தோன்றும் இரண்டு புராணங்கள். இரண்டுமே எண்ணெய் கண்டு பிடித்ததைப் பற்றியவை.

இவ்வளவு தூரம் வந்த பின்பு ஒரு அடிப்படை சந்தேகம் தோன்றுகிறது. உண்மையிலேயே அயோத்திதாசர் முன்வைப்பது 'புராணம்' தானா?

நமக்கு ஒரு விஷயத்தில் கேள்வியில்லை; தீபாவளி என்பது கண்ணன் மாவலியை வதம் செய்ததன் ஞாபகார்த்த பண்டிகை என்று சொல்லப்படும் கதையும் புராணமே என்பதில் நமக்கு மாற்றுக் கருத்து இல்லை. 'புராணம்' என்று வரையறுக்கத் தேவையான அனைத்து குணங்களும் இக்கதைக்குள் அமைந்திருக்கின்றன.

புராணங்களில் சொல்லப்படும் காலம், வரலாற்றுக்கு முந்தைய காலமாக இருக்கும் என்பது வரையறை. அவை மேலுலகம், கீழுலகம் என இரு வேறு உலகங்களிலும் நடைபெறுபவை; அவற்றில்

கடவுள்களும், மனிதர்களும், பிற உயிர்களும் கதாபாத்திரங்களாக அமைந்திருக்கும்; அவற்றின் மைய முரணாக வலிமையான இரட்டை எதிர்மறைகள் அமைந்திருக்கும் (தீபாவளி கதையில் வாமனனும் மாவலியும் இப்படியான எதிர்மறைக் குணமுடையவர்கள்) என்பவை யெல்லாம் புராணத்தின் பொதுத்தன்மைகள்.

நம்மிடம் வழக்கத்திலிருக்கும் பெரும்பாலான தொன்மங்களில் இத்தகைய பொதுத்தன்மைகளுக்கு பஞ்சமில்லை. நமது சடங்குகள், பூசைகள், நம்பிக்கைகள், திருவிழாக்கள் என்ற அனைத்துப் பண்பாட்டு நிகழ்வுகளுக்கும் பின்புலமாகச் சொல்லப்படும் கதைகள் புராணக் கதைகளே என்பது ஏற்கனவே அறிந்த ஒன்று.

ஆனால், இக்கதைகளையெல்லாம் கட்டுக் கதைகள் என்றும், பித்தலாட்டம் என்றும், வேஷ பிராமணர்களின் புரட்டு என்றும், ஆரியர்களின் குழப்பவாதம் என்றும் ஒதுக்கித் தள்ளும் அயோத்திதாசர் மாற்றாக வைக்கக்கூடிய விளக்கங்கள் 'புராணங்கள்' என்ற வகையினுள் அடங்குமா என்பதை நாம் யோசிக்க வேண்டும். அயோத்திதாசர் முன்வைக்கும் விளக்கங்களும் புராணங்கள் என்று நாம் சொல்ல விரும்பினால், அவை எவ்வாறு புராணங்கள் என்று விளக்க வேண்டும். அப்படியில்லை என்றால் அயோத்திதாசரின் மாற்று விளக்கங்களை என்னவென்று புரிந்து கொள்வது. அவற்றிற்கு என்ன பெயரிடுவது என்றும் நாம் பேசியாக வேண்டும்.

அயோத்திதாசர் முன்வைக்கும் மாற்று விளக்கங்களின் பொதுக் கூறுகளை அடையாளம் காண்பதன் மூலம் அவை 'புராணம்' என்ற வகையினுள் அடங்குமா இல்லையா என்பதை அறிய முடியும். ஆனால் அதற்கு முன்பாக இவ்விளக்கங்களை முன்வைக்கின்ற அயோத்திதாசர் இவற்றை எவ்வாறு பாவிக்கிறார் என்று அறிவது கூடுதல் பயனைத் தரமுடியும்.

1913 ம் வருடம் மார்ச் மாதம் *19*ம் தேதி, எண் *6:41* என்று இலக்கமிடப் பெற்ற 'தமிழன்' இதழில் 'புராணசங்கை' என்ற தலைப்பில், மதுரை வீ.முத்துகிருஷ்ணன் என்ற வாசகரின் கேள்விக்குப் பதிலளிக்கும் அயோத்திதாசர் புராணங்கள் குறித்து இவ்வாறு எழுதுகிறார்:

'பௌத்தர்களுடைய காலத்தில் பழைய, நடந்த சங்கதிகளைக் கண்டு எழுதியுள்ள நூற்களுக்குப் புராணங்கள் எனப் பெயர் அளித்திருந் தார்கள். அதில் பெரும்பாலும் பதினெட்டுப் புராணங்கள் புத்த பிரானையே முதற்கடவுளாக சிந்தித்து, பழைய சரித்திரங்களை வரைந்திருப்பதாக வடதேசவாசியாகிய துர்கப்பிரசாத்...'[26]

அயோத்திதாசரைப் பொறுத்த வரையில் 'புராணம்' என்பதற்கு வரலாறு என்றும் கடந்த காலத்தில் நடந்த நிகழ்வுகள் என்றும்

பொருள். இன்றைய காலகட்டத்தில் நாம் பயன்படுத்துவது போன்ற தொன்மங்கள், புனைவுகள், பழங்கதைகள் என்ற பொருளில் அவர் 'புராணம்' என்ற சொல்லைப் பயன்படுத்தவில்லை. அதனால் இன்று நாம் கற்பிப்பது போன்று வரலாறும் புராணமும் எதிரும் புதிருமானவை என்று யோசித்தால், அயோத்திதாசரின் நோக்கத்தைத் தவறவிட்டு விடுகிறோம். கடந்த கால நிகழ்வுகளை எழுதி வைக்கும் பொழுது அவற்றை பௌத்த மரபு 'புராணங்கள்' என்று அழைத்தது என்பதையே அவர் தனது வரையறையாகக் கொள்கிறார்.

புராணங்களையும் வரலாற்றையும் வேறுபடுத்தாத அயோத்திதாசர், புராணங்களிலிருந்து பொய் கதைகளை வேறுபடுத்திக் காட்டுவதை நாம் மறந்துவிடக் கூடாது. அவரைப் பொறுத்த வரையில் புராணம் - வரலாறு என்ற எதிர்மறை இல்லையே தவிர மெய்க்கதை - பொய்க்கதை என்ற பாகுபாடு மிக அதிகமாகச் செயல்படுகிறது.

விளக்கெண்ணெயும், விளக்கும் கண்டுபிடித்த வரலாற்றைச் சொல்லும் கார்த்துல தீப விழா புராணம் அவரைப் பொறுத்த வரையில் மெய்க்கதை. அதே கார்த்திகை தீப விழாவிற்கு சைவ சமயம் சொல்லும் 'சிவன் சோதியாய் மலையில் இறங்கினார்' என்ற விபரம் பொய்க்கதையும், கட்டுக் கதையும் ஆகும். முதல் வகை விளக்கம் விளக்கின் வரலாற்றைச் சொல்கிறது. ஆனால், சிவன் சோதியான கதை கடவுள் பெயரில் உண்பவர்களின் வயிற்றை நிரப்புகிறது. இது போலவே, தீபவதி ஸ்நானத்திற்கான விளக்கம் மெய்க்கதை, மாவலி வதம் பொய்க்கதை.

புராணங்களை 'வரலாறு' என்று விளங்கிக் கொள்ளும் அயோத்திதாசர், தனது 'பௌத்த பெருங்கதையாடலை' மாற்றுப் புராணங்கள் என்று சொன்னால் நாம் மாற்று வரலாறு என்றே அர்த்தப்படுத்த வேண்டும். ஏறக்குறைய ஒரு நூற்றாண்டுகள் கழித்து, ஒடுக்கப்பட்டோருக்கான விடுதலைப் பாதையில் மாற்று வரலாறுகளை உருவாக்குதல் மிகச் சரியான போராட்டக் கருவியாக இருக்கமுடியும் என்ற நம்பிக்கையில், அடித்தள மக்கள் வரலாறு என்று நாம் பேசுவதை எந்தவித ஆர்ப்பாட்டமுமில்லாமல் அயோத்திதாசர் செய்திருக்கிறார் என்பதே அவரது பலம்.

தமிழ் பௌத்தத்தின் விரிந்த பரப்பை, ஒரு மாயக்காரனின் கைலாவகத் தோடு எழுத்தில் பதிவு செய்கிற அயோத்திதாசர். ஒடுக்கப்பட்டோரின் பண்பாடு வரலாற்றையே திருத்தி எழுதுகிறார் என்று புரிந்து கொள்ள வேண்டும். வெளிப்பார்வைக்கு பௌத்த சமயத்தை அளவுக்கதிகமாக புகழ்வதாகவும், விரைந்து முடிவுகளுக்கு வருவதாகவும் தோன்றினாலும், அவற்றின் பின்னால் மறைந்திருக்கக்கூடிய பண்பாட்டு அரசியல் அவர் கட்டமைக்கும் வரலாற்றை நியாயப்படுத்தவே செய்கிறது.

தமிழ் பௌத்தர்களின் பண்பாட்டு வரலாற்றை மீட்டுருவாக்கம் செய்ய முற்படும் அயோத்திதாசர், நாம் ஏற்கனவே பார்த்தது போல் நாட்டுப்புற பழக்கவழக்கங்களையும், சடங்குகளையும், தெய்வங்களை யும், நம்பிக்கைகளையுமே தனது முதன்மை ஆதாரங்களாய்க் கருதுகிறார்.

வாய்மொழி சமூகத்துப் பண்பாட்டுக் கூறுகளான நாட்டுப்புற வழக்காறுகள் மீதான அக்கறை தமிழகத்தைப் பொறுத்த வரையில் இருபதாம் நூற்றாண்டின் பிற்பகுதியிலேயே வலுப்பெறுகின்றது. அதற்கு முன்பு வரையிலும் மரபான வரலாற்று வரைவியலே நிலவி வந்தது.

ஆனால் இதில் விதிவிலக்காக அயோத்திதாசரிடம் மட்டுமே வாய்மொழிப் பண்பாட்டுக் கூறுகள் மீதான அக்கறையும், மரியாதையும் வெளிப்படுகின்றது. ஒடுக்கப்பட்ட மக்களின் பண்பாட்டு வரலாற்றை எழுத வேண்டும் என்ற நோக்கமே அவரை நாட்டுப்புற வழக்காறுகள் பக்கமாகத் திருப்பி விட்டிருக்க வேண்டும்.

5

~~~

ஒரு நூற்றாண்டு மறதி

இருபதாம் நூற்றாண்டின் கடைசி வருடங்களில் அயோத்திதாசர் என்ற சிந்தனையாளர் கண்டுபிடிக்கப்பட்ட பின்பு, அவரைப் பற்றிய பேச்சுகள் அங்கொன்றும் இங்கொன்றுமாக நடைபெறத் தொடங்கின. இப்படியொரு சிந்தனையாளரை இத்தனை நாளும் கவனியாது, பாராமுகமாய் இருந்து விட்டோமே என்று பதைபதைத்து தமிழ் அறிவுலகம் அவரைக் கொண்டாடி விடவில்லை என்றாலும், அவருடைய பெயரை உச்சரிக்கிற வழக்கம் பரவலாக வந்திருக்கிறது.

அயோத்திதாசர் பற்றிய பேச்சுகள் எழும் பொழுதெல்லாம் இரண்டு கேள்விகள் திரும்பத் திரும்பக் கேட்கப்படுகின்றன. ஒன்று, அயோத்திதாசரை ஒரு நூற்றாண்டு போல் இருட்டடிப்பு செய்த சதி யாருடையது? இரண்டு, இன்றைய சூழலில் அயோத்திதாசரின் தேவை என்ன?

பார்க்கப் போனால், தமிழக வரலாற்றில் இது போன்றவொரு மாபெரும் மனிதர் நூறு வருடங்களாக மறக்கப்பட்டிருந்த துரதிர்ஷ்டம் அயோத்திதாசரைத் தவிர வேறு யாருக்கும் ஏற்பட்டிருக்கவில்லை. வாழ்ந்த காலத்தில் இல்லையென்றாலும் இறந்த பின்பாவது சுதாரித்துக் கொண்டு தலைமேல் தூக்கி வைத்து ஆடி விடுகிற பழக்கம் நமக்கு உண்டு. ஆனால் அயோத்திதாசரை மறந்ததும், புறக்கணித்தும் தமிழ்ச் சூழலில் நடைபெற்றிராத அசாதாரணமான நிகழ்வாகவே இருக்க வேண்டும்.
~~~

ஆனால், அயோத்திதாசருக்கு வரலாற்றில் நேர்ந்த கொடுமையை அவதானிக்கும் வேறு சிலர், இது அசாதாரணமல்ல; தமிழ்ச் சூழலில் இது போல் பல நிகழ்ந்திருக்க முடியும். அவரைப் போலவே, ஒடுக்கப்பட்ட சாதிகளைச் சார்ந்த பல்வேறு சிந்தனையாளர்கள் இருட்டடிப்பு செய்யப்பட்டிருக்க வேண்டும். அயோத்திதாசர் அதிர்ஷ்டக்காரர்; மறு நூற்றாண்டிற்குள் கண்டுபிடிக்கப்பட்டார். இன்னமும் கண்டறியப்படாத அறிஞர்கள் எண்ணிக்கை அதிகமாக இருக்கவேண்டும் என்றே கருதுகிறார்கள்.

இப்படி யோசிப்பதற்கும் வாய்ப்புகள் இருக்கின்றன. பத்திரிகையாளராக, எழுத்தாளராக, சமூக சீர்திருத்த வீரராக வாழ்ந்த ஒருவருக்கே இத்தகைய நிலை என்றால், தங்களது இருப்பை எழுத்தின் மூலமாக பதிவு செய்திடாமல் மாய்ந்து போன அறிஞர்களின் எண்ணிக்கை நிச்சயம் அதிகமாக இருக்க வேண்டும். எங்கு போய், யார் போய், எப்படிப் போய் அவர்களையெல்லாம் தேடி வர?

அயோத்திதாசர் என்ற பெயரைத் தவறியும் உச்சரித்தல் கூடாது என்ற எச்சரிக்கையுடனேயே தமிழ் அறிவுலகம் இயங்கி வந்ததாய் குற்றம் சாட்டக்கூடியவர்கள், அயோத்திதாசரை மறைத்ததில் பெரியாருக்கு கணிசமான பங்கிருப்பதாய் சந்தேகப்படுகிறார்கள். தங்களது சந்தேகத்தை பெரியார் மீது பெரும் குற்றச்சாட்டாகவே முன்வைக்கிறார்கள். திராவிட இயக்கத்தைத் தோற்றுவித்து சுயமரியாதை, பிராமண எதிர்ப்பு, திராவிடன், பகுத்தறிவு போன்ற பல்வேறு விஷயங்களைப் பேசிய பெரியார் மீது இத்தகைய அபாண்டத்தைப் போடுவதில் நியாயமிருக்கிறதா என்பதை நாம் கவனிக்கலாம்.

பெரியாருக்கும் அயோத்திதாசருக்கும் தொடர்புகள் இருந்திருக்க முடியுமா? தொடர்புகள் இல்லையென்றாலும் அயோத்திதாசரைப் பற்றி அவருக்குத் தெரியாதிருக்க நியாயமிருக்கிறதா? அப்படித் தெரிந்திருக்கவில்லை என்றால், அயோத்திதாசர் முன்வைத்த சுயமரியாதை, பகுத்தறிவு, திராவிடன், பிராமண எதிர்ப்பு போன்ற பல விஷயங்களை பெரியாரும் பேசியதன் பின்புலத்தை எவ்வாறு புரிந்து கொள்வது? அயோத்திதாசர் பற்றி அவர் அறிந்திருந்தார் என்றால், அயோத்திதாசரின் சிந்தனைகளை உள்வாங்கியிருந்தார் என்றால், தனது எழுத்திலும் பேச்சிலும் ஒரு முறையேனும் குறிப்பிடாமல் விட்டது ஏன்? ஒரு சிறு மேற்கோள் அளவில் கூட குறிப்பிடப்படும் தகுதியை அயோத்திதாசர் பெற்றிருக்கவில்லையா?

பெரியார் மட்டுமல்ல, அவரோடு கூட செயல்பட்ட திராவிட இயக்க செயல்வீரர்களும், அவரைப் பின்பற்றிய திராவிட இயக்கத்தின் தம்பிகளும் கூட அயோத்திதாசர் குறித்தும், தமிழ் பௌத்த

செயல்பாடுகள் குறித்தும் மௌனம் சாதிப்பதன் யதார்த்தம் என்ன? உண்மையிலேயே அவர்களுக்குத் தெரியாமல் இருந்ததா அல்லது பிறர் தெரிந்து கொள்ளாமலிருக்க மௌனம் காத்தார்களா அல்லது அயோத்திதாசர் பறையர் சமூகத்தைச் சார்ந்தவர் என்ற உண்மை அவர்களது வாய்களையும், கைகளையும் கட்டிப்போட்டதா?

அயோத்திதாசரின் தமிழ் பௌத்த செயல்பாடுகளையும், இயக்கமாக அது மலர்ந்ததையும் ஆராய்ந்த ஜீ. அலாய்சியஸ் கீழ்க்கண்ட விஷயங்களை வரிசைப்படுத்துகிறார்.[27]

- அயோத்திதாசரின் மறைவுக்குப் பின்னர், தமிழ் பௌத்த இயக்கத்தை வழி நடத்தியவர்களில் முக்கியமானவர்களாக லட்சுமி நரசு, அப்பாதுரையார் போன்றவர்களைச் சொல்லலாம். 'தமிழன்' பத்திரிக்கையை நடத்துவதையும், பௌத்த சங்கங்களைக் கட்டுவதிலும், பௌத்த மாநாடுகளை நடத்துவதையும் இவர்கள் தொடர்ந்து செய்து வந்தனர். 1928 ஆம் வருடம் தென்னிந்திய பௌத்த சங்கத்தின் பொது மாநாடு ஒன்று சென்னையில் ஏற்பாடு செய்யப்பட்டது. மாநாட்டின் தலைவராக லட்சுமி நரசு செயல்பட்டு வந்தார். மாநாட்டிற்கு சிறப்பு விருந்தினர்களாகவும், சிறப்புப் பேச்சாளராகவும் பலர் அழைக்கப்பட்டிருந்தனர். ஈ.வே.ரா. பெரியார் அவர்களில் ஒருவர்.

  இந்த மாநாட்டின் மூலம் பெரியாரும் அப்பாதுரையாரும் ஒருவருக்கொருவர் நெருங்கி வந்து, பின் இறுதி வரை நண்பர்களாக இருந்தனர். அப்பாதுரையாரின் நட்பு பெரியாரைப் பல முறை கோலார் தங்கச் சுரங்கத்திற்கு அழைத்து வந்தது.

- பெரியார் ஒவ்வொரு முறை கோலாருக்கு வரும் பொழுதும் பௌத்தம் தொடர்பான புத்தகங்களைத் தேடிச் சேகரிப்பதை வழக்கமாகக் கொண்டிருந்தார். அதிலும் குறிப்பாக அயோத்திதாசரின் எழுத்துக்கள் மீது அவர் அதிகமான ஆர்வத்தைக் காட்டினார். கோலாருக்குப் பெரியார் வந்தார் என்றால், பகுத்தறிவு, பிராமண எதிர்ப்பு என்று பல விஷயங்களைப் பற்றி பல பேருடன் விவாதித்துக் கொண்டேயிருப்பார். அப்படியான விவாதங்களில் தமிழ் இலக்கியம், வரலாறு, பிராமண எதிர்ப்பு, பகுத்தறிவு மீதான விமர்சனப் பார்வைகளுக்காக 'தான் அயோத்திதாசருக்கு கடமைப்பட்டிருப்பதாய்' பலமுறை நேரடிப் பேச்சில் சொல்லியிருக் கிறார். இந்த சம்பவங்களையெல்லாம் அப்பாதுரையாரின் வழி வந்த பலர் இன்றும் ஞாபகத்தில் வைத்துச் சொல்கிறார்கள்.

- அப்பாதுரையாருக்கும் பெரியாருக்குமான நட்பு பின்னாட்களில் இரு பத்திரிக்கைகளுக்கு இடையிலான நட்பாகவும் மலர்ந்தது.

1925 ல் குடிஅரசு இதழ் தொடங்கப் பெற்றதற்கு மறு வருடம், 1926 - ல் அப்பாதுரையார் 'தமிழன்' பத்திரிக்கையை மறுபடியும் கொண்டுவரத் தொடங்கினார். இவ்விரு பத்திரிக்கைகளும் நிறைய ஒற்றுமைகளைக் கொண்டிருந்தன. அவற்றின் பார்வைகள் ஏறக்குறைய ஒன்றே போல் இருந்தன. இரண்டு இதழ்களிலும் ஒரே மாதிரியான நபர்களே எழுதினார்கள். சுயமரியாதை இயக்க வெளியீடுகள் பற்றிய விளம்பரம் 'தமிழனிலும்' தமிழ் பௌத்த வெளியீடுகள் பற்றிய விளம்பரம் 'குடி அரசிலும்' வெளிவந்தன. குடி அரசு சமதர்மத்தை வலியுறுத்தியது. தமிழன் பௌத்த தர்மத்தைப் பேசியது.

- சுயமரியாதை இயக்கம் திராவிட இயக்கமாக மாறி அரசியல் தளங்களில் செயல்படத் தொடங்கிய பொழுது, வட தமிழகப் பகுதிகளில், தமிழ் பௌத்த இயக்கத் தலைவர்களும், செயல் வீரர்களுமே முதன்மை உறுப்பினர்களாக விளங்கினர். திருப்பத்தூரைச் சார்ந்த டி.எச். அனுமந்து, கோலாரைச் சார்ந்த ஜி. அன்னபூரணி, செங்கல்பட்டைச் சார்ந்த சி.கே. குப்புசாமி இவர்களுள் சிலர். இதற்குப் பின்பு, பௌத்த கூட்டங்களுக்கும் திராவிட இயக்கக் கூட்டங்களுக்கும் பெரிய வேறுபாடு இல்லாமல் போயிற்று.

- 1932-ல் சுயமரியாதை இயக்கப் பொது மாநாட்டை கோலாரிலுள்ள பௌத்த சங்கக் கிளைகளே முன்னெடுத்து நடத்தின.

- புதிய தலைவராக பெரியார் உருவாக்கிக் கொண்டிருந்த கால கட்டத்தில் அப்பாதுரையாரும் அவருடைய ஆதரவாளர்களும் பெரியாருக்கு உற்ற துணையாய் இருந்து பணியாற்றினர். செங்கல்பட்டு, ஆற்காடு, சென்னைப் பகுதிகளில் தாழ்த்தப்பட்ட மக்களின் வசிப்பிடங்களில் கூட்டம் நடைபெறும் பொழுதெல்லாம் அப்பாதுரையாரும், பிறரும் பெரியாரை 'இவர் நம்ம ஆளு' என்று சொல்லி அறிமுகம் செய்வது வழக்கம்.

மேற்கூறிய சம்பவங்களையெல்லாம் விவரிக்கிற அலாய்சியஸ் தனது அபிப்பிராயமாக முன்வைக்கிற ஒரு கருத்தும் மிக முக்கியமானது. அதாவது, அவரது அனுமானத்தின் படி திராவிட இயக்கத்தின் ஆணி வேராகத் தமிழ் பௌத்த இயக்கங்களே அமைந்துள்ளன. கருத்துருவ அளவில் மட்டுமல்லாது இயக்கமாகக் கட்டுவதிலும் பௌத்த சங்கங்களின் பங்களிப்பு பெருமளவில் இருந்துள்ளது.

திராவிட இயக்கத்தின் அடிப்படைக் கொள்கைகளான திராவிடன், பிராமண எதிர்ப்பு, பகுத்தறிவு, சமதர்மம் போன்றவை தமிழ் பௌத்த

மூலவரான அயோத்திதாசரிடமிருந்து கடன் வாங்கப்பட்டவை; அதே போல் வட தமிழகத்தில், தாழ்த்தப்பட்ட மக்கள் மத்தியில் திராவிட இயக்கம் வேரூன்ற பௌத்த சங்கங்களே அடிப்படையாக இருந்தன. ஏறக்குறைய பௌத்த சங்கங்களின் அழிவிலேயே திராவிட இயக்கம் பிறந்தது.

அலாய்சியஸின் அனுமானத்திலிருந்தும், காட்டுகிற சான்றுகளிலிருந்தும் நமக்கு இரண்டு விஷயங்கள் தெளிவாக விளங்குகின்றன. ஒன்று, ஈ.வே.ரா. பெரியாருக்கு அயோத்திதாசரைப் பற்றியும், அவரது கோட்பாடுகளைப் பற்றியும், பௌத்த சங்கங்களைப் பற்றியும் நன்றாகவே தெரிந்திருக்கிறது. அயோத்திதாசரோடு இல்லையென்றாலும் அவரது வழித் தோன்றல்களோடு பெரியாருக்கு நெருங்கிய நட்பு இருந்திருக்கிறது.

இரண்டாவது, பரவலாகக் கருதுவது போல் திராவிட இயக்கம் சுயம்புவானதோ, தனியொரு மனிதரின் மூளையில் உதித்ததோ அல்ல. வரலாற்றில் காணப்படும் வேறெந்தவொரு விடுதலை இயக்கத்தினையும் போல் திராவிட இயக்கத்திற்கும் முன்னோடி இயக்கங்கள் இருந்தன. அவற்றைத் தின்று செரித்தே திராவிட இயக்கம் வளர்ந்து வந்திருக்கிறது. அவ்வாறு செரிக்கப்பட்டதில் தமிழ் பௌத்த இயக்கம் முதன்மையானது.

பெருவாரியான திராவிட இயக்க ஆதரவாளர்களும், அறிவு ஜீவிகளும் இந்த உண்மைகளை ஏற்றுக் கொள்ள சங்கடப்படலாம். முரண்டு பண்ணலாம். பறையர் இனத்தைச் சார்ந்த மனிதன் ஒருவனை நமது கோட்பாடுகளின் காரணகர்த்தா என்று சொல்வதா? பறையர் இனத்தவரின் பௌத்த சங்கங்களே திராவிட இயக்கத்தின் மூலவடிவம் என்பதை ஏற்றுக் கொள்வதா என்று எண்ணி மருகலாம். விழுங்கவும் முடியாமல் துப்பவும் முடியாமல் தவிக்கலாம். ஆனால், வரலாற்று உண்மையை நம் விருப்பம் போல மாற்ற முடியுமா என்ன?

நாம் தொடங்கிய பிரச்சினைக்கு வரலாம். அயோத்திதாசரின் இருப்பும், சிந்தனைகளும், பணிகளும் இருட்டடிப்பு செய்யப் பட்டதில் திராவிட இயக்கத்திற்கான பங்கு என்ன என்ற கேள்வியிலேயே நாம் தொடங்கினோம். அலாய்சியஸின் ஆதாரங்களைக் கொண்டு பார்க்க, பெரியாரும், திராவிட இயக்கமும் அயோத்திதாசருக்கு எவ்வளவு தூரம் கடமைப்பட்டுள்ளார்கள் என்பது நமக்கு புரியும். அப்படியானால், அயோத்திதாசர் மறைக்கப்பட்டது ஒரு விபத்து போன்றது இல்லையா, திட்டமிடப்பட்ட சதிதானா?

அயோத்திதாசரை ஒரு நூற்றாண்டுகள் சென்று கண்டுபிடிக்க வேண்டிய அவலம் குறித்து யோசிக்கும் அலாய்சியஸ் இதே சிக்கலை

வேறு கோணத்தில் அணுகுகிறார். அவரது கருத்துப்படி அயோத்திதாசரை நமக்குச் சுட்டிக் காட்டுகிற பொறுப்பிலிருந்து தவறியவர்கள் வரலாற்று அறிஞர்கள் மட்டுமே.

இருபதாம் நூற்றாண்டின் தொடக்க காலம் என்றதுமே தேசியம், தேசியவாதம், தேசிய விடுதலை, மகாத்மா காந்தி என்றொரு பழகிய சட்டகத்திற்குள் வரலாற்றாசிரியர்கள் சிக்கிக் கொள்கிறார்கள். அவர்களது கண்கள் தேசியக் கவியையும், சுதேசி இயக்க வீரர்களையும் தவிர்த்து வேறெதனையும் ஏறெடுத்துப் பார்க்க மறுக்கின்றன.

வேறெதனையும் என்பதை விடவும், அடித்தள மக்கள் மத்தியிலான எதனையும் என்று சொல்வது இன்னும் பொருத்தமாக இருக்கும். அடித்தள மக்களின் வரலாற்றை எழுத முற்பட்ட அறிஞர்களும் கூட தங்களது பணிகளைப் பற்றிய தம்பட்டங்களிலேயே காலத்தை செலவிட்டனரேயொழிய, மக்கள் வரலாற்றை எழுதும் முயற்சியில் ஒரு துளியேனும் முன்னேற்றம் கண்டார்கள் இல்லை. எனவே, அயோத்திதாசருக்கு நேர்ந்த புறக்கணிப்பு வரலாறு என்ற அறிவியலின் உள் முரண்களால் ஏற்பட்டது என்றே அலாய்சியஸ் நம்ப விரும்புகிறார்.

திராவிட இயக்கம் மீதும், அதை விடவும் ஈ.வே.ரா.பெரியார் மீதும் அவருக்கு இருக்கக்கூடிய பற்று, அயோத்திதாசர் மறைக்கப்பட்ட வழக்கிலிருந்து இவர்களை விடுவித்து விடுகிறது. முற்றிலும் வேறொரு பாதையில் இவ்வழக்கைக் கொண்டு செல்லும் அவர் அறிவுத் துறைகளின் மீதும், அறிவைப் பாதுகாக்கும் நிறுவனங்கள் மீதும் இப்பழியைச் சுமத்துகிறார்.

ஆனால், நமது கேள்வி இன்னும் ஆழமானது. அயோத்திதாசர் என்ற பெயரும், அவரது பங்களிப்புகளும், அவரது வழித் தோன்றல்களும் தமிழகத்தின் பொது அறிவுத் தளத்தில் அங்கீகரிக்கப்படாதது ஏன் என்றே நாம் யோசிக்கிறோம். தமிழகப் பொது அறிவுத் தளம் என்று சொல்லும் போது அறிஞர்களின் பங்களிப்பை விடவும், வெகுஜன ஊடகங்களின், தலைவர்களின் பங்களிப்புகளையே நாம் மனதில் கொள்கின்றோம்.

இருபதாம் நூற்றாண்டின் தமிழ்ப் பொது அறிவுத்தளம் மேடைப் பேச்சின் மூலமே பெருமளவில் கட்டமைக்கப்பட்டது. அதற்கடுத்து திரைப்படமும், வெகுஜனப் பத்திரிகைகளும், இன்று தொலைக்காட்சியும் இத்தளத்தைத் தீர்மானிக்கிறது. இந்த வரிசையில் ஆகக் கடைசியான இடமே வரலாற்றியல் போன்ற அறிவுத் துறைகளுக்குக் கிடைக்கின்றன. எனவே, தமிழகப் பொதுப் புத்தியின் பார்வையிலிருந்து 20 - ம் நூற்றாண்டு தமிழ் பௌத்த இயக்கம் நழுவிப் போனதற்கு பதிலளிக்க வேண்டிய கடமை வெகுஜன அறிவு ஜீவிகளுக்கே அதிகம் உண்டே

தவிர, இன்றளவும் வெகுஜனத்தால் உதாசீனப்படுத்தப்படும் கல்வியாளர்களுக்கல்ல.

இதன் மூலம் கல்வியாளர்களின் சமூகப் பங்களிப்பைக் குறைத்து மதிப்பிடுவதாகவும், அவர்களை எளிதில் தப்ப விடுவதாகவும் அர்த்தமில்லை. பொது அறிவுத்தளக் கட்டமைப்பில் கல்வியாளர் களின் பங்களிப்பு பொதுவாகவே குறைவுபட்டது என்பதும், தமிழ் பௌத்தம் குறித்து அவர்கள் வழக்கமான அசட்டையையே கொண்டிருந்தனர் என்பதுமே உண்மை.

திராவிட இயக்கத்தின் சித்தாந்த உருவாக்கத்திற்கும், வெகுஜன ஆதரவிற்கும் பெரும் பங்களிப்பை செய்த 20 - ம் நூற்றாண்டுத் தமிழ் பௌத்த இயக்கம் தமிழக வரலாற்றிலிருந்து புறக்கணிக்கப்பட்டது குறித்து ஆவேசமும், ஆத்திரமும் அடைபவர்களில் பெரும் பான்மையினர் தலித்துகளாக உள்ளனர்.

அவர்களது கோபம் முழுக்க திராவிட இயக்கத் தலைவர்கள் மீதே பாய்கிறது. அவர்களது கேள்விகள் வெவ்வேறு வடிவங்களில் முன் வைக்கப் பட்டாலும், அவற்றிற்குப் பின்னாலுள்ள அவர்களது சந்தேகம் ஒன்றே ஒன்று தான். அந்த சந்தேகமே அவர்களுக்குத் திராவிட இயக்கத் தூண்கள் மீதான அவநம்பிக்கையை தோற்றுவிக்கிறது.

அயோத்திதாசரும், அவர் தோற்றுவித்த தமிழ் பௌத்த இயக்கமும் புறக்கணிக்கப்பட்டதன் காரணம் - அவர் பறையர் என்பதும், அந்த இயக்கம் பறையர் மத்தியிலேயே பரவலாக இருந்தது என்பதும் தானே? அயோத்திதாசர் மட்டும் வேறொரு பிற்படுத்தப்பட்ட அல்லது முற்படுத்தப்பட்ட சாதிகளில் ஒன்றைச் சார்ந்தவராக இருந்தால் அவருக்கு இத்தகைய நிலை தோன்றியிருக்குமா?

தலித்துகள் எழுப்பக்கூடி இந்தக் கேள்விகளின் நியாயத்தையும், அவர்களது சந்தேகத்திற்கான ஆதாரங்களையும் யாராலும் புறக்கணித்து விட முடியவில்லை. ஏனெனில், பிரமாண எதிர்ப்பையும், பிராமணரல்லாதோர் ஒற்றுமையையும், சுயமரியாதையையும் தனது மையமாகக் கொண்ட திராவிட இயக்க வரலாற்றில் சாதிய துவேஷங்கள் பரிமாறிக் கொள்ளப்பட்ட சம்பவங்களும், குறிப்பிட்ட சில பிராமணரல்லா சாதியினரின் தான்தோன்றித்தனமான நடவடிக்கைகளும், பிற சாதிகளை இழிவு செய்த நிகழ்வுகளும், தாழ்த்தப் பட்ட சாதியினரை வேறெப்போதையும் போலவே தீண்டத்தகாதவர் களாக நடத்திய இழிசெயல்களும் ஏராளம்.

திராவிட இயக்கத்தின் ஆரம்ப காலத்தில் அது கொண்டிருந்த நோக்கங்களெல்லாம் சிதைந்து, உருமாறி இரண்டாம் சாதி

அக்ரஹாரங்களின் வளர்ச்சியிலும், பிற்படுத்தப்பட்ட சாதிகளின் அரசியல் அதிகாரத்தைக் கைப்பற்றும் திட்டத்திலுமே தன்னை சுருக்கிக் கொண்டது என்பது உண்மை. இத்தகைய சூழலில், அயோத்திதாசர் சம்பவத்தில் தலித்துக்கள் இன்றைக்கு எழுப்புகிற சந்தேகத்தில் புதைந்துள்ள உண்மைகள் ஏராளம்.

வரலாற்றிலிருந்து அயோத்திதாசரின் பெயரை அறவே நீக்கி விட்ட அயோக்கியத்தனத்திற்கு சொல்லக்கூடிய சமாதானம் எதுவும் இருக்கவில்லை. இந்த இழிசெயலை யார் யார், எந்தெந்த இயக்கங்கள் செய்திருந்தாலும் அதற்கு மன்னிப்பும் இருக்கவில்லை. உடல் ரீதியிலான சாதிய வன்முறையைக் காட்டிலும், இது போன்ற மறைமுகமான சாதிய வன்முறைகளை நிகழ்த்துவதில் நிபுணத்துவம் வாய்ந்த தமிழக அறிவுஜீவி சாதிகளே இந்த இழிசெயலை நிறைவேற்றின என்பதில் மாற்றுக் கருத்துகளும் இல்லை.

ஆனால், அதே சமயம், அயோத்திதாசருக்கான இடம் வரலாற்றில் தரப்படவில்லை என்பதற்கு அவர் பிறந்த சாதியே ஒரே காரணம் என்று சொல்வதும் பிரச்சனையின் தீவிரத்தைக் குறைத்து மதிப்பிடுவதாக அமையும். அவர் பறையர் என்பது, வரலாற்றால் தீண்டப்படாததற்கான ஒரு காரணமாக இருக்க முடியுமே தவிர, அதுவே ஒட்டுமொத்தக் காரணமாக இருக்க முடியாது.

அயோத்திதாசரின் ‘தமிழ் பௌத்தம்’ என்ற சிந்தனையையும், அதனை அவர் கட்டமைக்கும் பாங்கினையும், ‘சாதிய எதிர்ப்பு’ என்ற நிலைப்பாட்டினையும் யோசிக்கும் பொழுது இன்று நமக்கு பிரமிப்பாக இருக்கிறது. அவருடைய பார்வையின் நவீனத்துவம் நம்மை வசீகரிக்கிறது. அதன் பின்னால் வலுவாகப் பின்னப்பட்டுள்ள சமூக அக்கறைக்கு நாம் தலைவணங்குகிறோம். ஆனால் அவருடைய நண்பர்களும், வழித்தோன்றல்களும் இதே மாதிரியான உணர்வுகளைக் கொண்டிருந்தார்களா என்றால் இல்லை.

‘பௌத்தம்’ மாற்று சமயமாக இருக்க முடியும் என்பதில் அயோத்திதாசருக்கும் பிறருக்கும் அசைக்க முடியாத நம்பிக்கை இருந்தது. குறிப்பாக, அவரால் மதிக்கப்பெற்ற லட்சுமி நரசு, அப்பாதுரையார் போன்றோர் பௌத்த சங்கத்தின் அடித்தளமாக செயல்பட்டனர். பௌத்தம் தொடர்பான பல நூற்களையும் எழுதினர். ஆனால், அயோத்திதாசர் கற்பனை செய்யும் பௌத்தமும், பிறர் எழுதி வந்த பௌத்தமும் வெவ்வேறாக இருந்தன.

எடுத்துக்காட்டாக, அயோத்திதாசரின் பௌத்தம் சாதிய எதிர்ப்பைத் தனது மையமாகக் கொண்டிருந்தது. சாதி எதிர்ப்பைத் தவிர்த்துப்

பார்க்க பௌத்தம் தன் தனித்தன்மையை இழந்து நீர்த்துப் போகும் என்பதை அவர் முழுமையாக நம்பினார்.

அதே போல், பௌத்தத்தைத் தமிழ் மரபோடே விளங்கிக் கொள்ள முடியும்; தமிழ் எழுத்து மரபும், வாய்மொழி மரபும் பின்னிப் பிணைந்த பண்பாடே தமிழ் பௌத்தம் என்பதிலும் அயோத்திதாசர் தீர்மானமாக இருந்தார். குறிப்பாக, வாய்மொழி மரபில் காணப்படும் ஏராளமான சமயக் கூறுகள் பௌத்த சமயக் கூறுகளே. வாழ்க்கை வட்டச் சடங்குகளில் காணப்படும் குறியீட்டுச் செயல்கள் அனைத்தும் பௌத்தக் குறியீடுகளே என்றும் அயோத்திதாசர் நம்புகிறார்.

ஆனால் லட்சுமி நரசு போன்ற மிக முக்கியமான சிந்தனையாளர்களும் கூட பௌத்தத்தை வேறு மாதிரியாகவே விளங்கியிருந்தனர். பகுத்தறிவு சார்ந்து, இருபதாம் நூற்றாண்டின் அறிவியல் பார்வையுடன் இவர்கள் பௌத்த சமயத்தைப் புரிந்து கொண்டிருந்தார்கள்.

இவர்களது பௌத்தத்தின் மையப் பொருள் ‘சாதி எதிர்ப்பு’ இல்லை. அதே போல், தமிழ் மரபிலிருந்து பௌத்தத்தைக் கட்டமைத்தல் என்ற உத்தியை இவர்கள் சிரத்தையுடன் எதிர்கொள்ளவில்லை. முக்கியமாக, நாட்டுப்புறப் பண்பாட்டுக் கூறுகளில் பௌத்த உள்ளீடுகளைக் கண்டறியும் ஆய்வு முறையை லட்சுமி நரசு போன்றவர்கள் மறுக்கவே செய்தனர். தமிழ்ப் பண்பாட்டிலிருந்து பௌத்தத்தை வருவிப்பதை இவர்கள் வேடிக்கையாகவே கருதினர். மாறாக, ஐரோப்பியச் சிந்தனை மரபு முன்மொழிந்த, நவீன அறிவியல் கலந்த பௌத்தமே அவர்களுக்கு விருப்பமானதாக இருந்தது.

அயோத்திதாசரின் காலத்திலேயே இத்தகைய முரண்பட்ட பௌத்த சிந்தனைகள் பிரபலமாய் விளங்கின என்பது முக்கியம். ஐரோப்பியப் பார்வையிலான பௌத்தத்தை ‘வினோதமான சிந்தனை’ என்று அவர் மறுக்கவும் செய்கிறார். ஆனால், அவர் ஒருவரைத் தவிர மற்ற அனைவரும் ஐரோப்பியப் பௌத்தத்தாலேயே கவரப்பட்டனர் என்பதே உண்மை.[28]

அயோத்திதாசருக்கும், அவரது வழித் தோன்றல்களுக்கும் இடையிலான இவ்வேறுபாடு இயற்கையானதே. லட்சுமி நரசு, அப்பாதுரையார் போன்ற அனைவரும் கலாசாலை கல்வி முறையால் பயிற்றுவிக்கப் பட்டவர்கள். ஆங்கிலமே அவர்களது சிந்தனை மொழியாக விளங்கியது. தமிழ்க் கல்விமுறையை அவர்கள் விசித்திரமாகவே புரிந்து கொண்டார்கள். அவர்களது பௌத்த அறிவு முழுக்கவும் ஆங்கில மொழியையே சார்ந்திருந்தது.

ஆனால், அயோத்திதாசர் தமிழ்க் கல்வி முறையில் பயின்று வந்தவர். ஆங்கிலம் அவருக்குக் கருவியாக இருந்ததே தவிர, சிந்தனையாக மாறியிருக்கவில்லை. அவரது தமிழ் இலக்கிய, இலக்கணப் பயிற்சிகள், சித்த மருத்துவ, ஜோதிட, வானியல் அறிவுகள் மரபு சார்ந்த தமிழாய்வு முறையியலொன்றை அவருக்குக் கற்றுத் தந்திருந்தன. இந்த ஆய்வு முறையியலே அவரை வேறுபட்டு நிற்கச் செய்தது.

பௌத்தம் தொடர்பான அயோத்திதாசரின் பார்வையை அவருக்குப் பின் முன்னெடுத்துச் செல்வதற்கு வேறு யாரும் இருக்கவில்லை என்பது வேதனையான உண்மை. அயோத்திதாசரின் மறைவிற்குப் பின்னர் ஐரோப்பியப் பௌத்தத்திற்கே அதிக மரியாதையும், மேன்மையும் வழங்கப்பட்டது. அயோத்திதாசரின் 'தமிழ் பௌத்தம்' என்ற சிந்தனை இதனால் ஏறக்குறைய மறைந்தே போயிற்று. அவரது வழித் தோன்றல்களே அதனைத் தேக்கடையச் செய்தனர்.

இரண்டாவதாக, தமிழகத்தில் பௌத்தத்தின் செல்வாக்கு எந்த அரசியலால் சரிந்தது என்று அயோத்திதாசர் எழுதினாரோ, அதே அரசியலைக் கொண்டு அவருடைய எதிரிகள் அவரையும் வீழ்த்தினர். கி.பி. 6 ம் நூற்றாண்டளவில், தமிழகத்தில் சமயம் சார்ந்த தமிழ்த் தேசியம் ஒன்று முன்வைக்கப்பட்டது. பக்தி இயக்கம் என்று அழைக்கப் பெற்ற இந்த தேசிய இயக்கம், பௌத்தர்களை 'அந்நியராக' சித்தரித்தது. சைவ-வைணவர்களின் இவ்வரசியலை அம்பலப்படுத்தி, பௌத்தத்தை தமிழோடு இணைக்கும் அயோத்திதாசர், சாதிய எதிர்ப்புக் கருவியாக 'தமிழ் பௌத்தத்தையே' பயன்படுத்தத் தொடங்கினார். இதன் தொடர்ச்சியாகவே பௌத்த சங்கங்களைக் கட்டுவதையும், தன்னை பௌத்தனாக அடையாளப் படுத்தும் இயக்கத்தையும் தொடங்கினார்.

அயோத்திதாசரின் சாதிய எதிர்ப்புணர்வையும், அதற்காக அவர் கையிலெடுத்த பௌத்தத்தினையும், அவர் கட்டமைக்கும் மாற்று வரலாற்றையும், தமிழுணர்வு என்ற பெயரில் நடைபெற்ற பித்தலாட்டங் களை அவர் தோலுரித்துக் காட்டுவதையும், அவரது வாதங்களின் முன் அனைத்து சனாதனங்களும் வீழ்வதையும் கண்ட சைவ விசுவாசி களின் எதிர்வினை வன்முறையும் சூழ்ச்சியும் கலந்ததாய் இருந்தது.

தமிழ் பௌத்த சிந்தனையை இயக்கமாக மாற்ற வேண்டி, தொடர்ச்சியான கூட்டங்களை ஏற்பாடு செய்வது பௌத்த சங்கத்தின் முதன்மையான பணி. அக்கூட்டங்களில் அயோத்திதாசர், லட்சுமிநரசு போன்ற சிந்தனையாளர்கள் உரையாற்றுவதும், விவாதிப்பதும் வழக்கம்.

இக்கூட்டங்களில் சாதிய எதிர்ப்புணர்வு பரப்பப்படுவதைக் கண்ட சனாதனிகள் அக்கூட்டங்களில் கூச்சலிட்டு குழப்பம் விளைவிப்பதை

வழக்கமாக்கிக் கொண்டனர். வழக்கம் போல், ‘சைவ வைணவ மதங்களைக் காப்பற்றும் போராளிகள்’ என்ற முகமூடிக்குள் ஒளிந்து கொண்ட இவர்களின் சாதிய வன்முறை மிகப்பெரும் சாகசங்கள் போலவே நிறைவேற்றப்பட்டன.

இப்படியானவொரு சாகசத்தைத் தனது இளமைக்காலத்தில் செய்திருந்த திரு. வி. கல்யாணசுந்தரனாரின் வர்ணனை, இப்படியான நிகழ்வுகளின் தீவிரத்தை நமக்கு உணர்த்தும்.[29]

‘இராயப் பேட்டையிலே ஒரு பௌத்த சங்கம் அமைந்திருந்தது. அஃது என் கருத்தில் நுழைந்ததில்லை. அச்சங்கத்தில் நாத்திகம் போதிக்கப் படுகிறதென்றும், ஆழ்வார் நாயன்மார் கிறிஸ்து முதலியோர் நிந்திக்கப்படுகிறாரென்றுங் கேள்வியுற்றேன். அச்சங்கத்தின் நடைமுறை பலவிடங்களில் பேசப்பட்டது. அந்நிலையில் கதிரைவேற் பிள்ளை புத்த மதத்தை மறுக்கப் புறப்பட்டார்; முதல் முதல் மயிலாப்பூரிலே மறுப்புக் கூட்டங் கூடியது. ‘புத்தமத கண்டனம்’ என்றொரு நூலும் கதிரைவேற் பிள்ளையால் இயற்றப் பட்டது. மறுப்புக் கூட்டங்கள் பல இடங்களில் கூடின; இராயப் பேட்டையிலுங் கூடிற்று. அக் கூட்டங்கள் எனக்கு வெறியூட்டின. வெறிகொண்டு சில மாணாக்கரைச் சேர்த்து ஒரு நாள் பௌத்த சங்கக் கூட்டத்துள் நுழைந்தேன். அப்பொழுது சிங்காரவேல் செட்டியார் ‘பைபிள்’ சரித்திர சம்பந்தமான நூலாகாது என்று பேசி முடித்தார். மறு வாரம் யான் பெருங் கூட்டம் திரட்டிச் சென்றேன். அயோத்திதாஸ் பண்டிதர் ‘அருங்கலைச் செப்பி’ னின்றும் இரண்டொரு பாட்டை எடுத்துக்காட்டி உரை கூறினார். இலட்சுமிநரசு நாயுடு, ஸ்ரீரங்கம் பௌத்தக் கோயிலென்று பேசினார். சிங்காரவேல் செட்டியார் திருஞானசம்பந்தர் எலும்பைப் பெண்ணாக்கிய சரித்திரத்தை மறுத்து வந்தார். யான் குறுக்கிட்டேன். ஒரே கூக்குரல் எழுந்தது. எவரோ ஒருவர் ‘வானரங்கள்’ என்றார். மாணாக்கர் சும்மா இருப்பரோ? பெருங் குழப்பம் விளைந்தது. அன்று தொட்டுப் பௌத்த சங்கச் சொற்பொழிவுகளுக்குத் தொல்லை விளைத்தே வந்தோம்.’

எல்லாவற்றிற்கும் மேலாக, இருபதாம் நூற்றாண்டின் தொடக்க கால தமிழகத்து அறிவாளிகளின் மௌனமான புறக்கணிப்பும் அயோத்திதாசர் என்ற பெயரைக் கொஞ்சம் கொஞ்சமாக மறையச் செய்தது. அயோத்திதாசரின் தொடர்ச்சியான எதிர்வினைகள் சுமார் ஏழு வருடங்களாகத் தமிழன் இதழ்களில் வெளிவந்து கொண்டிருந்தன. அன்றன்றைய அரசியல் நிகழ்வுகள், பண்பாட்டு நிகழ்வுகள், பத்திரிகைப் பதிவுகள், பேச்சுப் பதிவுகள் என அனைத்திற்குமான விமர்சனங்களை அவர் விடாமல் எழுதி வந்திருந்தார்.

குறிப்பாக, சுதேசமித்திரனில் வெளியாகும் பல்வேறு செய்திகளுக்கான எதிர்வினைகளை உடனடியாகத் தமிழனில் எழுதி வந்தார். 'தெருவில் திரியும் நாயை, 'பறை நாய்'என்று எழுதி வெளியிட்ட சுதேசமித்திரனைக் கண்டித்து அவர் எழுதியுள்ள குறிப்பு முக்கியமானது. அதே போல், வ.உ.சிதம்பரம்பிள்ளை சுதேசிக் கப்பல் கம்பெனிக்கு பணம் சேர்க்க சுதேசமித்திரனில் வெளியிட்ட வேண்டுகோளுக்கும் தீவிரமான பதிலொன்றை முன்வைத்துள்ளார். ஆனால், இருட்டடிப்பு செய்வது என்ற நாலாந்தர சூழ்ச்சியை மேற்கொண்ட நமது 'பெரியோர்கள்' மௌனமாய் இருந்ததன் மூலம் தங்களது கோபத்தைத் தணித்துக் கொண்டனர்.

தீண்டத்தகாதவர்களின் பத்திரிகையில், ஒரு தீண்டத்தகாதவன் எழுதிய விஷயத்திற்கு எதிர்வினை புரிவது, தீட்டான காரியமென்ற சாதியத் துவேஷத்தை விட இம்மௌனத்திற்கு வேறென்ன அர்த்தம் இருக்க முடியும்?

அயோத்திதாசரை எழுத்தால் தீண்டுவதும் பாவம் என்ற சாதிய மனோபாவத்தைக் கொண்டிருந்தவர்கள் பின்னாட்களில் மகாகவிகளாக வும், தேசியத் தலைவர்களாகவும் விடுதலை வீரர்களாகவும் பரிணமித்தார்கள்.

அயோத்திதாசரின் சுவடுகள் அழிக்கப்பட்டன.

•

பகுதி 1 - அடிக்குறிப்புகள்

1. பொன்னோவியம், அன்பு *1962*, பண்டிதர் கா. அயோத்திதாசர், 'அம்பேத்கர்' இதழ் தேதி: *15-8-1962*.
2. Aloysius, G. 1998. Religion as Emancipatory Identity, New Age International Publishers, PP: 54-55.
3. பொன்னோவியம், அன்பு *(1962)*
4. Aloysius. G. (1998)
5. மேலது
6. அலாய்சியஸ். ஞான, *1999*, அயோத்திதாசர் சிந்தனைகள் - I, பக்: *184*
7. மேலது
8. A Unique Petition, 1898, Journal of the Mahabodhi Society, Vol.Vil, No:3, PP : 23 - 24.

9. மேலது
10. Singh, K.S and S. Manoharan, 1993, *Languages and Scripts*, ASI, Calcutta.
11. Hikosaka, Shu, 1989, *Buddhism in Tamilnadu - A New Perspective*, Institute of Asian Studies, Madras.
12. டாக்டர் பாபாசாகேப் அம்பேத்கர்: பேச்சும் எழுத்தும், 1995, தொகுதி 7,
13. மயிலை சீனி. வேங்கடசாமி ஆய்வுக் கட்டுரைகள் - தொகுதி 3, 2001, மக்கள் வெளியீடு, சென்னை
14. டாக்டர் பாபாசாகேப் அம்பேத்கர்: பேச்சும் எழுத்தும், 1995, தொகுதி 7.
15. அயோத்திதாசர் சிந்தனைகள் - 2, பக் : 423.
16. மயிலை சீனி. வேங்கடசாமி ஆய்வுக் கட்டுரைகள், தொகுதி 3, 2001.
17. மேலது.
18. செந்தீ நடராசன், 2002, பண்பாட்டுத் தளங்கள் வழியே, காவிய பாரதி வெளியீட்டகம், நாகர்கோவில்.
19. அயோத்திதாசர் சிந்தனைகள் - 2, பக். 441
20. மயிலை சீனி வேங்கடசாமி ஆய்வுக் கட்டுரைகள் - தொகுதி 3.
21. நான் இந்துவல்ல, நீங்கள்? யாதுமாகி. பாளையங்கோட்டை. பக் 15.
22. Zvelebil, Kamil. V. 1992, *Companian Studies to the History of Tamil Literature*, E.J. Brill, Leiden.
23. அயோத்திதாசர் சிந்தனைகள் - 2, பக். 566.
24. மேலது. பக். 47.
25. மேலது. பக். 45.
26. மேலது. பக். 436.
27. Aloysius, G. 1998. Religion as Emancipatory Identify, New Age International Publishers, PP: 192 - 194.
28. Narasu, Lakshmi, 2002, Religion of the Modern Buddhist, Wordsmith, 2002.
29. கல்யாணசுந்தரனார். திரு.வி. 1982. திரு.வி.க.வின் வாழ்க்கைக் குறிப்புகள். தென்னிந்திய சைவ சித்தார்ந்த நூற்பதிவுக் கழகம், திருநெல்வேலி. பக். 506.

பகுதி இரண்டு

இது பௌத்த நிலம்

1

~~~

திரும்ப எழுதுதல் : சில முன் தயாரிப்புகள்

தமது வாழ்நாள் முழுமையும் தமிழ்ப் பண்பாட்டின் பல்வேறு கூறுகளைப் பற்றி தீவிரமான மறுபரிசீலனையையும், விவாதத்தையும் மேற்கொண்டிருந்தவர் அயோத்திதாசர். தமிழிலக்கியப் பனுவல்கள், அரசியல் நடவடிக்கைகள், வரலாற்றுச் செய்திகள், பத்திரிகைக் குறிப்புகள் என்று பல்வேறு விஷயங்களைப் பற்றி அவர் எழுதியிருந்தாலும், தமிழக மக்கள் மத்தியில் பரவலாகக் காணப்படும் சடங்குகள், சம்பிரதாயங்கள் குறித்து அவர் எழுதிய கட்டுரைகள் கூடுதல் முக்கியத்துவம் வாய்ந்தவை.

வாய்க்கும் பொழுதெல்லாம் அல்லது அதற்கான சூழலை ஏற்படுத்திக் கொண்டாவது தமிழர்களின் சமய நடவடிக்கைகளைக் கூர்ந்து கவனித்து அவற்றைப் பற்றிய தனது அவதானிப்புகளை வெளிப்படுத்தி வந்திருக்கிறார்.

சிறுசிறு கட்டுரைகள் என்ற வடிவத்திலும், வாசகர்களின் கேள்விகளுக்குப் பதிலாக 'வினாவிடை' பகுதியிலும், ஒன்றிரண்டு சமயங்களில் நீண்ட தொடர் கட்டுரைகளாகவும் தனது கருத்துகளை அயோத்திதாசர் பதிவு செய்துள்ளார்.

அவருடைய எழுத்துகள் அனைத்தும் *1907-1914* கால இடைவெளியில் 'தமிழன்' பத்திரிகையில் இடம்பெற்றுள்ளன.[1] நாம் இங்கே கவனத்தில் கொள்கிற எழுத்துகள் இரண்டாம் தொகுதியில் 'சமயம்' என்ற பொதுத்தலைப்பின் கீழே வரிசைப்படுத்தப்பட்டுள்ளன.
~~~

சடங்குகள், சம்பிரதாயங்கள் குறித்து எழுதிய கட்டுரைகளில் எனது ஆர்வத்திற்கு உரியதென்று ‘ஆடி மாதம் அம்மனைச் சிந்திக்கும் வரலாறு’ என்ற தலைப்பிலான கட்டுரையைக் குறிப்பிடுவேன்.[2]

அளவில் பெரியதும், ஓரளவு முழுமையான ஆய்வாகவும் தோன்றக்கூடிய இக்கட்டுரை அயோத்திதாசரின் வாசிப்பு முறையை விளக்கும் உதாரணமாக இருப்பதோடு, இன்றைய காலகட்டத்திற்குத் தேவையான ஒன்றாகவும் விளங்குகிறது.

மக்களின் சமய நடவடிக்கைகளை, குறிப்பாக அம்மன் வழிபாட்டைப் பற்றி அயோத்திதாசர் விரிவாக, தொடர்ந்து எழுதி வந்ததற்கான காரணங்கள் நமக்குத் தெரியும். அவருக்கு நீண்ட, விரிவான செயல் திட்டம் ஒன்று இருந்தது. அது, தமிழ் பௌத்தத்தைக் கட்டமைத்தல்.

அதனை முன்னிட்டு, இலக்கியம், வரலாறு, சமயம், அரசியல், சாதியம் என்று பல்வேறு விஷயங்களையும் மறுவாசிப்பிற்கு உட்படுத்தி வந்தார். அத்தகைய வாசிப்பின் மூலம் வருவித்துக்கொண்ட கருத்தாக்கங்களைக் கொண்டு ‘தமிழ் பௌத்தம்’ என்ற சிந்தனையைக் கட்டமைக்கிறார்.[3]

தமிழ்ப் பண்பாட்டுப் பரப்பில் முக்கியத்துவம் பெறக்கூடிய சடங்குகளை விசாரணைக்கு எடுத்துக்கொள்ளும் அயோத்திதாசர் விரிவாகவும், ஆழமாகவும், தொடர்ந்தும் எழுதிவந்த விஷயங்கள் இரண்டு: ஒன்று, தமிழ் சமூகங்களில் காணப்படும் இறப்பு தொடர்பான சடங்குகள், இரண்டாவது அம்மன் வழிபாடு.

இவ்விரண்டு சடங்குகளும் எந்தவொரு குறிப்பிட்ட வட்டார எல்லைக்குள்ளோ அல்லது சாதி எல்லைக்குள்ளோ சுருங்கிவிடாமல் தமிழ் நிலப்பரப்பு எங்கும் பரவலாக இருந்து வந்துள்ளன. சிறிய அளவிலான வட்டார வேறுபாடுகள் காணப்படுகின்றன என்றாலும், பெருமளவில் பொதுத்தன்மைகள் கொண்டவை.

‘தமிழ்’ என்ற ஒற்றை அடையாளம் சார்ந்து பௌத்தத்தைக் கட்டமைக்க முயலும் அயோத்திதாசர், தமிழ் நிலமெங்கும் பொதுவாக வழங்கும் இறப்புச் சடங்கையும், அம்மன் வழிபாட்டையும் தொடர்ந்து எழுதி வந்ததில் வியப்பொன்றுமில்லை.[4]

இறப்புச் சடங்கை விடவும் அம்மன் வழிபாட்டை இங்கு ஆய்வுக்காக எடுத்துக்கொண்டதற்கு ஒரேயொரு காரணம்தான் இருக்க முடியும் - அம்மன் வழிபாடு பற்றிய ஆய்வு முழுமையான கட்டுரையாக எழுதப்பட்டிருப்பது போல், இறப்புச் சடங்குகள் பற்றிய அவரது பார்வை ஒட்டுமொத்தமாய்ப் பதிவு செய்யப்பட்டிருக்கவில்லை.

நமது ஆய்வு வசதிக்காக முழுமையாகக் கிடைக்கும் அம்மன் வழிபாடு பற்றிய அயோத்திதாசரின் பார்வை எடுத்துக் கொள்ளப்படுகிறது.

வெவ்வேறு ஊர்களில் விதவிதமானப் பெயர்களில் அம்மன் அழைக்கப்பட்டாலும், விழா எடுத்தல் என்ற நிகழ்ச்சியில் சில பொதுக்கூறுகள் இருப்பதைக் கண்ட அயோத்திதாசர் தனது ஆய்விற்காக, இக்கூறுகளைப் பட்டியலிடத் தொடங்குகிறார்.

திருவீதியம்மன், எல்லம்மன், கருக்கம்மன், பாளையத்தம்மன் என்று விதவிதமானப் பெயர்களில் அம்மனை மக்கள் வணங்கி வருகின்றனர். ஒவ்வொன்றிற்கும் வெவ்வேறு ஸ்தல புராணங்கள். ஆனால், அவற்றிற்கிடையே சாதாரணமான பார்வைக்குத் தெரியாத இணைவுக் கூறொன்று தொடர்ந்து ஓடிக்கொண்டிருக்கிறது. இவ்விணைப்பை உணர்ந்து கொண்டவராகவே அயோத்திதாசர் அம்மன் பற்றிய தனது ஆய்வைத் தொடங்குகிறார்.

அம்மன் வழிபாடு பற்றிய அயோத்திதாசரின் ஆய்வுகள் என்று நான் குறிப்பிடும்பொழுது, அவரது 'ஆடி மாதம் அம்மனைச் சிந்திக்கும் விபரம்' என்ற கட்டுரையினை அடிப்படையாகக் கொண்டே பேசுகிறேன். ஆனால் அத்தகைய ஆய்வு ஒன்றை மேற்கொள்ளும் அயோத்திதாசரின் ஆய்வு முறை என்று சொல்கையில், மேற்கூறிய கட்டுரையின் ஒழுங்கமைப்பைக் குறிக்கவில்லை என்பது முக்கியம்.

அக்கட்டுரையை எழுதுவதற்கு முன்பாக அயோத்திதாசர் செய்திருக்கக் கூடிய ஆய்வுச் செயல்பாட்டை இந்த இடத்தில் நான் கற்பனை செய்ய முயலுகிறேன். இதுபோன்றவொரு கட்டுரையை எழுதுவதற்கு முன்னால், அதற்குத் தேவையான தகவல்களை, ஆதாரங்களை, துணைத் தரவுகளை எங்கிருந்தெல்லாம் அவர் வருவித்துக் கொண்டிருக்க முடியுமென்று தேடத் தொடங்குகிறேன்.

அத்தகைய அடிப்படைச் செய்திகளைக்கொண்டு அவர் தனது வாதங்களை எவ்வாறு கட்டமைத்துக் கொள்கிறார் என்று யோசித்துப் பார்க்கிறேன். இறுதியாக, கட்டுரை என்ற வடிவத்திற்குள் அதனை எவ்வாறு கொண்டுவந்து சேர்க்கிறார் என்று விளக்கிச் சொல்ல முயற்சிக்கிறேன்.

ஒவ்வொரு காலகட்டத்திலும் வளர்ச்சியுறுகிற ஆய்வுப் போக்கொன்றை அயோத்திதாசரின் எழுத்துகளுக்குள் நம்மால் கண்டுகொள்ள முடிகிறது. தொடர்ச்சியாக விவாதிப்பதோடு, திரும்பத் திரும்ப விவாதிப்பதையும் தனது பாணியாக அயோத்திதாசர் கொண்டிருக்கிறார்.

காலமும் சூழலும் நிர்பந்திக்கிற பட்சத்தில் ஒரே விஷயத்தைத் திரும்பத் திரும்ப பேசக்கூடிய தன்மையை நாம் அவரிடம் பார்க்கின்றோம்.

வாசகர்களின் வினாவிற்கு விடையாக அல்லது சொற்களுக்கான அர்த்தமாக அல்லது சம்பவங்களுக்கான விளக்கம் என்று அவர் பல்வேறு தருணங்களிலும் விவாதித்த சிறுசிறு செய்திகளை மிகச் சரியாக ஒன்றோடு ஒன்றெனப் பிணைத்து உருவாக்குவதாகவே அவருடைய கட்டுரைகள் அமைந்துள்ளன.

அயோத்திதாசரின் ஆய்வுமுறையியலைப் புரிந்துகொள்ளும் இம் முயற்சியில் ஒரு சிறுபயணத்தை மேற்கொள்வதன் மூலம், அவர் நடந்து வந்த பாதையை அடையாளம் காண விரும்புகிறேன்.

அந்தப் பயணத்தைத் தொடங்குவதற்கு முன் நான் சில செய்திகளை தெளிவுபடுத்திக்கொள்கிறேன்.

அயோத்திதாசரின் எழுத்துகள் தொடர்ச்சியான உரையாடலொன்றைத் தங்களுக்குள் கொண்டுள்ளன. இந்த உரையாடல் அவர் எழுதிய எல்லாப் பிரதிகளுக்கிடையிலும் நடைபெறுகிறது என்றாலும், தொடர் கட்டுரைகள் எழுதும் பொழுது அவரே கூட அவ்வுரையாடலுக்கு உருவம் தரும் தோரணையில் செயல்பட்டுள்ளார். இதற்கான மிகப் பொருத்தமான எடுத்துக்காட்டாக, 'இந்திர தேச சரித்திரம்' என்ற தொடர் சித்திரத்தைக் காட்ட முடியும்.[6]

வெவ்வேறு தருணங்களில் அவர் பேசியிருந்த கருத்தாக்கங்களும், வரலாற்றுச் சம்பவங்களும், சமூகச் சிக்கல்களும், சொற்பிறப்புகளும், 'இந்திர தேச சரித்திரம்' என்ற மாபெரும் ஓவியத்தைத் தீட்ட முயலுகையில் வண்ணங்களாக, கோடுகளாக, வளைவுகளாகப் பயன்படத்தொடங்குகின்றன. இதன் மூலம் முற்றிலும் புதிய விளக்கங்களுக்குச் சென்று சேரும் அதேவேளையில், தனது அத்தனைப் பண்பாட்டு விளக்கங்களையும் ஒன்றிணைத்து மிகச் சரியாக, தேர்ந்தவொரு நெசவுக் கலைஞரைப் போல இழையிழையாய்க் கோர்த்துப் பின்னிய படியும் இருக்கிறார்.

சிறிய துண்டுகள் போன்றவற்றையும், நீளமான இழைகள் போன்றவற்றையும் பிணைத்து, ஒன்றோடு ஒன்றைச் சேர்த்துக் கட்டி, அவ்வாறு பிணைக்கையில் உருவாகும் பல்வேறு புதிய விஷயங்களைத் தொடர்ந்து விளக்கிச் செல்வது போல் அவரது கட்டுரை ஒழுங்கமைக்கப் பட்டுள்ளது. துண்டுகள், இழைகள், துணுக்குகள் இவற்றைக் கொண்டு, ஓவியமொன்றை உருவாக்கும் அவரது முறையியலை விளக்கிக் கொள்ளும் முயற்சியாகவே இக்கட்டுரையை எழுதுகிறேன்.[7]

அயோத்திதாசர் பற்றிய புரிதல்களில் மிகவும் மேலோங்கியதும், எல்லோராலும் பெருவாரியாக உணரப்படுவதும், புரியாத புதிராக இருப்பதும், நம்மிடமிருந்து மிகத் தெளிவாக அவரை வேறுபடுத்துவதும்,

குழப்பங்களை ஏற்படுத்துவதுமான ஒன்று அவரது சிந்தனை முறை. ஏற்கெனவே பல்வேறு தருணங்களில் குறிப்பிட்டது போல், அவரது சிந்திக்கும் பாங்கு நமது தர்க்க நியாயங்களிலிருந்து சில அபூர்வமான வேறுபாடுகளைக் கொண்டிருக்கிறது.

நாம் 'அறிவியல்' என்று யோசிக்கின்ற சில தர்க்க முறைகளையும், அவை தொடர்பான கறாரான விதிமுறைகளையும் மிகச் சாதாரணமாக எந்தவொரு கூச்சமோ, சங்கடமோ இல்லாமல் தாண்டிச் செல்வதும், புறக்கணிப்பதும், ஏளனம் செய்வதுமாக அவரது எழுத்து முறை அமைந்துள்ளது.

வெளிப்பார்வைக்கு, மிக எளிதாகப் புறந்தள்ளக்கூடிய வகையில் 'தர்க்க' விதிகளுக்கு அப்பாற்பட்டு இயங்குகிறது என்ற காரணத்திற்காக ஒரு எழுத்தை ஒதுக்கிவிட முடியுமா என்ற கேள்வி நியாயமாய் நமக்குள் எழுகின்றது. தர்க்க ஒழுங்கும், அறிவியல் கண்ணோட்டமும் மீற முடியாத வகைக்கு புனிதமானவையா என்ற சந்தேகத்தை நாம் ஒதுக்கித் தள்ளவில்லை.

அயோத்திதாசரின் எழுத்துகளில், நம்முடைய அறிவியல் பார்வைகளோடு நேரடியாக முரண்படக்கூடிய தளங்களை நம்மால் வரிசைப்படுத்த முடியும்.

முதலில், மொழி குறித்த அவரது பார்வை!

தமிழ், சமஸ்கிருதம் என்ற இரு பெரு மொழிகள் தொடர்பான அவரது கண்ணோட்டம், கால்டுவெல், மாக்ஸ்முல்லர் போன்ற ஐரோப்பிய அறிஞர்களை அடியொற்றி நாம் கற்பித்துக்கொண்ட அறிவிலிருந்து தொலைதூரத்திற்கு விலகி நிற்கிறது.[8]

அதுபோலவே, ஐரோப்பிய மொழியியலாளர்கள் வளர்த்தெடுத்து, இன்றைக்குப் பெருமளவில் மதிப்பிழந்து காணப்படும் 'சொற்பிறப்பியல்' என்ற அறிவியலுக்கும் அயோத்திதாசர் சொற்களின் உள்ளர்த்தம் என்று விளக்குவதற்கும் கொஞ்சமும் உறவில்லை.

தமிழிலக்கியப் பனுவல்கள் பற்றிய அயோத்திதாசரின் பார்வை, நாம் இன்று அங்கீகரித்துள்ள இலக்கிய வரலாற்றையும், வரிசையையும், விளக்கங்களையும் நேரெதிரே நின்று மறுப்பதாக அமைகின்றது. உதாரணமாக, 'அகப்பாடல் புறப்பாடல்' என்ற பிரம்மாண்டமான சங்க இலக்கியத் தொகுதியைச் சந்தேகிக்கும் போக்கு அவரிடம் ஆழமாய் வேரோடியுள்ளது.[10] இதன் தொடர்ச்சியாக 'தமிழ்ச்சங்கம்' என்ற கருத்தாக்கத்தையும், 'முதல் - இடை கடை' என்ற பெயர்களையும் கேலி செய்யும் நபராக அவர் வெளிப்படுகிறார்.[11]

அவரது வரலாற்றுப் புரிதல்களை உள்வாங்கிக் கொள்வதிலும் நமக்கு ஏராளமான சிக்கல்கள் உள்ளன. காலவரிசையில் அமையும், தனிநபர்கள் சார்ந்து அமையும், எழுத்து ஆதாரங்களை மட்டுமே உண்மையென்று ஏற்று அமையும் வரலாறு என்ற அறிவியலுக்குப் பழகிப்போன நமது மனம், புராணங்களையும் இதிகாசங்களையும், கதைகளையும் விளக்கங்களுக்கு உட்படுத்திக் கட்டப்படும் அவரது 'வரலாற்றை' எதிர்கொள்ளும் தைரியத்தைப் பெற்றிருக்கவில்லை என்பது உண்மை. ஆனால் அதே நேரம், தமிழிலக்கிய ஆதாரம் சார்ந்து, கௌதம புத்தரின் பிறப்பை கி.மு.3600 வாக்கில் கொண்டு செல்லும் அயோத்திதாசரைக் கேலி செய்யவும் முடியவில்லை என்பதுதான் இங்கு முதன்மையான சிக்கல்.[12]

நான்காவதாக, சமயம் தொடர்பான அவரது விளக்கங்கள் நமது இன்றைய புரிதல்களுக்கு எப்பொழுதுமே சங்கடம் விளைவிக்கக் கூடியதாய் அமைந்துள்ளன. நாம் மிகத் தெளிவாக, கறாராக, ஒரு சட்டாம்பிள்ளையைப் போல் தீர்க்கமாகப் பிரித்து, வகைப்படுத்திப் பேணிப் பாதுகாக்கும் சமயங்களையெல்லாம், எந்தவிதக் கூச்சமுமின்றி, கலைத்துப் போடுகிற அல்லது புரண்டு புரண்டு பேசுகிற அல்லது ஒன்றே போல் விளக்கமளிக்கிற போக்கினை அவர் கொண்டிருக்கிறார். குறிப்பாக., பௌத்தம், சமணம் என்ற இருபெரும் சமயங்களையும் ஒன்றோடொன்று பிணைத்துக் கட்டுகிற அவரது வாதமுறை நமக்கு வேடிக்கையாகவே தோன்றுகிறது.[13]

இதையெல்லாம் விட ஏராளமான விமர்சனங்களுக்கும், ஏச்சுகளுக்கும், பேச்சுகளுக்கும், தூற்றுதல்களுக்கும் உள்ளானவை 'சாதி' பற்றிய அவரது பார்வை. 'சாதியத்திற்கு எதிரான போராட்டத்தை முன்னெடுத்தவர்'[14] என்று சொல்ல முடிகிற அதே கணம், 'மிக மோசமான சாதி வெறியர்'[15] என்று திட்டுவதற்கும் அவரது எழுத்துகளை மேற்கோள்காட்ட முடிகிறது.

'பின்தங்கிய சாதிகளை முன்னேற்ற வரும்' ஏராளமான நபர்களை அவரது சிந்தனைகள் காயப்படுத்துகின்றன.[16] 'நான் தாழ்த்தப் பட்டவன்; ஒடுக்கப்பட்டவன்' என்று யோசிக்கும் நபர்களும் அவரால் கண்டிக்கப்படுகிறார்கள். சாதிகளின் தோற்றம் பற்றியும், அவற்றின் உட்செயற்பாடுகள் குறித்தும் அவர் விளக்கும் செய்திகள் நம்பிக்கைக்கும் அவநம்பிக்கைக்குமான இடைவெளியில் அல்லாடுகின்றன.

வெளிப்படையாகச் சொல்லவில்லை என்றாலும், அவரை வாசிக்கிற பலரும் மனதினுள் குமுறித்தீர்ப்பது அவரது அரசியல் நிலைப்பாடு குறித்தேயாகும். அவர் காலத்தில் வேர் விடத்தொடங்கி, பின்பு

இந்திய அரசியல் அரங்கையே கபளீகரம் செய்த ‘சுதேசியம்’ என்ற கோட்பாட்டை அவர் சிறிதளவும் மதித்திருக்கவில்லை.[17]

இன்னும் வெளிப்படையாக, இந்திய விடுதலை முயற்சிகளை பிற்போக்கான, சூழ்ச்சிகள் நிரம்பிய செயல்திட்டமாகவே அவர் கருதிவந்தார். இந்திய மக்கள் அரசியல் அதிகாரத்தைக் கையாளும் ஆரோக்கியத்தைப் பெற்றிருக்கவில்லை என்றும், காலனிய ஊடுருவல் மூலமாகத் தற்பொழுது தான் இந்திய சமூகங்கள் தங்களது பாரம்பரிய சீர்கேடுகளைக் களைய முற்பட்டுள்ளன என்றும், இத்தருணத்தில் இந்திய விடுதலையை வேண்டுவதும், காலனிய ஆட்சியாளர்கள் தங்களது கைகளைக் கழுவிக் கொள்வதும், பெருவாரியான இந்திய சமூகத்தைப் படுகுழியில் தள்ளிவிடுமென்றும் அவர் தீவிரமாக நம்பினார்.

காலனியத்திற்கு எதிரான நிலைப்பாடு என்பதை அவர் இரண்டு விதமாகப் புரிந்து கொண்டிருந்தார்: அரசியல் தளத்தில் காலனியம், பண்பாட்டுத் தளத்தில் காலனியம்.[18]

இவற்றுள் பண்பாட்டுத்தளத்திலான காலனியத்தை அவர் கடுமையாக விமர்சனம் செய்து வந்தார். ஆனால், அரசியல் தளத்தில் காலனியம், அவசியம் என்றே பேசினார். இவ்விதமான நிலைப்பாடும் நம்மில் பலருக்கு அயோத்திதாசர் பற்றிய குழப்பங்களை ஏற்படுத்திவிடுகிறது.

இன்றைய சூழலில் நாம் அறிவுபூர்வமானவை என்றும், தர்க்கரீதியாய் நிரூபிக்கப்பட்டவை என்றும், பலரால் ஏற்றுக்கொள்ளப்பட்டவை என்றும் நம்பி வருகிற பல செய்திகளை அயோத்திதாசர் மிக எளிதாக மறுத்துப் பேசும் வழக்கத்தை எதிர்கொள்ளும் நம்மில் பலர், நமது நம்பிக்கைகளைக் காப்பாற்ற வேண்டி, அயோத்திதாசரை முறையில் அற்றவர்; குருட்டுத்தனமாகப் பாயக்கூடியவர்; மிகச்சில உண்மை களையும், ஏராளமான கட்டுக்கதைகளையும் அவிழ்ப்பவர்; அதிர்ஷ்டவசமாக அல்லது விபத்து போல அல்லது அகஸ்மாத்தாகச் சரியான இடத்திற்கு வந்து நிற்பவர்; அறிவியல் பற்றி ஏதும் அறிந்திராத வெகுளி; ஏராளமான முன் முடிவுகளைக் கொண்டிருக்கும் பழமையான மனிதர் என்றெல்லாம் வெவ்வேறு சட்டகங்களுக்குள் அடைத்துவிட முயலுகிறார்கள். இந்தச் சூழலிலேயே, அயோத்திதாசரின் சிந்தனை முறை என்ன என்ற கேள்வியை எழுப்புவது நமக்கு இன்றியமையாததாகிறது.

எனது ஆய்வுமுறை இதுதான்; இவ்வாறுதான் நான் முடிவுகளுக்கு வந்து சேருகிறேன்; இந்த வகையிலேயே நான் வாதங்களைச் செய்கிறேன் என்று வெளிப்படையாக் எதையும் பேசியிராத

அயோத்திதாசரின் சிந்தனை முறையியலைப் புரிந்துகொள்வதற்கு நான் வரிந்து கொண்ட முறை மிகவும் எளிமையானது.

சிறியதும் முழுமையானதுமான கட்டுரையொன்றை மாதிரிக்கு எடுத்துக்கொள்ளுதல்; அதன் பின்பு அந்தக் கட்டுரையைத் திரும்ப எழுதிப் பார்த்தல்.

'கட்டுரையைத் திரும்ப எழுதிப் பார்த்தல்' என்பதை நான் சற்று விளக்க வேண்டும்.

தேர்ந்தெடுத்த கட்டுரையை வரிக்கு வரி, வார்த்தைக்கு வார்த்தை புதுவெள்ளைத்தாளில், என் கையெழுத்தில் எழுதிப் பார்ப்பதை நான் இங்கு குறிப்பிடவில்லை. இது வேறு மாதிரியான எழுதுதல்.

ஒரு கட்டுரையானது எழுத்துகளாலும், வார்த்தைகளாலும், வாக்கியங்களாலும், வரிகளாலும், பத்திகளாலும், பக்கங்களாலும் செய்யப்பட்டது என்பதைக் கொஞ்ச நேரம் மறந்துவிட்டு, 'கட்டுரை தொடர்ச்சியான சிறுசிறு அர்த்தங்களால் உருவாக்கப்பட்டது' என்று சொல்லிப் பார்க்கலாம்.[19]

சின்னச்சின்ன அர்த்தங்களால செய்யப்பட்டது என்று பேசுகிற பொழுது, 'கட்டுரை' என்று நான் குறிப்பிடுவது அதன் ஸ்தூலமான வடிவத்தை அல்ல என்பது புரிந்திருக்கும். கண்களுக்குத் தெரிகிற கட்டுரையின் வடிவம் நான் மேலே குறிப்பிட்டது போல சொற்களால் செய்யப்பட்டது.

ஆனால், கட்டுரையை வாசிக்க வாசிக்க அதிலிருந்து வெளிக்கிளம்பி வருகிறதே அர்த்தங்கள்! அவையெல்லாம் எங்கிருந்து வருகின்றன? கட்டுரையின் எழுத்துகளிலிருந்தா? வார்த்தைகள்? வாக்கியங்கள்? வரிகள்? இன்னும் இன்னும் இவை எதிலிருந்தும் தனித்தனியே இல்லாமல், முழுமையானக் கட்டுரையிலிருந்தே நாம் தொடர்ச்சியான அர்த்தங்களைப் பெற்றுக் கொண்டிருக்கிறோம்.

நமது புரிதலுக்காகக் கட்டுரையைப் பற்றி இப்படியொன்றைச் சொல்லிப் பார்ப்போம். கட்டுரைக்கு இரண்டு தளம் இருக்கிறது. ஒன்று, நமது கண்களுக்குப் புலப்படுகிற ஸ்தூலமான வடிவத்தளம். இந்தத்தளம் நாம் ஏற்கனவே அறிந்தது.

இதன் மறுபுறத்தில், கட்டுரையின் இன்னொரு தளம் இருக்கிறது. இந்தத் தளத்தில் கட்டுரை அரூபமாக, வடிவமில்லாமல் இருக்கிறது.[20] இந்தத் தளத்தில் செயல்படும் கட்டுரையின் அரூப வடிவம், அர்த்தங்களால் செய்யப்பட்டது என்று கற்பனை செய்யுங்கள்.

இவ்விரு தளங்களில் செயல்படும் கட்டுரையின் இரண்டு தன்மைகளும் ஒன்றையொன்று சார்ந்தவை என்பது முக்கியம். அரூபமான அர்த்தங்களின் கோர்வையை உருவமுடைய எழுத்துகள் அதாவது வார்த்தைகளே சாத்தியமாக்குகின்றன.

அதேபோல் சுழிசுழியாய் ஓடும் கோடுகளை எழுத்துகளாகவும், வார்த்தைகளாகவும் உருமாற்றுவது அவற்றோடு தொடர்புகொள்ளும் அர்த்தங்கள் மட்டுமே. எனவே, ஒரு கட்டுரையை உருவமுடை யதாகவும், அரூவமானதாகவும் கருத முடியுமென்பது விளங்கியிருக்கும்.

அயோத்திதாசர் மாதிரியான எழுத்தாளர்கள் கட்டுரையை எழுதத் தொடங்கும் முன்பு, தங்களுடைய மனதிற்குள் அதனை அரூபமாக உருவாக்கிக் கொள்கிறார்கள் என்பது முக்கியம். கட்டுரையின் முழுமையான வடிவம் மனதினுள் உருப்பெற்று விட்டது என்று சொல்ல முடியாவிட்டாலும், அதுபற்றிய கலங்கிய, தெளிவற்ற கோட்டுச் சித்திரமாவது மனதில் இருந்திருக்க வேண்டும்.[21] அதனை எழுத, எழுத கோட்டுச் சித்திரம் தெளிந்து வண்ண ஓவியமாக மாறுகிறது. அதன் எழுத்து வடிவமும் முழுமையாய கட்டமைக்கப்படுகிறது.

நான் 'திரும்ப எழுதுதல்' என்று குறிப்பிட்டது கட்டுரையின் அரூப வடிவத்தை, அர்த்தங்களால் புனையப்பட்ட கட்டுரையை மறுபடியும் ஒருமுறை புனைதல். சின்னஞ்சிறு அர்த்தங்களையெல்லாம் முதலில் கட்டுரையிலிருந்து உதிர்த்து எடுத்து, பின்பு நிதானமாய்த் திரும்ப இணைத்துப் பார்த்தல்.[22]

இந்தப் பயிற்சியைச் செய்வதன் மூலம், அயோத்திதாசரின் சிந்தனைத்தடத்தைப் பற்றிக்கொள்ள முடியுமா என்றொரு ஆசை, அவர் பயணம் செய்த வழியிலேயே சென்று பார்த்தால், அவருக்குள் இயங்கும் ஒழுங்கைக் கண்டுபிடித்துவிட முடியுமா என்று விருப்பம்.

இந்த இடத்தில் எனக்குச் சில குழப்பங்கள் உள்ளன. அயோத்திதாசரின் கட்டுரைகளைத் திரும்ப எழுதிப் பார்ப்பதன் மூலம், கட்டுரையினுள் செயல்படும் தர்க்க ஒழுங்குவிதிகளை அறிந்து கொள்கிறோமா அல்லது அயோத்திதாசரின் சிந்தனை முறையை விளங்கிக் கொள்கிறோமா?

இப்படியொரு கேள்வியைக் கேட்பதற்குக் காரணங்கள் இல்லாமல் இல்லை. மேற்கத்திய தத்துவ மரபின் பின்னணியோடு வளர்ந்து வந்த சொல்லாடல் ஆய்வுகள் மிகக் கறாரான தொனியில் கட்டுரையில் வெளிப்படும் அர்த்த ஒழுங்கையும் எழுத்தாளனின் உள்ளக்கிடக்கையை யும் வேறுபடுத்தியே விவாதம் செய்கின்றன.

கட்டுரையாளர், தனக்குள் அரூபமாக உருவாக்கியுள்ள சிந்தனைக்கு வடிவம் கொடுப்பதற்காக வார்த்தைகளை, வாக்கியங்களைத் தேர்ந்து தேர்ந்து கோர்த்துக் கொண்டிருக்கையில், அவ்வாறு ஒன்றிணைக்கப் பெற்ற வாக்கியங்கள் தங்களுக்குள் இன்னுமொரு சிந்தனையொழுங்கைக் கட்டமைத்துக் கொண்டிருப்பதாய் ஐரோப்பிய மொழியியலாளர்கள் கருதுகிறார்கள்.[23]

இதனால், கட்டுரையாசிரியர் நினைத்து வைத்ததற்கும், கட்டுரை ஏற்படுத்தும் அர்த்தத்திற்கும் பாரதூரமான இடைவெளி உருவாகும் சாத்தியங்கள் இருப்பதாய்ப் பேசுகிறார்கள். ஒவ்வொரு முறையும், வெவ்வேறு வாசகர்களால் அக்கட்டுரை வாசிக்கப் படுகையில் அவ்வாசகர்கள் அடையும் அனுபவம் கட்டுரையாசிரியரின் அனுபவத் தோடு ஒத்துப்போக வேண்டுமென்பது குருட்டு நம்பிக்கையே தவிர வேறு ஒன்றும் இல்லை.

எனவே, கட்டுரை என்பது கட்டுரையாளரிலிருந்து தனித்து, சுதந்திரமாய் இயங்கக் கூடியவொரு பொருள். கட்டுரை மூலமாக கட்டுரை யாளனையும், அவன் மூலமாகக் கட்டுரையையும் அணுகுவது தவறுகள் மலிந்த ஆய்வுப்பாதை என்று நவீன மொழியியல் கருதுகிறது.

அப்படியானால், அயோத்திதாசரின் கட்டுரையைத் திரும்ப எழுதிப் பார்ப்பதன் மூலமாக, அவரது சிந்தனை முறையை அறிந்து கொள்ளலாம் என்று நாம் பேசுவதன் பொருள் என்ன? ஐரோப்பிய நவீன மொழியியல் கோட்பாடுகள் வெளிப்படுத்திய சிக்கல்களை நாம் புறக்கணித்து விடுகிறோமா? அல்லது சாத்தியமில்லை என்று தெரிந்தே இந்தப் பணியில் இறங்குகிறோமா?

ஐரோப்பிய மொழியியலாளர்கள் கூறுவதன் அடிப்படையில் தங்களது பனுவல் விமர்சனக் கோட்பாடுகளைக் கட்டமைத்துக்கொண்ட இருபதாம் நூற்றாண்டு ஃப்ரெஞ்சு ஆய்வாளர்கள் ‘கட்டுரையாளன் இறந்துவிட்டதாய் நினைத்துக்கொள்ளுங்கள்’ என்று அறிவிப்பதுவரையில் கூட சென்றார்கள்.[24]

வாசிக்கும் அனுபவத்தைப் பொறுத்தவரையில் வாசகரே படைப்பாளியாக விளங்குகிறார். பண்பாட்டு, அரசியல், சமூகப் பின்புலம் சார்ந்தே அவ்வாசகர் தனது வாசித்தலை மேற்கொள்கிறார். இதனால் பனுவலிருந்து தருவிக்கப்படும் எந்தவொரு அர்த்தத்திற்கும் வாசகரே முழு வாரிசுதாரர். அப்படி இல்லாமல், அப்பனுவலை எழுதிய ஆசிரியரை அதற்குப் பொறுப்பாக்குவது நியாயமில்லை என்று இலக்கிய விமர்சகர்கள் விவாதிக்கின்றனர்.

வாசகனுக்கும் பனுவலுக்குமான உறவை மேலும் கூர்மையாகவும், நுண்மையாகவும் புரிந்துகொள்ளும் முயற்சி இது. அதற்காக, பனுவலை எழுதிய ஆசிரியரை வேண்டாத விருந்தாளியாக உபசரிக்கத் தயாரானார்கள். அவரது இருப்பு பற்றிப் பெரிதும் கவலைப்பட ஒன்றும் இல்லையென்று கூட கருத்துத் தெரிவித்தார்கள். படைப் பாளியிடமிருந்து படைப்பை அந்நியப்படுத்தி விளங்கிக்கொள்ளும் இவ்வாய்வு முறையை ஐரோப்பியச் சிந்தனை மரபில் தோன்றிய நவீன மொழியியல் கோட்பாடுகள் துணையோடு நிறுவியும் காட்டினார்கள்.

படைப்பாளியிலிருந்து படைப்பை வேறுபடுத்திப் பார்ப்பது என்ற ஆய்வு முறையியல் தனக்குள்ளே வேறொரு பண்பாட்டு அரசியலைக் கொண்டிருந்ததையும் கவனிக்க வேண்டும். மரபான இலக்கிய விமர்சகர்கள் பனுவலைச் செய்த ஆசிரியனைப் 'படைப்பாளன்' என்று அழைக்க விரும்புவதன் பின்னணியில் தெளிவான அதிகார சமச்சீரின்மை இருந்து வந்தது.

'படைப்பாளி' என்ற சொல் எழுதுவதை 'படைப்புச் செயல்' என்று கருதுவதோடு, எழுதும் நபரை 'இறைவன்' போல பாவித்தலையும் ஆதரித்தது. இதனால், இலக்கியப் பனுவலை உருவாக்கிய ஆசிரியன் 'முக்காலமும் உணர்ந்த படைப்பாளியாக' உயர்த்தப்பட்டதும், எவ்வாறு இவ்வுலகின் உண்மைப்பொருளை உணர்ந்து கொள்ள இறைவனைப் புரிந்துகொள்வது இன்றியமையாததோ, அதேபோல, பனுவலொன்றைப் புரிந்து கொள்ள அப்பனுவலின் படைப்பாளியைப் புரிந்து கொள்வது அவசியம் என்றும் சொல்லப்பட்டது.

இதனை முன்னிட்டே, எழுத்தாளர்களின் சொந்த வாழ்க்கை, சமூகப் பின்புலம், பண்பாட்டுச் செய்திகள், உளவியல் கூறுகள் போன்ற வற்றையெல்லாம் அக்கறையோடு விவாதித்து அவரது ஆன்மாவைத் தரிசிக்கும் வேலையே இலக்கியப் பயணமாக வெகுகாலம் வரை நம்பப்பட்டு வந்தது.

இதன் மூலம் இலக்கிய வாசிப்பு என்ற செயலின் மீது எல்லையற்ற அதிகாரத்தைச் செலுத்தத் தொடங்கிய எழுத்தாளன் தன்னை ஏறக்குறைய இறைவனைப் போலவே விதவிதமான கோலங்களில் வெளிப்படுத்தத் தொடங்கியதும், வாசகர்களோடு வெவ்வேறு திருவிளையாடல்களை நிகழ்த்தத் தொடங்கியதும் நடைபெறலாயின.

இருபதாம் நூற்றாண்டு இலக்கிய விமர்சனத்தில் 'படைப்பாளி இறந்து போனான்' என்று அறிவித்த நிகழ்வானது எழுத்தாளனின் மேற்கூறிய அதிகார வன்முறைக்கு எதிரான நிலைப்பாடு என்று அறிவது முக்கியம்.

எழுத்தாளர்களின் எதேச்சாதிகாரத்தை முற்றிலுமாக ஒழித்துவிடுகிற இப்போராட்டம் நியாயமே என்று தோன்றும் அதேசமயத்தில், 'ஆசிரியன்' இல்லையென்று சொல்வது சிறுபிள்ளைத் தனமானதோ என்றொரு மின்னலும் வெட்டாமலில்லை.

எழுத்தாளனின் சட்டாம்பிள்ளைத் தனத்தையும், வாசிப்பு மீதான அவனது அதிகாரத்தையும் எதிர்க்கிற அதேசமயம், அவனுடைய பிக்கல் பிடுங்கல்களிலிருந்து விடுபட்டு வாசிப்பதற்காகச் செய்யப்படும் முயற்சியில், 'எழுத்தாளன்' என்ற நபரை முற்றிலுமாக மறந்துவிடுவது சாத்தியமில்லை என்பதையும் உணர்கிறோம்.

'ஆசிரியன்' என்ற கருத்தாக்கம் சில பல பனுவல்களை ஒருங்கிணைக்கும் செயலைச் செய்கிறது என்பதை யாராலும் மறுக்க முடிவதில்லை. இதன் மூலம், ஒருங்கிணைக்கப்படும் பனுவல்களுக்கிடையேயான உறவொன்று ஏற்படுவதோடு, அப்பனுவல்களின் ஒட்டுமொத்த அர்த்தத்தளம் என்ற புதியதொரு சொல்லாடல் உருவாகவும் செய்கிறது.

இந்தப் புதிய வகை சொல்லாடல், எழுத்தாளனின் அதிகாரத்திற்கு உட்படாத வகையில் முழுக்கவும் வாசகர்களால், ஆனால், 'ஆசிரியன்' பெயரால் உருவாக்கப்படுகிறது என்பது முக்கியம். 'படைப்பாளி' என்ற தோரணையில் உருவாக்கப்பட்ட பிரம்மாண்டமான பிம்பத்திற்கும், வாசகர்களால் உருவாக்கப்படும் 'ஆசிரியன்' என்ற சொல்லாடலுக்கும் அடிப்படையில் ஏராளமான வேறுபாடுகள் உள்ளன.

அயோத்திதாசரின் சிந்தனை முறை, ஆய்வு முறையியல் என்றெல்லாம் நாம் பேசுவது, 'அயோத்திதாசர்' என்ற 20 ஆம் நூற்றாண்டின் தொடக்கக் காலங்களில் வடதமிழகத்தில் வாழ்ந்த நபரைப் பற்றியது இல்லையென்பது இங்கு முக்கியம். நாம், அயோத்திதாசர் என்ற சிந்தனையாளரின் பிம்பத்தைப் பற்றிக் கவலைப்படவோ அல்லது அப்படியொன்றை உருவாக்க முயற்சிக்கவோ இல்லை. நாம் யோசிப்பதெல்லாம், அவரது எழுத்துகளிலிருந்து உருவாகிவரும் அயோத்திதாசர் என்ற சொல்லாடலை மட்டுமே.

இந்தச் சொல்லாடல் முழுக்க முழுக்க அவரது எழுத்துகள், செயல் பாடுகள், பின்புலங்கள் போன்றவற்றிலிருந்து கட்டமைக்கப்படுகிறது. இச்சொல்லாடலை உருவாக்கும் முயற்சியிலேயே நாம் அயோத்திதாசரின் கட்டுரையைத் 'திரும்ப எழுதிப் பார்ப்பது' என்ற முடிவிற்கு வந்து சேர்ந்தோம்.

●

அடிக்குறிப்புகள்

1. 'அயோத்திதாசர் சிந்தனைகள்' என்ற பெயரில் மூன்று தொகுதிகள் வெளியிடப்பட்டுள்ளன. சமூகவியலாளர் ஞான. அலாய்சியஸ் தொகுத்த இம்மூன்று நூல்களையும் பாளையங்கோட்டை, தூய சவேரியார் (தன்னாட்சி) கல்லூரியில் செயல்பட்டு வரும் நாட்டார் வழக்காற்றியல் ஆய்வு மையம் வெளியிட்டுள்ளது.

2. 'ஆடி மாதம் அம்மனைச் சிந்திக்கும் விபரம்' என்ற கட்டுரை அயோத்திதாசர் சிந்தனைகள் தொகுதி 2 இல் 'சமயம்' என்ற பிரிவின் கீழ் பக்கம் 26 முதல் 30 வரை இடம்பெற்றுள்ளது.

3. 'தமிழ் பௌத்தம்' என்ற சிந்தனையின் வரலாற்றையும். அரசியலையும் இன்னும் கூடுதலான விபரங்களுடன் தெரிந்துகொள்ள என்னுடைய 'நான்பூர்வ பௌத்தன்' என்ற கட்டுரையைப் பார்க்கவும்.

4. இறப்புச் சடங்கு பற்றிய அயோத்திதாசரின் ஆய்விற்குப் பார்க்க, மரணக்கிரியை (பக்கம் 112 114), மொட்டையும் மஞ்சளும் (பக்கம் 140142), சுடலைச் சடங்குகள் (பக்கம் 160). மயானச் சடங்குகள் (பக்கம் 443445), அயோத்திதாசர் சிந்தனைகள் - தொகுதி 2.

5. அயோத்திதாசரிடம் இரண்டு விதமான எழுத்து முறைகள் வெளிப் படுவதைக் கொஞ்சம் சிரத்தையுடன் கவனித்தால் புரிந்துகொள்ள முடியும். ஒன்று, பௌத்தத்தை பாலி மொழியிலான புனித நூல்களின் வழி உள்வாங்கிக்கொண்ட எழுத்து. இது பெரும்பாலும் ஏற்கெனவே எழுதப்பட்ட பனுவல்களிலிருந்து அவர் உருவாக்கிக்கொள்வது. இவ்வகை எழுத்து, பௌத்தம் குறித்த நிறுவனப் பார்வையைப் பெருமளவில் கொண்டது. இதற்கான சரியான உதாரணமாக அவரது 'ஆதி வேதம்' என்ற கட்டுரைத் தொடரைக் குறிப்பிடலாம்.

   இரண்டாவது பண்பாட்டுத் தரவுகளிலிருந்து கட்டமைக்கக்கூடிய பௌத்தம். இந்த வகை எழுத்துகள் வாய்மொழி மரபையே பெருமளவு சார்ந்திருக்கிறது. பெரும்பாலும் 'தமிழன்' இதழில் வாசகர்கள் கேட்கக்கூடிய கேள்விகளுக்குப் பதில் சொல்லும் முயற்சியாகவே இத்தகைய புதிய வகை விளக்கங்கள் அவரால் முன்வைக்கப்படுகின்றன. சொற்களுக்கான விளக்கங்களாகவும், சடங்கு - சம்பிரதாயங்களுக்கான காரண காரியங்களாகவும் ஆரம்பிக்கின்ற இந்த இரண்டாம் வகை எழுத்து நாளடைவில் சிறுசிறு கட்டுரைகளாக உருமாறியுள்ளன. அயோத்திதாசரின் இந்த இரண்டாவது வகையான எழுத்தே அவரை 'தமிழ் பௌத்தம்' நோக்கி நகர்த்துகிறது.

6. ‘இந்திர தேச சரித்திரம்’ என்ற தலைப்பில் அயோத்திதாசர் எழுதிய தொடர் கட்டுரையின் கூடுதலான பரிமாணங்களைப் புரிந்துகொள்ள ‘ஒடுக்கப்பட்ட சரித்திரம்’ கட்டுரையைப் பார்க்க.

7. மரபான, பாரம்பரியமான அறிவியலின் இத்தகைய குணத்தை மானிடவியலர் பலரும் கண்டறிந்து சொல்லியிருக்கிறார்கள். குறிப்பாக, அமைப்பியல் மானிடவியலாளரான கிளாட் லெவி ஸ்ட்ரோஸ் ‘பழங்குடி மனம்’ (*Savage mind*) என்ற நூலில் வெளிப் படுத்தும் ‘பிரிக்கோலர்’ என்ற கருத்தாக்கம் நமக்குப் பயன் படக்கூடும். நிஜத்தில், கைவசமுள்ள பொருட்களைக் கொண்டே எதனையும் செப்பனிட்டுவிடுகிற ஆற்றல் கொண்ட ஐரோப்பிய சமூகத்துப்பாரம்பரிய தொழில்நுட்பக்கலைஞர்களான பிரிக்கோலர்களின் தன்மையை ஒத்ததே பழங்குடி சமூகத்தவரின் நுட்பமும் என்று லெவி ஸ்ட்ரோஸ் வாதிடுகிறார். நம்மூரில் காணப்படும் குடை ரிப்பேர்காரர்களையும், ஈயம் பூசுகிறவர்களையும் இந்த வகை தொழில்நுட்பக் கலைஞர்களாக அடையாளம் காணமுடியும். நவீனக் கருவிகளோ, கோட்பாடுகளோ இல்லாத உலகில் அந்தந்தச் சூழலின் தன்மைக்கேற்ப தன்னை மெருகேற்றிக் கொள்ளும் மரபான அறிவியல் குணத்தையே அயோத்திதாசரின் எழுத்துகள் நமக்குக் காட்டுகின்றன.

8. ‘ஆரியம் - திராவிடம்’ என்ற முரணின் நீட்சியாகவே உருவகப் படுத்தப்பட்டிருக்கும் ‘தமிழ் - சமஸ்கிருதம்’ என்ற மொழிவழி முரணை முற்றிலும் மறுக்கக்கூடியவராகவே அயோத்திதாசர் காணப்படுகிறார். ‘அக்கால ஆதிபகவனாகும் புத்தபிரான்... சகட பாஷையாம் சமஸ்கிருதத்தையும், திராவிட பாஷையாம் தமிழையும் வரிவடிவமாக இயற்றி...தான் நிலைநாட்டி வரும் சங்கத்தோர் யாவருக்கும் கற்பித்து சத்தியதன்மமானது மேலும் மேலும் பரவுவதற்காக ஜனகர், வாமதேவர், நந்தி, ரோமர், கபிலர், பாணினி இவர்களுக்கு சகட பாஷையையும் அகஸ்தியருக்கு திராவிட பாஷையையும் கற்பித்து...வரிவடிவமாம் பாஷையை ஊன்றச் செய்து மெய்யறமாம் புத்த தன்மத்தையும் பரவச் செய்தார்’ (இந்திர தேச சரித்திரம், அயோத்திதாசர் சிந்தனைகள் தொகுதி 1, பக். 601). அயோத்திதாசரின் கருத்துப்படி பாலி, தமிழ், சமஸ்கிருதம் மூன்றும் சகோதர மொழிகள்.

9. அயோத்திதாசர் பயன்படுத்தும் சொல் விளக்க முறைமை பற்றிய விவாதத்திற்கு ‘மையம், விளிம்பு, அதற்கும் அப்பால் நிற்கும் அயோத்திதாசர்’ என்ற கட்டுரையைப் பார்க்க.

10. அயோத்திதாசர் கற்பித்துக்கொண்டுள்ள தமிழிலக்கிய வரலாறு தற்போது வழக்கில் உள்ளதிலிருந்து வேறுபட்டுக் காணப்படுகிறது. தொல்காப்பியம், அதனைத் தொடர்ந்து நீதி நூற்கள் என்று பட்டியலிடும் அவரது இலக்கிய வரலாற்றில் மேல்கணக்கு

நூற்களுக்கு இடமிருக்கவில்லை. அதேபோல், இலக்கண நூற்களில் வீரசோழியத்திற்குத் தருகிற மரியாதையை நன்னூலுக்கு அவர் வழங்குவதில்லை. பிற இலக்கிய வரலாறுகள் தவிர்க்கும் நிகண்டு வரிசையை அவர் கொண்டாடுகிறார். வெளிப்பார்வைக்கு 'தமிழ் பௌத்த இலக்கிய வரலாறு' போல் தோன்றும் இப்பட்டியல் விவாதத்திற்குரியது.

11. பார்க்க, அயோத்திதாசர் சிந்தனைகள் தொகுதி 2, பக்கங்கள் 538 முதல் 540 வரை இடம்பெற்றுள்ள 'முச்சங்கங்கள்' என்ற கட்டுரை.

12. பார்க்க, அயோத்திதாசர் சிந்தனைகள் தொகுதி 2ல் இடம்பெற்றுள்ள 'புத்தர் என்னும் இரவு பகலற்ற ஒளி' என்ற கட்டுரை (பக்.10) 'புத்தாவதாரம் இராமவதாரத்திற்குப் பின்னரே என்பது பிசகு' என்ற கட்டுரை (பக்.424). 'ஆதிவேதம்' (பக்.185)

13. பௌத்தமும், சமணமும் ஒன்றேதான் என்பதை ஆணித்தரமாய் நம்புகிறார் அயோத்திதாசர். பௌத்த முனிவர்களுக்கான பெயரே 'சமணர்கள்' என்பது அவரது வாதம். இம்முனிவர்கள் மலைகளில் வாழ்ந்து திரிந்ததால் இப்பெயர் வந்தது என்று விளக்குகிறார். பாலியில் மலையைக் குறிக்கும் 'ஜின' என்ற சொல்லே மூலம் என்கிறார். இதனால் புத்தருக்கும் 'ஜினன்' என்ற பெயர் வழங்கியதாக எழுதுகிறார்.

14. பார்க்க, அயோத்திதாசர் சிந்தனைகள் தொகுதி 1 ல் இடம்பெற்றுள்ள 'சாதி' என்ற கட்டுரை, பக். 693.

15. பார்க்க, அயோத்திதாசர் சிந்தனைகள் தொகுதி 1 ல் இடம்பெற்றுள்ள 'கம்மாளர், பறையர், சக்கிலியர்' என்ற கட்டுரை, பக். 694.

16. பார்க்க, அயோத்திதாசர் சிந்தனைகள் தொகுதி 1 ல் இடம்பெற்றுள்ள 'தாழ்ந்த சாதியோர்களை ஈடேற்றுகிறோம் என்று இன்னும் தலையெடுக்க விடாமல் செய்யும் ஈதோர் தந்திரம் போலும்' (பக்.98), 'டிப்பிரஸ் கிளாஸை சீர்திருத்தத் தோன்றிய கூட்டத்தோர்களே' (பக்.256) கட்டுரைகள்.

17. பார்க்க, 'சுதேசசீர்திருத்தம்' அயோத்திதாசர் சிந்தனைகள் தொகுதி 1, பக். 2772.

18. பண்பாட்டுத் தளத்திலான காலனியத்தை அயோத்திதாசர் வன்மையாக எதிர்க்கும் இடமாக, ஜி.யு.போப் குறித்த அவரது பதிவைக் குறிப்பிடலாம் ஐரோப்பிய அறிஞர்கள் தமிழின் இலக்கணத்தை வேண்டுமானால் கற்றுக்கொள்ளலாம், ஆனால் அதன் இலட்சணத்தை (அழகியலை) உணர்ந்துகொள்வது கடினம் என்ற வாதம் பலதளங்களில் விரிக்கப்பட வேண்டியது.

19. 'எந்தவொரு பனுவலும் மிகச்சிறிய அர்த்தத் துணுக்குகளின் ஒழுங்கமைப்பே' என்ற சிந்தனையை குறியியலிடமிருந்து நான்

பெற்றுக்கொள்கிறேன். பனுவல் ஆய்வுகள் என்றும், சொல்லாடல் ஆய்வுகள் என்றும் வழங்கப்படும் குறியியல் ஆய்வுகள், எந்தவொரு கதையாடலையும் அர்த்தங்களின் தொடர்ச்சியாகவே பாவிக்கிறது. இவ்வாறு ஒழுங்கமைக்கப்பட்ட அர்த்தங்கள் தங்களுக்குள் மேற்கொள்ளும் உரையாடலின் விளைவாகவே, கதையாடலின் மைய முரண்கள் தோற்றுவிக்கப்படுவதாக அது நம்புகிறது. நாட்டுப்புறக் கதைகளை ஆய்வு செய்யும் விளாடிமிர் ஃப்ராப் இத்தகைய அடிப்படை அர்த்தங்களை 'வினைகள்' என்கிறார். இலக்கியப் பனுவல்களின் இத்தகைய அடிப்படையான மிகச்சிறிய அர்த்தங்கள் 'அர்த்தக்கூறு' என்று அழைக்கப்படுகிறது.

20. கதையாடல்கள் இரண்டு தளங்களைக் கொண்டிருக்கின்றன என்ற சிந்தனை இருபதாம் நூற்றாண்டு ஃப்ரெஞ்ச் சிந்தனை மரபால் முன்வைக்கப்பட்டது. வெளிப்படையாகத் தெரியும் தளத்தைக் காட்டிலும், அரூபமான உட்தளமே கதையாடல்களின் இயங்குதளம் என்று கணிக்கிற ஆய்வாளர்கள். அப்படியான மறைமுகத்தளத்தை வெளிக்கொணர்வதே ஆய்வு என்று புரிந்து வைத்திருந்தார்கள்.

21. இத்தகைய கலங்கிய, தெளிவும் - தெளிவுமற்ற கட்டுரையின் ஒழுங்கை 'எழுத்தாளனின் சொல்லாடல்' என்ற பெயரில் அழைக்கிறார்கள். எல்லாப் பனுவல்களுமே இது போன்றவொரு எழுத்தாளனின் சொல்லாடலிலிருந்தே உருப்பெறுகிறது. இச்சொல்லாடல் மொழி வழிப்பட்டுப் பனுவலாகத் தோற்றம் கொள்கையில், மொழியின் சகல மயக்கங்களோடு விதவிதமான வாசிப்புகளுக்கு சாத்தியமாகிறது.

22. திரும்ப எழுதுதல் அல்லது மறுபடி இணைத்துப் பார்த்தல் என்பதை மிஷல் ஃபூக்கோவின் 'கால்வழி மரபு' என்ற ஆய்வு முறையியலோடு புரிந்துகொள்ள வேண்டும். திரும்ப எழுதுதல் என்பதை மறுவாசிப்பு என்பதாகக் குழப்பிக்கொள்ளக் கூடிய சாத்தியங்கள் உண்டு. 'மறுவாசிப்பு' என்பது புதிய விளக்கங்களுக்கானத் தேடலோடு நடைபெறுவது என்றால், திரும்ப எழுதுவது என்பது எழுத்தாளனின் சொல்லாடலைக் கட்டமைப்பது என்று பொருள்படும். மறுவாசிப்பில் வாசகமனம் தொழிற்படுகிறது என்றால், திரும்ப எழுதுவதில் படைப்பு மனம் மையப்படுத்தப்படுகிறது.

23. 'ஒரு பொருட் பன்மொழி - ஒரு மொழி பல்பொருள்' என்ற அடிப்படையில் கட்டப்பட்டுள்ள மொழி, கருத்துப்புலப்படுத்த சாதனமாக மட்டுமல்லாது, தனக்குள்ளே பல்வேறு உள்ளிணைப்புகளைக் கொண்டுள்ளது என்பது முக்கியம். தவிர்க்கவியலாத வகையில், எதிரும் புதிருமான அர்த்தங்கள் ஒரே சொல்லில் பொதிந்திருப்பது இதன் வினோதம், 'கடவுள்' என்ற வார்த்தை சாத்தானின் சுவடுகளைக்

கொண்டிருக்கிறது என்பதும். 'சாத்தான்' என்ற சொல் அதேபோல் கடவுளின் சுவடுகளை உடையது என்பதும் யதார்த்தம். ஒன்றைத்தவிர்த்து இன்னொன்றைப் பேசுவது போல் மொழி வடிவமைக்கப் பட்டிருக்கிறது, இதனால், எழுதியவனையும் மீறிய அர்த்தத் தொடர்புகளை மொழி ஒரு வாசகனுக்குள் உருவாக்க முடியும் என்பது உண்மை.

24. ஃப்ரெஞ்ச் இலக்கிய விமர்சகரான ரோலாண்ட் பார்த்தின் இக்கருத்தாக்கத்தைப் புரிந்துகொள்ள பார்க்க, Structural Analysis of Narratives என்ற கட்டுரை.

2

~~~

காலத்தினுள் அசையும் வேம்பு

வேம்பு காற்றில் அசைகிறது. குவிந்த கிளைகளை விரித்து அசைகிறது. பசும் இலைகளின் நடுவே அங்கே இங்கேயென ஒன்றிரண்டு பழுப்பு இலைகள். முத்து முத்தாய் காய்கள் கோர்க்கத் தொடங்கி. கசப்பை காற்றில் கரைக்கும் பூக்கள்! காற்றில் அசைகிறது வேம்பு!

காலத்தையும் அசைக்கிறது.

அழித்தொழிக்க முடியாத சாமளைக் கிருமிகள் காற்றிலும் நீரிலும் உறைந்து துயில்கின்றன. மானுடக் கண்களுக்குப் புலப்படாத உயிர்க்கொல்லிகள்.

தையிலும் மாசியிலும் பெய்யும் பனியில் தங்கள் உறக்கம் கலைந்து புதுத் தெம்புடன் வெளிவரத் தொடங்குகின்றன. வருடத்திற்கொரு முறை விழிப்பு. சாமளைக்கு உயிர்களே உணவு. பிரதானமாக தாவரங்களும், மனிதர்களும். பின்பனிச் சூழலில் விழித்துக் கொண்ட கிருமிகள் முதலில் தீண்டியவை ஊரெங்கும் வளர்ந்து நின்ற வேப்ப மரங்களை.

ஒவ்வொரு வருடத்தின் முதல் பலி வேம்பு. சாமளைப் பீடித்த வேம்பு குணங்குகிறது. இலைகளைப் பழுக்கிறது. இரவில் கொட்டும் பனியோடு பனியாய் வேம்பின் ஆழம்வரை பாய்கின்றன சாமளைகள். சுதாரிப்பதற்குள் அத்தனை இலைகளும் பழுத்துவிட்டன. லேசாய் வீசும் காற்றிற்கும் தரையெங்கும் இலையிறக்கம்.
~~~

வேம்பு சுதாரித்தாள். தனக்குள் வேர்கொண்ட சாமளைக் கிருமிகளை போனமுறை துளிர்த்த இலைகள் எதிர்கொள்ள இயலாமல் வீழ்ந்ததை வேதனையோடு பார்த்தாள். கசப்பு பத்தாது! இன்னும் ஒரு சிட்டிகை கூட வேண்டும்.

வேம்பினுள் கசப்பு பாலாய் ஓடுகிறது. அணுவிலும் அணுவளவு கூடியது கசப்பு!

புதிய கசப்புடன் வேம்பு மலர்கிறாள். பனி ஓய்ந்து காலம் கோடையாய் திரும்புகிறது. புதுத்தளிர் கொண்டு தலை நிறைந்து நிற்கிறது வேம்பு.

புதுத்தெம்புடன் படையெடுத்து வந்த சாமளைக் கிருமிகள் வேம்பின் புதிய கசப்பைத் தாங்க மாட்டாது காற்றும், நீரும் ஏறி ஊரெங்கும் ஓடின. இனி அடுத்த பனிக்காலம் வரை வேம்பை நெருங்கமுடியாது என்பதை அவை அறியும். வேம்பு தன் புதிய கசப்புடன், சாமளையை விரட்டுகிற புதிய கசப்புடன் - ஊருக்குள் கிளைபரப்பி நிற்கிறது!

காலத்தினுள் தொடர்ந்து அசைகிறது வேம்பு. ஒவ்வொரு முறையும் சாமளையுடன் வாழ்வா சாவா போராட்டம். பனியின் போது கிளைகளை வருத்தும் சாமளையை எதிர்கொண்டு வேம்பின் சாறு கசப்பு ஏறி கள் போல் மணக்கிறது. எத்தனை வருடப்போர்! பட்ட காயங்களின் சாட்சியாய் மேனியெங்கும் ததும்பும் கசப்பு!

திருமணமே வேண்டாம் என்றாள் அவ்வை. எனக்கென்னவோ அதில் லயிப்பில்லை என்றாள். கணவன், குழந்தைகள், வீடு, குடும்பம் என்று அதென்னவொரு வாழ்க்கை! எனக்கு வேண்டாம் என்றாள். முதலில் இந்தக் குரலை வேடிக்கை செய்தார்கள்.

அறியாப்பிள்ளை, தெரியாத வயது. நாளானால் சரியாய்ப்போகும் என்றார்கள். நாளானதேயொழிய சரியாகவில்லை. அவள் மீண்டும் அதையே சொன்னாள்.

இந்த முறை அவளது குரல் அச்சம் தருவதாய் இருந்தது. அதிலிருந்த பிடிவாதம் அலட்சியப்படுத்த முடியாதது போல் இருந்தது. இயல்பை மீறிய குரலாய்க் கேட்டது.

‘திருமணம் இயற்கையானது’ என்று பண்பாடே நம்பிக் கொண்டிருந்தது. பண்பாட்டை மீறிய அனைத்தும் செயற்கையானது என்று சொன்னார்கள். அவ்வை கேட்கிற மாதிரி இல்லை. தனக்குத் திருமணத்தில் பிடிப்பில்லை என்றாள். தன்னை சங்கத்தில் சேர்த்து விடச் சொன்னாள்.

இந்த முறை துறவியைக் கொண்டே சொல்ல வைத்தார்கள்.

இல்லறத்தைத் தாண்டினாலேயே துறவறம் சாத்தியம். அது தான் வழிமுறை. ஆசைகளும், பாசங்களும் நிறைந்த வாழ்க்கையை திகட்டத் திகட்ட அனுபவிக்க வேண்டும். பின் ஒரு கணத்தில், இல்லறக் கடமைகளை முடித்த பின் துறவைத் தரிக்க வேண்டும்.

இல்லற வாழ்க்கையை துறத்தலே துறவு. இல்லறமே வேண்டாமென்றால் எதைத் துறந்து துறவியாவது? பௌத்த சங்கம் அவ்வையிடம் இப்படித்தான் கேட்டது.

துறவியாக மாறுவதற்காகவாவது போய் திருமணம் செய்து கொள் என்றது.

அவ்வை சிரித்தாள். தான் சங்கத்தில் சேர வேண்டும் என்றாள். என்னை அனுமதிப்பீர்களா? என்றாள். அவளுடைய துறவுக்கான காரணம் மிக எளிமையாய் இருந்தது.

‘அவள் துறவை விரும்பினாள்’ அவ்வளவுதான்.

துறவு சங்கம் சொல்வது தர்க்கபூர்வமான விளக்கம். புத்தி சார்ந்தது. காரண காரியங்களைக் கொண்டது. அவ்வை என்ற பெண் சங்கத்தைப் பார்த்துச் சிரித்தாள். ‘நான் துறவை விரும்புகிறேன்’.

கடைசியில், அவளது விருப்பம்தான் வென்றது.

1. ஆடி மாதம் அம்மன் கோவிலில் பந்தற்கால் நாட்டினார்கள். இன்றிலிருந்து எட்டாம் நாள் கொடை. அம்மன் கோவில் அருகிலிருந்த வேம்பின் பக்கமாகவே கொடி நாட்டினார்கள்.

2. கால் நாட்டினால் ஊரே கொடைக்குத் தயாராகிறது என்று பொருள். அம்மன் திருவிழாவைத் தவிர வேறெந்த நல்லது கெட்டதுகளும் தவிர்க்கப்படவேண்டும். கொடை முடியும் வரை சுத்த பத்தமாக இருக்க வேண்டும். கறி, மாமிசம் அறவே கூடாது. யாரும் இரவுகளில் வெளியேறக்கூடாது. வெளியூர்க்காரர்கள் இரவில் தங்கல் கூடாது. கொலை, களவு, காமம், கள் கூடாது.

3. அம்மனுக்கு நேர்ந்தவர்கள் அன்றைய தினம் கோவிலில் வைத்து காப்புக்கட்டிக் கொள்கிறார்கள். சாமி கொண்டாடிகள் வழக்கம் போல் மஞ்சளாடை தரித்து கடும் விரதம் மேற்கொள்கிறார்கள். ஒரு வேளையே உணவு. பால்குடம் எடுப்பவர்கள், அலகு குத்துகிறவர்கள், பூச்சொரிகிறவர்கள், தீவிர விரதமிருப்பவர்கள் பத்து நாட்களும் கோவிலே கதியென்று வாழ்கிறார்கள்.

4. ஊரெங்கும் வேப்பிலைத் தோரணங்கள். நீர் நிலைகளிலும் - கிணறு, குளம், வாய்க்கால், ஆறு - வேப்பிலை இடுகிறார்கள். காப்புக் கட்டியவர்களின் வீடுகளில் இன்னும் கூடுதலாய் வேப்பிலைகள். அவ்வீடுகளை அடையாளப்படுத்த முற்றத்தில் சுண்ணாம்பு தெளிப்பு.

5. பத்தாம்நாள் அம்மனுக்குக் கொடை. பால்குடம் எடுக்கிறார்கள். பூச்சொரிகிறார்கள்; அலகிட்டு வருகிறார்கள். உற்றார் உறவினர் அனைவரையும் அன்றைக்கு அழைத்து வருகிறார்கள்.

6. ஊருக்குப் பொதுவாய் பொங்கல் வைக்கிறார்கள். எல்லோருமாய் அமர்ந்து அவ்வுணவைப் பங்கிட்டுக் கொள்கிறார்கள்.

7. அம்மன் கோவிலில் உப்பிடாத கூழ் தருகிறார்கள். மஞ்சளும், வேப்பிலையும் இடப்பட்ட நீர் கொப்பரைகளில் வைக்கப் படுகிறது. காப்புக் கட்டியவர்கள் அதனை இறைத்து மேலெங்கும் ஊற்றிக் கொள்கிறார்கள். அம்மன் கொடைவிழா முடிவிற்கு வருகிறது.

'அம்மா, நீ தான் காப்பாற்றவேண்டும்' என்றது கூட்டம். அவ்வை ஊர் ஊராய்த் திரிந்து கொண்டிருந்தாள். திரிபிடகத்தையும். அட்சரத்தையும் போதிப்பதே அவள் செயலாக இருந்தது. போகும் வழியெங்கும் மரணத்தின் இரைச்சல்.

ஆடி மாதம் பிறந்தால் போதும், இல்லாத நோயெல்லாம் பறந்து வந்து சேர்கிறது. வாந்தி, பேதி என்று தொடங்கி உடல் இற்று மரணம் வந்து சேர்கிறது. ஒன்று, இரண்டல்ல வந்தால் மொத்த மொத்தமாய் கொண்டு போகிறது.

ஒன்று தொட்டு ஒன்று என நோய் விடுவேனா என்கிறது. எரிக்க முடியாத அளவிற்கு ஊரெங்கும் பிணங்கள். பேசாமல் ஊரையே சுடுகாடு என்று சொல்லிவிட்டு தேசாந்திரம் போகலாம். நிறைய ஊர்களில் அப்படியும் போனார்கள். எல்லா வீடுகளிலும் பிணங்கள்! அழுகுரல்! ஊருக்கும் சுடலைக்கும் நடுவே கடுகு மலையே உருவாகியிருக்கிறது.

'அம்மா, எங்களைக் காப்பாற்றேன்' என்றனர் அவ்வையிடம்.

●

அம்மை நோய்க்கு ஆயிரம் தடுப்பூசிகள் இருந்தாலும், இன்றைக்கும் ஊரில் கை மருத்துவம்தான். அம்மைக்கு மருந்து கிடையாது என்பது நம்பிக்கை. அம்மை எப்படி வந்ததோ அப்படியே போகும். போகும்

வரை வந்தவரைக் காப்பதும், போகும் பொழுது பிறரைத் தொற்றாமல் தடுப்பதும் தான் கை மருந்து.

அம்மை கண்ட நபரை உடனடியாய் தனித்திருக்க செய்தல் வேண்டும் என்பதை எல்லோரும் அறிவார்கள். அம்மை கண்ட நபரைச் சுற்றி வேப்பிலைகளை வைக்கிறார்கள். வேப்பிலையில் படுக்கை! வேப்பிலையில் விசிறி! வேப்பிலைக் காற்று! யாரும் அண்டாது பார்த்துக் கொள்கிறார்கள். தனியிடம், தனி உணவு, தனிப் பண்டபாத்திரங்கள், தனிப் படுக்கை ஏறக்குறைய வீட்டுக்குள் தீண்டத்தகாதவர்.

சாப்பாடு, பத்தியம். உப்பில்லை, எண்ணெய் கூடவே கூடாது என்கிறார்கள். வேக வைத்தது மட்டுமே என்று எளிமையான உணவு. வேப்பிலையும் அம்மன் கண்டவரும் எனக் கழிகின்றன நாட்கள்.

ஒரு வாரம், எட்டு நாள் என்று கணக்கு சொல்கிறார்கள். அம்மைப் புண்கள் காயத் தொடங்குவது ஒரு அறிகுறி. சரியாகக் கணித்து, முதல் தண்ணீர், இரண்டாம் தண்ணீர், மூன்றாம் தண்ணீர் என்று மூன்று முறை வேப்பிலை, மஞ்சள் கலந்த நீர்க்குளியல். இதற்கெல்லாம் பின்பு அம்மை போய்விட்டதாய் சொல்கிறார்கள். அம்மை கண்டவரின் உடல் அதற்குப் பழகிக் கொண்டது.

ஒவ்வொரு ஆடியிலும் மரணம் நேர்வதன் காரணம் என்ன என்று யோசித்துக் கொண்டிருந்தாள் அவ்வை. போகுமிடம் எங்கும் மக்கள் அவள் மீது கொண்ட நம்பிக்கை பாறாங்கல்லாய் நசுக்குகிறது. இவ்வளவு நம்பிக்கைக்கு தான் பாத்திரமானவள் தானா? இதனை என்னால் சுமக்க முடியுமா?

ஆடியில் மட்டும் ஏனிப்படி நோய்கள் வருகின்றன? என்னை இவர்கள் கண்மூடித்தனமாக நம்புகிறார்களே. அது சரிதானா? இதை வளரவிடுவது சரிதானா? ஆடியில் வேறு என்னென்ன நடக்கிறது. ஏன் ஆடி? ஏன் நான்? நான் ஏதாவது செய்வேன் என்று எப்படி நம்புகிறார்கள்?

பாரம்பரியமாய் ஆடியில் காற்று தான் வரும். அம்மியைத் தூக்கிச் செல்லும் காற்று. மேற்கிருந்து வருகிறது. மேற்கே மலையிலிருந்து காற்றோடு கூட ஆறுகளிலும் வெள்ளம் பெருக்கெடுக்கிறது. மேற்கே மலைப்பகுதியெங்கும் கனமழை பெய்கிறது. ஆற்றின் ஊற்றுக்கண் திறந்து வழியெங்கும் வெள்ளம். கண்மாய், குளம் என்று அனைத்தும் நிரம்பி வழிகின்றன. புதுக்காற்று, புதுப்புனல், மரணம் தரும் புது நோய்கள்.

அவ்வைக்கு ஏதோ விளங்கியது.

•

எத்தனை வருடங்கள், எத்தனை கண்கள், எத்தனை நுட்பமாய் பார்த்திருந்தால், வேம்பைத் தாக்கும் சாமளைக் கிருமியைக் கண்டுபிடித்திருப்பார்கள்!

யாருடைய கண்கள் அவை? அவை ஏன் தாவரங்களைக் கவனித்துக் கொண்டிருந்தன? ஒவ்வொரு வருடமும் காலத்தினுள் அது கொள்ளும் அசைவை உணர்ந்து. அது பரப்பும் கசப்பின் தன்மையை சுவைத்து. அதன் இலைகளை அளந்து. அதன் பழங்களை ஓதப்பி, குளுமையில் அயர்ந்து, வேம்பைப் புரிந்து கொண்ட வாழ்க்கை என்பது என்ன? அது எங்கே போயிற்று?

வருடா வருடம் வேம்பு இலைகளை உதிர்ப்பதற்குப் பின் உயிர் வாழ்வதற்கான போராட்டமே அடங்கியிருக்கிறது என்ற கவிதையை உணர்ந்த கணம் எவ்வளவு கிளர்ச்சியானது?

வேம்பின் கசப்பு, ஒவ்வொரு முறையும் இணுக்களவாவது அதிகரிக்கிறது என்று அறிந்துகொண்ட சுவைமொட்டுகளைக் கொண்ட நாவைப் பெறுவது எப்படி? வாழ்க்கையின் ஒவ்வொரு சுவையையும் பொறுப்பாய் காலத்திடம் கடத்தும் முறையொன்று ஓங்கி வளர்ந்திருக்க வேண்டும். அப்படியொரு வாழ்க்கையே, கண்ணுக்குப் புலப்படாத சாமளை எனும் நோய்க்கிருமியைக் கண்டுகொள்ளும் கண்களைத் தந்திருக்க வேண்டும்.

வேம்பை வாஞ்சை கொண்ட கண்களால் பார்த்தாள், அவ்வை, ‘எவ்வளவு மென்மையும், நுட்பமுமானவள் நீ’ என்றிருந்தது அப்பார்வை.

‘எங்களை விடவும், உங்களது ஞாபகம் பழமையானது என்பது எவ்வளவு உண்மை’ என்று தாவரங்களிடம் பேசினாள்.

ஒவ்வொரு வருடமும் தனது சக்தியை அதிகரித்துக்கொண்டு உயிர்களைத் தாக்க முனைகிற சாமளைக் கிருமிகள், முதலில் குறி வைப்பவை தாவரங்களைத் தான். தாவரங்களில் மென்மையான வேம்பே அவற்றின் முதற்பலி.

பின்பனிக் காலங்களில் சாமளையால் தாக்குண்ட வேம்பு, விரைவாக சுதாரித்துக் கொண்டு, தாக்க வந்த சாமளைக்குத் தன்னை தகவமைத்துக் கொண்டு புதிய எதிர்ப்புணர்வோடு பச்சைப் பசேலென்று விரிகிறது கோடையில்.

தன் பலம் வேம்பிடம் பலிக்காத சாமளை இந்த முறை மனித உயிர்களைக் குறிவைக்கிறது. ஆடியில் பெருகும் காற்றும், புனலும் கிருமிகள் பரவுவதற்கு தோதாகிவிட, ஊரெங்கும் திரிகிறது நோய்.

கண்ணுக்குத் தெரியாத கிருமி - காற்றிலும் நீரிலும் பரவுகிறது என்பதால் மனித உயிர்களை வேகவேகமாய்க் காவு வாங்குகிறது.

இந்தக் கிருமிகள் வேம்பிற்கு மட்டுமே அடங்கும் என்பது அவ்வைக்கும் புரிகிறது. தீய சிந்தனையாலும், வெகு மதியாலும் தன் இயல்பு திரிந்து நலிவுற்று நிற்கிற மனித உயிருக்கு - சாமளையை எதிர்க்கும் குணத்தை உருவாக்கிக் கொள்ளும் திறனழிந்து காலங்கள் பல உருண்டோடி விட்டதை அவள் அறிவாள். பாவப்பட்ட மனித உயிர்கள்! இயற்கையின் முன் ஒடுங்கிக் கிடக்கும் உடல்கள்!

ஆடி மாத புதுக்காற்றின் மூலமும், புதுப் புனலின் மூலமும் மனிதர்களை வதைக்கும் சாமளைக் கிருமிக்கு வேப்பிலையும், மஞ்சளும், கற்பூரமும், மட்டிப்புகையுமே மருந்து என்பதை அவ்வை அறிவாள். ஆனால், அவள் முன்பிருந்ததெல்லாம் ஒரேயொரு சிந்தனைதான், சாமளைகள் வருடா வருடம் திரும்பி வருபவை என்றால், அவற்றிடமிருந்து தப்பித்துக் கொள்வதற்கு என்ன செய்யலாம்? வருமுன் காப்பது எப்படி? என்ன செய்தால் சாமளையை விரட்டலாம்?

கிருமி மனிதர்களிடம் வசிக்கிறது என்றால், மருந்து கொடுத்து சாப்பிடச் சொல்லலாம், காற்றிலும், நீரிலும் வசிக்கும் கிருமிகளை என்ன செய்வது? காற்றுக்கும், நீருக்கும் மருந்திடுவது எப்படி?

‘தெய்வமே என்றார்கள்’ ‘எங்கள் உயிரைக் காத்தவள்’ என்றார்கள். வேம்பின் மகத்துவம் சொன்னவள் என்பதால் வேம்படியாள் என்றனர். சகலமும் தெரிந்திருக்கிற பெண் அவ்வை என்றார்கள். இளம் பெண் என்பதால் பச்சையம்மாள். அழகிய பெண்ணும் என்றதனால் வடிவுடையம்மன்.

•

‘அர்த்தம் எவ்வாறு உருவாகிறது’ என்ற கேள்வியை நவீன மொழியியலின் தந்தை என்று அழைக்கப்படுகிற பெர்டினான் டி சசூர் கொஞ்சம் வேறுமாதிரியாக விளக்கினார். அதாவது, அவரைப் பொறுத்தவரையில் அர்த்தங்கள் ஒன்றிலிருந்து மற்றொன்று வேறுபடுவதன் மூலமே தங்களுக்கான தனித்துவத்தை அடைகின்றன. அதாவது ஒரு சொல் தன்னைப் பிறசொற்களிலிருந்து வேறுபடுத்திக் காட்டுவதாலேயே தனியான அர்த்தத்தைக் கொண்டிருக்கிறது என்றார்.

கொஞ்சம் குழப்பமாகத் தோன்றினாலும், தன்னளவில் ஏராளமான உண்மைகளைக் கொண்டிருக்கிறது சசூரின் கூற்று. மொழி என்றாலே பல்வேறு சொற்களைக் கொண்ட தொகுப்பு என்பது யதார்த்தம். ஒவ்வொரு சொல்லுக்கும் ஒரு அர்த்தம் அல்லது பல அர்த்தங்கள் உள்ளன. இப்படிச் சொல்லலாம், எல்லாச் சொல்லும் குறைந்தபட்சம் ஒரு அர்த்தத்தையாவது கொண்டிருக்கிறது. இந்த உண்மையைத்தான் சசூர் கொஞ்சும் மாற்றிப்போட்டு, சொற்கள் கூட்டமாக இருப்பதாலேயே அர்த்தத்தோடு இருப்பதாய் சொல்கிறார்.

அதாவது, எல்லாச் சொல்லும் தனது தனித்தன்மையைப் பேணியபடி கூட்டமாக இயங்குவதால் அர்த்தங்களைக் கொண்டுள்ளன. இங்கு இரண்டு சங்கதிகள் முக்கியம்: கூட்டமாக இருப்பது, தனித்தன்மையைப் பேணுவது. இவையிரண்டும் ஒன்றுக்கொன்று முரண்பட்டவை போல் தோன்றினாலும், புரிந்து கொண்டால் எளிதானவை.

ஒரு சொல்லின் தனித்தன்மை என்பது அது பிறசொற்களிலிருந்து எவ்வாறு வேறுபடுகிறது என்பதில் அடக்கம். ஒவ்வொரு சொல்லும் எவ்வாறு பிறவற்றிலிருந்து வேறுபடுகின்றது என்பது தெரிந்தால், அவை குழுவாக இருப்பதும் எளிதாகிவிடும்.

மொழியைக் கொண்டு சசூரால் இதனை எளிதாக விளக்க முடிந்தது. ஒரு சொல் என்பது ஒலிகளின் தொகுப்பு. ஒரு வார்த்தைக்கும் இன்னொரு வார்த்தைக்குமான வேறுபாடே இந்த ஒலிகளின் மாறுபாடுதான்.

இரண்டு சொற்கள் ஒரே மாதிரியான ஒலி வரிசையைக் கொண்டிருப்பதில்லை. எனவே சொற்களை வேறுபடுத்துபவை இந்த ஒலித்துணுக்குகள் தான். அதே நேரம் அவைகளை இணைப்பதும் ஒலித்துணுக்குகள் தாம். ஒலியால் செய்யப்பட்டதாலேயே அவை வேறு வேறு சொற்கள்.

இந்த ஒலித்துணுக்குகளை, மொழியியலில் 'ஒலியன்' என்கிறார்கள். ஆக, ஒலியன்களே ஒரு சொல்லையும் இன்னொரு சொல்லையும் வேறுபடுத்திக் காட்டுகின்றன. இதனாலேயே இவற்றிற்கு இன்னொரு பெயரையும் வைத்தார்கள். வேறுபடுத்தும் கூறுகள்.

இதனால், சசூர் இப்படி எழுதினார்: வேறுபடுத்தும் கூறுகளான ஒலியன்களே அர்த்தங்களை உருவாக்குகின்றன.

இந்த விஷயத்தை வேறு வேறு வாக்கியங்களில் சொல்லிப்பார்த்துக் கொள்ளலாம். அதாவது, ஒலியன்கள் தான் மொழியின் மிகச் சிறிய கூறுகள். மொழியில் பனுவல் உண்டு; பனுவலுள் பத்திகள்; பத்திக்குள் வாக்கியங்கள்; வாக்கியங்களுக்குள் சொற்கள்; சொற்களுக்குள்

எழுத்துக்கள்; எழுத்துக்களுக்குள் ஒலியன்கள், ஒலியன்களை உடைக்க முடியுமா? முடியுமாயிருக்கும்.

ஆனால், நவீன மொழியியல் இந்தப் பிரச்சினையை மேற்கொண்டு வளர்க்க விரும்பாமல். ஒலியன்களே 'மிகச்சிறியக்' கூறுகள் என்று முடித்துக்கொண்டது. ஒலியன்கள், மிகச்சிறிய மொழிக்கூறுகள் என்றால், மேற்கூறிய வாக்கியத்தை இனி இப்படி சொல்லலாம்: 'மிகச்சிறிய அலகுகளே அர்த்தங்களை தோற்றுவிக்கின்றன'.

பெர்டினான் டி சசூர் வெளிப்படுத்திய இந்த மொழியியல் உண்மை பல்வேறு சமூக அறிவியலாளர்களுக்கு உற்சாகத்தைத் தந்தது. பலரும் தத்தம் ஆய்வுப் பொருட்களின் மிகச்சிறிய அடிப்படைக்கூறுகளை அடையாளம் காண்பதில் ஆர்வம் காட்டத் தொடங்கினர். அவ்வாறு அடையாளம் கண்ட கூறுகள் ஒழுங்கமைப்புடன் செயல்படும் விதத்தைக் கண்டறிய முயற்சி செய்தார்கள்.

நாட்டுப்புறக் கதைகளின் வடிவ ஒழுங்கைக் கண்டறிவதன் மூலம் அவற்றின் பொதுக்குணங்களை வரையறுத்து விடமுடியுமென்று நம்பியவர் விளாதிமிஃப்ராப்.

இதற்காக ஒரு நூறு ரஷ்ய தேவதைக் கதைகளை ஆய்விற்கு உட்படுத்தும் ஃப்ராப், ஒரு வகையில் நாட்டுப்புறக் கதைகளின் அடிப்படை அலகுகளை அடையாளம் காண்பதில் தனது ஆய்வைத் தொடங்குகிறார். வெளிப் பார்வைக்கு வேறு வேறு தோற்றங்களைக் கொண்டிருந்தாலும் நாட்டுப்புறக்கதைகள் பொதுவாகக் காணப்படும் 31 வகை செயல் பாடுகளால் ஆனவையே என்று கண்டறியும் ஃப்ராப், சமூக செயல் பாடுகளை கதைகளின் மிகச்சிறிய அடிப்படை அலகுகள் என்கிறார்கள்.

ஃப்ராப்பின் முறையியலோடு, அதாவது அவருடைய பண்பாடு குறித்த பார்வையோடு நேரடியாக முரண்படக்கூடிய கிளாட் லெவி ஸ்ட்ராஸ் ஒரு விஷயத்தில் ஃப்ராப்புடன் உடன்படுகிறார். அதாவது, கதைகளை ஆய்வு செய்வதற்கு அவற்றின் அடிப்படை அலகுகளைக் கண்டறிய வேண்டுமென்பதில் அவருக்கு மாற்றுக் கருத்துகள் இல்லை.

பின்னாளில் புராணங்களை அமைப்பியல் ஆய்வு செய்யத் தொடங்கும் லெவி ஸ்ட்ராஸ் இப்படியான மிகச்சிறிய அடிப்படை அலகிற்கு பெயரொன்றையும் இடுகிறார். அது, புராணியம். புராணங்களின் மிகச்சிறிய அடிப்படை அலகு புராணியம்.

கிளாட் லெவி ஸ்ட்ராஸின் புராணம் பற்றிய பார்வை நமக்கு உற்சாக மூட்டக்கூடியது. அவரளவில் இசையும் புராணமும் ஏராளமான ஒற்றுமைகளைக் கொண்டுள்ளன. இசை என்பது எண்ணிக்கையில்

குறைந்த அடிப்படையான சப்தங்களால் உருவான கலைப்படைப்பு. அதாவது, அடிப்படை ஸ்வரங்கள் குறைவானவை (நமக்கு ஏழு). இந்தக் குறைவான சப்தங்களின் பன்முக இணைப்பே மிகப் பரந்த தளத்தில் இசையாக வெளிப்படுகிறது.

எல்லையற்ற கற்பனையைத் தூண்டக்கூடிய அத்தனை இசை வடிவமும் அந்த ஆதார சப்தங்களிலிருந்து உருவானவைதான். இதே போலத்தான் புராணமும் என்றார் லெவி ஸ்ட்ராஸ். எண்ணிக்கையில் குறைவான புராணியங்களின் பன்முகச் சேர்க்கையே புராணமாக விரிகிறது.

இசையை அனுபவிப்பது என்பது அதன் ஒழுங்கமைப்பை உணர்வது தானேயொழிய அதன் தொழில்நுட்பத்தை அறிவது அல்ல. அது என்னென்ன சப்தங்களால் செய்யப்பட்டது என்பதை விடவும் எவ்வாறு செய்யப்பட்டது என்பதே முக்கியம். அதே போலத்தான் புராணமும் என்னென்ன புராணியக் கூறுகளால் செய்யப்பட்டது என்று அறிவது அல்ல. அவை எவ்வாறு ஒழுங்கமைக்கப்பட்டுள்ளன என்பதை அறிவதே முக்கியம்.

இதே போன்று பனுவலின் அர்த்தத்தைப் பற்றி விசாரிக்க முனைந்த இன்னுமொரு ஃப்ரெஞ்ச் குறியியலாளர் அல்கிர்தாஸ் ஜீலியன் க்ரீமாஸ். பனுவலின் அடிப்படை அலகை 'பொருணியம்' (Sememe) என்று அழைக்கிறார். அமெரிக்க இந்தியர்களின் கதைகளை ஆய்வு செய்த ஆலன் டண்டிஸ் அக்கதைகளின் அடிப்படையான அலகுகளை 'உருபனியம்' (Morpheme) என்று அழைத்தார். ஆளாளுக்குப் பெயர்கள்தான் மாறினவே தவிர அடிப்படை அலகுகள் உண்டு என்பதிலும் அவையே அர்த்தங்களைத் தீர்மானிக்கின்றன என்பதிலும் மாற்றுக் கருத்துகள் இல்லை.

நவீன வரலாற்றியலில் கணிசமான விளைவுகளை ஏற்படுத்திய மிஷல் ஃபூக்கோ, இதையே இன்னமும் வேறு போல சொல்லிச் சென்றார். எந்தவொரு பனுவலும், தோண்டியெடுக்கப்பட்ட நினைவுச் சின்னத்திற்கு ஒப்பானது என்று கருதும் ஃபூக்கோ, நினைவுச் சின்னங்களை ஒரு தொல்லியலாளன் அணுகும் லாவகம் அலாதியானது என்கிறார்.

தனக்கென்று பிரத்யேகமான ஆய்வுக் கருவிகளைக் கொண்டிருக்கும் தொல்லியலாளன், பூமியினின்று வெளிக்கிளம்பும் பொருட்களை துண்டு துண்டுகளாகவே வெளியே எடுக்க முடிகிறது. தூசுகளையும், மாசுகளையும் தவிர்த்துவிட்டு, துண்டங்களாய் சிதறிக்கிடக்கும் சின்னங்களைத் துடைத்து துப்புறப்படுத்தி வெளியிலெடுக்கும் ஆய்வாளன், பின்பு அதே துண்டுகளை தனது ஆய்வுச் சாலையில்

மறுநிர்மாணம் செய்யத் தொடங்குகிறான். தொல்லியலாளனின் ஆய்வுப் பரப்பும், ஆய்வுப் பொருளும் இத்தகைய முறையியலையே அவனுக்குத் தீர்மானிக்கிறது. துண்டு துண்டாக வெளிக்கிளம்பும் உண்மையைச் சேகரித்து பின்பு மறு நிர்மாணம் செய்தல். இதற்கு ஃபூக்கோ சொல்கிற பெயர் தொல்லியல்.

இதே முறையியலை மொழியால் செய்யப்பட்ட பனுவல்களுக்கும் ஃபூக்கோ பயன்படுத்துகையில் அவரது வரலாற்று வரைவியல் நமக்கு விளங்கத் தொடங்குகிறது. கடந்த காலத்திலிருந்து வெவ்வேறு வகையான பனுவல்களாக வெளிக்கிளம்பி வருவனவற்றை தொல்லியல் முறையில் ஆய்வு செய்வதென்றால் முதலில் அப்பனுவலை ஒரு நினைவுச் சின்னம் போல பாவித்து. அது என்னென்ன முறைகளிலெல்லாம் குறு குறு பகுதிகளாக உடைகிறதோ அத்தனை வகைகளிலும் அதனைத் துண்டுகளாகப் பகுத்தல். பின்பு, அவ்வாறு பகுத்த பனுவலின் பகுதிகளை மீண்டுமொரு முறை மறு நிர்மாணம் செய்து பனுவலாகக் கட்டுதல்.

இவ்வாறு, ஆய்விற்கு எடுத்துக்கொண்ட பனுவலை அதனதன் போக்கில் பிரியவிட்டு, பின்பு மறுநிர்மாணம் செய்யும் வரையிலான அனுபவம் அப்பனுவலின் உள் ஒழுங்கைக் காட்டித்தருவதோடு அதன் தோற்றச் சுழலையும், காரணகாரியங்களையும், மறைந்திருக்கும் நம்பிக்கைத் தளங்களையும் வெளிப்படுத்தவல்லது என்பது ஃபூக்கோவின் நம்பிக்கை.

அயோத்திதாசரின் அம்மன் கொடை கட்டுரையை இது போன்ற தொல்லியல் பார்வையோடு திரும்ப எழுதுதலையே இந்தப்பகுதியில் நான் முயற்சி செய்திருக்கிறேன்.

இது அயோத்திதாசரின் கட்டுரையை சுருக்கித் தருவதோ அல்லது விரித்து எழுதுவதோ இல்லையென்பதை வாசகர்கள் உணர்ந்திருக் கலாம். அக்கட்டுரையை உலைத்துவிட்டு பின்பு அதேபோல் மறுபடியும் கட்டுதல். இவ்வாறு செய்வதன் மூலம் பனுவலுள் மறைந்து கிடக்கும் சரடுகள் மேலெழும்பி வந்ததை நம்மால் உணர முடிகிறது.

இதன் அடுத்த நிலையாக, இவ்வாறு மறு நிர்மாணம் செய்ததன் மூலம் நாம் கண்டுகொண்ட சூட்சுமங்கள் என்ன என்பதை விளக்க வேண்டும். அவ்வாறு செய்வதே அயோத்திதாசரின் சிந்தனைத் தடத்தை நமக்குக் காட்டித்தரும்.

3

~~~

அயோத்திதாசரின் இலட்சணம்

அயோத்திதாசரின் அகவொழுங்கை கண்டறிந்து விவாதிப்பதற்கு முன் அவருடைய கட்டுரைகளின் புறவொழுங்கை ஒரு எட்டு பார்த்து விட்டுப் போய்விடலாம். அவருக்கென்று ஒரு பாணி இருக்கிறது. அது எங்கிருந்து வந்தது? எப்படி உருவானது? என்பதையெல்லாம் யோசிப்பதற்கு முன், அது என்ன என்று பார்க்கலாம்.

பௌத்தம் தொடர்பான அயோத்திதாசரின் எழுத்துக்கள், நான் ஏற்கனவே குறிப்பிட்டதுபோல் இரண்டு வகையானவை. ஒன்று, 'ஆதி வேதம்' மாதிரியான எழுத்துக்கள், இரண்டாவது, 'அம்மன் வழிபாடு' போன்ற கட்டுரைகள். இவையிரண்டும் எதிரும் புதிருமானவை. இவற்றை எழுதியது வேறு வேறு நபர்களாக்கும் என்று யாராவது சொன்னால் நம்பத் தோன்றுமளவிற்கு வேறுபாடுகள் உடையவை.

'ஆதி வேதம்', நீண்ட தொடர் கட்டுரை. புத்தரின் வாழ்க்கை வரலாற்றையும், போதனைகளையும் விளக்கும் நூல். அவரே சொல்வதுபோல் 'ஆதி வேதம்' என்பது பௌத்த தன்மத்தை விளக்கக் கூடிய பாலிமொழியில் செய்யப்பட்ட நூற்களை கற்றுத் தேர்ந்து மொழிபெயர்த்த நூலாகும். ஒரு நூலின் மொழிபெயர்ப்பல்லாது, பல நூற்களின் சாரத்தை உள்வாங்கிச் செய்யப்பட்ட மொழிபெயர்ப்பு.

இதில் அயோத்திதாசரின் சிந்தனை என்று தனியாக எதுவுமில்லை. நேர்மையான மொழிபெயர்ப்பாளனாக பணியாற்றுவதே
~~~

போதுமானது என்ற யோசனையில் அவர் மேற்கொண்டு எதனையும் குழப்பிக் கொள்ள முயற்சிக்கவில்லை.

தீவிரமான இறைநம்பிக்கை கொண்ட குடும்பப் பின்னணியைக் கொண்ட அயோத்திதாசர், தொடக்க காலங்களில் வைணவம் மீது கொண்டிருந்த பக்தியை பௌத்தம் மீது இடம் பெயர்த்துக் கொண்டிருந்தார் என்பதை நாம் மறந்துவிடலாகாது.

அம்பேத்கருக்கோ அல்லது இன்றைக்கு நமக்கோ, மார்க்சியம் மூலமோ அல்லது பகுத்தறிவு மூலமோ சாத்தியமாகிற நாத்திக பரிச்சயம் அயோத்திதாசருக்கு இருந்திருக்கவில்லை. மார்க்சியமா பௌத்தமா? என்ற மாபெரும் குழப்பத்தை தத்துவார்த்த விவாதமாக முன்னெடுத்து, பின்பு இறுதியில் பௌத்தமே என்று தீர்மானிக்கக் கூடிய வாய்ப்பு வசதிகள் அவருக்கு இருந்திருக்கவில்லை.

பௌத்தத்தை அயோத்திதாசர் இறை நம்பிக்கையோடே ஏற்றுக் கொண்டிருந்தார். இதனாலேயே அவர் இலங்கை வரை சென்று மதம் மாறியும் வந்திருந்தார். புத்த பகவான் மீதான நம்பிக்கையும், அவருடைய தெய்வத் தன்மை குறித்த பக்தியும் அயோத்திதாசரிடம் மேலோங்கியே இருந்திருக்க வேண்டும்.

பௌத்த சமயத்தின் தீவிரப் பற்றாளராக விளங்கும் இத்தகைய மனநிலையின் வெளிப்பாடாகவே 'ஆதி வேதம்' என்ற நூலைக் கருத வேண்டும். நான் மேலே குறிப்பிட்டதுபோல் அந்நூலில் அயோத்திதாசர் என்ற பௌத்த சமய பக்திமானே பெருமளவும் வெளிப்படுகிறார். அயோத்திதாசர் என்ற தனிநபரல்ல.

அவரைக் கொண்டாடுவதற்கான காரணங்கள் 'ஆதி வேதம்' என்ற நூலில் இல்லை என்பது என் கணிப்பு. ஆதி வேதத்தை எழுதியதற்கு முற்றிலும் மாறான புதிய அயோத்திதாசர் அவரது பிற கட்டுரைகளில் வெளிப்படுகிறார்.

அம்மன் வழிபாடு குறித்தும், கார்த்திகை தீபத் திருவிழா குறித்தும், தீபாவளி குறித்தும், சங்கராந்தி, இறப்புச்சடங்கு, திருமணச் சடங்கு, மொட்டையடித்தல், மஞ்சளாடை உடுத்தல் போன்ற தமிழ்ப் பண்பாட்டு நிகழ்வுகளை விவாதிக்கும் அவருடைய கட்டுரைகள் அதுவரையில் நாம் அறிந்திராத புதிய வாசல்களை திறந்துவிடும் மாயக்காரராக அவரை நமக்கு அறிமுகம் செய்கின்றன.

சொல்லப்போனால், இரண்டு அயோத்திதாசர்கள்!

ஒருவர், 'ஆதி வேதம்' நூலை எழுதிய பௌத்த சமயப் பற்றாளர், இரண்டாமவர், தமிழ்ப் பண்பாட்டுத் தளங்களில் புதிய வெளிச்சம் பாய்ச்சிய சிந்தனையாளர்.

இவ்விருவருமே ஏக காலத்தில் இயங்கியவர்கள் என்பதுதான் ஆச்சர்யம். அயோத்திதாசரிடமே நடைபெற்ற கருத்தியல் திரட்சி இது. ஆரம்பத்தில் அதுபோலவும் பின்பு இது போலவும் மாறினார் (இளம் அயோத்திதாசர், முதிய அயோத்திதாசர்?) என்று சொல்ல முடியாத வகையில், அவர் இறுதி வரையில் இரண்டுமாகவும் இருந்திருக்கிறார். ஒரு பக்கம் பௌத்த தன்மத்தை கறாராக வரையறுத்துச் சொல்லும் குரல் ஒலிக்கிறது என்றால், மறுபக்கம் தமிழ் மரபுகளில் அதன் வேர்களைக் கண்டுணரும் குரலும் கேட்கிறது.

அயோத்திதாசரின் எழுத்துக்களில் வெளிப்படுவதாய் நான் சொல்லக்கூடிய இந்த இரட்டை நிலையை அவரே கூட உணர்ந்திருப்பார் போல, இரண்டு விதமான எழுத்துக்களும் கறாரான வேறுபாடுகளைக் கொண்டதாய் அமைந்திருக்கிறது. குறிப்பாக, தமிழகத்து வாய்மொழிப் பண்பாட்டு மரபுகளில் பௌத்த வழக்கமே மேலோங்கியிருப்பதாய் வாதிடும் அயோத்திதாசர், பல்வேறு தருணங்களில் பௌத்த மடாலயங்கள் குறித்தும் துறவிகள் குறித்தும் பேசுகிறார் என்றாலும், எந்தத் தருணத்திலும் புத்தரையோ அல்லது பிரபலமான அவரது சீடர்களையோ கதாபாத்திரங்களாக நுழைத்துவிடும் சிறு முயற்சியைக்கூட மேற்கொள்ளவில்லை என்பதைக் கவனிக்க வேண்டும். ஆனால், அதற்கு தோதான பல்வேறு தருணங்கள் அவரது விவாதத்திலேயே உருவாகி வருகின்றன என்பதுதான் உண்மை.

கார்த்திகை தீபத் திருவிழா பற்றிய கட்டுரையில், ஆமணக்கு விதையினின்று விளக்கெண்ணெயைக் கண்டுபிடித்ததாய் சொல்லப்படும் நபர் ஒரு பௌத்தத் துறவி. பெயரற்ற பிக்குவாய் வந்துபோகும் அக்கதாபாத்திரத்தை ‘புத்தரே தான்’ என்றோ, ‘ஆனந்தன் இது’ என்றோ சொல்லியிருக்கக்கூடிய சாத்தியங்கள் உள்ளன.

அதேபோல், எள்ளில் இருந்து நல்லெண்ணெயைக் கண்டெடுத்த நபரும் முகமற்றவொரு பௌத்த துறவியாகவே காட்டப்படுகிறார். ஆதி வேதத்தில் இடம்பெற்ற எந்தவொரு கதாபாத்திரமும் இந்தப் பக்கமாய் வந்துவிடாத வகையிலான மனத்தடுப்பொன்று அயோத்திதாசருக்குள் செயல்பட்டுக் கொண்டிருந்தது.

இதையெல்லாம்விட, தமிழ்ச் சடங்கு முறைகளை பற்றிய விவாதத்தின் போக்கில், மிக முக்கியமான பௌத்த கதாபாத்திரங்களாக அடையாளப் படுத்தப்படும் மூவரும் தமிழோடு நெருக்கமானவர்களாக இருக்கிறார்களேயொழிய, பெருவாரியாக நம்பப்படும் பௌத்தத்தைச் சார்ந்தவர்களாக இல்லை. அவ்வை, வள்ளுவர், அகத்தியர் என்று அவர் குறிப்பிடும் இம்மூன்று பௌத்த சிந்தனையாளர்களும் தமிழ் மரபுக்கு மட்டுமே சொந்தக்காரர்கள். தமிழுக்கு வெளியே இம்மூவருக்கும் எந்தவித அர்த்தமும் இருக்கவில்லை.

இதன் காரணமாகவே அயோத்திதாசரின் பௌத்தம் தொடர்பான எழுத்துக்களை இரண்டு வகையாகப் பிரித்துக்கொள்ள வேண்டும் என்று நான் சொல்கிறேன்.

‘ஆதி வேதம்’ போன்ற பௌத்த எழுத்துக்கள் அதிகாரப்பூர்வமான பௌத்த சொல்லாடலொன்றையே அடியொற்றி எழுதப்பட்டுள்ளன. அவற்றுள் பெரும்பாலும் அவர் ஒரு மொழிபெயர்ப்பாளராகவே செயல்பட்டு வந்திருக்கிறார்.

இதற்கு முற்றிலும் மாறாக அம்மன் வழிபாடு, இறப்புச் சடங்கு போன்ற எழுத்துகளில் தமிழ்ப் பண்பாட்டோடு தோய்ந்த சிந்தனையாளன் ஒருவன் தொழிற்படுகிறான். அவனது ஆய்வுமுறை, விசாரணை முறை, விவாத முறை என் ஒவ்வொன்றும் தனித்தன்மையுடன் மிளிர்கிறது.

தமிழ் மொழி, மரபு, பண்பாடு சார்ந்து இயங்கும் இரண்டாம் வகை எழுத்துகளில் வெளிப்படும் பௌத்தத்தைத் தனியாக அடையாளப் படுத்த வேண்டிய நாம் அதனை ‘தமிழ்ப் பௌத்தம்’ என்று அழைக்கிறோம். இந்த அடைமொழியை அயோத்திதாசர் தனது கட்டுரைகளில் எங்கேயும் பயன்படுத்தியிருக்கவில்லை. இந்த வகைப்பாடு, ‘தமிழ் பௌத்தம்’ என்ற வகைப்பாடு முழுக்க முழுக்க நம்முடையது. அதிகாரப்பூர்வமான, நிறுவனமயமான, பாலி நூற்களை அடிப்படையாகக் கொண்ட பௌத்தத்தினின்று வேறுபடுத்திக் காட்டுவதற்காக இப்புதிய சொற்சேர்க்கையை நாம் பயன்படுத்துகிறோம்.

‘அயோத்திதாசர் பௌத்தத்தைப் பேசுகிறார்’ என்ற ஒற்றைச் சரடில் யோசிக்கக் கூடியவர்கள், பெரும்பாலும் அவரைத் தவறாகக் கணிப்பதற்கான சூழல்களை ஏற்படுத்தித் தருவது அவரது ‘ஆதி வேதம்’ என்ற நூலே. அதற்குள் போய் சிக்கிக்கொண்டவர்கள் அயோத்திதாசரை இன்னுமொரு பௌத்த பற்றாளராகக் குறுக்கிவிடும் அபாயத்தையே செய்து முடிக்கிறார்கள்.

உணர்ச்சி வேகத்தில், தவிர்க்கமுடியாத தருணத்தில் பௌத்த மரபில் சரணாகதி அடைந்தவர் என்ற சித்திரத்தை வரைய முயற்சிக்கிறார்கள். ‘க.அயோத்திதாசர் ஆய்வுகள்’ என்ற நூலில் ராஜ் கௌதமனுக்கு நேர்ந்த தோல்வி இது போன்ற குழப்பத்தின் விளைவுதான். பௌத்தத்தை தனது அடையாளமாக ஏற்றுக்கொண்ட அயோத்திதாசர் கொஞ்சம் கொஞ்சமாக அதனைத் தனது மரபுகளில், வேர்களில் கண்டுணரும் தருணமே மேன்மையானது. அதற்காக அவர் மேற்கொள்ளும் பண்பாட்டு விவாதங்களே நமக்கு முக்கியமானது.

தொடர்ச்சியாக நாம் விவாதித்துக் கொண்டிருப்பது அனைத்தும் அவரது தமிழ் பௌத்தக் கட்டுரைகளையே. ‘ஆதி வேதம்’ எழுதிய

முதல் வகை அயோத்திதாசர் குறித்து இப்போதைக்கு நமக்கு அக்கறையில்லை. அயோத்திதாசரின் தமிழ் பௌத்தக் கட்டுரைகளின் புறவொழுங்கு மிக எளிமையானது, வெளிப்படையாய்த் தெரியக்கூடியது. இக்கட்டுரைகளில் அவரது பாணி என்று சொல்லத்தக்க ஒன்றை நம்மால் அறியமுடிகிறது.

தமிழ்பௌத்தக் கட்டுரைகள் நான்கு விதமான தரவுகளால் செய்யப் பட்டுள்ளன: வாய்மொழிப் பண்பாட்டுத் தரவுகள், எழுத்திலக்கியத் தரவுகள், விவாதிக்க எடுத்துக்கொண்ட பொருள் தொடர்பான சொற் குழுமம், நிகண்டுகளில் சொல்லப்பட்ட சொல்லிடை உறவுகள்.

இன்றியமையாத சொற்களின் பட்டியலைத் தயாரிப்பதிலிருந்தே கட்டுரைகள் தொடங்குகின்றன. 'கார்த்திகை தீபத் திருவிழா' என்றால், கார்த்திகை, விளக்கு, எண்ணெய், அண்ணாமலை போன்ற அடிப்படையான சொற்களைப் பட்டியலிடுவதுடன் கட்டுரைத் தொடங்குகிறது. 'சங்கறாந்தி' என்றால், சங்கம், அறம், அந்தி என்று வளர்கிறது அப்பட்டியல்.

இப்படியானவொரு சொற் குழுமத்தைத் தயார் செய்து முடித்ததும், விவாதப் பொருளின் வாய்மொழிப் பண்பாட்டுத் தரவுகளை வரிசைப் படுத்தி விவரிக்கத் தொடங்குகிறார். உதாரணமாக, இறப்புச் சடங்கு என்றால், இறந்தவரை அலங்கரிக்கும் முறை, பயன்படுத்தப்படும் பொருட்கள், இடுகாட்டிற்கு இட்டுச் செல்லுதல், பிள்ளைகள் முடியிறக்குதல், இறந்தவரைப் புதைத்தல், பின்பு மூன்றாம் நாள் குழி மொழுகுதல், பதினாறாம் நாள் தீட்டு கழித்தல் என்று ஒன்றுவிடாமல் வரிசையாய் இப்பண்பாட்டு நிகழ்வுகளை வர்ணிக்கிறார்.

இதனையடுத்த மூன்றாவது நிலையில், மேற்கூறிய, பண்பாட்டு நிகழ்வுகளை விளக்கக்கூடிய எழுத்திலக்கிய ஆதாரங்கள் அவரால் முன்வைக்கப்படுகின்றன. இந்த இடத்திலேயே அவர் தனது பண்பாட்டு விசாரணையை மேற்கொள்ளத் தொடங்குகிறார் என்று சொல்ல வேண்டும். நடைமுறையில் காணப்படும் சடங்கு சம்பிரதாயங்களுக்கான காரண காரியங்களை ஆராயும் அயோத்திதாசர் அதற்கான விளக்கங்களை எழுத்து மரபிலிருந்து எடுத்து வந்து தனது விளக்கத்தை முன்வைக்கத் தொடங்குகிறார்.

தமிழ் எழுத்திலக்கிய பாரம்பரியம் குறித்த அயோத்திதாசரின் பார்வை, அவரது வேறெந்தப் பார்வையையும் போலவே குழப்பமானவை. 'தமிழிலக்கிய வரலாறு' என்று நாம் வரிந்து கொண்ட கற்பனையிலிருந்து மாறுபட்டது அவரது இலக்கிய வரிசை. 'தொல்காப்பியத்தில்' தொடங்கும் அயோத்திதாசர் பதினென்மேற்கணக்கு நூற்களின் மீது

தீராத அவநம்பிக்கையையே வெளிப்படுத்துகிறார். தொகை நூற்களாக வெளிப்படும் அவற்றின் இருப்பு குறித்தும் உருவாக்கம் குறித்தும் அவருக்கு ஏராளமான சந்தேகங்கள் இருக்கின்றன.

ஆனால், பதினெண் கீழ்க்கணக்கு நூற்கள் மீது தீவிரமான மரியாதை வைத்திருக்கிறார். நீதியையும், அறத்தையும் போதிக்க உருவானவை என்று அவருக்கு அவற்றின் மீது பக்தி. அதன் உச்சகட்டமாக அவற்றிற்கு உரையெழுதவும் செய்திருந்தார்.

அவற்றைத் தொடர்ந்து காப்பிய நூற்களை ஏற்றுக்கொள்ளும் அயோத்திதாசர், திருமூலரின் திருமந்திரம் தவிர்த்து வேறெந்த பக்தி தொடர்பான நூற்களையும் பயன்படுத்தியிருக்கவில்லை. திருமந்திரமும் பௌத்த தர்மத்தைப் போதிக்கும் நூல் என்றே வாதிடுகிறார்.

இதனையடுத்து நிகண்டுகளின் பயன்பாடு அவரிடம் ஆழமாய் வேரூன்றியுள்ளது. எந்தவொரு சொல்லின் அர்த்தத்தையும் நிகண்டுகளில் தேடுவதே அவரது வழக்கம். நிகண்டுகளைத் தொடர்ந்து சிற்றிலக்கியங் களைப் பயன்படுத்தும் வழக்கமும் அவரிடம் காணப்படுகிறது. அந்தாதி, அம்மானை போன்ற இலக்கிய வகைகளும் சித்தர் பாடல்களும் அவரிடம் அதிகம் புழங்குகின்றன. இலக்கண நூற்களில், சந்தேகமே யில்லாமல், வீரசோழியமே பெருமளவில் பயன்படுத்தப்படுகிறது. நன்னூலை அவர் ஏறக்குறைய புறக்கணித்தார்.

விவாதத்திற்கு எடுத்துக்கொண்ட பண்பாட்டு நிகழ்வின் முழுமையையும் புரிந்து கொள்வதற்கு எப்பொழுதுமே இலக்கிய தரவுகள் போது மானவையாக இருப்பதில்லை. இத்தகைய சந்தர்ப்பங்களில் சித்த வைத்தியத் தரவுகள் அயோத்திதாசருக்கு தோள் கொடுப்பவையாகக் காணப்படுகின்றன. பதார்த்தங்களின் குணங்கள், உணவு முறைகள், நோயின் தன்மைகள், அவற்றினின்று விலகும் வழிகள் என்று வைத்திய மரபு சொல்லக்கூடிய பல்வேறு தரவுகளைக் கொண்டு அவர் இறுதியாக ஒரு விளக்கத்திற்கு வந்து சேர்கிறார். இந்த விளக்கம் இலக்கியப் பிரதிகளில் தொடங்கி, வைத்திய பிரதிகளில் முடிந்து போகாமல் இறுதியாக சொற்களுக்கான விளக்கங்களுடனே எப்பொழுதும் முற்றுப் பெறுகிறது.

அயோத்திதாசரிடம் மேலோங்கிக் காணப்படும் இத்தகைய சொற்பொருள் விளக்கங்கள், ஒரு பார்வைக்கு வேர்ச்சொல்லாராய்ச்சி போலத் தோன்றினாலும், கறாரான விதிமுறைகளுக்கு உட்பட்டவை அல்ல. மாறாக, அவரது விளக்கங்கள் தன்னியல்பானவை, எளிமையானவை.

'கார்த்திகை தீபம்' அல்ல 'கார்த்துல தீபம்' அதாவது 'கார் துலக்கிய தீபம்' என்ற அவரது விளக்கத்திற்கு சான்றாகக் காட்டுவதற்கு பாரம்பரியத்தைத் தவிர வேறொன்றும் இல்லை.

விளக்கு, இருளை விலக்குவதால் விளக்காயிற்று என்று சொல்வதையும், அண்ணாந்து பார்த்தால் உச்சி தெரிகிற சிறு மலைக்குன்று அண்ணாமலை ஆயிற்று என்பதையும், நீயாயமாக அளக்கிற தெலுங்கு வணிகர்கள் நியாய அளக்கர், அதாவது 'நாயக்கர்' என்பதையும் வேர்ச்சொல்லாராய்ச்சி என்றோ சொற்பிறப்பியல் என்றோ சொல்வதற்கு இல்லை. இது போன்ற சொல் விளக்கங்களை 'நாட்டுப்புற வேர்ச்சொல்லாய்வு' என்ற பெயரில் வேண்டுமானால் அழைத்துக் கொள்ளலாம்.

மேற்கூறிய கறாரான புறவொழுங்குடன் வடிவமைக்கப்பட்டுள்ள அயோத்திதாசரின் தமிழ் பௌத்த கட்டுரைகளின் உள்ளோடும் அகவொழுங்கின் சரடுகளை இனி ஒன்றன் பின் ஒன்றாகக் காணலாம்

நாட்டுப்புற வழக்காறுகள் பொருள் பொதிந்தவை:

'நாட்டுப்புற வழக்காறு' என்ற சொற்றொடர் முழுக்க முழுக்க நம்மைச் சார்ந்தது, அயோத்திதாசரிடம் இது வழக்கிலில்லை என்றாலும், இன்றைக்குப் பேசும் பொழுது இப்படியே சொல்ல வேண்டியிருக்கிறது. இருபதாம் நூற்றாண்டின் கல்விப்புலச் சூழல் நமக்குள் ஆணித்தரமாய் பதிய வைத்துள்ள மேற்கூறிய வாக்கியத்தின் நிஜமான அதிர்வுகளை விளங்கிக்கொள்ள, இதனை அயோத்திதாசர் வாழ்ந்த காலகட்டத்துடன் யோசித்துப் பார்க்க வேண்டும்.

அயோத்திதாசர் வாழ்ந்த இருபதாம் நூற்றாண்டின் தொடக்க வருடங்கள் காலனியம் முழுமூச்சாய் அரசியல் அதிகாரத்துடன் செயல்பட்ட காலகட்டம். நவீனத்துவம் புதுக்கருக்குடன், ஏராளமான வாக்குறுதிகளோடு அறிமுகமாகிற சூழல். வரிசையாக அறிவியல் கண்டுபிடிப்புகள் அறிமுகமாகி ஆச்சர்யமூட்டிய தருணம்.

எழுத்துக்கல்வி கடவுளுக்கு நிகரான மரியாதையை பெறத்தொடங்கி யிருந்த நேரம். பகுத்தறிவு சார்ந்த நவீன உலகைப் படைக்கப் போவதாய் சூளுரைக்கப்பட்ட சமயம். பழைய வழக்கங்களை யெல்லாம் மூட நம்பிக்கைகள் என்று முத்திரை குத்தி எள்ளி நகையாடிய சந்தர்ப்பம்.

அந்தச் சூழலில், அவரோடு கூட வாழ்ந்த பலரும், அவருக்குப் பின்வந்த பலரும் காலனியம் போதித்த மேற்கூறிய பாடங்களை உள்வாங்கிக் கொண்டு கொள்கைகளையும், கோட்பாடுகளையும் தொங்கிக் கொண்டிருப்பதை நம்மால் பார்க்க முடிகிறது. அறிவியலையும், பண்பாட்டையும் எதிரெதிரே நிறுத்தி அறிவியலை உன்னதப்படுத்தும் முயற்சியில் பண்பாட்டை எட்டி உதைத்த பல தலைவர்களையும், அவர்களது காலனிய மோகத்தையும் நாம் அறிவோம். ஆனால் அயோத்திதாசர் அவர்களிடமிருந்து பெருமளவில் வேறுபட்டிருந்தார்.

நவீனம் குறித்து அவருக்குக் கொஞ்சம் மாறுபாடான கருத்து இருந்தது. அறிவியல் கண்டுபிடிப்புகளையும், கல்வியின் பலனையும் சகலரும் பெற்றுக்கொள்ள வேண்டுமென்பதில் தீவிரமான முனைப் போடு செயல்பட்ட அயோத்திதாசர், மரபின் இன்றியமையாமையை யும் உணர்ந்திருந்தார். அறிவியலை உள்வாங்கிக் கொள்வதும், ஆங்கில மொழியறிவை வளர்த்துக் கொள்வதும் மட்டுமே ஒரு நபரை அல்லது சமூகத்தை நவீனப்படுத்திவிடும் என்பதை அவர் எப்பொழுதும் நம்பவில்லை.

புதிய அறிவியல் கண்டுபிடிப்புகளை சிலாகித்துப் பேசி அதனுடைய பலன்களை மக்களுக்கு எடுத்துச் சொல்லும் அயோத்திதாசர், அதைவிட அதிகமாகக் கைத்தொழிலையும், உள்நாட்டு தொழில் நுட்பவாதிகளின் மேம்பாட்டையும் பேசி வந்தார்.

உழவுக்கான ஏர் கலப்பையையும், வெயிலுக்கான குடையையும் கண்டறிந்த பாரம்பரிய தமிழ் தொழில்நுட்ப அறிவின் கண்ணி வல்லந்தமாய் அறுக்கப்பட்டது என்று தொடர்ந்து எழுதி வந்தார். இரும்பு, தோல், மரம் போன்ற பொருட்களைப் பயன்படுத்தி தொழிற் கருவிகளைச் செய்வோரை சமூகம் மதிக்கத் தவறியதாலேயே நமது, பாரம்பரிய அறிவு சிதைந்ததாய் சொல்லி வந்தார்.

இதேபோல், மொழியையும் கல்வியையும் அவர் என்றைக்குமே குழப்பிக் கொள்ளவில்லை. மொழியறிவையும் மீறியது கல்வி என்ற எண்ணம் அவருடையது. மொழியை அது தொழிற்படும் பண்பாட்டு விளக்கங்களோடு புரிந்துகொள்வதே சரியான கல்வி என்பதில் ஆணித்தரமாய் இருந்தார்.

ஜி.யு. போப்பின் தமிழார்வம் குறித்து பேசுகையில், அவர் பயன்படுத்தும் இரண்டு சொற்கள் கருத்தாக்கமாக வளர்த்தெடுக்கப்பட வேண்டியவை என்று நினைக்கிறேன். ஏராளமான பழந்தமிழ் இலக்கியப் பிரதிகளை ஆங்கிலத்தில் மொழிபெயர்த்த போப் குறித்து விமர்சிக்கையில், மிகக் கறாராக, போப் ஐயருக்கு தமிழ் இலக்கணம் தெரியும். ஆனால் இலட்சணம் தெரியாது; தமிழ் மொழியின் இலட்சணத்தை அறிந்தவர் களால் மட்டுமே பழந்தமிழ் ஏடுகளை வாசித்துப் புரிந்து கொள்ள முடியும் என்று எழுதுவதை நாம் கவனத்தில் கொள்ள வேண்டும்.

ஒவ்வொரு மொழிக்கும் இலக்கணம் என்று ஒன்றும். இலட்சணம் என்று ஒன்றும் உண்டு என்று பேசும் அயோத்திதாசரின் இந்த வார்த்தைகள் அர்த்தம் பொதிந்தவை. தமிழ் மொழியின் இலக்கணம் எது என்ற கேள்விக்கு, அது உயிரெழுத்தாகவும், மெய்யெழுத்தாகவும் பிரிந்து, பின்பு உயிர்மெய்களாக இணைந்து சொற்களாக, வாக்கியங்களாக பரிணமிக்கும் தொழில்நுட்பத்தை விளக்குவது

இலக்கணம் என்று விவரிக்கும் அயோத்திதாசர், தமிழின் இலட்சணம் எதுவெனக் கேட்டால் பஞ்ச இலட்சணங்கள் என்கிறார்.

'ஆதலின் பஞ்ச லட்சணமாம் எழுத்துக்கு லட்சணங்கூறுவதினும், சொல்லுக்கு லட்சணங்கூறுவதினும், பொருளுக்கு லட்சணங் கூறுவதினும், யாப்புக்கு லட்சணங்கூறுவதினும், அணிக்கு லட்சணங் கூறுவதினும், வரைவதிலும் ஆக்கியோன் கருத்து கெடாமலும் பொருள் கெடாமலும் வரைவதும் கூறுவதும் அழகாம்' *(அயோத்திதாசர் சிந்தனைகள் பக்.567)*

ஒன்றையொன்று சார்ந்து இயங்கக்கூடிய மரபு வழிப்பட்ட விளக்கங்களை அறிந்து கொண்டு அவற்றை வெளிப்படுத்துவதே சரியானது என்று வாதிடும் அயோத்திதாசர், அம்மரபு வழி விளக்கங்களையே இலட்சணம் என்கிறார். இத்தகைய விளக்கங்களை அறிந்துகொள்ள ஒருவர் பண்பாட்டில் தோய்ந்திருக்க வேண்டும் என்கிறார்.

அதாவது, இலக்கணத்தைப் போல் வெளிப்பார்வைக்குப் புலப்படாதது இலட்சணம். உள்ளே மறைந்து கிடப்பது; பண்பாட்டுச் செயல்பாடுகளில் வெளிப்படக்கூடியது. இலக்கணத்தை மேலோட்டமாகவே கற்றுக் கொண்டுவிட முடியும். ஆனால் இலட்சணத்தைக் கற்றுக்கொள்வது கடினம். அயோத்திதாசரின் வேறு சொற் பிரயோகங்களின் படி சொல்வதானால் இலக்கணம் என்பது அர்த்தம் என்றால், இலட்சணம் அந்தரார்த்தம் (உள்ளர்த்தம்).

கல்வி என்றால் இலக்கணத்தைக் கற்றுக் கொள்வது இல்லை; இலட்சணத்தைக் கற்றுக் கொள்வது என்று வாதிடும் அயோத்திதாசர், ஏறக்குறைய தனது தமிழ் பௌத்தக் கட்டுரைகளில், தமிழ்ப் பண்பாட்டுச் செயல்பாடுகளின் இலட்சணத்தை அறிவதற்கே முயற்சி செய்கிறார்.

இந்தக் கட்டுரையில், அயோத்திதாசரின் எழுத்துகளில் காணப்படும் 'புறவொழுங்கு' 'அகவொழுங்கு' என்ற சொற்களையெல்லாம் நான் ஐரோப்பியக் கருத்தாக்கங்களான exterior / interior, manifest / immanent போன்றவற்றிற்கான தமிழாக்கங்களாகவே பயன்படுத்தி யிருக்கிறேன். அயோத்திதாசரின் சொற்களில் சொல்வதானால் புறவொழுங்கை இலக்கணம் என்றும், அகவொழுங்கை இலட்சணம் என்றும் சொல்ல வேண்டும். சொல்லப்போனால், நாம் இப்போது விவாதிப்பதுகூட அயோத்திதாசரின் இலட்சணத்தைத்தான்.

காலனியத் தாக்கங்களை தெளிந்த மனதுடன் புரிந்து கொண்டதாலும், தனது மரபின் மீது கொண்ட ஆழமான நம்பிக்கையாலுமே அயோத்திதாசரால் நாட்டுப்புற வழக்காறுகள் பொருளுடையவை என்ற முடிவிற்கு வந்து சேர முடிந்திருக்கிறது. அம்மன்

கொடையாகட்டும், அதில் அலகு குத்துவதாகட்டும், அங்கப்பிரதட்சணம் செய்வதாகட்டும், மொட்டை போடுவதாகட்டும், பண்டிகைகளைக் கொண்டாடுவதாகட்டும், மஞ்சளாடை அணிவதாகட்டும் எல்லாவற்றிலும் உள்ளார்த்தம் ஒன்று ஓடிக்கொண்டிருக்கிறது என்ற நம்பிக்கையை அவர் ஆயுதமாகக் கொண்டிருந்தார்.

நவீனத்துவத்தின் வீழ்ச்சிக்குப் பின்போ அல்லது மார்க்சீய நோக்கில் உழைப்பாளிகளின் பண்பாடு என்ற கரிசனத்தோடோ அல்லது எழுத்து மரபு உருவாக்கிய கசப்புணர்வின் காரணமாகவோ அல்லது அறிவியலின் போதாமையினாலோ நாட்டுப்புற வழக்காறுகளுக்குள்ளும் ஏதோ விஷயம் இருக்கிறது என்று கருதத்தொடங்கிய நம்மைப் போலல்லாது, தனது சமூகத்தின் மீதும், பண்பாட்டின் மீதும், மக்களின் மீதும் கொண்ட மதிப்பும், நம்பிக்கையும் காரணமாக வழக்காறுகளில் உண்மை மறைந்திருப்பதாய் யோசித்து செயல்பட்ட அயோத்திதாசர் பாராட்டிற்கும் மரியாதைக்கும் உரியவர்.

அவரது அம்மன் திருவிழா கட்டுரையிலிருந்து தீபாவளி கட்டுரை வரையில் இத்தகைய நம்பிக்கையே அவரை இயக்கிக் கொண்டிருக்கிறது. தமிழ் நாட்டுப்புறவியல் என்று ஏதேனும் இருக்கிறது என்று நாம் நம்பினால், அதற்கான தந்தை, முன்னோடி, மூலவர் என்று யாராவது இருக்க வேண்டும் என்று நாம் விரும்பினால், அது அயோத்திதாசராக மட்டுமே தான் இருக்கமுடியும். தமிழ் நாட்டுப்புற வழக்காறுகளை விவாதத்திற்கு உட்படுத்தி, ஆய்வுமுறையொன்றை உருவாக்கித் தந்தது அவர் மட்டுமே.

அயோத்திதாசரின் தமிழ் பௌத்த எழுத்துக்களுள் ஓடும் இரண்டாவது சரடு: நிகழ்வுகள் மீதான நம்பிக்கையும் பனுவலின் மீதான அவநம்பிக்கையும்.

தமிழின் தொன்மையான மரபையும், மொழி வளத்தையும், பண்பாட்டு அகலத்தையும், சமூகச் சிக்கல்களையும் ஒருங்கே உள்வாங்கிக் கொண்டு பரிணமித்த நாட்டுப்புறவியல் கோட்பாடோ அல்லது கருத்தாக்கமோ அல்லது பார்வையோ அல்லது புரிதலோ இன்னும் உருப்பெறவில்லை. அதற்குப் பதிலாக வண்டி வண்டியாய் இறக்குமதி செய்யப்பட்ட வியாக்கியானங்கள் உண்டு. பிறநாட்டு நாட்டுப் புறவியல்கள் பற்றிய தெளிவும், அறிவும் உண்டு. நவீனக் கோட்பாடுகள் வரையிலான பரிச்சயம் உண்டு.

ஆனால் தமிழ்ச்சூழலின் நிர்பந்தம் என்ன என்பது மட்டும் கிடையாது. நாட்டுப்புறவியல் வரலாற்றில் இதுவொரு வேடிக்கையான தருணம். தனக்கான அடிப்படைக் கேள்விகளை வரையறுத்துக் கொள்ளத் தெரியாதவொரு அறியாமை அதனுள் ஓடிக்கொண்டேயிருக்கிறது.

தனது சமூகப் பண்பாட்டுச் சூழலின் யதார்த்தங்களுக்குப் பதிலளிக்க முடியாத நாட்டுப்புறவியல் அதை மறைப்பதற்காய் செய்யும் முயற்சிகளும் தவிர்ப்பதற்காய் மேற்கொள்ளும் உத்திகளும் ஏராளம், ஏராளம்!

இது, தமிழகத்து நாட்டுப்புறவியலுக்கு மட்டும் நேர்ந்த சோதனையல்ல. தமிழ்ச் சூழலில் சமூகம், பண்பாடு, மொழி, வரலாறு, தத்துவம், பொருளாதாரம், கலை என்று பேசக்கூடிய அத்தனைப் புலங்களுக்கும் இதுவே முதன்மைச் சிக்கல். தத்தமது சமூகப் பங்களிப்பை காட்சிப் படுத்தச் சொன்னாலேயே தெரிந்துவிடும் மேற்கூறிய அறிவியல் களின் அழகு!

எல்லாவிதமான சமூக அறிவியல்கள், மானுட அறிவியல்களின் இருப்பு சார்ந்த இத்தகையக் கேள்விகள் இன்றும் உயிர்ப்போடு தான் இருக்கின்றன என்றாலும், நாட்டுப்புறவியலில் மட்டும் இக்கேள்வி உரத்து கேட்கப்படுவதற்கான காரணம் ஒன்று உண்டு. அது, நாட்டுப் புறவியல் சமூகத்தோடு கொண்டிருக்கக்கூடிய உறவு.

பிற சமூக அறிவியல்களைப் போல ஆய்வரங்குகளிலும், நூலகங்களிலுமே உயிர் வாழ்ந்து விடக்கூடிய கொடுப்பினை நாட்டுப்புறவியலுக்கு இல்லை. பிறவிப் பயன் போல, நாட்டுப்புறவியல் என்ன சொல்வதாக இருந்தாலும் சமூகத்தில்தான் சொல்ல வேண்டியிருக்கிறது.

வழக்காறுகளை விற்பதானாலும்கூட நீங்கள் வெளியுலகிற்குத்தான் வரவேண்டியிருக்கிறது. எந்தவொரு வழக்காற்றைத் தொடுவதாக இருந்தாலும், ஏதாவதொரு சமூகக்குழுவின் உள்ளத்தைத் தொடுவதாகவே இருக்கிறது. ஆய்வாளராகிய நீங்கள் அவ்வழக்காற்றை என்ன செய்கிறீர்கள் என்று சமூகக் குழுக்கள் தொடர்ச்சியாக உங்களைக் கண்காணித்துக் கொண்டேயிருக்கின்றன.

இந்தச் சள்ளை, நொம்பலம், இக்கட்டு எல்லாம் பிற அறிவியலுக்கு இல்லை. பிற அறிவியல்கள், தங்களது நடை உடை பாவனை அனைத்தையும் மாற்றிக்கொண்டு, சமூக உறுப்பினர்கள் கேள்வி கேட்டுவிட முடியாத வகையில் பாதுகாப்புச் சுவரொன்றைத் தங்களைச் சுற்றி எழுப்பிக்கொண்டுவிடுகின்றன. இந்தச் சூட்சுமம் நாட்டுப்புறவியலில் செல்லுபடியாகாது.

தொடர்ச்சியான சமூகக் கண்காணிப்பிற்கும் நெருக்கடிகளுக்கும் ஆளானதாலேயே நாட்டுப்புறவியலில், சூழல் சார்ந்த நியாயம் தொடர்பான கேள்விகளும் அதிகமாய் உணரப்படுகின்றன. தமிழகத்து நாட்டுப்புறவியல் தமிழ்ச் சமூகத்திற்குச் சொல்ல விரும்புவது என்ன? தமிழ்ப் பண்பாட்டை அது எவ்வாறு அணுகுகிறது? அதன் சிக்கல்கள் என்று எவற்றையெல்லாம் அடையாளப்படுத்துகிறது?

அச்சிக்கல்களை அது எவ்வாறு எதிர்கொள்ள வேண்டுமென்று அறிவுறுத்துகிறது? என்றெல்லாம் தொடர்ச்சியாகக் கேட்கப்படும் கேள்விகள், நாட்டுப்புறவியலின் இருப்பை முன்வைத்துக் கேட்கப் படுபவையாகவே அமைந்துள்ளன.

இதனாலேயே, நாட்டுப்புறவியலின் அரசியல் என்ன என்றதொரு கேள்வியும் எழுப்பப்பட்டது. யாருடைய சார்பாக அல்லது குரலாக நாட்டுப்புறவியல் பேச விரும்புகிறது? கலைஞர்களின் குரலாகவா? வணிகர்களின் குரலாகவா? தொண்டு நிறுவனங்களின் குரலாகவா? சமயக் குருக்களின் குரலாகவா? அதிகார பீடங்களுக்கு சாதகமான நிலைப்பாட்டைத் தக்கவைக்கப் போகிறதா? அல்லது எதிர்க்குரல்கள் ஒலிக்கும் தளமாக விரியப்போகிறதா? என்று கேள்விகள் அனைத்தும் நகர்கிற திசை தமிழ்நாட்டுப்புறவியலாகவே இருக்கவேண்டுமென்ற வேட்கை சமீபகாலமாய் தமிழகத்து நாட்டுப்புறவியலாளர்கள் மத்தியில் அதிகரித்துள்ளது.

அப்படியொன்று உருவாக்கப்பட்டே ஆக வேண்டிய வரலாற்று நிர்ப்பந்தத்தைப் பலரும் உணரத் தொடங்கியுள்ளனர். தமிழக வரலாற்றை உள்வாங்கிக்கொண்ட, தமிழ் மொழியின் இயக்கத்தை உணர்ந்து கொண்ட, பண்பாட்டுத் தளங்களை அடையாளப்படுத்திக் கொண்ட தெளிவோடு தமிழகத்து நாட்டுப்புற வழக்காறுகளை அணுகும் போக்கொன்று உருவாகும் என்றால் அது தமிழ் நாட்டுப் புறவியலாக இருக்க முடியும். இப்படியான பார்வையொன்றைக் கொண்டிருப்பவராகவே அயோத்திதாசர் நமக்குத் தெரிகிறார்.

வழக்காறுகளும் எழுத்துப் பிரதிகளும் ஒன்றையொன்று மறுப்பவையல்ல. மாறாக ஏராளமான ஊடாட்டங்களையுடையவை என்று எண்ணம் கொண்டிருந்த அயோத்திதாசரிடம் இவையிரண்டு குறித்தும் ஏதேனும் வரையறைகள் இருந்திருக்குமா என்று யோசிக்கலாம். அதாவது இலக்கியப் பிரதிகளை அவர் எவ்வாறு அணுகினார்? எழுத்து குறித்து அவருடைய அபிப்பிராயம் என்ன? பிரதிகளை யெல்லாம் அப்படியே ஏற்றுக் கொள்கிறாரா அல்லது ஏதாவது வகைப்பாடுகளைக் கொண்டிருந்தாரா? வழக்காறுகளை ஆய்வு செய்கையில் எழுத்து மரபை எவ்வளவு தூரம் நம்புவது? அவற்றுள் தராதரங்கள் ஏதேனும் உண்டா என்பவை போன்ற கேள்விகளைக் கேட்டுப் பார்க்கலாம்.

4

~~~

கரையேறிய எழுத்து:
அறுந்த கண்ணியும் வீழ்ந்த மரபும்

அயோத்திதாசரின் தமிழ் பௌத்தக் கட்டுரைகளில் 'மாளிய அமாவாசை என்னும் மாவலி அமாவாசி தன்ம விபரம்' என்ற கட்டுரையும் ஒன்று. மாபலிபுரம் என்ற நகரை ஆண்டுவந்த பௌத்த அரசனான மாபலி அரசன், ஏழை எளியவர்களுக்கு உதவி செய்யவும், நீதி நெறிகளை நிலைக்கச் செய்யவும் ஏராளமான பௌத்த சங்கங்களைத் தோற்றுவித்தான்.

இவ்வரசன் இயற்கை எய்திய புரட்டாசி மாத அமாவாசையில் மக்கள் அவனை நினைத்துக் கொண்டாடி வந்தார்கள். இந்த மாபலிச் சக்ரவர்த்தியை விஷ்ணு, வாமன அவதாரம் கொண்டு மிதித்துக் கொன்றதாய் புராணக் கதை சொல்லப்படுகிறது.

மாபலியின் உண்மையான வரலாற்றையும், மேன்மையையும் அலர்மேலுமங்கை அற்புதத்திரட்டு, மணிமேகலை, சீவகசிந்தாமணி, சூடாமணி போன்ற நூற்களை ஆதாரம் காட்டி விவரிக்கும் அயோத்திதாசர், கட்டுரையின் இடையில் இப்படி எழுதுகிறார்.

'புத்த தன்மத்தைச் சார்ந்த அரசர்களையும் சங்கத்தலைவர்களையும் தாழ்த்தி, அவர்களது சரித்திரங்களை மாறுபடுத்தியதும் அன்றி புத்தசங்கத்தோர் நூற்களிலுள்ள வாக்கியங்களையும் மாறுபடுத்தி வைத்துள்ளனர்.
~~~

‘பாகுபலிநாயனார், மார்க்கலிங்க பண்டராம் கைகளிலிருந்த ஏட்டுப் பிரதியிலும், மணிமேகலை, நன்னூல், சீவகசிந்தாமணி, வீரசோழியம் போன்ற சமண நூற்களிலும் சாக்கையர், சாக்கையர் என்று எழுதி வைத்திருக்கின்றார்கள். ‘மலர் கலியுகத்து என்னும் வாக்கியங்களை ‘மலர் தலையுலகத்து, மலர் தலையுலகத்து’ என்று மாற்றி வரைந்து வைத்திருக்கிறார்கள்’ *(பக்கம் 42 அ.சி - தொகுதி 2)*

‘தீபாவளிப் பண்டிகை எனும் தீபவதி ஸ்நான விபரம்’ என்ற தலைப்பில் ஒரு கட்டுரை உண்டு. எள்ளிலிருந்து பெறப்படும் நெய் ஆரோக்கியமானது என்றும், உடற்சூட்டைத் தணிக்கவல்லது என்றும், பக்கவிளைவுகள் அற்றது என்றும் ஒரு பௌத்தத்துறவி கண்டுபிடிக்கிறார். நல்லெண்ணெய் கண்டுபிடித்த மகிழ்ச்சியான தினம், ஆண்டுதோறும் தீபாவளி என்று கொண்டாடப்படலாயிற்று.

ஆனால் நாளடைவில் பௌத்தத்தின் செல்வாக்கு குறைந்து பிற சமய நம்பிக்கைகள் மேலோங்கிய காலத்தில், மதத்தின் பெயரால் உண்டு கொழுத்தவர்கள் பல்வேறு கட்டுக்கதைகளை ஏற்படுத்தி விட்டதுடன் அல்லாமல் அதன் மத்தியில் தங்கள் வயிற்று சீவன வழியையும் தேடிக்கொண்டார்கள் (பக். 46 அ.சி - தொகுதி 2)

அயோத்திதாசர் சிந்தனைகள் - தொகுதி 2 - பக்கம் 47 முதல் 51 வரை இடம் பெற்றுள்ள தமிழ் பௌத்தக் கட்டுரையின் தலைப்பு. ‘கார்த்திகை தீபமென வழங்கும் கார்த்துல தீபவிபரம்’, கார்த்திகை மாதத்தில், தமிழகமெங்கும் வெகு சிறப்பாகக் கொண்டாடப்படும் தீபத் திருவிழாவைப் பற்றியது இக்கட்டுரை எல்லா தமிழகக் கிராமங்களிலும், வீடுகளிலும் நிகழும் இத்திருவிழா, பிரம்மாண்டமான தொனியில் திருவண்ணாமலையில் நடைபெறுவதை நாம் அறிவோம், மூன்று நாட்கள் போல நடைபெறும் இத்திருவிழாவின் உண்மைப் பொருளைப் பேசத் தொடங்கும் அயோத்திதாசர், கார்த்திகைத் தீபத் திருவிழாவின் சடங்குகளை படிப்படியாக விவரிப்பதுடன் தனது கட்டுரையைத் தொடங்குகிறார்.

வேறெந்தவொரு பண்டிகை அல்லது திருவிழாவைப் போலவே கார்த்திகைத் தீபத் திருவிழாவும் பண்டைய காலத்திலிருந்து தமிழகத்தில் கொண்டாடப்பட்டு வருவதாய் நிறுவும் அயோத்திதாசர், அது குறித்துச் சொல்லப்படுகிற விளக்கங்களையும், புராணக்கதை களையும் பற்றி பெருத்த அதிருப்தியையே வெளிப்படுத்துகிறார். அத்திருவிழாக்கள் அல்லது சடங்குகளின் உண்மை அழிக்கப்பட்டு நாளடைவில் பொய்களும், கட்டுக்கதைகளும் புராணங்களாய் உருவாக்கப் பட்டு மக்கள் மத்தியில் பரப்பப்பட்டன என்று கருதுகிறார்.

‘இப்பண்டைய ஈகைகளின் பெயரும் அதன் உள்ளர்த்தங்களும் அறியாத பேதைகள் வேஷ பிராமணர்களை அடுத்து விசாரிப்பதில், பூர்வ பௌத்த தன்ம வார்த்தைகளை அறியாத பொய் குருக்கள் அசுரரென்னும் வார்த்தையின் பொருளும், இரட்சகர் என்னும் வார்த்தையின் பொருளும் அறியாமல் ஒவ்வொரு பொய்க் கதைகளைப் போதித்து அதைக்கொண்டு தங்களுக்காகப் பொருள் சம்பாதிக்கும் வழிகளையும் தேடிக்கொண்டார்கள்’. *(பக்.48 அ.சி - தொகுதி 2)*

‘வேதாளம்’ என்று சொல்லப்படுகிற ஆவி அல்லது அமானுஷ்ய அழிவு சக்தி அல்லது அரக்கன் இவ்வுலகில் உண்டா என்ற கேள்விக்குப் பதிலளிக்கும் அயோத்திதாசர், ‘வேதாளமென்றும் பேய் உண்டு என்றும் பூர்வ சரித்திரங்களிலேனும், பூர்வ நூற்களிலேனும் வரைந்திருக்கிறார்களா? தற்கால அனுபவத்திலிருந்து இது நடந்து வருகிறதா? இல்லையே... வார்த்தைகளின் உற்பவமும் அதன் பொருளும் நன்குணராப் பொய்ப் புலவர்கள் தங்கள் மனம் போனவாறு, வேதாளமென்னும் ஒரு பேய் இருந்தது என்றும், அது வேளாண் விதைத்திருந்த பயிறுகள் யாவையையும் மேய்ந்துவிட்டுப் போவது வழக்கம் என்றும் அவ்வகையாய் மேய்ந்து கஷ்டப்படுத்தி வந்த வேதாளத்தை திருவள்ளுவநாயனார் துரத்தி விட்டபடியால், அவருக்கு வேளாண் தனது மகளைக் கொடுத்தான் என்றும் பொய்க்குப் பொய் பொருந்தாப் பொய்களை எழுதி, தன்ம சங்கத்தின் அறஹத்துகளின் (குருக்களின்) மகத்துவங்களைக் கெடுத்து வைத்திருக்கிறார்கள். *(பக் 77 அ.சி - தொகுதி 2)*

அயோத்திதாசரின் தமிழ் பௌத்தக் கட்டுரைகளில் காணப்படும் அழுத்தமான குரலொன்றின் சில உதாரணங்களே மேலே காட்டப் பட்டவை. ‘ஆடி மாதம் அம்மனை வணங்கும்’ நிகழ்வு பற்றிய கட்டுரையிலும் இதே போன்றவொரு குரலைக் கேட்கமுடியும்.

வெப்பு நோயால் வாடிய தமிழக மக்களை வேப்பிலையின் மகத்துவத்தின் மூலம் காப்பாற்றித் தந்த ஔவையின் கருணையை, வேஷ பிராமணர்கள் புதிய கட்டுக் கதைகளைக் கட்டி சிதைக்கத் தொடங்கினர். இதன் மூலம் அம்மனை வதம் செய்பவளாகவும், கோபத்தின் வடிவாகவும் மாற்றி மக்களை ஏமாற்றி வருகிறார்கள் என்பதே அவரது வாதம்.

இதுபோலவே, மஞ்சளாடை அணிவது மொட்டையடித்துக் கொள்வது, கரகம் எடுத்து ஆடுவது போன்ற பல்வேறு சடங்குகளை ஆராயும்போதும் அவரிடம் இந்தக் குரல் ஒலிப்பதைக் கேட்கமுடியும்.

ஏறக்குறைய பண்பாடு குறித்த அனைத்துக் கட்டுரைகளிலும் ஒலிக்கும் இக்கண்டனக் குரலின் பொதுவானத் தன்மைகளை நாம் இப்படி வரிசைப்படுத்தலாம்.

சடங்குகள், திருவிழாக்கள், பண்டிகைகளின் உண்மை விளக்கத்தை மக்கள் மறந்து போயிருக்கிறார்கள்.

மேற்கூறியவைகளுக்கு காரணங்களாகச் சொல்லப்படும் புராணக் கதைகள் அனைத்தும் கட்டுக்கதைகள்.

இக்கட்டுக்கதைகளை வேஷ பிராமணர்கள் எழுத்தில் எழுதிவைத்தோ அல்லது எழுதியிருந்ததைத் திரித்து எழுதியோ உருவாக்கினர்.

இப்புராணக் கதைகளை மக்களிடம் பரப்பியதன் வழியாய் அவர்களுக்கு வருமானமும், சமூக மரியாதையும் கிடைக்கிறது.

மேற்கூறிய பண்பாட்டு நிகழ்வுகளின் உண்மையான அர்த்தத்தை விளங்கிக் கொள்ள மிகக் கவனமான கறாரான வாசிப்பு முறையொன்று தேவைப்படுகிறது.

இப்படியான கருதுகோள்களின் அடிப்படையிலேயே அயோத்திதாசர் தனது ஆய்வை மேலெடுத்துச் செல்கிறார் என்பதை நாம் கவனத்தில் கொள்ள வேண்டும். இந்தக் கருதுகோள்கள் அவரது பெரும்பாலான தமிழ் பௌத்தக் கட்டமைப்புகளின் வலுவான அடித்தளமாக அமைவதைக் கண்டுகொண்டால் அவற்றின் முக்கியத்துவம் விளங்கும்.

இக்கருதுகோள்களின் பின்னணியில் தொழிற்பட்ட சிந்தனை யோட்டங்களைக் கண்டறிவதற்கு முன், இக்கருதுகோள்களையேகூட இன்னும் கொஞ்சம் விரிவாகப் பேச வேண்டும் என்று நினைக்கிறேன்.

எடுத்துக்காட்டாக, பண்பாட்டு நிகழ்வுகளின் உண்மைப் பொருளை மக்கள் அறியாமல் போனது, வேஷ பிராமணர்களின் சூழ்ச்சி, புராணங் களை மையமாகக் கொண்ட அவர்களது நடவடிக்கை, எழுத்தை அவர்கள் கையாண்டவிதம் என்று சில வரலாறு சார்ந்த நடப்புகளை விளங்கிக் கொள்வது இந்த இடத்தில் அவசியம் என்று நினைக்கிறேன்.

தமிழ் பௌத்தம் தொடர்பான அயோத்திதாசரின் கட்டமைப்பில் மிக முக்கியமான் பங்கினை வகிப்பது ‘வரலாற்றைத் திரும்ப எழுதுதல்’. இந்திய சமூகத்தின் மைய நீரோட்டத்தில் விஷம்போல் கலந்திருக்கிற சாதியக் கொடூரத்தை முழுமையாகப் புரிந்துகொள்ளும் செயல் பாடாகவே அவரது வரலாற்று மறுவாசிப்பு அமைந்திருந்தது.

எந்தத் தருணத்தில், என்ன சூழ்நிலையில், என்ன காரணங்களுக்காக சாதியம் நம் சமூகத்தளத்தில் நுழைந்தது என்பதையும், அது நாளடைவில் என்னென்ன புதுப்புது அவதாரங்களை எடுத்தது என்பதையும் விலாவாரியாய்ப் பேசிவிடும் தோரணையில் வரலாற்றைப் புரட்டத் தொடங்கும் அயோத்திதாசர், இந்திர தேச வரலாற்றில் திரும்பத் திரும்ப விவாதிக்க விரும்பியது 'தொடர்ச்சியின்மை' என்ற கருத்தை மட்டுமே.

அவர் ஏறக்குறைய இதுபோன்ற வார்த்தையைத்தான் பயன்படுத்த விரும்பினார். தொடர்ச்சியின்மை, பெருத்த இடைவெளி, அறுந்த கண்ணி, உடைசல் அல்லது விரிசல்!

வரலாறு குறித்த இந்தப் பார்வை அவருக்கு ஏராளமான மூடுமந்திரங் களை விளக்கத் துணை புரிகிறது. குளறுபடிகளின் பூர்வாசிரமத்தை அடையாளம் காண உதவுகிறது. தொடர்ச்சியின்மைக்கு முன்பிருந்த நீண்ட பாரம்பரியத்தைக் கற்பனை செய்ய உதவுகிறது.

'இந்திர தேச சரித்திரம்' என்ற பெயரில் 'தமிழன்' இதழில் தொடர்ச்சியாக அவர் எழுதிவந்த வரலாறு, வீழ்ச்சியைப் பேசக்கூடிய வரலாறாகவே அமைந்திருந்தது. இந்திர தேசம் வீழ்ந்த வரலாறு; பண்பாடு வீழ்ந்த வரலாறு; பௌத்தம் வீழ்த்தப்பட்ட வரலாறு; நீதியும், நியாயமும், ஒழுக்கமும் ஒடுக்கப்பட்ட வரலாறு. மாபெரும் வீழ்ச்சிகளையும், வீழ்ச்சிக்கு முன்பான நிலைமைகளையும், வீழ்ச்சிக்கான காரண காரியங்களையும் வீழ்ந்த பின்பு நடைபெற்ற சமூகப் பண்பாட்டு மாற்றங்களையும் விளக்குவதாகவே இந்திர தேச சரித்திரம் வடிவமைக்கப்பட்டுள்ளது.

தீண்டாமை என்ற சமூகக் கொடுமையின் தோற்றம் குறித்து பலரும் யோசித்திருக்கிறார்கள். அதன் பின்னுள்ள சமூகப் பின்புலங்களை விளங்கிக் கொள்ள பெரும் முயற்சி நடைபெற்றிருக்கிறது. தீண்டாமை என்பது மனித உரிமை மீறல் என்று அறிவிக்கப் பட்டிருக்கிறது. மானுட உற்பவம் குறித்த நாலாந்தர கடவுள்கதை ஒன்றை நம்பியதன் விளைவாகவே 'தீண்டாமை' என்ற கொடும் பழக்கம் தோன்றியிருக்க வேண்டுமென்று பலரும் அபிப்பிராயப் பட்டார்கள். பிராமணர்களின் கைங்கர்யமே இதில் மேலோங்கி யிருந்ததென்று பல்வேறு திசைகளிலிருந்தும் கண்டனக் குரல்கள் ஒலிக்கின்றன. ஆனால், தீண்டாமை குறித்த அயோத்திதாசரின் பார்வை வரலாற்றுக் கண்ணோட்டத்தில் இருந்து முகிழ்க்கிறது.

தீண்டாமையை, தாழ்த்தப்பட்டவர்களுக்கு நேர்ந்த ஒரு கொடூரம் என்று சொல்லி முடித்துக்கொள்ள விரும்பாத அயோத்திதாசர்,

அப்படியானவொரு அநீதி தீண்டத்தகாதவர்கள் மீது ஏவப்பட்ட வரலாற்றுச் சூழல்களையும் அதுபோன்றவொரு தவறு நடை பெறுவதற்கான காரண காரியங்களையும் அப்படி நிகழ்ந்த பின் ஒடுக்கப்பட்டவர்கள் மட்டுமல்லாது ஒட்டுமொத்த இந்திய சமூகமே எவ்வாறு சீரழிந்து போயிற்று என்பதையும் இணைத்து யோசிக்கத் தொடங்குகிறார்.

தீண்டாமையின் பெயரால் இத்தேசத்தின் பூர்வகுடிகள் வீழ்த்தப் பட்டதையும் சாதிப் பாகுபாட்டை வலிமையோடு எதிர்த்து வந்த பௌத்த சமயம் வீழ்த்தப்பட்டதையும் ஒரு சேர யோசிக்கத் தொடங்கியதும், அதனையொட்டிய பல்வேறு நிகழ்வுகளை விளக்கத் தொடங்கியதும்தான் அயோத்திதாசரின் வலிமையாகத் தோன்றுகிறது.

பௌத்தத்தின் வீழ்ச்சி, பூர்வகுடிகளான தாழ்த்தப்பட்டவர்களின் வீழ்ச்சி என்ற இரு பெரும் நிகழ்வுகளின் விளைவாக இந்திய சமூகம் அடைந்த மாபெரும் பின்னடைவு 'பாரம்பரிய அறிவு மரபின் வீழ்ச்சி' என்பதே அவரது வாதமாக அமைகின்றது, காலங்காலமாக, வாழையடி வாழையாக, தலைமுறை தலைமுறையாக பொத்திப் பாதுகாத்து வந்த ஞான மரபொன்று அறுபட்டுப் போனது என்பது அவரது துணிவு.

ஏராளமான வாழ்க்கை அனுபவப் பாடங்களிலிருந்து கற்றுத் தெளிந்த இந்த மண்ணிற்கே சொந்தமான அறிவுத்தொகுதி, தாழ்த்தப்பட்டவர் களோடும் பௌத்தத்தோடும் வெட்டி வீழ்த்தப்பட்டது என்று அறிவிக்கும்பொழுது அவருக்கு அதில் எந்தவிதச் சந்தேகமும் இருப்பதாகத் தோன்றவில்லை.

'பாரம்பரிய அறிவு மரபு' என்று சொல்வதில் அவருக்கு எந்தவிதக் குழப்பங்களும் இருக்கவில்லை. அப்படியானவொரு ஞானம் உழைப்பிலிருந்து தோன்றுகிறது. இந்த மண்ணின் குணங்களை அறிந்து, அதனின்று தனது உணவுத் தேவைகளை, வாழிடத் தேவை களை உருவாக்கிக் கொண்டிருந்த பூர்வ குடிகளே அதன் சொந்தக்காரர் களாக இருந்தார்கள்.

வேளாண்மையும், கைத்தொழிலுமே இவற்றுள் பெரும்பகுதியை ஆக்கிரமிக்கும் தொழில்களாக அமைந்திருந்தன. இவ்விரு உழைப்பிலிருந்தே இத்தேசத்தின் அறிவு உருத்திரண்டது என்பது அயோத்திதாசரின் கணிப்பு.

'வித்தை, புத்தி, ஈகை' என்பதுதான் பாரம்பரிய அறிவின் அடிநாதம். உணவு உற்பத்தியையும், வாழிடத் தேவைகளையும் பூர்த்தி செய்யக் கூடிய தொழில் நுட்பமே வித்தை என்று சொல்லப்பட்டது. நிலத்தை

அறியும் வித்தை, பண்படுத்தும் வித்தை, பயிர்களை அறியும் வித்தை, நீரைப் பயன்படுத்தும் வித்தை, விதைகளைத் தேர்ந்தெடுக்கும் வித்தை, பயிர்செய்யும் வித்தை, தானியங்களைப் பாதுகாக்கும் வித்தை, இவற்றுக்குத் தேவையான கருவிகளைச் செய்யும் வித்தை, உழைப்பிற்குத் தேவையான கால்நடைகளைப் பேணும் வித்தை என்று மாபெரும் அனுபவக் கடலிலிருந்து பொங்கியெழுந்த சூத்திரங்கள்!

அப்படியான வித்தைகளிலிருந்தும் சூத்திரங்களிலிருந்தும் முகிழ்த்துக் கிளம்புவதே பண்பட்ட புத்தி! இந்தப் புத்தியே சக மனிதர்களை நேசிக்கும் தன்மையை வழங்கியிருந்தது. ஒழுக்கம் என்ற வாழ்க்கை விதிமுறைகளை உருவாக்கியிருந்தது. நேர்மை எது, நீதி எது என்ற போதத்தைக் கற்றுத் தந்திருந்தது;

உடலையும் உயிரையும் பிரித்தறிந்து யோசிக்கச் சொல்லித் தந்தது; நல்ல செயல்கள் நல்ல விளைவுகளைத் தரும் என்ற தெளிவை ஏற்படுத்தியிருந்தது. இதனால் நன்மையையே யோசித்து, நன்மையையே பேசி, நன்மையையே செய்ய வேண்டிய இன்றியமை யாமையைக் கற்றுத் தந்தது. இவையே உழைப்பு என்ற வித்தையிலிருந்து கற்றுக்கொண்ட புத்தியாக இந்த மண்ணில் சொல்லப்பட்டும் வந்தது.

இப்படியான வித்தை மற்றும் புத்தியின் விளைவாகத் தோன்றியதே ஈகை என்ற வினை. அதாவது, அனைத்தையும் பகிர்ந்துகொள்தல்! வித்தையைப் பகிர்ந்து கொள்தல்! உணவைப் பகிர்ந்துகொள்வதால்! புத்தியைப் பகிர்ந்து கொள்ளுதல்.

இத்தகைய ஈகைக் குணங்களைக் கொண்டதாகவே பண்டிகைகள், அதாவது திருவிழாக்கள் அமைந்துள்ளன என்பதே அயோத்திதாசரின் அசைக்க முடியாத நம்பிக்கை. வித்தையிலும், புத்தியிலும் தோன்றிய சடங்குகளும் ஈகையில் தோன்றிய கொண்டாட்டங்களும் இணைந்தே திருவிழாக்கள் உருவாயின.

இத்தகைய சடங்குகளின், கொண்டாட்டங்களின் உண்மைப் பொருளை உணர்ந்தவர்களாக உழைக்கும் மக்களே இருந்தனர். அதாவது இந்த நிலத்தின் பூர்வ குடிகளாகவும், சூத்திரம் தெரிந்தவர்களாகவும் விளங்கிய சமூகக் குழுக்களின் பாரம்பரிய அறிவு மரபினுள்ளேயே இந்த 'உண்மைப் பொருள்கள்' செயற்பட்டுவந்தன. இத்தகைய அறிவு மரபை உள்வாங்கியும், ஆதரித்தும், செறித்தும், பாதுகாத்துமே பௌத்தம் என்ற சமயம் வேர்விட்டு வளர்ந்திருந்தது.

இப்படியானவொரு நீண்ட தொடர்ச்சியையே சாதியமும் தீண்டாமையும் சிதைத்தது என்கிறார் அயோத்திதாசர்.

பூர்வகுடிகளையும், உழைக்கும் மக்களையும், சமத்துவ சிந்தனையையும் ஆதரித்து வந்த பௌத்தம் கொஞ்சம் கொஞ்சமாக நஞ்சூட்டப்பெற்றது. அதனை விடாப்பிடியாய் நம்பிக் கொண்டிருந்த பூர்வகுடிகள் அனைவரும் தீண்டாமை மூலம் சமூக விலக்கம் செய்யப்பட்டனர்.

திட்டமிட்டுக் கட்டப்பட்டப் பொய்க் கதைகள், புராணங்கள் மூலம், மரபான அறிவுத் தொகுதிகளை அவற்றிற்கான விளக்கங்களோடு அறிந்திருந்த மக்கள் தாழ்த்தப்பட்டவர்களாக, தீண்டத்தகாதவர்களாக சித்தரிக்கப்பட்டு பேசும் உரிமையை இழந்து போனார்கள்.

இதனால், பண்பாட்டு நிகழ்வுகளின் உள்ளர்த்தம் பேசாப் பொருளாக சேரிகளில் உறங்கத்தொடங்கியது. பயன்பாடற்ற எதுவும், பேசப்படாத எதுவும் அழிந்து போகும் என்ற விதியின்படி அவ்வர்த்தங்கள் சேரிகளிலிருந்தும் மாயமாய் மறையத் தொடங்கின.

பண்பாட்டுச் செயற்பாடுகளின் உண்மைப் பொருளை மக்கள் அறியாது போனதற்கான காரணங்கள் என்று அயோத்திதாசர் விவரிக்கும் வரலாற்றுப் பின்னணியைப் பார்க்கும்பொழுது சில முக்கியமான விஷயங்களை நாம் மனதில் கொள்ள வேண்டுமென்று நினைக்கிறேன்.

முதலாவதாக, தீண்டாமையின் தோற்றத்தை அல்லது தீண்டத் தகாதவர்களின் தோற்றத்தை ஒட்டுமொத்த இந்திய சமூகத்தின் வீழ்ச்சியாக சித்தரிக்கும் பாங்கு நாம் கவனத்தில் பதிக்கவேண்டிய ஒன்று. ஒரு மாபெரும் வரலாற்று நிகழ்வின் விளைவாகவே இது போன்றவொரு சமூகக் கொடுமை தோன்றியிருக்க முடியுமென்ற யோசனை இன்றியமையாதது.

தீண்டாமையை சமூகக் கொடுமையென்று யோசிக்கும் பலரும்கூட 'ஆயிரம்தான் தாழ்த்தப்பட்டவர்கள் அசிங்கமானவர்கள் என்றாலும், கல்வியறிவற்றவர்கள் என்றாலும், அசுத்தமானவர்கள் என்றாலும், அவர்களை தீண்டாமை என்ற பெயரில் ஒதுக்கி வைப்பது எவ்வகையில் நியாயம்? மனிதாபிமான முறையில் அவர்களையும் அரவணைப்பது அல்லவா உத்தமம்? அவர்களையும் ஏற்றுக் கொள்வதுதானே பெருந்தன்மை?' என்ற மனநிலையில் தாழ்த்தப் பட்டவர்கள் மீது தங்களது கருணையை, காருண்யத்தை வெளிப் படுத்துகிற சூழலில், அத்தகைய பாசாங்குகளின் போலித்தனம் மீது காறி உமிழ்வதுபோலச் சொல்லப்பட்டதே அயோத்திதாசரின் மறுவிளக்கம்.

வரலாற்றின் நெடிய பக்கங்களில் தான் நிகழ்த்தியிருந்த வன்முறைகளையும், முட்டாள்த்தனங்களையும், சூழ்ச்சிகளையும் மறைத்துவிட முயலுகின்ற இந்தியப் பெருஞ்சமூகத்தின் பகட்டான மேலாடையை உருவி, அதன் அழுகிப்போன நிர்வாணத்தை வெளிப்படுத்திய செயல் இது.

அதேசமயம் நூற்றாண்டுகளாக திரும்பத் திரும்பச் சொல்லப்பட்டதை நம்பி, தன்னைத்தானே அசிங்கமென்றும் அழுக்கென்றும் இழிபிறப்பென்றும் மருகிக் கொண்டிருந்த 'தீண்டத்தகாதவனின்' உள்ளத்தை பெருமிதத்தாலும், தற்பெருமையாலும், சுயமரியாதையாலும் நிரப்பியதும் இத்தகைய விளக்கங்களே என்பதை நாம் கவனிக்க வேண்டும்.

நான் தாழ்ந்தவன் இல்லை, தாழ்த்தப்பட்டவன்! நான் ஒடுங்கியவன் அல்ல. ஒடுக்கப்பட்டவன்! நான் வீழ்ந்தவன் இல்லை, வீழ்த்தப்பட்டவன்! என்ற உணர்வு உளவியல் சார்ந்து எத்தனைக்கெத்தனை அற்புதங்களை விளைவிக்கக்கூடியது என்பதையும் நாம் கற்பனை செய்யவேண்டும்.

தாழ்த்தப்பட்டவர்களின் வீழ்ச்சியை பௌத்த சமயத்தின் வீழ்ச்சியோடும், நியாய தர்மங்களின் வீழ்ச்சியோடும் தொடர்பு கொண்டு எழுதப்படும் வரலாற்றில் உண்மை இருக்கிறதா இல்லையா? சான்றுகள் உண்டா இல்லையா? என்பவை போன்ற கேள்விகளையெல்லாம் மீறி இன்றைய தினம் 'தீண்டத்தகாதவன்' மேலெழும்புவதற்கும், மேலெழும்பி பேசுவதற்கும் இவை போன்ற வரலாற்றுக் கட்டமைப்புகள் நிச்சயமாய் தேவைப்படுகின்றன என்பதே உண்மை.

இரண்டாவதாக, நமது பண்பாட்டு நிகழ்வுகளான பண்டிகைகள், திருவிழாக்கள், சடங்குகளை ஆய்விற்கு உட்படுத்தும் பொழுது பயன்படுத்துகிற 'வித்தை', 'புத்தி', 'ஈகை' போன்ற தமிழ்க் கருத்தாக்கங்கள் எவ்வளவு வலிமையும் பொருத்தமும் பெறுகின்றன.

தமிழ்ச் சமூக இயங்கு தளங்களை விவரிக்கக்கூடிய கருத்தாக்கங்களாகச் செயற்படுகின்ற இச்சொற்கள் புதிய விளக்கங்களுக்கான வாசல்களை அனாயாசமாய்த் திறந்துவிடுவதை நாம் கவனிக்கலாம். நமது பண்பாட்டு நிகழ்வுகளை நமது வார்த்தைகளைக் கொண்டே விளக்குகையில் நேர்கிற அனுகூலங்களில் முதன்மையானது, அவை உண்மைக்குப் பக்கத்தில் இருக்கின்றன என்பது தான். அதாவது, நமது சிந்தனை மரபிலிருந்தே கலைச்சொற்களையும் கருத்தாக்கங்களையும் உருவாக்கிக்கொள்வது; அவற்றையே ஆய்வுக் கருவிகளாகப்

பயன்படுத்துவது. அந்த வகையில், வித்தை, புத்தி, ஈகை என்ற மூன்றும் கலைச் சொற்கள்: கருத்தாக்கங்கள். ஆய்வுக் கருவிகளும் கூட.

அயோத்திதாசரின் எழுத்துகளில் காணப்படும் மேலுமொரு இன்றியமையாத அம்சம், அவர் பயன்படுத்தக்கூடிய முரண்கள். எந்தவித முன்தயாரிப்புகளோ, முஸ்தீபுகளோ இல்லாமல் இந்த எதிர்மறைகள் அவருடைய எழுத்தின் போக்கில் தானாக வெளிக்கிளம்பி வருகின்றன.

நாம் ஏற்கனவே விரிவாய் பார்த்திருந்த இலக்கணம் - இலட்சணம் இவற்றுள் ஒன்று. அதேபோல் பௌத்தம் குறித்துப் பேசுகையில் சொல்லப்படும் பூர்வ பௌத்தம் - நூதன பௌத்தம் என்ற முரண்; வேத வாக்கியங்கள் - பேத வாக்கியங்கள் என்ற எதிர்வு, தமிழ் மொழி மற்றும் எழுத்துகள் பற்றி எழுதுகையில் உருவாகும் அமிழ்த எழுத்துகள் - விஷ எழுத்துகள்; சாதியுணர்வு பற்றிப் பேசுகையில் சொல்லும் ஆதிதமிழர் - சாதித்தமிழர் மற்றும் பூர்வ பௌத்தர் - விசாரணையற்ற குடிகள் என்று வரிசையாக எடுத்துக்காட்ட முடியும்.

இவற்றுள், இந்திர தேச வரலாற்றை எழுதுகையில் உருவாகும் யதார்த்த பிராமணர் எதிர் வேஷ பிராமணர் என்ற முரண் முக்கியமானது.

இந்திய சமூகத்தையோ அல்லது தமிழ்ப் பண்பாட்டையோ அணுக விரும்புகிற எவரும் தவிர்க்க இயலாத வகையில் 'பிராமணன்' என்ற கருத்தாக்கத்தை எதிர்கொள்ள வேண்டியிருக்கிறது. இதில் விதி விலக்குகள் எவையும் இல்லை. 'பிராமணன்' என்ற கருத்தாக்கத்தை எதிர்கொள்வது என்ற செயலும் கூட அவ்வளவு எளிதான ஒன்றாக இல்லை.

ஏனெனில் பல்வேறு குழப்பங்களுக்கு ஆட்பட்டதாகவே இக்கருத் தாக்கம் நமது சூழலில் செயல்பட்டு வருகிறது. உதாரணமாக, இந்தக் குழப்பங்களெல்லாம் 'பிராமணன்' என்பது என்ன, சாதியா, கருத்தா, கோட்பாடா, தத்துவமா என்று கேட்பதிலிருந்தே தொடங்கி விடுகிறது. நம்மிடமுள்ள எல்லாக் கேள்விகளுக்கும் ஏற்கனவே சொல்லப்பட்ட பல்வேறு பதில்கள் உள்ளன என்பதும் இந்தக் குழப்பங்களுக்கான அடுத்த காரணம்.

'பிராமணன்' என்ற கருத்தை தத்துவார்த்த விவாதங்களுக்கு உட்படுத்தி மனித உயிர்களையும் அவற்றின் செயல்பாட்டையும் விளக்க முனையும் முயற்சியை ஏறக்குறைய அத்தனை இந்திய சமயங்களும் செய்கின்றன. 'பிராமன், பிராமணம், பிரம்மன், பிராமணன் என்று

பல்வேறு சப்த மாற்றங்களுக்கு உட்பட்ட கருத்துகள் மீதான விவாதங்களும், வாதப் பிரதிவாதங்களும் ஏராளமாய் நடை பெற்றுள்ளன. இத்தகைய சமயத் தத்துவ விளக்கங்களின், விவாதங்களின் இறுதிப் பொருளே ‘பிராமணன்’ என்று விளங்கிக் கொள்ளலாமா என்றால், ஒரு சமூகக் குழு ‘தாங்கள் தான் பிராமணர்கள்’ என்று தங்களை அடையாளப்படுத்திக் கொள்வதால் சிக்கல் வேறொரு தளத்திற்குச் சென்று சேருகின்றது.

‘பிராமணம்’ என்ற கருத்தாக்கத்தின் நேரடியான பௌதீக வடிவம் நாங்களே என்று பிராமண சாதியினர் கோரிக்கை விடுப்பதை எவ்வாறு அர்த்தப்படுத்திக் கொள்வது என்ற குழப்பம் தெளிவதற்குள், தங்களது கோரிக்கையை நியாயப்படுத்தும் தோரணையில் அவர்கள் செய்து கொண்ட ‘வர்ணாஸ்ரமதர்மம்’ போன்ற புராணக் கதைகளின் சூழல் நம்மைத் திணறடிக்கிறது. தத்துவமாகத் தொடங்கிய நமது குழப்பம், இடையில் பௌதீக நிலையை அடைந்து, மூன்றாவதாக சாதிகளின் தோற்றம் என்ற புராணக் கதையாடல்களுக்குள் வந்து சேர்கிறது.

இந்தக் கதையாடல்கள் அந்தரத்தில் செயற்படுபவையல்ல. அவற்றிற்கான வலுவான காரணகாரியங்கள் சொல்லப்படுகின்றன. அவற்றை மேலும் வலியுறுத்தும் விதத்தில் பண்பாட்டுத் தளத்தில் பிராமணர்கள் பெறும், கோரும் முன்னுரிமைகள் சுட்டிக் காட்டப் படுகின்றன.

குறிப்பாக, சடங்கியல் தளத்தில் பிராமணர்கள் பெறும் மரியாதையும், இன்றியமையாமையும் வேறொரு சிக்கலான தளத்திற்குள் நம்மை அழைத்துச் செல்கிறது. இத்தகைய பண்பாட்டு முன்னுரிமைகள் சடங்குகள், திருவிழாக்களோடு மட்டும் நின்றுவிடாமல், சமூக அந்தஸ்தாகவும் பரிமாற்றப்படுவது பிரச்சனையின் ஆழத்தை நமக்குச் சுட்டிக் காட்டுகிறது.

அதாவது, பண்பாட்டு அல்லது சமய அதிகாரம், சமூக அதிகாரமாக மடைமாற்றம் செய்யப்பட்டு, பொருளியல் கேந்திரங்களைக் கட்டுப்படுத்தும் வல்லமையையும் வழங்குகிறது என்னும் பொழுது ‘பிராமணன்’ என்ற பதம் எவ்வளவு தூரம் தவிர்க்கவியலா ஒன்றாக மாறிப்போனது என்பது விளங்கும்.

‘பிராமணன்’ என்ற சொல்லை விளங்கிக் கொள்ள, தத்துவத்தளங் களிலான பரிச்சயமும், இனக்குழுக்கள் பற்றிய தெளிவும், புராணியக் கதையாடல்கள் மீதான பார்வையும், பண்பாட்டு வெளிகளைப் பற்றிய புரிதலும், சமயச் செயல்பாடுகள் குறித்த அறிவும், சமூக ஒழுங்கமைப்புகள் மீதான கண்ணோட்டமும் இருந்தாலொழிய வேறு வழியில்லை என்பது இப்பொழுது விளங்கியிருக்கும்.

இதனோடு கூட 'சாதி; என்ற கருத்தாக்கத்தின் துணை கொண்டு இந்தியச் சமூகத்தை வகைப்படுத்தும் முறையியல், 'உழைப்பு' என்ற காரணி மீதான விமர்சனங்கள் - காழ்ப்புகள் - மறு விளக்கங்கள், 'கோவில்' என்ற ஆன்மீக நிறுவனத்தின் தோற்றம், அது நாளடைவில் அரசியல் நிறுவனமாக உருமாறி, சமூகத்தின் பொருள் உற்பத்தியைக் கட்டுப்படுத்தும் அதிகார மையமாகவும் கருவூலமாகவும் நிறுவப் பட்ட முறை, இவற்றையெல்லாம் நியாயப்படுத்தும் வகையிலான எழுத்துப் பதிவுகளை உருவாக்கவும், பழைய பனுவல்களில் மாறுபாடுகளை ஏற்படுத்தவும் செய்த முயற்சிகள் என்று இந்திய வரலாற்றில் நடைபெற்ற பல்வேறு நிகழ்வுகளையும் விரிவாக விளக்கத் தலைப்பட்டாலேயே 'பிராமணன்' என்ற வார்த்தையை முழுமையாகப் புரிந்து கொள்ள முடியும்.

நமது வரலாற்றை 'இந்திர தேச சரித்திரம்' என்ற பெயரில் மறுநிர்மாணம் செய்கின்ற அயோத்திதாசர், அம்மறுகட்டமைப்பின் போது கண்டடைந்த முரணே யதார்த்த பிராமணர் - வேஷ பிராமணர் என்பதாகும். அந்த முரணின் கால்வழி மரபையே அவர் சரித்திரமாக எழுதத் தொடங்குகிறார்.

5

~~~

ஒடுக்கப்பட்ட சரித்திரம்

'இந்திர தேச சரித்திரம்' பற்றிச் சொல்வதற்கு ஏராளமாக இருப்பினும் ஒரே வரியில் அறிமுகம் செய்வதானால் அது ஒரு வரலாற்று நூல்; இந்தத் தேசத்தின் வரலாற்றைப் பேசக்கூடிய நூல். இந்த தேசத்தின் கதையை ஒடுக்கப்பட்டோரின் வரலாறாக கட்டமைக்கும் நூல்.

வரலாறு என்ற இயல் பற்றிய பல்வேறு கேள்விகளும், சந்தேகங்களும், விமர்சனங்களும், ஏளனங்களும் நிறைந்தது இன்றைய காலகட்டம். 'வரலாற்றை எழுதுதல்' என்ற செயல்பாட்டின் மீது கேட்கப்பட்ட மொழியியல் சார்ந்த கேள்விகள், வரலாறு காலங்காலமாய் அனுபவித்து வந்த 'உண்மை' என்ற அந்தஸ்தைக் கேலிக்குரிய பொருளாக்கிவிட்டதை நாம் அறிவோம். கடந்த காலத்தை எழுதும் செயல்பாடு தவிர்க்கவியலாத வகையில் சார்புத்தன்மையும் புனைவுகளும் கொண்டது.

எழுதும் வல்லமையைக் கைகொண்டிருந்த குழுக்கள், தங்களுக்குச் சாதகமான வரலாற்றையே பொதுவான வரலாறு என்ற போர்வையில் செய்து வந்தன. நாம் கொண்டாடிக் கொண்டிருக்கும் அறிவியல் பூர்வமான வரலாற்று நூற்கள் அனைத்தும் ஒரு பக்கச் சார்பும் பிற பக்க காழ்ப்புணர்வும் கொண்டவை.

மேலும், அதிகாரத்தைக் கைக்கொண்டுள்ள குழுக்களே பெரிதும் வரலாற்றுப் பிரக்ஞையுடன் செயல்பட்டுள்ளன. அதிகாரமற்ற குழுக்கள் தத்தம் வரலாற்று ஓர்மையைக் கூர்தீட்டியிருக்கவில்லை
~~~

என்றைக்கு ஒடுக்கப்பட்ட மக்கள் வரலாற்றுப் பிரக்ஞை கொண்டு தங்களுக்கான வரலாற்றை எழுதத் தொடங்குகிறார்களோ அன்று சமூகச் சிக்கல்கள் கூர்மையடைந்து அதிகாரங்கள் மறுபங்கீடு செய்யப்படும் சூழல் உருவாகும். இப்படியான சூழலை உருவாக்கும் வலிமை வரலாறு என்ற ஆயுதத்திற்கு உண்டு என்று இருபதாம் நூற்றாண்டு நவீன சிந்தனையாளர்கள் பலரும் கருதுகின்றனர்.

ஒரு புறம், மிகத் தீவிரமான கண்டனங்களையும் தோலுரிப்புகளையும் அனுபவித்த வரலாற்றியல், மறுபுறம் சமூக மாற்றத்தை விளைவிக்கும் ஆயுதம் என்ற பாராட்டையும் ஆய்வாளர்களிடம் பெற்றது. இதன் தொடர்ச்சியாகவே, வரலாற்றை எழுதும் முறைகள் குறித்த அக்கறைகள் பெருமளவில் விவாதிக்கப்பட்டன.

ஒடுக்கப்பட்ட மக்களின் வரலாற்றை எழுதும் வழிமுறைகள் குறித்து பலரும் சிந்திக்கத் தொடங்கினர். வாய்மொழியையே பெரிதும் நம்பி வாழ்ந்து கொண்டிருக்கிற ஒடுக்கப்பட்ட மக்களின் வரலாற்று ஆவணங்கள் எந்தத் தன்மையைக் கொண்டிருக்கும்? வாய்மொழித் தரவுகளை வரலாற்றியல் ஆவணமாக அங்கீகரிக்குமா? அங்கீகரிக்கிறது என்றால் ஒரு வழக்காறை ஆவணமாக ஏற்றுக் கொள்வதற்கான ஒழுங்குமுறைகள் என்ன? அங்கீகரிக்கவில்லை என்றால். ஒடுக்கப்பட்ட மக்களின் வரலாற்றை எழுதுவது எப்படி?

ஒடுக்கப்பட்ட/அதிகாரமற்ற/ அடித்தள மக்களின் வரலாற்றை எழுத முனையும் பலருக்கும் நம்பிக்கை அளிக்கக்கூடியதாய் வாய்மொழி வழக்காறுகளே அமைந்துள்ளன. அதிலும் குறிப்பாக தோற்றம் குறித்து பேசக்கூடிய வழக்காறான ‘புராணங்கள்’ இந்த நவீன வரலாற்றாசிரியர்களுக்கு மிகப் பெரும் ஆறுதலாக அமைகின்றன. இதன் தொடர்ச்சியாக, புராணங்களுக்கும் வரலாற்றுக்கும் காலங்காலமாய் சொல்லப்பட்டு வந்த எதிர்மறைக் குணங்கள் மறுபடி ஒரு முறை விவாதப் புள்ளியாக மாறியுள்ளன.

இவ்விவாதங்களுக்கு மத்தியில் மாற்று வரலாற்றை எழுதும் முயற்சிகள் நடைபெறாமல் இல்லை. வாய்மொழி வரலாறு என்ற பெயரிலும் நாட்டார் வரலாறு, இனக்குழு வரலாறு, அடித்தள மக்களின் வரலாறு என்ற தலைப்புகளிலும் இம்முயற்சிகள் தொடர்ச்சியாக நடைபெற்றே வருகின்றன. இவையனைத்தும் இருபதாம் நூற்றாண்டு சமூக அறிவியல் சார்ந்த சிந்தனைகளின் தொடர்ச்சியாய் நிகழ்ந்த மாற்றங்கள்.

அயோத்திதாசர், இது போன்ற எந்தவிதமான பெருவிவாதங்களுக்குள் கலந்து கொள்ளாமல் அல்லது இப்பெருவிவாதங்கள் பற்றி விவரங்கள் தெரிய வராமலேயே இருபதாம் நூற்றாண்டின் தொடக்க

காலங்களில் 'வரலாறு' என்ற ஆயுதத்தை மிகச்சரியாக அடையாளம் கண்டிருந்தார். அதன் தொடர்ச்சியாக இந்தத் தேசத்தின் வரலாற்றை ஒடுக்கப்பட்டோரின் வரலாறாக எழுதவும் தொடங்கினார். அப்படி எழுதப்பட்டதே 'இந்திர தேச சரித்திரம்'.

இருபதாம் நூற்றாண்டில் செய்யப்படும் ஒடுக்கப்பட்டோரின் வரலாறும் அதற்கான பிரக்ஞையும் பெருமளவில் சமூக அறிவியல் சிந்தனைகளையும் கோட்பாடுகளையும் அடித்தளமாகக் கொண்டவை. சமூக நிகழ்வுகளைக் கோட்பாடாக மாற்றி அக்கோட்பாட்டின் வளர்திசையிலேயே நாம் மாற்று வரலாற்றிற்கு வந்து சேர்ந்தோம். ஆனால், அயோத்திதாசர் சமூக நிகழ்வுகள் மீதான விமர்சனப் பார்வையிலிருந்து நேரடியாக மாற்று வரலாற்றின் தேவையை உணர்ந்து கொண்டவர். 'கோட்பாடு' என்ற இடைநிகழ்வு அவரது காலகட்டத்தில் இருந்திருக்கவில்லை.

தரவுகளிலிருந்து கோட்பாடு. பின்பு கோட்பாட்டிலிருந்து சமூகத் தலையீடு என்ற சட்டகமே இன்றைய சமூக அறிவியல் சூழல் நமக்கு ஏற்படுத்தித் தந்திருக்கும் ஆய்வு முறை. மரபான ஆய்வு முறையிலிருந்து உருவாகி வரும் அயோத்திதாசர் தரவுகளிலிருந்து விமர்சனத்திற்கும். பின்பு விமர்சனத்திலிருந்து சமூகச் செயல் பாட்டிற்கும் எளிதாக வந்து சேர்கிறார்.

கோட்பாட்டின் தலையீட்டோடு சமூக மாற்றத்தைச் சிந்திப்பதற்கும் விமர்சனத் தலையீட்டோடு சமூக மாற்றத்தைச் சிந்திப்பதற்கும் அடிப்படையான வேறுபாடுகள் உள்ளன. இவ்வேறுபாடுகள், இருபதாம் நூற்றாண்டில் நாம் பேசக்கூடிய மாற்று வரலாறுக்கும் அயோத்திதாசர் செய்த மாற்று வரலாற்றுக் கட்டமைப்பிற்குமான இடைவெளியாக அமைந்துள்ளது.

'எழுத்து' தரக்கூடிய அந்தஸ்து, அதிகாரம், வல்லமை, மேலாண்மை போன்றவற்றைக் கோட்பாட்டு ரீதியாகக் கண்டனப்படுத்தி, அதன் தொடர்ச்சியாக 'வரலாற்றைக்' கேள்விக்குட்படுத்தி. மாற்று வரலாற்றின் தேவையைக் கோட்பாடாக விளக்கிய பின்பு. ஒடுக்கப்பட்டவர்களின் வரலாற்றைக் கட்டமைக்க முயலும் நாம் தன்னியல்பாக, 'எழுத்தைப்' புறக்கணித்து விட்டு அதன் எதிர்மறையான 'பேச்சை' சார்ந்து செயல்படும் போக்கினையே நம்மை அறியாமலேயே செய்து வருகிறோம். எழுத்தின் மீதும் அதன் விளைவுகள் மீதும் கோட்பாட்டளவில் நாம் முன்வைத்த விமர்சனங்கள் அத்தகைய எழுத்து மரபு ஒடுக்கப்பட்ட மக்கள் மத்தியில் இருந்தாலும் கூட புறக்கணித்துவிடும் பார்வையை நமக்கு வழங்குகிறது. இதனால் ஒடுக்கப்பட்டோரின் வரலாறு என்பது பேச்சு சார்ந்த தரவுகளிலிருந்து கட்டப்படுவது என்ற புரிதல் பரவலாகக் காணப்படுகிறது.

அயோத்திதாசரின் வரலாற்றை எழுதும் முறை முற்றிலும் வேறொரு திசையிலிருந்து உயிர்த்தெழுகிறது. அவரது, வரலாற்றை எழுதும் முறையியலென இரண்டு விஷயங்களை நாம் சொல்ல முடியும்: ஒன்று, சொற்களின் வரலாற்றை எழுதுதல்: இரண்டு, புராணங்களை மறுவாசிப்பு செய்தல்.

•

அயோத்திதாசரின் வரலாற்றை எழுதும் முறையியல்களை விளக்கும் முன்பாக 'இந்திர தேச சரித்திரம்' என்ற பெயரில் அவர் கட்டமைக்கும் வரலாற்றைச் சுருக்கமாய் பார்த்துவிடலாம்.

இந்திர தேச சரித்திரத்தை நமது வாசிப்பு வசதிக்காக மூன்று பகுதிகளாகப் பிரித்துக் கொள்ளலாம். முதல் பகுதி, இந்திர தேசத்தின் உருவாக்கத்தையும் அதன் சமூகப், பண்பாட்டுச், சமயச் சூழல்களையும் பேசுகிறது.

இரண்டாவது பகுதியில் புருசீகர்கள் என்று அழைக்கப்படும் ஆரியர்கள் இந்திரர் தேசத்திற்கு வருவதும். அதனால் விளையும் சமூக மாற்றங்களும், 'வேஷ பிராமணியத்தின்' வளர்ச்சியும் விவரிக்கப் படுகின்றன.

மூன்றாவது பகுதி, வேஷ பிராமணியம் முன்வைக்கும் சாதிய ஏற்றத் தாழ்வுகளுள்ள சமூகம் நிலைபெறுதலையும், ஆலயங்கள் பொருளாதார நிறுவனங்களாக மாறும் தன்மைகளையும், கட்டுக் கதைகளின் உருவாக்கத்தினையும் விளக்குகிறது.

புத்தன் என்ற மாமனிதன் வாழ்ந்து கண்டடைந்த நெறிகளால் கட்டப் பட்ட எல்லா மக்களுக்கும் பொதுவான அறத்தைக் கொண்டிருந்த அரசும் சமூகமும் வீழ்ந்த கதையையே இந்திர தேச சரித்திரம் நுணுக்கமாகப் பேசுகிறது.

பொதுவான ஒழுக்க விதிகளின்படி கட்டப்பட்டிருந்த சமூகத்தில் செயல்பட்டு வந்த பண்பாட்டு விதி நாளடைவில் எவ்வளவு கேவலமான அரசியல் லாபங்களுக்காகச் சிதைக்கப்பட்டது என்பதை ஆதங்கமும் மனவருத்தமும் மேலோங்க அது விவரித்துச் செல்கிறது. ஒரு பண்பாட்டின் ஒழுக்க நெறிகள் ஒன்றொன்றாக வீழ்ந்து பட அதன் விளைவுகள் எவ்வளவு பாரதூரமான நிகழ்வுகளுக்கு இட்டுச் செல்கின்றன என்பதை இந்தச் சிறு நூல் விரிவாகவே பேசுகிறது.

புத்தகத்தின் முதல் பகுதி, சித்தார்த்தனின் வரலாற்றோடு தொடங்குகிறது. ஐம்புலன்களையும் அடக்கி ஆண்ட சித்தார்த்தன் ஐந்திரன் என்று புகழ்ப்படுகிறான். ஐந்திரன் என்ற பெயர் இந்திரனாக

மாறுகிறது. கூடவே, அவனை வணங்குகிறவர்களும் இந்திரர்கள் என்று சொல்லப்படுகிறார்கள். எனவே, அவர்கள் வாழும் நாடு இந்திரர் நாடு. இந்திர நாடே இந்திய நாடாகிறது. இந்திரர் இந்தியர் ஆகிறார்.

புத்தன் தவமிருந்து பெற்ற வரம் ‘அறம்’ என்று சொல்லப்பட்டது. அறமாகிய வரத்தையே புத்தன் மக்களுக்குப் போதித்தான். அறவரத்தைப் போதித்தவன் ‘வரதன்’ ஆனான். வரதன் என்ற பெயர் மருவி ‘பரதன்’ ஆகியது. பரதன் வாழ்ந்த நாடு பாரத நாடு. எல்லாமே புத்தனின் பெயர்கள்!

ஞானம் பெற்ற சித்தார்த்தன் உருவாக்கிய பௌத்த தன்மம் உலகின் வெவ்வேறு பகுதிகளுக்கும் பரவத் தொடங்கியது. அதன் காரணமாக மொழிகளுக்கு காட்சி வடிவம் உருவாக்கப்படுகிறது. பேச்சு வடிவில் வழங்கி வந்த மொழிகள் தரப்படுத்தப்பட்டு ஒழுங்கு முறைக்குள் கொண்டு வரப்படுகின்றன.

பேச்சு மொழிகள் மூன்று வகைகளாய் அறியப்பட்டன. அவை முறையே மகட பாஷை, சகட பாஷை, திராவிட பாஷை என்று பெயரும் இடப்பட்டன. மகட பாஷை பாலியாகவும். சகட பாஷை சமஸ்கிருதமாகவும், திராவிட பாஷை தமிழாகவும் இருந்தது.

மொழியைத் தரப்படுத்திய பின் பல்வேறு அறிவுகள் உற்பத்தியாகின. நிலம் பற்றிய அறிவு ஐந்திணையானது. சோதிகளின் இடம் பற்றிய அறிவு சோதிடமானது. ரோகங்களையும் மருந்துகளையும் பற்றிய அறிவு வைத்தியமானது. பூமியையும் விளைச்சலையும் பற்றிய அறிவிலிருந்து தொழில்கள் தோன்றலாயின.

தொழில்கள் பரந்த அளவில் நான்கென வகுக்கப்பட்டிருந்தன. வேளாண்மையின் சூத்திரம் அறிந்து கையையும் காலையும் இயந்திரமாய்க் கொண்டு தொழில் செய்யும் விவசாயி ‘சூத்திரன்’ என்று அழைக்கப்பட்டான். அப்பொருட்களை விற்பவன் ‘வைசியன்’: அரசை நிர்வகித்துக் காப்பவன் ‘சத்திரியன்’; இடைவிடாத ஞானப் பயிற்சியால் அறிவு பெற்று அனைவருக்குமானவன் ‘அந்தணன்’ என்று அழைக்கப்பட்டான்.

ஒழுக்கத்தையும், அறத்தையும் பேணக்கூடிய அரசுகள் உருவாயின. அரசர்கள் தோன்றினர். அவருக்கு உறுதுணை என ‘அரசு’ படிப்படியாய் மலர்ந்தது.

இதனிடையே பல்வேறு பாஷைகள் புதிதாய் உருவாயின. அவைகளுக்கான எழுத்து வடிவங்களும் தோற்றுவிக்கப்பட்டன.

மூன்று பெரிய மொழிக்குடும்பங்களுக்குள் வட்டாரம் சார்ந்த வேறுபாடுகள் வளர வளர மொழி மேலும் மேலும் செழுமையானது. இத்தகைய மொழியின் செழுமை. 'ஒரு சொல் பல்பொருள்', 'ஒரு பொருள் பல சொல்' என்பதாக விளக்கப்பட்டது. இதன் தொகுப்பாக 'நிகண்டு' என்ற தொகுப்பு வடிவம் பயன்பாட்டிற்கு வந்தது.

நான்கு வகை பெருந்தொழில்களின் உட்பிரிவாய் வேறு பல தொழில்களும் கிளைத்தன. அவற்றிற்கான பெயர்கள் தனித்தனியே உருவாயின. உதாரணமாய், வாணிபம் செய்பவர் அனைவரும் வணிகர் என்றும், அவர்களுள் நெய் விற்போர் எண்ணெய் வணிகரென்றும், கோலமாகும் தானியங்களை விற்பவர் கோலவணிகரென்றும், சீலைகளை விற்பவர் சீலைவணிகரென்றும், வியாபாரம் செய்து செட்டாக வாழ்பவர் நாட்டுக்கோட்டை செட்டி என்றும், நியாயமாய் அளந்து வணிகம் செய்பவர் நியாயக்கர் என்றும் பல்வேறு துணைப்பெயர்கள் தோன்றி வழக்கில் நிலைத்தன.

நான்கு வகை தொழில்களும் புத்தனுடைய தன்மத்திலேயே உருவாகின்றன. எனவே, புத்தனுடைய உடலிலிருந்து அனைத்தும் தோன்றியதாய் உருவகிக்கப்பட்டது. புத்தனின் முகம் ஞானத்தின் பீடமாகக் கருதப்பட்டு. அந்தணன் முகத்திற்கும், அரசன் தோளிற்கும், வணிகன் தொடைகளுக்கும், சூத்திரன் கால்களுக்கும் உவமையாகச் சொல்லப்பட்டனர்.

இதனிடையே காலங்கள் உருண்டோட ஓட, பௌத்த தன்மங்களுக்கான விளக்கங்கள் புதிது புதிதாய் தேவைப்பட்டன. ஒவ்வொரு காலகட்டத்திலும் அந்தணராகிய, சிரமணர்கள் அதாவது சமண முனிவர்கள் மக்கள் மத்தியில் தோன்றி பௌத்த தன்மத்தை விளக்கி வந்தனர்.

இவ்வாறு பிரகஸ்பதி என்ற முனிவரின் விளக்கம் பௌத்தம் என்றும், சின முனிவரின் விளக்கம் உலோகாயித சமயம் என்றும், கபில முனிவரின் விளக்கம் சாங்கிய சமயமென்றும். அங்கபார முனிவரின் விளக்கம் நொய்யாயிய சமயம் என்றும், கணாத முனிவரின் விளக்கம் வைசேஷக சமயமாகவும, இறுதியாக சைமினி முனிவரின் விளக்கம் மீமாம்ஸம் என்றும் பெயர் பெற்றன. மொத்தமாய் அறுவகைச் சமயம் என்றனர்.

இதற்கிடையே 'கோவில்' என்ற அமைப்பு ஏற்படத்தொடங்கியது. சித்தார்த்தன் அரசனாகப் பிறந்தவன் என்ற எண்ணத்தைத் துறக்காத மக்கள் அவன் ஞானம் பெற்று புத்தனாகத் தங்கிய மடாலயங்களையும் 'அரசனின் இல்லம்', கோவில் என்றே அழைத்து வந்தனர்.

கோவில்களில் ஞானப் பயிற்சிகள் வழங்கப்பட்டன; சிறார்களுக்கான பள்ளிகள் செயல்பட்டன; நூல்களைப் பயில்வோரும், ஆக்குவோரும் அங்கே தங்கியிருந்தனர்.

'ஆலயம்' என்றொரு துணை அமைப்பும் இதற்கிடையே தோன்றியிருந்தது. பௌத்த சீலங்களான, பேச்சுச் சுத்தம், சிந்தனைச் சுத்தம், உடல் சுத்தம், வீடு பேறு என்ற நான்கு சீலங்களை விளக்கும் கட்டிடங்கள் கட்டப்பட்டன. சீலங்களை உணர்த்தும் இத்தகைய ஆலயங்கள் 'சிலாலயங்கள்' என்ற பெயரில் அமைந்திருந்தன.

'ஆலயங்கள்' மனித உடலைப் போன்ற அமைப்பைப் பெற்றிருந்தன. மனித உடலில் மண்ணும், நீரும், அக்கினியும், காற்றும், ஆகாயமும் இருப்பது போல ஆலயமும் ஐந்தடுக்கு கொண்டு அமைக்கப் பட்டிருந்தன. ஐந்தடுக்கையும் சுற்றி வளைத்த ஆறாவது அடுக்கையும் கட்டி இதுவே மனிதனின் ஆறாதார பீடம் என்றும், ஆறுமுகக் கோணமென்றும் சொல்லி வைத்தார்கள்.

இப்படியே புத்தன் சொல்லிச் சென்ற சீலங்களாலும், போதித்த அறத்தாலும் ஒரு மாபெரும் சமூக ஒழுங்கமைப்பும், அதனுள் வழங்கும் மொழிகளும், அவற்றால் உருவாக்கப்பெற்ற அறிவுத் துறைகளும் என்று ஒரு தேசம் உருவாகி விட்டிருந்தது. இந்திரர் தேசமாகிய இவ்வமைப்பிற்குள் பல்வேறு அரசுகள் செயல்பட்டு வந்தன.

மகாராஷ்டிர மொழியில் சாதித்து வந்த மகராஷ்டிர அரசும், தெலுங்கு மொழியில் சாதித்த தெலுங்கு அரசும், கன்னட மொழியில் சாதித்த கன்னட அரசும், திராவிட மொழியில் சாதித்த தமிழ் அரசும் முக்கிய அரசுகளாய் விளங்கிவந்தன. பௌத்த சீலத்தை அடிப்படையாகக் கொண்ட சமுதாயமொன்று கிளைபரப்பி வளர்ந்து வருவதற்குள் ஏறத்தாழ 1700 வருடங்கள் உருண்டோடி விட்டன.

ஆபத்து, புருசீக நாட்டிலிருந்து ஓடி வந்து சிந்தூரல் நதியின் அக்கரையில் தங்கியிருந்தது. இந்திர தேச சரித்திரத்தின் முதல் பகுதி முடிவுற்றது.

●

புருசீக நாட்டிலிருந்து ஒரு இனக்குழு ஓடி வருகின்றது. அவர்கள் பூமியில் குழிதோண்டி வளைகளில் வாழ்பவர்கள். அவர்களில் பெண்களும், ஆண்களும் காற்சட்டை அணிகிறார்கள். அவர்கள் வெளுத்த நிறமாய் இருந்தனர். அக்கினியை வழிபட்டார்கள். பசுவையும் குதிரையையும் தீயில் பொசுக்கி உண்ணக்கூடியவர்கள். எல்லாவற்றிற்கும் மேல் பிறரை ஏமாற்ற அஞ்சாதவர்.

இந்திர தேசத்தைப் பார்க்க அவர்களுக்கு வியப்பாய் இருந்தது. மனிதர்கள் நாகரீகமாய் வாழ்வது அதிசயமாய் இருந்தது. உழைப்புக்கு ஏன் இத்தனை மரியாதை என்று அவர்களுக்கு விளங்கவே இல்லை.

உடல் உழைப்பில் பழக்கமற்று சோம்பேறிகளாய் வாழ்ந்த புருசீகர்கள் எளிமையான ஜீவனத்திற்கு வழியைத் தேடினர். பிச்சை எடுத்து உண்டு வாழும் சமண முனிவர்கள் அவர்களைக் கவர்ந்தனர்.

சமணர்களுக்கு உணவும் கிடைக்கிறது. மரியாதையும் கிடைக்கிறது. அவர்கள் சொல்லும் வாக்கியங்களை மக்கள் தெய்வ வாக்காகக் கருதுகிறார்கள். அந்த வாக்கியங்களை நாமும் கற்றுக்கொண்டு, மக்கள் நம்பும் வகையில் பேசத் தெரிந்தால் 'பிராமண' வேஷம் போட்டு வாழலாம் என்பது அவர்களுக்கு விளங்கியது. பெருவாரியான இந்திர தேசத்து மக்கள் கல்வியறிவு பெறாத உழைப்பாளிகளாய் இருப்பது அவர்களுக்கு இன்னும் அனுகூலம்.

இந்திரனின் சீலத்தில் கட்டப்பெற்ற தேச அமைப்பிற்குள் முதன் முறையாய், அச்சீலத்தை அறியாத அந்நியர்கள் சலனங்களை ஏற்படுத்த முனைகிறார்கள். இதனால் 1700 வருடங்களாக உருவாகி வந்த சமூக அமைப்பு கொஞ்சம் கொஞ்சமாக சிதிலமடையத் தொடங்குகிறது.

புருசீகர்கள், இந்திரர் தேசத்தில் விளைவித்த இடையூறுகளாக எட்டு வகை ஏமாற்றுதல்களை அயோத்திதாசர் வரிசைப்படுத்துகிறார்.

1. அந்தணரென்று தங்களை அடையாளப்படுத்துதல்:

மிக எளிய ஜீவனமும். சமூக அந்தஸ்தும், அதிகாரமும் அவர்களுக்குத் தேவையாயிருந்தது. உடல் உழைப்பில் அவர்களுக்கு நம்பிக்கை யில்லை. எனவே மிக எளிமையான செயல் என்று அந்தணர் போல் வேஷம் போடத் தொடங்கினர். இதற்காக அவர்கள் பெரியதாக மெனக்கிட வேண்டிய அவசியமொன்றும் ஏற்படவில்லை.

சகடபாஷையான சமஸ்கிருதத்திலிருந்து சில ஸ்லோகங்களை அரையும்குறையுமாய் கற்றுக் கொண்டார்கள். ஆண்கள் அனைவரும் சமணர்களைப் போல முப்புரி நூலை அணிந்து கொண்டார்கள். அதன் பின்பு கல்வியறிவற்ற மக்கள் வாழும் இடங்களுக்குச் சென்று தாங்கள் பிராமணரென்று சொல்லத் தொடங்கினார்கள்.

அவர்களது வெளுத்த நிறம் பிறருக்கு அதிசயமாய் இருந்தது. இடையிடையே அவர்கள் சொல்லும் சமஸ்கிருத ஸ்லோகங்கள் விளங்கவில்லை என்றாலும் மந்திரம் போல் தெரிந்தது. எனவே, கல்வியற்ற மக்கள் அவர்களை மேற்கொண்டு எதுவும் கேட்காமல்

அவர்கள் சொல்வதை ஆமோதிக்கத் தொடங்கினர். ஞானம் பெற்றதால் பிராமணரென்று அழைக்கப்படும் சமணர்களுக்கு வழங்குவது போல், வேஷதாரிகளுக்கும் உணவு வழங்கி வணங்கி வந்தார்கள். இவ்வாறு 'வேஷ பிராமணர்கள்' என்றொரு பிரிவினர் இந்திர தேசத்தில் உற்பத்தியானார்கள்.

2. அதிகாரத்துடன் பிச்சை எடுக்கத் தொடங்குதல்:

ஆரியர்களின் பிராமண வேஷம் கற்றறிந்த மக்கள் மத்தியில் முதலில் எடுபடவில்லை. கல்வியறிவு பெற்ற மக்கள் வீணான சந்தேகங்களையும் கேள்விகளையும் எழுப்புகிறார்கள் என்பதால், வேஷதாரிகள் தங்களது ஏமாற்று வேலையைக் கல்வியறிவு பெறாத மக்களிடமே காட்டி வந்தனர்.

தொடக்கத்தில் அவர்களுக்கு இருந்த தயக்கமும், பயமும் நாளடைவில் இல்லாமல் போனது. விரைவில் அபரிதமான தைரியம் பெறத் தொடங்கினார்கள். பெருவாரியான மக்கள் இவர்களது வேஷத்தை நம்பி ஏமாறலானார்கள்.

ஆயிரத்தில் அல்லது லட்சத்தில் ஒருவரே ஞானம் பெற்று பிராமண நிலையை அடைய முடியும்; நீங்கள் எப்படி, இத்தனை பேர், பிராமணர்களாக மாறினீர்கள் என்று கேட்பதற்கு ஆட்கள் இல்லை. பிராமணரென்றால், எல்லா பந்த பாசங்களையும் துறந்தவர்கள் என்பது அல்லவா பொருள்? நீங்கள் எப்படி, குடும்பம் குடும்பமாய் பிராமணர்களாக முடிந்தது என்று கேட்கவும் நாதியில்லை.

இதனால் வேஷ நாடகம் வெற்றிகரமாகத் தொடர்ந்தது. நாளடைவில், வேஷ பிராமணர்களுக்கும் குளிர் விட்டுப் போனது. தங்களை நம்பி ஏற்றுக் கொண்ட குடிகளின் எண்ணிக்கை பெருகுவதை அவர்கள் கவனித்தே வந்தனர். ஒரு கட்டத்தில் தங்களுக்கு மக்கள் அளித்து வந்த பிச்சையை, அதிகாரம் செய்து, மிரட்டி வாங்கக்கூடிய தன்மையை வரவழைத்துக் கொண்டார்கள். யாசகம், அதிகாரமாக மாறியது.

3. கைம்பெண்களை வஞ்சித்து சொத்துகளை அபகரித்தல்:

பிச்சையை, அதிகாரம் செய்து பெற்றாலும் பிச்சை, பிச்சை தானே என்ற மனவருத்தம் பிராமணர்களுக்கு இருந்தது. அதிலும் யதார்த்த பிராமணர்களான சமண முனிவர்கள் மடாலயங்களில் வாழ்வது அவர்களுக்கு உறுத்தலை ஏற்படுத்தியது. எனவே, பெரும் சொத்துகளை அபகரிக்கும் ஆசையை மனதிற்குள் வளர்த்து வந்தார்கள்.

யாருடைய சொத்துகளை அபகரித்தால் சிக்கல் வராது என்று யோசிக்கையில், ஆதரவற்ற, பெரும் சொத்து படைத்த,

கைம்பெண்கள் அவர்களது கண்களில் பட்டனர். அப்படியான சொத்துக்கள் அனைத்தும், அப்பெண்களின் வாழ்நாட்களுக்குப் பின் மடாலயங்களுக்குச் செல்வதைக் கண்டு கொண்டனர். இதனால், அப்படியான கைம்பெண்களை அவர்கள் உயிருடனிருக்கும் பொழுதே அணுகி தங்களைப் பிராமணர்களென அறிமுகம் செய்து கொள்ளத் தொடங்கினர்.

ஆதரவற்ற அக்கைம்பெண்களுக்கு ஆறுதல்களைத் தெரிவித்துப் பேச ஆரம்பிக்கும் வேஷ பிராமணர்கள், அப்பெண்களின் மறைவிற்குப்பின் அவர்களது பெயர்களை விளங்க வைக்கும் வகையில் பெரிய விஹாரங்களைத் தங்களால் ஏற்படுத்த முடியும் என்ற நம்பிக்கையை ஏற்படுத்தினார்கள்.

தங்களது பெயர் காலாகாலத்திற்கும் நிலைத்து நிற்க வேண்டுமென்ற ஆசையில் வேஷ பிராமணர்களின் யோசனைகளை இப்பெண்கள் முழுமனதோடு ஏற்றுக்கொள்ளத் தொடங்கினார்கள். இதன் மூலம் அப்பெண்களின் சொத்துக்களைத் தங்களுடையதாக மாற்றிக் கொள்ளும் வேஷ பிராமணர்கள், அப்பெண்களின் மறைவிற்குப் பின் அதனைப் பூரணமாய் அனுபவிக்கத் தொடங்கினார்கள்.

இது போல், இந்திர சேதமெங்கும் பல கைம்பெண்கள் ஏமாற்றப் பட்டனர். அவர்களுள் மதுரையில் வாழ்ந்த மீனாட்சி என்ற கைம்பெண் முக்கியமானவள். அவளது பெரும் சொத்தை வேஷ பிராமணர்கள் கபளீகரம் செய்தனர்.

4. உபநயன விழா:

ஞானம் அடைதல் என்பது மூன்றாவது விழியைப் பெறுதல் என்றே நம்பப்பட்டது. துறவு பூண்டு, தவம் செய்து பெறக்கூடிய மூன்றாவது விழியே ஒருவரைப் பிராமணராக மாற்றுகிறது. இவர்களை வேறுபடுத்தி அறிவதற்கு முப்புரி நூல் பயன்படுகிறது. உபரி விழியான ஞான விழியைச் சிறப்பிக்கும் விழா உபநயன விழா என்று அழைக்கப் பட்டது. அன்றைய தினமே முப்புரி நூல் அணிதல் நடைபெறும்.

ஆரியர்கள் தங்களைப் பிராமணர்களென்று அடையாளப்படுத்தியதும், மக்கள் உபநயன விழா பற்றி அவர்களிடம் கேட்கத் தொடங்கினார்கள். சமண முனிவர்களைப் போல் நீங்கள் ஏன் அதனை விழாவாகச் செய்வதில்லை என்று மக்கள் கேட்டதும், வேஷ பிராமணர்களுக்குக் காசு பார்க்கும் இன்னொரு எளிய வழி கிடைத்தது போல் ஆயிற்று.

அதன் பின்பு, தங்களது பிள்ளைகளுக்கு முப்புரி நூல் அணியும் விழாவை நடத்த இருப்பதாகவும், அதற்கான செலவுத் தொகையை

மக்களே அளிக்க வேண்டுமென்றும் சொல்லி வேஷ பிராமணர்கள் உபநயன விழா வசூலைத் தொடங்கினார்கள்.

5. விரதம் என்ற பெயரில் அமைந்த ஏமாற்று:

பௌத்த தன்மத்தில் ஆண்களுக்கும், பெண்களுக்கும் சிறுவர்களுக்கும் விரதங்கள் சொல்லியிருந்தது. ஆண்கள் பஞ்ச சீலத்தைக் கடைபிடித்தலும்; பெண்கள் சீலத்துடன் கற்பைக் காப்பாற்றுவதும்; சிறுவர்கள் சீலம் காப்பதுடன் கலை நூற்களைக் கற்பதும் விரதமாகும். எனவே, அமாவாசை, பௌர்ணமி, அட்டமி ஆகிய மூன்று தினங்களும் மக்கள் மடாலயங்களுக்கு வருவது வழக்கம். அன்று, ஒரு வேளையே சாப்பிடுவார்கள். தங்கம், வெள்ளி, பட்டு போன்றவற்றைத் துறந்து தூய வெண்ணிற ஆடை அணிவார்கள். சமணத் துறவிகளைச் சந்தித்து ஆசி பெறுவார்கள்.

வேஷ பிராமணர்களை நம்பி, அவர்கள் சொல்வதை அப்படியே ஏற்றுக் கொள்கிற கல்வியற்ற மக்கள் விரதமென்றால் என்ன என்று கேட்க, வேஷ பிராமணர்கள் வெவ்வேறு கட்டுக் கதைகளைப் புனையத் தொடங்கினார்கள்.

தேவதைகள் இருப்பதாகவும், ஒவ்வொரு நாட்களில் அத்தேவதை களை நினைத்து, உண்ணாமல் இருந்து, வேஷ பிராமணர்களுக்குத் தானம் செய்தால், செல்வம் பெருகும், நினைத்தது நடக்கும் என்றெல்லாம் விளக்கம் தரத் தொடங்கினார்கள். சாப்பிடாமல் இருப்பதன் மூலம் அபரிதமான பயன்கள் கிடைக்கும் என்று கேள்விப்பட்ட பலரும் இது போன்ற விரதங்களைக் கடைபிடிக்கத் தொடங்கினார்கள்.

6. நோன்பைக் கெடுத்த செயல்:

பௌத்த சீலத்தின் படி நோன்பு என்று சொல்வது உயிர்களைக் கொல்லாத நோன்பு எனப்படும். மக்கள் கொல்லா நோன்பைக் கடைபிடிக்கும் நோக்கில் பௌத்த குருக்களை அணுகி அவர்களிடம் உபதேசம் பெறுதல் வழக்கம். அவ்வாறு, கொல்லாமையை நோன்பாகக் கொண்டவர்களுக்குக் குருக்கள் அவல் பிரசாதம் வழங்குவது உண்டு.

நோன்பின் தன்மையை உணராத வேஷ பிராமணர்கள் தங்களை யாராவது நோன்பு குறித்து விசாரித்தால் அம்மனை நினைத்து மந்திரக் கயிறுகளைப் பூசை செய்து வருவதே நோன்பு என்று பதில் சொன்னார்கள். அம்மந்திரக் கயிறுகளைப் பூசை செய்தால் எல்லாவிதமான சுகங்களும் கிடைக்கும் என்றார்கள். அப்படியான கயிறுகளைத் தாங்கள் மந்திரித்துத் தருவதாகச் சொல்லியும் காசு பறிக்கத் தொடங்கினார்கள்.

7. யாகம் என்ற பெயரிலான ஏமாற்றுதல்:

பௌத்தர்கள் யாகம் செய்வது உண்டு. யாகத்தைத் தமிழில் புடமிடுதல் என்று சொல்லுவார்கள். புடமிடுதல் என்பது தீ வளர்த்து மருந்து தயாரிப்பதும், இரும்புப் பொருட்களைத் துவைப்பதும், மூர்ச்சைகளைத் தெளிவிப்பதும் போன்ற வைத்தியச் செயல்பாடுகளாகும்.

பௌத்தர்கள் இவ்வாறு அடிக்கடி யாகம் செய்வதை நீங்கள் ஏன் செய்வதில்லை என்று வேஷ பிராமணர்களிடம் மக்கள் கேட்கத் தொடங்கினார்கள். வைத்திய முறைகளைக் கொஞ்சமும் அறியாத வேஷதாரிகள், யாகம் வளர்ப்பதன் மூலம் ரகசியமாய் மாமிசம் சுட்டுத் தின்க முடிகிறது, பணமும் கிடைக்கிறது என்பதைக் கண்டு யாகத்தின் மூலம் நினைத்த காரியங்களை நிறைவேற்றலாம் என்று கூறி, வைத்திய முறையை மந்திர தந்திர முறையாகத் திரித்துவிட்டனர்.

8. ஆலயங்களை மதக் கடைகளாக மாற்றுதல்:

பௌத்த சீலங்களை விளக்கும் சிலாலயங்களைப் பார்த்த, கேட்ட வேஷ பிராமணர்கள் அதன் மையப் பொருளை உணராது அவற்றை சிலை ஆலயங்களாகப் புரிந்து கொண்டனர். இதனால் புதிது புதிதாகக் கட்டடங்களை எழுப்பி, அவற்றுள் சிலைகளை நிர்மாணித்து, அவற்றை வணங்கினால் நினைத்தது நடக்கும், செல்வம் பெருகும், புத்திர பாக்கியம் கிட்டும் என்றெல்லாம் கற்பனைகளைப் பரப்பினார்கள்.

மிக எளிதாய் இவையெல்லாம் கிடைக்கிறது என்று கேள்விப்பட்ட மக்கள் பெருந்திரளாய் வேஷ பிராமணர்களின் சிலை ஆலயங்களுக்கு வரத் தொடங்கினார்கள். இதனாலும், அவர்களது வருவாய் பெருகியது, அதிகாரம் விரிவடைந்தது.

ஆரியர்களின் 'வேஷ பிராமண' நாடகம் மேற்கூறிய தளங்களின் வழியே வெற்றிகரமாக நடந்து வந்தது. அதன் விளைவாக அவர்கள் விரும்பிய சமூக அந்தஸ்தும், அதிகாரமும் அவர்களுக்குக் கிடைத்தன. ஆனால், அதே சமயம், இந்திர தேச மக்கள் மத்தியிலும் ஏராளமான மாற்றங்கள் நடைபெற்றன. இத்தகைய மாற்றங்கள், அறநெறியில் கட்டப்பட்டிருந்த சமூகத்தை ஏராளமான முரண்பாடுகளைக் கொண்ட எதிரெதிர் குழுக்களாக மாற்றி, திசை திருப்பிவிட்டன.

ஆரியர்களின் பிராமண வேஷமும், அதன் வெற்றியும் ஏராளமான இந்திரதேசவாசிகளையும் யோசிக்க வைத்தது. இவ்வளவு எளிதாய் ஜீவனத்திற்கான வழி இருக்கிறதா என்று வியந்த இக்குழுவினர் தாங்களும் பிராமணர்களே என்ற வேஷத்தைத் தரிக்கத் தொடங்கினார்கள்.

இதனால், வேஷ பிராமணர்களின் எண்ணிக்கை கணிசமாய் உயர்ந்தது. வேஷ பிராமணர்களுக்குள் ஆரியர், மகராஷ்டிரர், தெலுங்கர், கன்னடர், திராவிடர் என்ற பிரிவுகளும் ஏற்பட்டன. இவ்வேஷ பிராமணர்கள் அனைவரும் ஒருமித்துச் செயல்படவில்லை என்றாலும், அவர்கள் ஒருவர் பக்கம் மற்றொருவர் செல்லும் வழக்கத்தைக் கொண்டிருக்கவில்லை. ஒவ்வொருவரும் தங்களுக்கான எல்லைகளுக்குள் தங்களது வேஷ நாடகத்தை நடத்தி வந்தனர்.

இவ்வாறு வேஷ பிராமணர்கள் உருவான காரணத்தால், ஒவ்வொரு அரசுக்கும் இடையிலான சமாதானம் குலைந்து விரோதம் வளரத் தொடங்கியது. மகராஷ்டிரர்கள், தெலுங்கு - கன்னட - திராவிட மொழிச் சாதியினரை எதிரிகளாகக் கருதினர். அவர்களுக்கு இடையிலான பண்பாட்டு உறவுகள் அறுபட்டுப் போயின. இதே போல் ஒவ்வொருவரும் பிறரை விட்டு விலகி விலகிச் செல்லத் தொடங்கியது. பகைமையும். குரோதமும், வெறுப்பும் மேலோங்கி இந்திர தேசம் அறவழியிலிருந்து தவறி பாழ்படத் தொடங்கியது.

●

'இந்திர தேச சரித்திரம்' நூலின் இறுதிப் பகுதி மிகவும் முக்கியமானது. இந்தப் பகுதியிலேயே இன்றைய சமூக அவலங்களும், சீர்கேடுகளும் எவ்வாறு உருவாயின என்று அயோத்திதாசர் பேசத் தொடங்குகிறார்.

தங்களது ஜீவிதத்திற்கான எளிய வழிகளைக் கட்டமைத்துக் கொண்ட ஆரிய வேஷ பிராமணர்களும், அவர்களைப் பின்பற்றிய பிற வேஷ பிராமணர்களும் தங்களது வேஷ வாழ்க்கை காலாகாலத்திற்கும் நிலைபெற்றிருக்க வேண்டும் என்ற காரணத்தால் சில தந்திரங்களைச் செய்யத் தொடங்கினார்கள்.

இவற்றுள் முதல் தந்திரம் மனிதர்களுக்குள் நிரந்தரமான வேறுபாடு களை உண்டு செய்வது.

பௌத்தர்களின் காலத்தில், ஒருவன் எந்த மொழியில் தனது காரியங் களை சாதிக்கிறானோ, அம்மொழி அவனது சாதி அடையாளமாக இருந்து வந்தது. ஒருவன் திராவிட மொழியில் சாதித்தால் அவன் தமிழ் சாதி என்று சொல்லப்பட்டான். தெலுங்கில் சாதிக்கிறவன் தெலுங்கு சாதி; மகராஷ்டிரத்தில் சாதிக்கிறவன் மகாராஷ்டிர சாதி என்று வழங்கப்பட்டது.

அதே போல், இந்திர தேசத்தில் வாழ்கிறவர்கள் பலரும் பல வண்ணமுடையவர்களாய் இருந்த காரணத்தால் ஒரு நபரைப் பற்றித் தெரிந்து கொள்வதற்காக 'அவன் என்ன நிறம் (வர்ணம்)?' என்று

கேட்பது வழக்கமாய் இருந்தது. அவன் கறுப்பு நிறமா, மஞ்சள் நிறமா, வெண்ணிறமா, சிவப்பா என்பதே இந்தக் கேள்விக்குப் பொருள். அதன் பின்பு இறுதியாக, அவன் செய்யும் தொழிலை விசாரிப்பர். முதலில், மொழியையும், பின்பு நிறத்தையும், மூன்றாவது தொழிலையும் விசாரிப்பது அறிவது மரபு.

சாதி, வண்ணம், தொழில் போன்ற பெயர்கள் வழங்கப்படுவதையும், ஆனால் அவற்றின் உண்மையான அர்த்தம் விளங்காமலும் திகைத்த வேஷ பிராமணர்கள் சாதி, வர்ணம். தொழில் மூன்றும் ஒருவனது பிறப்பை ஆதாரமாகக் கொண்டு அமைபவை; ஒருவனது தொழிலின் பெயரே அவனது சாதி அடையாளம்; இது பிறப்பால் தீர்மானிக்கப் படுகிறது. ஒருவனது தொழிலை மாற்றுவதோ. சாதியை மாற்றுவதோ, வர்ணத்தை மாற்றுவதோ இயலாத காரியம். அரசனுக்குப் பிறந்தவன் அரசனாவான்; பிராமணனுக்குப் பிறந்தவன் பிராமணனாவான் என்று சொல்லி தங்களது வேஷத்தை நிரந்தரமாக்கிக் கொண்டதோடு, பிறரின் தொழிலையும் அந்தஸ்தையும் வரையறுத்து வைத்தார்கள்.

ஒவ்வொரு தொழிலும் எவ்வாறு பிறப்பால் தீர்மானிக்கப்படுகிறது என்பதை விளக்க, பௌத்தம் உருவாக்கித் தந்த 'புத்தனின் உடல்' என்ற கற்பனை அவர்களுக்கு ஏதுவாய் அமைந்தது. முகத்திலிருந்தும், தோளிலிருந்தும், தொடையிலிருந்தும், பாதத்திலிருந்தும் பிறந்தவர்கள் என்ற உவமையை உண்மையாகவே அவ்வாறு நடந்தது போல் கற்பனைக் கதைகள் கட்டி பரப்பத் தொடங்கினார்கள்.

இக்காலகட்டத்தில், இந்திர தேசத்தில் வழங்கப்பெற்ற மொழி களுக்குள்ளும் குழப்பங்கள் ஏற்படத் தொடங்கின. பௌத்த தன்ம சிந்தனைகளின் அடிப்படையிலேயே மகட சகட திராவிட பாஷைகள் உருவாக்கப்பட்டிருந்தன. ஒவ்வொரு சொல்லுக்கும் தன்மம் சார்ந்த விளக்கங்கள் இருந்தன.

சொற்களுக்கான பௌத்த காரணங்களை பொதுமக்கள் அறியா திருந்தாலும், அச்சொற்களைத் திறம்படப் பயன்படுத்தியே வந்தனர். சொற்களின் காரண காரியங்களை விளக்குவது சமணத் துறவிகளின் வேலையாக இருந்தது. கலைநூற்களைக் கற்றுத் தேர்ந்த அவர்களுக்கே சொற்களின் அந்தரார்த்தம் விளங்கியிருந்தது.

யதார்த்த பிராமணர்களின் இடத்தை வேஷ பிராமணர்கள் அபகரித்துக் கொண்டதால், சொற்களின் காரணகாரியங்களை விளக்க வேண்டிய நிர்பந்தமும் வேஷ பிராமணர்களுக்கு ஏற்பட்டது. பொதுமக்கள் சில சொற்களைக் குறிப்பிட்டு, அவற்றிற்கான விளக்கம் என்ன என்று கேட்கும் பொழுது வேஷ பிராமணர் பதில் சொல்ல வேண்டியிருந்தது.

இத்தகைய சூழல்கள் உருவாகும் பொழுதெல்லாம் வேஷ பிராமணர் மனம் போன போக்கில் விளக்கமளிக்கத் தொடங்கினர். அவர்களது விளக்கம் சொற்களின் உண்மையான பௌத்த காரணத்தைச் சிதைப்ப தோடு, சுயநலம் சார்ந்தும் அமைந்திருந்தது.

இதனால், இந்திர தேசத்தின் மூன்று முக்கிய மொழிகளின் அர்த்தத் தளங்களும் சிதைக்கப்பட்டன. இந்தச் சிதைவு, ஆழ வேரோடிப் பண்பாட்டுச் சீரழிவுகளை ஏற்படுத்தப் போவதை அந்தக் காலத்தில் யாரும் உணர்ந்திருக்கவில்லை.

சொற்களுக்கான காரண காரியங்களையும், அர்த்தங்களையும் வேஷ பிராமணர்கள் சிதைத்தது குறித்து ஆவேசப்பட்டுப் பேசும் அயோத்திதாசர் அவற்றை ஏராளமான உதாரணங்கள் மூலம் எடுத்துக் காட்டுகிறார்.

பௌத்த தன்மம் குறிப்பிடும் சீலங்களான, உடல் சுத்தம், மன சுத்தம், வாக்கு சுத்தம் என்ற மூன்றினையும் ‘திரிகாய மந்திரம்’ என்று அழைப்பது வழக்கம். ‘திரிகாயம்’ என்றதும் பௌத்த பரிச்சயம் உள்ளவர்கள் புத்தன் போதித்த மூன்று சீலங்கள் என்று உடனடியாகப் புரிந்து கொள்வர்.

‘நாங்களே பிராமணர்கள்’ என்று புற்றீசல் போல் வேஷதாரிகள் கிளம்பியதும், மக்கள் அவர்களை அணுகி ‘திரிகாய மந்திரம்’ சொல்லுங்கள் என்று கேட்டார்கள். திரிகாயத்தை அறியாத வேஷதாரிகள் தங்களது அறியாமையை மறைத்துக் கொண்டு, அது ஒரு ரகசியமான மந்திரம் என்றும், அதனை சாதாரணமாகச் சொல்லக் கூடாது என்றும், அதனை உருப்போட்டால் மாயங்கள் நடைபெறும் என்றும், அதன் உண்மைப் பெயர் ‘காயத்திரி மந்திரம்’ என்றும் சொல்லி ஏமாற்றத் தொடங்கினார்கள். இப்படியே திரிகாயம், காயத்திரியாகத் திரிந்தது.

இதே போல், அர்த்தம் சிதைவுண்ட மற்றொரு வார்த்தை ‘சாலக்கிரமம்’. ‘சாலம்’ என்ற பாலிச் சொல்லுக்கு ‘அறிவு’ என்று பொருள். ‘சாலக்கிரமம்’ என்பது ‘அறிவு பெருகுக’ என்ற வாழ்த்துவதாகும். அக்காலங்களில் சமணமுனிவர்கள் ‘சாலக் கிரமம்’ என்று சொல்லி பிறரை ஆசிர்வதிப்பது வழக்கம்.

சமணமுனிவர்கள் ‘சாலக்கிரமம்’ சொல்வதை அறிந்திருந்த மக்கள், வேஷபிராமணர்களிடம் செல்லும் போது ‘நீங்கள் ஏன் சாலக்கிரமம் சொல்வதில்லை?’ என்று கேட்டனர்.

சாலக்கிரமம் என்ற வார்த்தையின் பொருளறியாத வேஷதாரிகள், நதிக்கரையின் கூழாங்கற்களை பொறுக்கி வந்து, அதனை வண்ண நூற்களால் இறுகக் கட்டி, பொதுமக்களிடம் தந்து, ‘இதுவே

சாலக்கிரமம்! இதனை வழிபட்டு வாருங்கள். உங்களுக்கு சகல சௌக்கியங்களும் கிடைக்கும்', என்று சொல்லி, அம்மந்திரக் கல்லுக்கான தொகையையும் வசூலித்துக் கொண்டனர். மக்களும் அக்கற்களைப் பத்திரமாய் பேணி வழிபட்டு வந்தனர். 'சாலக்கிரமம்' என்ற சொல்லின் மெய்ப்பொருள் மறைந்து போனது.

வேஷ பிராமணர்களின் பெருக்கத்தால் இந்திர தேசம் அடைந்த மற்றுமொரு சீரழிவு அறச்சீர்கேடு என்று சொல்ல வேண்டும். பல்வேறு இனக்குழுக்களின் தொகுப்பாக விளங்கிய இந்நிலப்பரப்பில், அக்குழுக்களுக்கு மத்தியில் இணக்கத்தையும், ஒற்றுமையையும் ஏற்படுத்தி, சமூகப் பண்பாட்டு உறவுகளை வலுப்படுத்தி, 'இந்திரர் தேசம்' என்ற பிரக்ஞையை ஏற்படுத்திய பௌத்தர்கள் திரும்பத் திரும்ப போதித்து வந்ததெல்லாம் ஒன்றேயொன்று தான் - அது, பௌத்த தன்மம் எனப்படும் நல்லறம்.

வாக்கு, மனம், தேகம் என்ற மூன்றிலும் சுத்தத்தைப் பேணுவதன் மூலமே வீடுபேற்றை அடைய முடியும் என்று சொல்லிய புத்தர், இம்மூன்று சுத்தங்களாலேயே இந்திர தேசமும் நிலைபெற்றிருக்கிறது என்று நம்பினார். இதனாலேயே, இந்திர தேசத்தில் வாழும் பல்வேறு குடிகளுக்கு இடையிலான நல்லுறவை விரும்பிய பௌத்தர்கள் ஒழுக்க விதிகளை மிகவும் கண்டிப்புடன் வலியுறுத்தி வந்தார்கள்.

ஒரு தார மணம், கள்ளுண்ணாமை, புலாலுண்ணாமை, பொய் பேசாமை, கொலை செய்யாமை என்ற பொதுவான அறநெறிகளையும், அவற்றின் மேன்மையையும் போதிப்பதையே பௌத்த குருக்கள் முதன்மைப் பணியாகக் கொண்டிருந்தனர். இத்தகைய நல்லொழுக் கங்களே தனிமனிதனையும், சமூகத்தையும் மேம்படுத்தும் என்பதை விளக்கி வந்தார்கள்.

வேஷ பிராமணர்களோ பௌத்த ஒழுக்கங்களைச் சிதைக்கும் செயலையே முதல் வேலையாகச் செய்து வந்தனர். பௌத்தர்கள் ஒரு தார மணத்தை வலியுறுத்தி பலதார மணத்தைக் கண்டித்தால், வேஷ பிராமணர்கள் பலதாரமணம் பெரிய குற்றமில்லை என்பது போன்ற கருத்துகளைப் பரப்பத் தொடங்கினர்.

சில, பல நோக்கங்களுக்காகச் செய்யப்படும் பலதார மணம் தவறில்லை என்றும், அதனை நியாயப்படுத்தும் விதத்தில் கடவுள்களே பலதார மணம் புரிந்துள்ளனர் என்ற கட்டுக்கதைகளையும் பரப்பத் தொடங்கினார். இது, வெகுஜன மனதிற்கு உகந்த நியாயமாக விளங்கியது. கொள்கையளவில் ஒருதார மணத்தையும், நடைமுறையில் பலதார மணத்தையும் கடைபிடிக்கும் வசதியை ஏற்படுத்திய வேஷ பிராமணர்களை வெகுஜனம் பாராட்டவே செய்தது.

அதே போல், புலால் உண்ணாமை, கள்ளுண்ணாமை போன்ற ஒழுக்கங்களை குற்றவுணர்வு இல்லாமல் மீறுவதற்கான வழிமுறைகளை வேஷ பிராமணர்கள் சொல்லித் தந்தார்கள். புலால் உண்ணுதலும் கொல்லுதலும் வேறு வேறான இரு தொடர்பற்ற நிகழ்வுகள் என்று சொல்லித் தந்தார்கள். சமூக அமைதிக்குப் பங்கம் விளைவிக்காமல் கள்ளுண்ணல் பாவமில்லை என்று போதித்தார்கள்.

இதுவும் யதார்த்தமென்று பெருவாரியான மக்களால் ஏற்றுக்கொள்ளப் பட்டது. இதைப் போலவே பொய் பேசுதல், கொலை செய்தல், அடுத்தவன் மனைவியை இச்சித்தல் எனப் பல்வேறு ஒழுக்கக் கேடுகளும், கடவுள் கதைகளின் மூலமாக நியாயப்படுத்தப்பட்டன.

இத்தகைய ஒட்டுமொத்த ஒழுக்கத்தின் வீழ்ச்சியும், ஒழுங்கமைப்பின் மீதான நம்பிக்கையின்மையும் மக்கள் மத்தியில் பெருகுவதை வேஷ பிராமணர்கள் தங்களுக்குச் சாதகமாகவே கருதினார். இப்படியான, ஒழுக்கக்கேடான சமூக அமைப்பில் தங்களது 'வேஷ நாடகம்' நிஜமாகி வருவதில் அவர்களுக்குப் பெரும் திருப்தி. இதனால், நீதியும், ஒழுக்கமும் இற்று வீழ்வதைக் கொண்டாடி மகிழவே செய்தனர்.

மொழியமைப்புகளின் மீதும், அறநெறிகள் மீதும் வேஷ பிராமணர்கள் மேற்கொண்ட தாக்குதல்கள் பன்னெடுங்காலமாய் கட்டிக் காப்பாற்றி வந்த இந்திர தேசத்தை துண்டுகளாக்கி, காழ்ப்புகள் நிரம்பிய முரண் குழுக்களாக மாற்றியமைத்தது. வன்மமும், குரோதமுமே மேலோங்கிய உணர்வுகளாகச் சித்தரிக்கப்பட்டன.

ஒரு மொழிக் குழுவிற்கும் மறு மொழிக் குழுவிற்கும் மட்டுமல்லாது, ஒரே குழுவிற்குள்ளும் சாதியின் பெயரிலான துவேஷமும் பொறாமையும் ஏளனமும் சிறுமைப்படுத்தலும் பெருகின. இதனால், மொத்த தேசமும் சாதித் துண்டுகளாய் சிதறத் தொடங்கி, இந்திர தேசம் நிலைகுலைய ஆரம்பித்தது.

இந்தச் சூழலிலும், இந்திர தேசம் முழுக்க, ஒரே நோக்கத்தோடு, சிந்தனையோடு, திட்டங்களோடு ஓர் குழு இயங்கி வந்தது - அது 'ஆரிய வேஷ பிராமணக் குழு'. அவர்கள் மட்டுமே இந்திர தேச நிலப்பரப்பின் ஒரே 'பொது' விஷயமாக உருவெடுக்கலாயினர்.

வேஷ பிராமணர்களில் திராவிடர், தெலுங்கர், கன்னடர், மகராஷ்டிரர் என்று பல வகையினர் இருந்தாலும், இவர்களனைவரும் தத்தமது மொழி எல்லைக்குள் மட்டுமே செயல்படக் கூடியவர்களாய் இருந்தனர். திராவிட வேஷ பிராமணர்கள், தெலுங்கு பகுதியிலோ. கன்னட பகுதியிலோ தங்களது மதக் கடைகளை பரப்பும் வசதி ஏற்பட்டிருக்கவில்லை.

அதே போல் பிறரும் தத்தமது மொழி பேசும் மக்கள் மத்தியிலேயே ஏமாற்றிப் பிழைத்தனர். ஆனால், இவர்களுக்கெல்லாம் மூத்தவரான ஆரிய வேஷ பிராமணர்கள் தங்களுக்கென்று எந்தவொரு மொழி, இன, நிலப் பற்றுதல்கள் இல்லாததால் இந்திர தேசம் முழுவதையும் ஏமாற்றிப் பிழைக்க முடிந்தது.

தாங்கள் கற்றுக்கொண்ட சமஸ்கிருத மொழியை இந்திர தேச மொழிகளுக்கெல்லாம் மூத்தது என்று சொல்லி, இத்தேசத்திற்கும், அதன் பண்பாட்டுத் தளங்களுக்கும் தாங்களே காரணகர்த்தாக்கள் என்பது போலொரு மாயத் தோற்றத்தை ஏற்படுத்திக் கொண்டார்கள். இதனால், இந்திர தேசமானது ஆரிய வேஷ பிராமணர்களின் கட்டமைப்பு என்ற அறிவுப் புரட்டல் ஏற்பட்டுப் போயிற்று.

ஆரிய வேஷ பிராமணர்களானாலும் சரி, அல்லது அவர்களைப் பார்த்து ஏமாற்றக் கற்றுக்கொண்ட பிற வேஷ பிராமணர்களானாலும் சரி, மேற்கூறியவை போன்ற திருட்டுத்தனங்களும், ஏமாற்று வேலைகளும் செய்து ஊரையே திருடியபோது இந்த இந்திர தேசத்தில் எதிர்ப்புகள் எதுவும் இருக்கவில்லையா?

எல்லா மக்களும் வேஷ பிராமணர்களை நம்பி ஏமாந்து போனார்களா? வேஷ பிராமணர்களை எதிர்த்தவர்கள் என்னவானார்கள்? அவர்களுக்கு என்ன நடந்தது? வேஷ பிராமணர்களை நம்ம மறுத்த அரசர்கள் இருக்கவில்லையா? அவர்கள் யார், யார்? அவர்களுக்கு நேர்ந்தது என்ன? நீதியும், நியாயமும், ஒழுக்கமும், அறமும் வீழ்த்தப்பட்ட பொழுது, போராடி, அதனோடு கூட வீழ்ந்த மக்களை எங்கே? வேஷ பிராமணர்களின் கைகளில் முழு அதிகாரமும் வந்து சேர்ந்த பொழுது, அவர்களை ஏற்றுக்கொள்ளாதவர்கள் ஒருவரும் இல்லையா?

இந்த இடத்திலேயே, இந்திர தேச சரித்திரத்தை எழுதத் துணிந்த காரணத்தை மெல்ல மெல்ல அயோத்திதாசர் அவிழ்க்கத் தொடங்குகிறார். இத்தொடர் கட்டுரையை படிப்பவர்களுக்கு இது ஏதோ ஆரிய வேஷ பிராமணர்களின் படையெடுப்பையும், வெற்றியையும் விளக்குவது போல் தோன்றினாலும், அதன் உள்ளார்ந்த வேட்கையான ஒடுக்கப் பட்டோரின் வரலாற்றை எழுதும் திட்டம் இந்தக் கேள்விகளுக்கான பதில்களிலேயே வெளிப்படத் தொடங்குகிறது.

'இந்திர தேச சரித்திரம்' என்ற நூலின் ஒட்டுமொத்தமான சாரமும் இந்த இடைவெளியில் உறைந்துள்ளது. இருளடைந்து, புறக்கணிக்கப் பட்டிருந்த இடைவெளி. மரபான வரலாற்றின் பக்கங்களில் இடம்பெறத் தகுதியற்ற இடைவெளி. 'மேட்டிமை' சாதி வரலாற்றாசிரியர்களால், 'கலவரங்களும் அமைதியின்மையும் மலிந்த

காலகட்டம்' என்று வர்ணிக்கப்படும் காலப்பெருவெளி. 'சமூகத்தின் பொது அமைதி பங்கப்பட்டுப் போன துரதிர்ஷ்டமான காலகட்டங்கள்' என்று அடையாளமிடப்பட்ட இருண்டவெளி.

அப்படியான இடைவெளிகளை மையப்படுத்தியதாகவே இந்திர தேச வரலாறு கட்டமைக்கப்படுகிறது. மரபான வரலாற்றை எழுதும் முறைகளிலிருந்து முற்றிலும் மாறுபட்ட வேறொரு எழுத்து முறை. இந்த எழுத்து முறை அத்தனை வரலாற்று சம்பவங்களையும் தயவு தாட்சண்யமின்றி புரட்டிப் போடுகிறது. ஏற்கனவே சொல்லப்பட்ட விளக்கங்களுக்குப் பின்னால் ஒளிந்திருக்கக்கூடிய பல்வேறு ரகசியங்களை அம்பலப்படுத்தத் தொடங்குகிறது. இதன் மூலம் மாற்று வரலாறு ஒன்றையும் கட்டமைக்க முயலுகின்றது.

ஏறக்குறைய, தலைகீழாக்கம். திருப்பிப் போடுதல். சமூக உறவுகளை வீழ்ந்தவர்களின் பக்கமிருந்து விவரித்தல். ஒடுக்கப்பட்டவனின் வரலாற்றை அவனது பார்வையிலேயே, அவனது வார்த்தைகளிலேயே, அவனையே கட்டமைக்கச் செய்தல். மாற்று வரலாற்றை யோசிக்கிறவர் கள் மிகக் கவனமாகக் கையாளவேண்டிய தருணங்கள் இவை. கொஞ்சம் தவறினாலும், பேனா பிசகிவிடக்கூடிய வழுக்குப் பாதை.

அயோத்திதாசர், தனது இந்திர தேச சரித்திரத்தில் இத்தகைய இடங்களைத் தேர்ந்த போராளியைப் போல மிகவும் அனாயாசமாகக் கையாளுகிறார். தான் எதை எழுத வந்தோமோ, அதை வெளிப்படுத்துகிற உற்சாகம் அவருடைய வாக்கியங்களில் கொப்பளிக்கிறது.

வெளியிலிருந்து வந்த ஆரியர்கள் தங்களை பிராமணர்களாகச் சொல்லிக் கொண்டதும், இதனைக் கல்வியற்ற மன்னர்களும் மக்களும் ஏற்றுக்கொண்டதும், இதனால் 'ஆரிய வேஷ பிராமணர்' என்ற புதுவகையான குழு உருவானதும், இவர்களைப் பார்த்து உள் நாட்டில் சிலரும் கூட 'வேஷ பிராமணர்களாக' மாறியதும், சொற்களுக்கான அர்த்தங்கள் சிதைக்கப்பட்டு லௌகீக நலன்களுக்காக திரிக்கப்பட்டதும், ஒட்டுமொத்த சமூக அமைப்பையும் தலைகீழாக மாற்றி அமைத்தது.

முதல் எதிர்க்குரல் பௌத்தர்களிடம் இருந்தே எழுந்தது. பிராமணம் என்றால் என்ன, சிரமணர்கள் யார், ஒரு மனிதன் எவ்வாறு அந்தணராக மாறமுடியும், பிராமணனாக மாறும் போது கடைபிடிக்க வேண்டிய அற நெறிகள் என்ன, துறவறம் என்பது யாது போன்ற விபரங்களை இந்திர தேசத்தின் வெகுஜன குடிகள் அறிந்திருக்கவில்லை. ஆனால், பௌத்தர்களுக்கு இவை அனைத்தும் தெரிந்திருந்தன.

'பிராமணம்' என்ற நிலையை எல்லோரும் எளிதாக அடைந்துவிட முடியாது. அது துறவறத்தை மேற்கொண்டவர்களுக்கே சாத்தியம். அதிலும் எல்லா துறவிகளும் மூன்றாவது உதவி விழியான ஞானவிழியைப் பெற்றுவிட முடியாது. ஞானத்தை அடைவதற்கான வழிமுறைகள் சிக்கலானவை; அதனால் கடினமானவை.

எனவே, அந்நிலையை லட்சத்தில் ஒருவரே அடைய முடியும், அத்தகைய ஞானத்தை அடைந்தவர்களே முப்புரிநூலை அணியும் தகுதியுடையவர்கள். அவர்கள் ஞானம் பெற்ற நிகழ்வு, இரண்டாவது பிறப்பு என்று கொண்டாடப்படும். எனவே, 'துறவறம்' என்பது அந்தணன் ஆவதின் முதல் நிலை என்பதைத் தெளிவாக உணர்ந்திருந்த பௌத்தர்கள், ஆரிய வேஷதாரிகள் தங்களை பிராமணர் என்று சொல்லிக் கொள்ளும் ஒவ்வொரு தருணமும் அவர்களைக் கேள்வி கேட்டு எச்சரித்தனர்.

'நீங்கள் குடும்பமும், குட்டியுமாக பிராமணரானது எப்படி? ஞானம் பெற்றீர்கள் என்றால் அது எப்படி நடந்தது? நீங்கள் உண்மையில் யார், என்ன விபரம், எங்கிருந்து வருகிறீர்கள்?' என்று பௌத்தர்கள் கேட்டார்கள். இதற்குப் பயந்து, நிறைய தருணங்களில் ஆரிய வேஷ பிராமணர்கள் உளறுவதும், முன்னுக்குப் பின் முரணாகப் பேசுவதும், அவ்விடத்திலிருந்து ஓடிப்போவதுமாக இருந்தனர். இதன் மூலம், பொய் சொல்லித் திரியும் வெண்ணிற மனிதர்கள் சிலர் ஊருக்குள் நடமாடுவதாகவும், அவர்களிடம் கவனமாய் இருக்கும்படியும் பௌத்தர்கள் எல்லோரையும் எச்சரித்து வந்தனர்.

மக்களை எச்சரித்தோடு மட்டுமல்லாமல், சமண முனிவர்களிடமும் இதை எடுத்துச் சொன்னார்கள். இதனால், ஆரிய வேஷ பிராமணர்கள் பௌத்தர்களைக் கண்டால் பதுங்குவதும் ஒதுங்குவதுமாய் இருந்து வந்தனர்.

புதிதாய் ஒரு ஊருக்குள் நுழைந்து பிச்சை கேட்பதற்கு முன், அவ்வூரில் பௌத்தர்கள் எங்கிருக்கிறார்கள் என்பதைத் தெரிந்து கொள்வதில் ஆரியர்கள் கவனமாய் இருந்தனர். கூடுமானவரை பௌத்தர்களின் கண்களில் பட்டுவிடாமல் இருப்பதற்கே முயற்சி செய்தனர். அப்படியே தங்களில் யாரையேனும் பௌத்தர்கள் பார்த்து விட்டால், அதனைத் தங்கள் கூட்டத்திற்கு தெரிவிக்கும் பொருட்டு, 'அதோ நம்மைப் பற்றி சமணர்களிடம் பறையப் போகிறார்கள், பறையப் போகிறார்கள்' என்று கூச்சலிடுவார்கள்.

இதிலும் விசேஷமாய், அறியாமல் சில சமயம் பௌத்தர்களின் குடியிருப்பிற்கே சென்று பிச்சை கேட்டு விடுவர். அப்பொழு தெல்லாம் 'பெண்களையும், குழந்தைகளையும் கூட்டிக்கொண்டு,

முழுத்த ஆண் பிள்ளைகளான நீங்கள் பிச்சை எடுத்து உண்பதற்கு வெட்கமாக இல்லையா?' என்று கேட்பது உண்டு.

மாட்டுச் சாணத்தைக் கரைத்து, தலைகளில் ஊற்றி, விளக்குமாறால் ஓட ஓட அடித்து, விரட்டி, அங்கேயே பானைகளைப் போட்டு உடைத்து விட்டும் வருவார்கள். இந்தப் பழக்கம் எல்லா பௌத்த ஊர்களிலும் நடைபெற்று வந்தது.

யதார்த்த பிராமணர்களான சமண முனிவர்களிடம் காட்டித் தருவதும், சாண நீர் கொண்டு விரட்டுவதுமான இவ்விரு வழக்கங்களும் ஆரியர்களுக்கும் பௌத்தர்களுக்குமான விரோதத்தை குரோதமாகவே மாற்றியிருந்தது. ஒருவர் மற்றவரை காணாமல் செய்வதற்குக் காரணங்களைத் தேடிக்கொண்டிருந்தனர்.

அதிகாரத்தோடு பிச்சை கேட்பது மட்டுமில்லாமல், பல்வேறு பொய்களையும் கட்டுக்கதைகளையும் ஆரியர்கள் பரப்புவது கண்டு பௌத்தர்கள் இன்னும் அதிகமாகத் தங்களது எதிர்ப்பை வெளிக்காட்டினார். மிகவும் குறிப்பாக, பௌத்த தன்மங்களையும், அறத்தையும், ஒழுக்கத்தையும் கேலி செய்யவும், சிதைக்கவும் ஆரியர்கள் முற்பட்ட பொழுது பௌத்தர்கள் தங்களது எதிர்ப்புணர்வை வலிமையுடனேயே வெளிப்படுத்தினார்கள்.

ஆனால், எவ்வளவுதான் பௌத்தர்கள் ஆரியர்களின் வேஷத்தை வெளிப்படுத்தினார்கள் என்றாலும், பெரும்பான்மை கல்வியற்ற மக்கள் வேஷ பிராமணர்களையே நம்பினர். அவர்கள் சொல்லக்கூடிய மந்திர, தந்திர விளக்கங்களும், எளிதாக பொருள் சேர்க்கும் வழிமுறைகளும், களவை அங்கீகரிக்கும் மனப்பான்மையும் கல்லாத மக்களையும், அரசர்களையும் படுபயங்கரமாய் ஈர்த்தது.

இதனிடையே, பௌத்தர்களைக் கண்டு 'வேஷ பிராமணர்கள்' ஒதுங்குவதையும், விலகுவதையும் கண்ட மக்கள், 'ஏன் இவ்வாறு?' என்றும் கேட்டனர்.

எங்கே தங்களது பூர்வீகமும், உண்மையும் பிறருக்கும் தெரிந்து விடுமோ என்ற பயத்தில் வேஷ பிராமணர்கள், 'அவர்களைத் தொட்டால் ஆகாது. அவர்கள் கீழானவர்கள். அவர்களோடு பட்டுக் கொண்டால் தீட்டு' என்றெல்லாம் கதைபுனையத் தொடங்கினார்கள்.

'எங்கே, அவர்கள் எங்களைத் தொட்டு தீட்டு பண்ணிவிடுவார்களோ என்று பயந்தே நாங்கள் விலகி, விலகிப் போகிறோம்', என்று சொல்லிய வேஷ பிராமணர்கள் மக்களைப் பார்த்து. 'நீங்களும் அவர்களைத் தொட்டு விடாதீர்கள். அவர்களை விலக்கிவிடுங்கள்' என்றும் போதனை செய்தார்கள்.

இவ்வாறு நீதி நேர்மையை மதித்த, வேஷதாரிகளுக்கு எதிரான கலகக் குரலை எழுப்பிய, இந்திர தேசத்து அறநெறிகளையும், ஒழுக்கங் களையும் பாதுகாக்க விரும்பிய பௌத்தர்கள் இத்தேசத்தின் வெகுஜனத்தாலும், வேஷ பிராமணர்களாலும் ஒதுக்கிவைக்கப் பட்டார்கள். 'தீண்டப்படாதவர்கள்' என்று அடையாளம் காட்டப் பட்டார்கள். இதன் தொடர்ச்சியாக பௌத்தர்களை சண்டாளர்கள் என்று சொல்லியும், தீயர்கள் என்று அழைத்தும், பறையர்கள் என்று கேவலப்படுத்தியும் தங்களது வேஷம் மட்டும் கலையாதவாறு பார்த்துக் கொண்டனர்.

வேஷ பிராமணர்களுக்கு மூன்று வகையினரிடமிருந்து எதிர்ப்புகள் கிளம்பின. ஒன்று, பௌத்தர்கள்; இரண்டு, சமணத்துறவிகள்; மூன்று, பௌத்த தன்மத்தைக் கடைபிடித்த அரசர்கள்.

பௌத்தர்களைத் 'தீண்டத்தகாதவர்கள்' என்று இழிவுபடுத்தும் வேலையை ஆரியர்கள் திறம்படச் செய்தனர். இனி ஒருபோதும் அவர்கள் இத்தேசத்தில் தலையெடுக்கக் கூடாது என்பதற்காக, அவர்களைப் பொது வாழ்க்கையிலிருந்து அப்புறப்படுத்தி, ஊரை விட்டு ஒதுக்கி வைத்தனர். அவர்களைச் சாக்கடைகளிலும், அசுத்தங்கள் மத்தியிலும் வாழும்படிக் கட்டாயப்படுத்தினர். ஊருக்கான பொது நீர் நிலைகளைப் பயன்படுத்தத் தடை விதித்தனர். துணி வெளுப்பவர் களையோ, முடி திருத்துபவர்களையோ விடாமல் தடுத்து நிறுத்தினர். இதனால், சுத்தமான இருப்பிடங்களில் வசிக்க முடியாமலும், வெளுத்த துணிகளை உடுத்த முடியாமலும், நீரினால் உடலைக் கழுவ முடியாமலும், முடி திருத்திக் கொள்ள முடியாமலும் திகைத்து நின்ற பௌத்தர்களை, அழுக்கானவர்கள் என்றும், காட்டுமிராண்டிகள் என்றும், ஒழுக்கம் கெட்டவர்கள் என்றும் எல்லோரும் சொல்வதற்கு வசதியாய் இருந்தது.

இத்தோடு நின்று விடாமல், பௌத்தர்களை மேலும் மேலும் கேவலப் படுத்துவதற்கான வழிமுறைகளைத் தேடி வந்த வேஷ பிராமணர்கள், இன்னமும் நாகரீகமடைந்திராத ஆதிவாசிகளையும், கல்லாத குடிகளையும் அழைத்து வந்து அவர்களுக்குச் சண்டாளர்கள் என்றும், தீயர்கள் என்றும், பறையர்கள் என்றும் பெயர் சூட்டினார்கள். இதனால், சண்டாளர், தீயர், பறையர் என்றாலே அசுத்தமானவர்கள். கல்வியறிவில்லாதவர்கள், நாகரீகமற்றவர்கள் என்ற வாதம் வலுப்பட்டு, நிறுவப்பட்ட உண்மையைப் போல மாறிப் போனது.

வேஷ பிராமணர்களின் இரண்டாவது எதிரியான சமணத் துறவிகள் இன்னும் கோரமாக பழிவாங்கப்பட்டனர். வெவ்வேறு காரணங்களைக் காட்டி, சமணத் துறவிகளின் மீது கள்ளர் பட்டம் சுமத்தி

பொதுவிடங்களில் கழுவேற்றும்படிச் செய்தார்கள். இதற்கு ஆதாரமாக, மாளவ தேசத்தை அரசாண்ட சோகென் என்ற மன்னனை நம்ப வைத்து அறுபது சமண முனிவர்களைக் கழுவேற்றச் செய்த சம்பவத்தை அயோத்திதாசர் விலாவரியாக விளக்குகிறார்.

சமணத்துறவிகளைக் கழுவேற்றியதோடு நில்லாமல், அவர்கள் வசித்து வந்த பௌத்த மடாலயங்களைத் தரைமட்டமாக்கினார்கள்; பள்ளிகளை இடித்தனர்; கலை நூற்களை அழித்தனர். இதன்மூலம், ஒரு பெருமரபின் அத்தனை அடையாளங்களையும் அழிக்கும் கொடூரச் செயலை வேஷ பிராமணர்கள் தந்திரமாய்ச் செய்து முடித்தனர்.

வேஷ பிராமணர்களின் ஆக்கிரமிப்பை எதிர்த்த மூன்றாவது வகையினரான பௌத்த அரசர்களுக்கு நேர்ந்த முடிவு மேற்கூறியதை விடவும் இழிவானதாய் அமைந்திருந்தது. இந்திர தேசத்தின் மிகச்சில அரசர்களைத் தவிர பிறரை ஏமாற்றுவதில் வேஷ பிராமணர்களுக்குச் சிக்கல்கள் இல்லை. பெரும்பாலான அரசர்கள் பெண் மோகம் கொண்டவர்களாகவும் போதைப் பழக்கமுடையவர்களாகவும் இருந்ததால், வேஷ பிராமணர்களின் போதனைகள் அவர்களுக்கு மகிழ்ச்சியாகவே இருந்தது.

ஆனால், இந்திர தேசத்தின் மிகச் சில அரசர்கள் பௌத்தக் கொள்கைகளை அறிந்திருந்தனர்; கல்வியில் வல்லவர்களாய் விளங்கினார்கள்; எதையும் தீர்க்கமாய் விசாரித்து அறியும் விசாரணைக் குணத்தைப் பெற்றிருந்தார்கள். எனவே, வேஷ பிராமணர்கள் அவர்களை அணுகிய பொழுதெல்லாம் கற்றுத் தேர்ந்த பலரையும் அழைத்து உண்மையை விசாரித்து அறிவதற்காக முயற்சி செய்தனர். தாங்கள் சொன்னதை நம்பாமல் அரசன் விசாரணையில் இறங்குகையில், தந்திரங்கள் செய்து அவ்வரசர்களைக் கொன்று விடுவதற்குத் தயங்கியது இல்லை. சில நேரங்களில் ஊரை விட்டே விரட்டி விடுவதற்கும் சூழ்ச்சிகளைச் செய்தனர்.

‘இந்திர தேச சரித்திரம்’ நூலின் இறுதிப் பகுதியெங்கும் இவ்வாறு வேஷ பிராமணர்களின் சூழ்ச்சிகளையும், பரிதாபமாக இறந்து போன பௌத்த அரசர்களையும் பற்றி அயோத்திதாசர் விரிவாகப் பேசுகிறார். பௌத்த அரசர்களைப் படுகொலை செய்வதுடன் வேஷ பிராமணர்கள் நின்றுவிடவில்லை. அதனைத் தொடர்ந்து அவ்வரசர்கள் குறித்தும், அவர்களது மரணம் குறித்தும் பல்வேறு பொய்ப் புராணங்களைக் கட்டமைத்து பரப்பத் தொடங்குகிறார்கள். சூழ்ச்சி, படுகொலை, கட்டுக்கதைகளைப் பரப்புதல் என்று தெளிவானதொரு திட்டத்துடன் வேஷ பிராமணர்கள் இயங்கியிருப்பதை அயோத்திதாசர் தனது நூலில் விரிவாக எழுதுகிறார்.

பௌத்த தர்மத்தைக் கடைபிடித்து, வேஷ பிராமணர்களை நம்ப மறுத்து, அதனால் படுகொலையுண்டு, வரலாற்றில் அரக்கர்களாகவும், கொடியவர்களாகவும் சித்தரிக்கப்படும் இந்திர தேசத்து அரசர்களின் வரலாற்றை மறுவாசிப்பு செய்யும் அயோத்திதாசர், மிக விரிவாகப் பேசுவது 'நந்தன்' என்ற அரசனின் கதையாகும்.

நல்லரசன் நந்தனை, வேஷ பிராமணர்கள் அணுகிய போது, அவன் கற்றோரை அழைத்து விசாரிக்கத் தொடங்கினான். கற்றோரில் சாம்பான், நந்தனார் போன்ற பௌத்தர்களும் இருப்பதைக் கண்ட ஆரியர்கள் ஆட்சேபம் தெரிவித்தனர்.

எனவே, எல்லா சரித்திரங்களையும் அறிந்த அஸ்வகோசர் என்ற துறவி பொதிகை மலையிலிருந்து வரவழைக்கப்படுகிறார். அஸ்வகோசர், நந்தனின் அரசவைக்கு வந்து புருசீகர்களின் பூர்வீகத்தை விளக்கி அவர்களின் வேடத்தையும் விவரித்தார். வேஷ பிராமணர் இதற்குப் பெரிய எதிர்ப்பைக் காட்டினர்.

உண்மையைத் தெளிவாக உணர்ந்து கொள்வதற்காக, அஸ்வகோசரின் யோசனைப்படி, ஓர் விசாரணைக் குழுவை புருசீக நாட்டிற்கு அனுப்பி விட நந்தன் முடிவு செய்கிறான். இதனையறிந்த வேடதாரிகள், ஒரு சூழ்ச்சியின் மூலம் நந்தனை சிதம்பரம் என்ற இடத்தில் தீக்கிரை ஆக்கினர்.

இதேபோல், தென் பாண்டி நாட்டில் ஏராளமான மருத நிலங்கள் இருந்ததாகக் குறிப்பிடுகின்ற அயோத்திதாசர், அத்தகைய மருத நிலங்களில் ஏராளமான பள்ளியம்பதிகளும் இருந்ததாய் பதிவு செய்கிறார். இப்பள்ளியம்பதிகளை ஆண்டு வந்த சிற்றரசர்கள் பலரும் பௌத்த தன்மத்தையே கடைபிடித்து வந்தனர். தங்களது ஏமாற்று வேலைக்கு பள்ளியம்பதி அரசர்கள் இடங்கொடாதது வேஷ பிராமணர்களுக்குக் கோபம் தந்தது.

எனவே, மலையனூரைச் சேர்ந்த தெலுங்கு வியாபாரிகளான நியாய அளக்கர், ரெட்டி போன்றவர்களைத் துணையாக வைத்துக்கொண்டு, வேஷ பிராமணர்கள் பள்ளியம்பதிகளை முறியடித்தனர். பள்ளியம்பதி அரசர்களைக் கேவலப்படுத்தும் வகையில் அவர்களையும், அவர்களது மக்களையும் பள்ளிகள், பள்ளிகள் என்று கேலி பேசினர்.

இன்னொரு பௌத்த அரசனின் பெயர் இரண்யகாசியபன். அவனும் வேஷ பிராமணர்களின் பொய்களையும், புரட்டல்களையும் உணர்ந்து, உடனடியாக நாட்டைவிட்டு வெளியேறுமாறு உத்தரவிட்டான். வேஷ பிராமணர்கள், அரசனது மகனான பிரபவகாதனை அழைத்து,

‘நீ எப்போதும் நமோ நாராயணா என்றே சொல்லிக் கொண்டிரு. அதுவே உன் தந்தைக்குப் பிடிக்கும்’ என்றனர்.

சிறுவனும் விபரமறியாது அப்படியே சொல்லிக் கொண்டிருந்தான். ‘நாராயண’ என்றால் ‘நீர்’ என்று பொருள். ‘நீரை வணங்குகிறேன்’ என்று இந்தப் பிள்ளை சொல்வதன் பொருள் அரசனுக்கு விளங்கவில்லை.

ஒருநாள் இரண்ய காசியபன், பிரபவகாதனை அழைத்து ‘உனது பிராயத்தில் தாயையும் தந்தையுமல்லவா நீ வணங்க வேண்டும்! நீரை வணங்குவதாக சொல்வது தவறு. ‘நமோ இரண்யகாசியபன்! என்று சொல்’ என்றான்.

இதனிடையே, வேஷ பிராமணர் சொல்லியபடி, பிரபவகாதன் ‘நாராயணன் எங்கும் இருக்கிறான்’ என்று சொல்ல, இரண்ய காசியபனின் கோபம் அதிகமானது. மாய, மந்திரங்களை நம்புகிறவனாக நம் பிள்ளை மாறினானே என்ற வருத்தத்தில், குழந்தைக்கு உண்மையை உணர்த்த விரும்பி, கடவுள் தூணிலோ துரும்பிலோ இல்லை என்று விளக்கத் தொடங்கினான்.

இச்சமயம், தூணுக்குப் பின்னால் சிங்க வேடம் தரித்து நின்ற வேஷ பிராமணன் ஒருவன் நயவஞ்சகமாய் இரண்ய காசியபனைக் கொன்றுவிட்டு ஓடிப் போனான். சிங்க மனிதன் வந்து தந்தையைக் கொன்றதாக மகனே சாட்சி சொல்ல, வேடதாரிகள் ‘நரசிம்மம்’ என்றொரு புதுக்கதை கட்டினர்.

இதே போல், காசி மாநகரின் அரசன் காசிபன் வேஷ பிராமணர்களை விரட்டி விட்டான். அவன் மரணம் வரையில் காத்திருந்த வேடதாரிகள், அவனுக்குப் பின் தம்பி காங்கேயனுக்கு பட்டம் சூட்டியதும் மறுபடி நகருக்குள் வந்து தங்களது ஜீவனத்தைப் பெருக்கத் தொடங்கினார்கள்.

இன்னும், தென்காசி கார்வெட்டி நகர் மன்னன் மணிவண்ணன் எவ்வாறு வேஷ பிராமணர்களால் கிருஷ்ணனாக மாற்றப்பட்டான் என்றும், கர்ணராஜனின் கதையில் அவனை நுழைத்து வியாசாச்சாரி என்ற வேடதாரி எவ்வாறு கதை கட்டினான் என்றும் அயோத்திதாசர் விவரிக்கின்றார்.

விநாயக வழிபாடு எவ்வாறு உருவாகியது; விநாயக வடிவத்தின் உண்மைப் பொருள் என்ன; அதனை அறியாத வேஷ பிராமணர் ஒவ்வொருவரும் எவ்வாறு விதவிதமான கதைகள் கட்டினார்கள் என்பதைத் தனியான ஆய்வைப் போல் செய்கிறார்.

இறுதியாக, ஒவ்வொரு அரசர்களையும், வேஷ பிராமணர்கள் எவ்வாறு கைகளுக்குள் போட்டுக்கொண்டார்கள் என்பதை விரிவாக விளக்கும் அயோத்திதாசர், முகம்மதியர் வருகை, அதன் பின் ஐரோப்பிய வருகை என்பதுடன் தனது இந்திர தேச சரித்திரத்தை முடித்துக் கொள்கிறார். ஐரோப்பியர்களின் வருகையைத் தொடர்ந்தே வேஷ பிராமணர்கள் நான்கு வேதங்கள், உபநிடதங்கள் போன்ற இட்டுக்கட்டிய பனுவல்களை செய்யத் தொடங்குகிறார்கள் என்பது அயோத்திதாசரின் முடிவு.

•

இந்திர தேச சரித்திரத்தில், ஆச்சர்யத்தின் சுழிப்பில் வார்த்தைகள் மிதந்து வருகின்றன. கிறுகிறுவெனச் சுழலும் வாக்கியங்களை எழுதக்கூடியவர் அவர். திரும்பத் திரும்ப வருகின்றன. அவருடைய எழுத்து நேரானது அல்ல. சில ரகசியமான புள்ளிகளை மையமிட்ட வாக்கியங்கள். அந்த ரகசியங்கள் ஒவ்வொரு முறையும் அம்பலமாகி, பின் மீண்டும் இன்னொரு ரகசியமாகிறது.

இந்திர தேச சரித்திரத்தை புத்தரின் பிறப்பிலிருந்து தொடங்குகிறார். எல்லாமும் புத்தியில் ஒடுக்கம் என்பது அவருடைய நம்பிக்கை.

பௌத்தம், 'இந்திர தேசத்தை' உருவாக்கிய பாங்கினை விவரிக்கத் தொடங்குகிறார். குடிகள், மொழிகள், அறிவியல், ஞானம், தொழில்கள்... என்று சொல்லிக் கொண்டிருந்த கட்டுரை, இந்த இடத்தில் ஒரு முறை சுழன்று, இரண்டாவது அல்லது மூன்றாவது பகுதிகளில் விளக்க வேண்டிய தீண்டப்படாத சாதிகளின் உற்பவத்தைப் பேசத் தொடங்குகிறது.

பௌத்த தன்மத்தில் ஊறிய சமூகத்தின் பரிமாணத்தை விளக்கிய தர்க்கம் பாதியிலேயே நிற்கிறது. 'விலக்கப்பட்ட சாதிகள்' என்பதன் அரசியலை சுருக்கமாகச் சொல்லிவிட்டு கட்டுரை மறுபடியும் தனது பழைய பாட்டைக்குத் திரும்புகிறது. 'இந்திர தேச சரித்திரம்' எழுத வந்ததன் ரகசியம் முதலிரண்டு பக்கங்களிலேயே வெளிப்பட்டுப் போகிறது.

இது போல, இந்தப் புத்தகமெங்கும் வெவ்வேறு ரகசியங்கள் திரும்பத் திரும்ப அம்பலமாகின்றன. வேஷ பிராமணர்களின் சூழ்ச்சி, பௌத்தர்கள் ஒதுக்கப்படுதல், அஸ்வகோசர் உண்மையை விளக்குதல், நந்தனைக் கொன்றது, நீதியும் ஒழுக்கமும் வீழ்த்தப்பட்டது என்று வரிசையாக ரகசியமும் அம்பலமும்.

இந்தச் சுழல்தர்க்கம் அயோத்திதாசரின் எழுத்துமுறை. மறுபடி மறுபடி, திரும்பத் திரும்ப, மீண்டும் மீண்டும், வெவ்வேறு

காரணங்களுக்காக. அயோத்திதாசர் நீரோடை இல்லை, முடிவை நோக்கி ஒரே கோட்டில் பாய்ந்து இறங்க. நின்று நிதானமாய், பாயக் கிடைத்த தரிசுகளிலெல்லாம் பாய்ந்து, அங்கங்கே தேங்கி, கடல் வந்து சேரும் முன் நிலத்திற்குள் மறைந்து கொண்ட மாய நதி. பாய்வதற்கான இண்டு இடுக்குகளை விசாரித்தபடியே இறங்குகிறது அவரது ஆறு.

இந்திர தேச சரித்திரமே அவருடைய சிந்தனைகளின் அடித்தளம். இந்தச் சரித்திரத்தின் மீது அமர்ந்தே இலக்கியத்தை வாசிக்கிறார். வரலாற்றிலிருந்து மொழியைத் திரட்டிக்கொண்டு வருகிறார். சடங்குகளை விளக்குகிறார். சரித்திரம், அவருக்கொரு திண்ணை.

அடுக்கடுக்காய் பல திண்ணைகள். சமய வரலாறு. தேச வரலாறு. தேசிய வரலாறு. ஒழுக்கத்தின் வம்சவிருட்சம். பௌத்தர்களின் சுயசரிதை. சாதிகள் தோன்றிய தொன்மம். சூழ்ச்சிகளின் வம்சாவளி. மொழிகளின் வரலாறு. சமூக சரித்திரம். பண்பாட்டின் தோற்றமும் வீழ்ச்சியும். ஒன்றோடொன்று தொடர்புடைய பல்வேறு அமைப்புகளின் வரலாறு. பிரம்மாண்டமான நகரமொன்று படிப்படியாய்க் கட்டப்பட்டு, மக்கள் குடியேறி, வாழ்ந்து, பின் கொஞ்சம் கொஞ்சமாக பாழடைந்து வௌவால்கள் குடியேறி எச்சமிட்ட கதை.

அயோத்திதாசருக்கு இருந்த திட்டம், நமக்கெல்லாம் தெரியும். சாதியால் ஒடுக்கப்பட்ட மக்களின் விடுதலை. விடுதலைக்கான போர்த் திட்டம். அந்தத் திட்டம் முழுமையடைய 'ஒடுக்குதலை' முதலில் புரிந்துகொள்ள வேண்டும்.

அயோத்திதாசருக்கு முன்னும் பின்னும், பலரும் சாதியின் தோற்றத்தைப் பேசிப் பார்த்திருக்கிறார்கள். சாதி, பிராமணன் உருவாக்கியது; வர்ணம், அவனுடைய கண்டுபிடிப்பு; தீண்டாமை, அவனே சொல்லித் தந்தான்; எல்லாவற்றையும் நிர்மாணித்தவன் பிராமணன்; அவன் புத்திசாலி, கவனமாயிருக்க வேண்டும்; அவனால் எதையும் சாதிக்க முடியும், அழிக்கமுடியும். வேறெங்கோயிருந்து இங்கு வந்த வகையினன்; வரும் பொழுதே செழுமையான, மொழியையும், சமயத்தையும், பண்பாட்டையும் கொண்டு வந்தான்; அந்தணன், அறிவாளி; எல்லோரையும் ஏமாற்றத் தெரிந்தவன்; தன்னை உயர்த்தி பிறரைத் தாழ்த்துவான் - இது போல் இன்னும் வகைவகையான விளக்கங்கள். பிராமண எதிர்ப்பு என்ற பெயரில் செய்யப்பட்ட பிராமணத் துதிகள்.

முதன்முறையாய், இந்த வகை விளக்கங்களிலிருந்து வேறுபடுகிறார் அயோத்திதாசர். பிராமணர்களை வேடதாரிகள் மட்டுமே என்றார். இங்கொன்றும் அங்கொன்றும் பேசக் கூச்சம் அற்றவர்கள்.

பாதகங்களுக்கு அஞ்சுவதில்லை. குற்றவுணர்ச்சியை இழந்தவர்கள். இட்டுக்கட்டி கதைகளைச் சொல்கிறவர்கள். மற்றபடி புத்திசாலித் தனத்திற்கும் இவர்களுக்கும் வெகு தூரம் என்றார் அயோத்திதாசர்.

பிராமணர்களை நிராயுதபாணி ஆக்கினார். அவர்கள் சொந்தம் கொண்டாடும் பெயர் அவர்களுடையது இல்லை என்றார். அவர்கள் உரிமை பாராட்டும் மொழி அவர்கள் மொழி இல்லை என்றார். அவர்களது பழக்க வழக்கம் அவர்களுடையது இல்லை.

எல்லாமே வேஷம். பெயரில் வேஷம்; பேசும் மொழியில் வேஷம்: உணவில் வேஷம்; தோற்றத்தில் வேஷம்; உடையில் வேஷம் - மொத்தத்தில் வேஷ விற்பன்னர்கள். பிராமண சாதி பற்றி எழுப்பி வைக்கப்பட்டிருந்த மாயையைப் பொலபொலவென சரித்து விட்டார்.

அயோத்திதாசர் சாதியைத் தனிப்பட்ட விஷயமாகக் கருதவில்லை. அது, ஒட்டுமொத்த சமூக அமைப்பின் அலங்கோலம். சாதியைத் தனியே குணப்படுத்துவதற்கு அது நோய் அல்ல. அதுவே இச்சமூக அமைப்பின் உடல்.

சாதி ஒரு சிறு தவறு மட்டுமே என்று சொல்கிறவர்கள் ஏமாற்று கிறார்கள். சாதியை மதத்தோடு மட்டுமோ அல்லது வேறொரு சமூக நிறுவனத்தோடு மட்டுமோ தொடர்புபடுத்தி, தீர்வு சொல்கிறார்கள் என்றால் அது தவறாகவே முடிகிறது.

அயோத்திதாசரைப் பொறுத்த அளவில் சாதியின் உற்பவத்திற்கு அதுவோ இதுவோ அல்ல, ஒட்டுமொத்த சமூக அமைப்புமே காரணம். இங்கு செயல்படும் தேசியம் பிராமண தேசியமாயிருக்கிறது; இங்கு ஆலயங்கள் மதக்கடைகளாய் இருக்கின்றன; இங்கு மனிதர்கள் குற்றவாளிகளாய் பாவங்கள் செய்தபடி வாழ்கிறார்கள்; எல்லோரையும் ஆசை வெறியூட்டுகிறது; இங்கு மொழி தனது அர்த்தத்தை இழந்து நிற்கிறது; பாரம்பரிய அறிவுகள் அறுபட்டுப் போயின; கலை நூற்கள் அழிந்து கொண்டிருக்கின்றன; அதர்மம் மேலோங்குகிறது.

இவையனைத்திற்கும் தொடர்பிருக்கிறது. சாதி, அறம், சமயம், கோவில், மொழி, தொழில், கலை, அறிவியல், அரசு, நாடு, நீதி, நேர்மை என்று எல்லாமும் எல்லாவற்றோடும் பின்னிப் பிணைந்துள்ளது. ஒன்று அழிவதால் மற்றமையும் அழிகிறது.

'இந்திர தேச சரித்திரம்' கட்டமைக்கூடிய ஒடுக்கப்பட்டவனின் சித்திரம், கூடுதலான மரியாதைக்குரியது. ஒடுக்கப்பட்டவனின் ஆதரவாகப் பேசுகிறவர்களும் எதிராகப் பேசுகிறவர்களும் ஒடுக்கப் பட்டவனுக்கு முழுமையான 'நான்' இல்லை என்பதில் ஒத்துப்

போகிறார்கள். ஒடுக்கப்பட்டவன் என்பது கூட்டம், மொத்தம், மந்தை. அவர்களது சாராம்சம் ஒன்றே ஒன்று தான் - ஒடுக்கப்படுதல். அதற்கு மேல் எதுவும் இல்லை. 'ஒடுக்கப்பட்ட தனியன்' என்று யாரும் இல்லை. இந்த மூடநம்பிக்கையை அயோத்திதாசரின் எழுத்து உடைத்து நொறுக்குகிறது.

அவர் ஒடுக்கப்பட்டவனின் நானை ஒடுக்குதலுக்கு முந்தைய காலத்திலிருந்து வருவிக்கிறார். என்னை வீழ்த்தியபோதே நீங்கள் தேசத்தை வீழ்த்தினீர்கள் என்கிறார். மொழியை அழித்தீர்கள், பௌத்தத்தை வேரறுத்தீர்கள், சமணர்களைக் கழுவேற்றினீர்கள், கலைநூற்களை எரித்தீர்கள், அறிவியலை மறந்தீர்கள், ஒழுக்கத்தையும், நீதியையும் வீழ்த்தினீர்கள், அரசாங்கத்தை வீழ்த்தினீர்கள்.

நான் தனியாக வீழவில்லை; என்னோடு கூட இந்திர தேசமே வீழ்ந்தது. என்னை நீங்கள் விலக்கி வைத்தபோது, நீதியையும் நியாயத்தையுமே விலக்கி வைத்தீர்கள். 'நான்' அழிந்த போது உங்கள் ஒழுக்கமும் அழிந்தது என்கிறார்.

ஒரு வகையில், இது ஒடுக்கப்பட்டதைக் கொண்டாடுதல். ஒடுக்கப் பட்டவன் அனாதையாக வீழ்ந்து கிடக்கும் பிணம் என்று கருதுகிற தேசத்தில் இந்தக் கொண்டாட்டம் அவசியம். அவனுக்குத் தெளிவான அடையாளங்கள் இருக்கின்றன என்று சொல்ல வேண்டியிருக்கிறது. அவனே இந்தத் தேசத்தில் நீதிக்காகவும், நியாயத்திற்காகவும், உண்மைக்காகவும், ஒழுக்கத்திற்காகவும் போராடி சூழ்ச்சிகளின் மத்தியில் குற்றுயிராய்க் கிடக்கிறான் என்று நிரூபிக்க வேண்டியிருக்கிறது. அநீதிகள் மலிந்த நாட்டில் நீதியைப் பேசுகிறவர்களே ஊரை விட்டு விலக்கி வைக்கப்பட்டிருப்பார்கள் என்று அறிவுறுத்த வேண்டியிருக்கிறது. கல்வி செத்த நாட்டில் அறிவாளி தீண்டத்தகாதவர்; மொழி சிதைந்த ஊரில் அர்த்தம் தெரிந்தவர்களுக்கு பேச்சு வராது.

ஒடுக்கப்பட்டவனின் சுயத்தை இத்தனை வலிமையாய் வேறு யாரும் கற்பனை செய்திருக்கவில்லை.

6

~~~

மையம், விளிம்பு, அதற்கும் அப்பால் நிற்கும் அயோத்திதாசர்

'ஒரு ஊரில், வேளாளன் ஒருவன் வாழ்ந்து வந்தான். அவனுக்கு ஒரு மகள் இருந்தாள். அந்த வேளாளன் பயிர்த் தொழில் செய்பவன். அவனது தோட்டத்துப் பயிர்களை வேதாளம் ஒன்று நாசம் செய்த படியே இருந்தது. திருவள்ளுவ நாயனார் ஒரு சந்தர்ப்பத்தில் அந்த வேதாளத்தை ஊரை விட்டே விரட்டி அடித்தார். இதனால் வேளாளன் மகிழ்ந்து, திருவள்ளுவ நாயனாருக்குத் தன் மகளை மணமுடித்துத் தந்தான்'. திருவள்ளுவர் குறித்து இப்படியொரு கதை சொல்லப்படுகிறது. இந்தச் செய்தியை பொய்யென்று மறுக்கும் அயோத்திதாசர் அடிப்படை யான கேள்வி ஒன்றை எழுப்புகிறார். 'வேதாளம்' என்றால் என்ன? உண்மையிலேயே அப்படியொரு பேய், பிசாசு உண்டா?

தொடர்ந்து இந்தக் கேள்விகளுக்கு அவரே பதிலும் சொல்லுகிறார்.

'ரொம்ப காலங்களுக்கு முன், ஒரு கிராமத்திலிருந்து பிற கிராமங்களுக்கு ஏதேனும் செய்தியைத் தெரிவிக்க வேண்டுமென்றால், பெரியதொரு கொம்பு வாத்தியத்தை ஊதுவது வழக்கம். கொம்புடன், மூன்றுக்கு நான்கு அடி அளவில் செய்யப்பட்ட தாளத்தையும் வாசிப்பது உண்டு. இந்தக் கொம்பு, தாளத்திற்கு 'பெரிய தாளம்' என்ற பொருளில் 'பேதாதை' என்று பெயர்.
~~~

இதில் கொம்பு வாத்தியத்தின் ஓசை, அச்சத்தை ஏற்படுத்தக்கூடியது. அதை மூச்சடக்கி ஊதுவது சிரமம். அதை யாராவது ஊதுகிறார்கள் என்றால், எல்லோரும் காதைப் பொத்திக் கொண்டு ஓடி ஒளிந்து கொள்வார்கள். காதுகளை செவிடாக்கும் இத்தாளத்தைப் 'பேதாளம்' என்றும் சொல்வதுண்டு. பேதாளமானது நாளடைவில் 'வேதாளம்' என்று மாறியது. 'வேதாளம்' என்ற சொல்லின் உண்மையை அறியாத போலிகள், வேதாளம் என்பது அச்சமூட்டும் பேய், பிசாசு என்று பொய்க் கதைகளைக் கட்டி விட்டனர்.'[1]

•

புத்த சங்கத்தைச் சார்ந்த சமண முனிவர்களுக்குள் ஒரு வழக்கம் இருந்தது. அந்தணர்களாக மாறிய சமணத் துறவிகள் சடங்கு ஒன்றைச் செய்வார்கள். அவர்களுடைய இரண்டாவது பிறப்பு நிகழ்வதற்கு சரியாக ஒரு மாதம் முன்பு இச்சடங்கு ஏற்பாடு செய்யப்படும்.[2] அவர்களது வீடுபேற்றைத் தீர்மானிக்கும் தகுதி இச்சடங்கிற்கு உண்டு.

இறப்பிற்கு ஒரு மாதம் இருக்கும் போது, சமணத் துறவிகள் தங்களது இரண்டாவது பிறப்பை அரசனுக்கும் மக்களுக்கும் தெரிவிப்பார்கள். அதன் பின்பு தாங்கள் வசிக்கும் மடத்தின் அருகில் கற்களைக் கொண்டு அறையொன்றைக் கட்டுவார்கள். இது, 'கல்லறை' என்று சொல்லப்படும். இக்கல்லறையைக் காற்றுப்புகாமல் சதுரக் கல் கொண்டு மூடுவார்கள். கல்லறை தயாரானதும், அதில் சாம்பலும், கற்பூரமும் கொட்டப்படும். அதன் பின், அமாவாசை அல்லது பௌர்ணமி நாளில் இரு பிறப்பு அடையப்போகும் துறவி அக்கல்லறைக்குள் சென்றதும், அக்கல்லறையை மூடி விடுவார்கள். இந்த நிலையை, எல்லாவற்றிற்கும் ஆதியான புத்தருக்குச் சமமான நிலை என்ற பொருளில் சம ஆதி, 'சமாதி' என்று அழைத்து வந்தார்கள்.[3]

•

அரண்மனையை விட்டு வெளியேறிய சித்தார்த்தன். 'புத்தகயா' என்ற பட்டினத்திற்கு வந்து சேர்ந்தான். மனித வாழ்வின் துயரத்திற்கான நிவர்த்தியைத் தேடி அலைந்து கொண்டிருந்தான். கால்நடையாகவே பல தூரங்கள் சுற்றி வந்திருந்தான். இறுதியில், புத்தகயாவில் கல்லாலம், கல்லாத்தி என்று சொல்லக்கூடிய மரத்தடியில் அமர்ந்து தியானம் செய்யத் தொடங்கினான்.

சித்தார்த்தி அரசன் கல்லாத்தியின் அடியில் உட்கார்ந்திருக்கிறான் என்ற செய்தி தீயாய் பரவியது. நாடெங்கும் இத்தகவல் பரவி, 'அரசன்

அமர்ந்த மரம்' என்ற பொருளில், அந்த மரத்தின் பெயரே 'அரசமரம்' என்று மாறிப்போனது.[4]

●

'நிலம் ஐந்து வகையாய் பிரிக்கப்பட்டிருந்தது. நெய்தல், மருதம், முல்லை, குறிஞ்சி, பாலை. அந்தந்த நிலங்களில் விளையக்கூடிய பயிர்கள் கண்டறியப்பட்டிருந்தன. அப்பயிர்களின் குணங்களும், பயங்களும் மக்களுக்குத் தெரிந்திருந்தன. அந்தந்த நிலத்தில் வாழக்கூடிய மக்கள், அந்தந்தப் பயிர்களை விளைவிக்கும் அறிவைப் பெற்றிருந்தனர்.

பயிர்களை விளைவிக்கும் மக்களை வேளாண்மை செய்வோர் என்ற பெயரில் வேளாளர் என்று அழைத்து வந்தனர். இத்தகைய வேளாளர்கள் பயிர்களை விளைவித்தல் தொடர்பான சூட்சமங்களை அறிந்திருந்தனர். நிலத்தைப் பண்படுத்தல், நீர் பாய்ச்சுதல், பயிர்களை வளர்த்தல் - பாதுகாத்தல் போன்றவற்றிற்கான தொழில் முறை சூத்திரங்கள் அவர்களுக்குத் தெரிந்திருந்தது. கைகளையும், கால்களையும் முக்கிய இயந்திரங்களாய்க் கொண்டு தொழில்புரியும், சூத்திரங்களை அறிந்த இம்மக்கள் 'சூத்திரர்' என்று சொல்லப்பட்டனர்.[5]

●

தமிழ் மொழியின் எழுத்துகள். அவற்றின் குண அடிப்படையில் இரண்டாகப் பிரிக்கப்பட்டிருந்தன. முதலெழுத்தாக வரக்கூடியவை, வரக்கூடாதவை என்ற அடிப்படையில் அவை நஞ்சு, அமுதம் என்று வகைப்படுத்தப்பட்டிருந்தன. யா,யோ,ரா, ஆய்த எழுத்து போன்றவை நச்சுத் தன்மை கொண்டவை என்ற பொருளில் நஞ்செழுத்துகள் என்று சொல்லப்பட்டன. அ,இ,உ,எ,க,ச,த,ந,ப,ம,வ, போன்றவை அமுத எழுத்துக்களாகும். இப்படியாக, தமிழில் விஷமும், அமுதமும் சமமான அளவில் கலந்து இருந்தன. இதனால், பிற மொழியினர் தமிழைத் 'தீராத விஷம் கொண்ட எழுத்து' என்ற பொருளில் 'திராவிடம்' என்று அழைத்தனர். ஆனால், நாமோ, அமிழ்த எழுத்துகளைக் கணக்கில் கொண்டு 'தமிழ்' என்று அழைத்து வந்தோம்.[6]

●

'ஊசி கொண்டு குத்திக் குத்தி இழுக்கும் கொடூரமான செயலை 'தைத்தல்' என்று சொல்வார்கள். கொடூரப் பனி பெய்யும் மாதம் தை மாதமாகும். கொடூர எண்ணெய்கள் கலந்த கலவை, தைலம். அதே போல், பிறரைப் புண்படுத்தும் கொடூரமான வார்த்தைகளை 'தையல்

சொற்கள்' என்று சொல்லுவார்கள்! இதனாலேயே ஆத்திச்சூடி 'தையல் சொல் கேளேல்' என்று சொல்லி வைத்தது.[7]

•

'இந்தியா' என்பது 'இந்திரம்' என்பதன் திரிபு. இந்தத் தேசத்தை 'இந்திரம்' என்றே அழைத்து வந்தார்கள். சித்தார்த்தன் ஐம்புலன் களையும் அடக்கி ஆண்ட காரணத்தால் 'ஐந்திரன்' என்று அழைக்கப் பட்டான். 'ஐ', 'இ' எனத் திரிந்து 'இந்திரன்' என்றானது. இந்திரனாகிய புத்தனும், அவனைக் குருவாகக் கருதும் மக்களும் வாழும் நாட்டிற்கு 'இந்திர தேசம்' என்ற பெயர் வந்தது.[8]

•

மேலே சொல்லப்பட்டவை உதாரணங்கள் மட்டுமே. இவை போல இன்னும் ஏராளமான சொற்களுக்கான மாற்று விளக்கங்களை அயோத்திதாசர் தொடர்ந்து சொல்லிக்கொண்டிருக்கிறார். அவருடைய பார்வையில், நமக்குப் பரிச்சயமான சொற்களும் கூட விதவிதமான அர்த்தங்களைப் பெறுவதை நம்மால் உணரமுடிகிறது.

இப்படியாக உருமாறிப் போன வார்த்தைகளைப் பட்டியலிட்டால். அது மேலும் நீளும்: பரதம், சோதிடம், நமசிவாய, லிங்கம், செட்டி, நாட்டுக் கோட்டை செட்டி, நாயக்கர், ரெட்டியார், தாசர், அக்ரகாரம், உபநயனம், சாலக்கிரமம், வேள்வி, சண்டாளர். உத்திராட்சம், கிரிட்டிணன், வேதம், வண்டி, சிவாலயம், கிழக்கு, மேற்கு, தெற்கு, வடக்கு……இப்படியே விரிந்து கொண்டிருக்கிறது, பட்டியல்.

பண்பாட்டின் பல்வேறு கூறுகளையும் விசாரணைக்கு உட்படுத்தும் அயோத்திதாசர், பழகிய சொற்களுக்கு மாற்று விளக்கங்களைத் தருவதன் மூலம், அப்பண்பாட்டு நிகழ்வுகளுக்கும் மாற்று அர்த்தங் களைத் தந்து செல்கிறார்.

'மாற்று விளக்கம்' என்ற சொற்றொடர் முழுக்கவும் நம்முடையது. அயோத்திதாசர் தனது விளக்கங்களை மாற்று விளக்கமாகக் கருதியிருக்கவில்லை.[9] தான் சொல்வதே சரியான விளக்கம் என்றும், இப்பொழுது நடைமுறையில் இருப்பது தவறான, பொய்யான அர்த்தம் என்றும் வாதிடுகிறார்.

அயோத்திதாசரின் எழுத்துகளில் சிறிதளவு பரிச்சயம் உள்ளவருக்கும் ஒன்று விளங்கியிருக்கும் - அவர் தனது எழுத்துகள் மூலமாகத் தொடர்ச்சியானவொரு பண்பாட்டு விமர்சனத்தையும், கட்டுடைத் தலையும் செய்து கொண்டிருந்தார். பொய் வேதங்கள், பொய்ப் புராணங்கள், பொய் மதங்கள், பொய்த் தேவதைகள், பொய்ச்

சாதிகளுக்கு எதிரான அவரது போராட்டம் எந்தச் சமயத்திலும் தொய்ந்து போயிருக்கவில்லை.[10]

இந்த நாடு சீரழிந்து போனதற்கான காரணமென்று அவர் கருதும் வித்தைக் கேடு, புத்திக் கேடு, ஈகைக் கேடு, சன்மார்க்கக் கேடு என்ற நான்கையும் சரி செய்தாலே சமத்துவம் தழைக்கும் என்பது அவரது நம்பிக்கை. வித்தையாகிய தொழில் அழிந்தபோது இந்த நாட்டின் மரபான தொழில் நுட்ப சூத்திரதார்கள் 'சூத்திரா' என்று இழிவு படுத்தப்பட்டனர்.

புத்தி அழிக்கப்பட்ட போது யதார்த்த பிராமணர்களான சமண முனிவர்கள் கழுவேற்றப்பட்டனர்; ஈகை நொறுக்கப்பட்ட பொழுது ஆராயும் குணம் கொண்ட அரசர்கள் வீழ்ந்தனர்; சன்மார்க்கம் நசிந்த பொழுது மக்கள் மத்தியில் ஒற்றுமை குலைந்து விரோதம் வளர்ந்தது.[11]

'சாதியம்' என்ற கேடு தனித்தவொரு நிகழ்வாக இத்தேசத்தில் நிகழ்ந்திருக்கவில்லை. அல்லது சமூகத்தின் குறிப்பிட்டவொரு பகுதியில் ஏற்பட்ட கோளாறாகவும் சாதியத்தைச் சுருக்கிவிட முடியாது.[12] சாதிய வேறுபாடுகள் ஒட்டுமொத்தச் சமூகத்திலும் நிகழ்ந்த பின்னடைவு.

சாதிய மனோபாவம் தலைதூக்கிய காரணத்தால், 'இந்திய சமூகம்' என்ற அமைப்பே சிதறுண்டு போயிற்று; அதன் சீரான இயக்கம் தடைப்பட்டு தேக்கநிலைக்கு வந்தது: அறம், நீதி, ஒழுக்கம், அறிவு, தொழில், வணிகம், நிலம், நீர் என்று அனைத்தும் அசுத்தப்படுத்தப் பட்டது; எனவே, சாதிய ஒழிப்பு என்பது 'சீர்திருத்தம்' அல்ல, 'மறு சீரமைப்பு'.[13]

அயோத்திதாசரின் 'சாதியம்' பற்றிய பார்வை, சமூகம் குறித்த சிந்தனையாகவும் விரிவடைகிறது. 'சாதி' என்ற பிற்போக்கான காரணியை ஒரு சமூகம் கண்டெடுக்கிறது என்றால், அதன் சிந்தனை முழுவதும் பிற்போக்குத்தனங்களே நிரம்பியுள்ளன என்று பொருள்.

எனவே, சாதியின் மூலத்தைத் தேடிச் செல்லும் பயணமானது, சமூகம் சிதைந்து போனதற்கானக் காரணங்களைத் தேடிச் செல்வதாகும்.[14] அயோத்திதாசர் இது போன்றவொரு தேடலைத் தனது ஆய்வுகளின் மூலமாக மேற்கொள்கிறார். அந்தத் தேடலின் போது அவர் கண்டடைந்த செய்திகளைத் தொடர்ந்து பத்திரிகையில் எழுதியும் வந்திருக்கிறார்.

அயோத்திதாசரின் தேடல், பண்பாட்டின் பரந்த தளங்கள் அனைத்திலும் நிகழ்ந்தது. இலக்கியப் பனுவல்கள், இலக்கணங்கள், நிகண்டுகள், வைத்திய ஏடுகள், ஜாதகக் குறிப்புகள், பாலி - சமஸ்கிருத

மொழியறிவு, பௌத்த சமயப் பிரதிகள், ஆய்வுக் கட்டுரைகள், வாய்மொழி வழக்காறுகள், வாழ்க்கை வட்டச் சடங்குகள், சமயச் சடங்குகள். நம்பிக்கைகள், பழக்க வழக்கங்கள், மதிப்பீடுகள், அன்றைய அரசியல் நிகழ்வுகள், சமூகச் சிக்கல்கள், அன்றாட வாழ்க்கை பிரச்சினைகள், வரலாற்றுத் தரவுகள், மரபு வழிச் செய்திகள் என்று பல்வேறுவகையான விஷயங்களைப் பற்றியும் தொடர்ச்சியாக ஆய்வு செய்துள்ளார். இத்தகைய ஆய்வுகளின் மூலமே அவர் தனது சமூக அறிவியல் பார்வையை படிப்படியாக உருவாக்கிக் கொள்கிறார்.[15]

அவருடைய ஆய்வுகள் மூலமாகவும், அதன் விளைவாகக் கண்டடையும் முடிவுகளின் மூலமாகவும் அவரது சிந்தனைப் போக்கின் சில பொதுப் பண்புகளை நாம் அடையாளம் காணமுடியும். இந்தப் பொதுப் பண்புகள், அவரது எல்லாவிதமான ஆய்வுகளுக்கும் அடித்தளமாக அமைந்துள்ளன. இத்தகைய அடிப்படைகளின் ஆதாரத்திலும், பலத்திலுமே அவரது ஆய்வுகள் வலுவாக நிற்கின்றன.[16]

முதலாவதாக, இப்பொழுது நடைமுறையில் காணப்படும் சமூக அமைப்பு திரிக்கப்பட்டவொரு வடிவம் என்பதில் அவருக்குத் தீவிரமான நம்பிக்கை இருந்தது. தற்கால சமூக அமைப்பின் மீதான இத்தகைய அவநம்பிக்கை, அவரது வாழ்க்கை அனுபவங்களிலிருந்து உருவானது. இந்தச் சமூகச் சூழல் சரியாயிருக்கும் பட்சத்தில், இங்கு சாதிய, வர்ண பாகுபாடுகளும், விரோதங்களும் இருந்திருக்க முடியாது. சமூகத்தின் சகல தளங்களிலும் நேர்ந்தவொரு சீர்கேடே சாதிய வேறுபாடாக உருவெடுத்திருக்கிறது.[17] இதனாலேயே, பழமையான குடிகள் பலவும் சமூக அமைப்பிற்குள் இடம் பெறாத தன்மை தோன்றியிருக்கிறது என்பதில் அவர் தீவிரமாக நம்பிக்கை கொண்டிருந்தார்.

தற்கால சமூகம் பற்றிய அயோத்திதாசரின் விமர்சனமாக வெளிப்படுகின்ற இந்தக் 'கண்டனத்தை' அவரது சமூகப் பின்புலம் சார்ந்தே விளங்கிக்கொள்ள வேண்டும். வாழிடம், வழிபாட்டிடம், சிந்தனை, மரபு, சடங்கு என்று சமூகச் செயல்பாட்டின் அத்தனைத் தளங்களிலும் புறக்கணிப்பட்ட பகுதியிலிருந்து உருவாகி வருகிற அயோத்திதாசர், பெருஞ் சமூகத்திற்கும் விலக்கப்பட்ட தங்களுக்குமான இடைவெளியை மிகக் கவனமாகவே புரிந்துகொண்டிருக்க வேண்டும்.

சமூகத்தின் மையம், விளிம்பு, ஓரம், அடித்தளம், மேற்தளம் என்று சொல்லப்படுகின்ற எதையும் சார்ந்திராத, சமூகத்திலிருந்து அந்நியமாகி நிற்கிற மனிதர்களின் மன உணர்வாகவே இந்த 'கலகக்குரல்' அவரிடமிருந்து வெளிப்படுகிறது. இத்தகைய, பெருஞ்சமூகம் மீதான அந்நிய உணர்வை ஒவ்வொரு 'தீண்டத்தகாத சாதியினரும்' இயல்பாகவே பெற்றுவிடுகிறார்கள் என்பதும், இதிலிருந்தே அவர்களது அரசியல் நிலைப்பாடுகள் உருவாகின்றன என்பதும் முக்கியம்.[18]

அந்நியமாக உணர்தல் என்ற மனநிலை, சில சமயம் தாழ்வுணர்ச்சியையும், சிலநேரம் கோபத்தையும், வேறு சில தருணங்களில் சுய பச்சாதாபத்தையும், இன்னும் பல நேரங்களில் பொதுச் சமூகம் பற்றிய ஏக்கத்தையும் வெளிப்படுத்தக்கூடும். மிக அபூர்வமான, அரிய தருணங்களிலேயே இந்த 'அந்நிய' உணர்வு, பெருஞ்சமூகம் குறித்த விமர்சனமாக வடிவமெடுக்கிறது. பொதுவான இந்திய சமூக அமைப்பு மீதான அயோத்திதாசரின் கண்டனமும், கலகமும் இப்படியே உருவாகி வந்திருக்கிறது.

இரண்டாவதாக, இந்தியச் சமூக அமைப்பில் ஏற்பட்டுள்ள கோளாறு களுக்கும், இந்நாட்டில் பூர்வீகக் குடிகள் தீண்டத்தகாதவர்களாக ஒதுக்கப்பட்டதற்கும் நேரடியான தொடர்புகள் உள்ளன என்பது அயோத்திதாசரின் உள்ளுணர்வாக அமைந்துள்ளது. சமூக அமைப்பு சிதறுண்ட நிகழ்வும், 'தீண்டத்தகாத பிரிவினர்' உருவாக்கப்பட்ட நிகழ்வும் ஒன்றையொன்று ஆதரிக்கக்கூடியவை.

சமூகத்தின் உயிர்நாடியாய் விளங்கிய மக்களை வெளியேற்றிய காரணத்தால் அதன் ஆரோக்கியம் கெட்டது; பெருவாரியான சமூகத்தின் ஒழுக்கக்கேட்டினால் நேர்மையாளர்கள் புறக்கணிக்கப் பட்டனர்.[19] இவ்விரண்டு நிகழ்வுகளுக்குமான இயங்கியலையும், அதனை விளைவித்த சமூகப் பின்புலத்தையும், வரலாற்றுச் சூழலையும் விளக்க முடிந்தால், சாதியத்தின் ஆணிவேரைப் பிடுங்கிவிடலாம் என்பது அயோத்திதாசரின் திட்டங்களுள் ஒன்று.

இந்தத் திட்டம் அவரது வேறு சில நம்பிக்கைகளையும் நமக்கு உணர்த்துகிறது. சமூக அமைப்பில் ஏற்பட்ட நோய்க் கூறுகளையும், சாதியத்தையும் ஒன்றாக யோசிக்கிற அயோத்திதாசர், சாதியப் பாகுபாடுகளும், தீண்டாமையும் இடையில் ஏற்பட்ட நிகழ்வுகள் என்றே விளங்கிக் கொண்டார். பூர்வீகமாய் தாழ்த்தப்பட்ட சாதிகள் என்று எவையுமில்லை. 'தீண்டத்தகாத சாதிகள்' என்ற கருத்தாக்கமே பாதி வழியில் ஏற்பட்ட திரித்தல் வாதம்தான்.[20] எனவே இன்றைய இழிநிலையை மாற்றுவது என்பது சாத்தியமே என்பதும் அவரது பலமான நம்பிக்கைகளுள் ஒன்று.

தற்காலச் சமூக ஒழுங்கமைப்பின் மீதான கண்டனமும் 'தீண்டப்படாத சாதிகள்' என்ற உருவாக்கம் இடையில் நிகழ்ந்த விபத்து என்ற பார்வையும், அயோத்திதாசருக்கு வரலாற்றின் மீதான பற்றுதலை ஏற்படுத்தி யிருக்கிறது. கடந்த காலத்தை மிகச் சரியாக எழுதுகிறபோது, சமூக நோய்களுக்கான மூலத்தைக் கண்டுபிடித்து விடலாம் என்பதை அவரது மூன்றாவது அடிப்படையாகக் கொள்ள வேண்டும்.

இந்த இடத்தில், ஏறக்குறைய, ஒரு வைத்தியரின் தன்மையை வெளிப்படுத்தக்கூடியதாக அயோத்திதாசரின் செயல்பாடுகள் அமைந்துள்ளன.[21] தீராத, உயிர் வதைக்கும் நோயுடன் போராடிக் கொண்டிருக்கும் சமூகத்தின் விஷமேறிய பகுதிகளை அடையாளம் கண்டுகொள்கிற அயோத்திதாசர், கடிவாயைத் தெளிவுபடுத்தவும், நோயாளியைக் குணப்படுத்தவும் ஆரோக்கியத்தின் வம்சாவளியைத் தேடுவது இன்றியமையாதது என்ற முடிவிற்கு வருகின்றார்.

வரலாற்றை மறுபடி எழுதுவதன் மூலம், அந்நியமானவர்களின் பார்வையில் அதனை மீள் கட்டமைப்புச் செய்தவன் மூலம், சீரழிவுகளுக்கான காரணங்களைக் கண்டுபிடித்துவிடலாம் என்ற நம்பிக்கை அவரது எழுத்துகள் அனைத்திலும் வெளிப்படுகின்றது. இதனாலேயே, இந்திய சமூக வரலாற்றை மீண்டும் எழுதுவதற்கான முயற்சியை அவர் மேற்கொண்டிருந்தார். கடந்த காலத்தை மீண்டுமொருமுறை தீண்டப்படாத கைகளைக் கொண்டு விவரிப்பதன் மூலம், நோய்க் காரணங்களைக் கண்டுபிடிக்கலாம் என்ற நம்பிக்கையின் விளைவாகவே அவரது 'இந்திர தேச சரித்திரம்' உருவானது என்று சொல்லலாம்.

•

'வரலாற்றை மறுபடியும் எழுதுதல்'[22] என்ற அயோத்திதாசரின் திட்டத்திற்கு, தெளிவான முறையியல்கள் இருந்தன. இந்த முறையியல் களை அவர் தனது பாரம்பரிய அறிவின் மூலமும், சுய சிந்தனையின் மூலமுமே பெரும்பாலும் உருவாக்கிக் கொண்டிருந்தார்.

சமூக வரலாற்றை எழுதுவதற்கும், புறக்கணிக்கப்பட்டவர்களின் பார்வையில் வரலாற்றை மறுகட்டமைப்புச் செய்வதற்கும் அவர் முன்மாதிரியாக எதையும் கொண்டிருக்கவில்லை. இப்படியான வொரு வரலாற்றிற்கான தேவையையும் நிர்பந்தத்தையும் அவர் உணர்ந்திருந்தார். அவ்வுணர்விலிருந்தே வரலாற்றை எழுதும் உத்வேகத்தை அவர் பெற்றுக்கொண்டிருக்கிறார். எனவே, இன்றைய ஆய்வுகளைப் போல் முன்மாதிரியைத் துணையாகக் கொள்ள வேண்டிய கட்டாயம் அவருக்கு இருந்திருக்கவில்லை. அவருடைய வரலாற்றை எழுதும் செயல்பாடு சமூகத் தேவையொன்றிலிருந்தே உருவாகுகிறது.

அயோத்திதாசரின், சமூக வரலாற்றை எழுதும் முறையியல்கள் என இரண்டு விஷயங்களை நம்மால் சொல்லமுடியும். ஒன்று, மொழியிலிருந்து வரலாற்றுத் தரவுகளை வருவித்தல்; இரண்டு, புனைவுகளைக் கட்டுடைத்தல்.

இவ்விரண்டு செயல்களையும் தீவிரமான சமூக அக்கறையுடன் தொடர்ந்து செய்வதன் மூலம், மிகச்சரியான, விடுதலைக்கான வரலாற்றை மீட்டுருவாக்கம் செய்ய முடியும் என்று நம்பும் அயோத்திதாசர், தனது எழுத்துகளில் அதனைச் செய்தும் காட்டுகிறார்.

வரலாற்றை மறுபடியும் எழுதுதல், விளிம்பு நிலை மக்களின் பார்வையிலிருந்து எழுதுதல், சமூகத்தைக் கீழிருந்து மேலாக அணுகுதல் போன்ற பல்வேறு கோட்பாடுகள் இன்று நம்மால் பேசப்படுகின்றன.[23] மாற்று வரலாற்றிற்கான முயற்சியில் ஈடுபட்டிருக்கும் பலரும், மக்களுடைய வரலாற்றை எழுதும் முயற்சியில் வாய்மொழித் தரவுகளையும் வழக்காறுகளையும் பயன்படுத்தும் போக்கை நாம் அறிவோம். எனவே, விளிம்பு நிலையினரின் வரலாறு என்பது அதிகமும் வாய்மொழி வரலாறாகவே இருப்பதை எளிதில் புரிந்துகொள்ளலாம்.

ஆனால், அயோத்திதாசரின் முறையியல் பிறவற்றிலிருந்து தெளிவாகவே வேறுபட்டு நிற்கிறது. பிற, தற்கால முறையியல்கள் எழுத்து மரபைப் பயன்படுத்துவது குறித்தும், மொழி மூலமாக வரலாற்றை வருவித்தல் குறித்தும் கொண்டுள்ள கோட்பாட்டு ரீதியிலான முன்முடிவுகள் அயோத்திதாசருக்கு இருக்கவில்லை.[24] இதனால், மொழியிலிருந்து வரலாற்றுத் தரவுகளை உருவாக்கும் முயற்சியில் அவர் எந்தவிதமான தயக்கமும் இல்லாமல் செயல்படுவதைக் கவனிக்க முடிகிறது. இதன் மூலம், ஆச்சரியமளிக்கும் விதத்தில் அவர் சான்றுகளைத் திரட்டி வருவதையும் நாம் உணர முடிகிறது.

சிந்தனைக்கும் மொழிக்குமான தொடர்புகளையும், மொழிக்கும் வரலாற்றிற்குமான தொடர்புகளையும் இருபதாம் நூற்றாண்டின் மொழியியல் சிந்தனைகள் சார்ந்து யோசிக்கின்ற நமக்கும், தன்னியல்பாக, பாரம்பரிய மொழியறிவையும் பௌத்த மொழியறிவையும் துணைக் கொண்டு யோசிக்கின்ற அயோத்திதாசருக்குமான வேறுபாடுகளைப் புரிந்து கொள்வது இரண்டு வகைகளில் நமக்குத் துணைசெய்யக்கூடும்.

முதலில், அயோத்திதாசரின் முறையியல் பற்றிய பார்வை நமக்கு சில புதிய பாதைகளை அடையாளம் காட்டமுடியும். இதன் மூலம் அயோத்திதாசர் மீது மானாவாரியாக இறைக்கப்படும் குற்றச்சாட்டுகளில் ஒன்றான, ‘அவருக்கு முறையியல்கள் கிடையாது’ என்ற வாதத்தின் காழ்ப்புணர்வுகளைப் புரிந்து கொள்ளமுடியும்.

அதே சமயம், பாரம்பரியமாக நமக்குள் கடந்து வரும் மொழியறிவை உணர்ந்து கொள்ள இதுவொரு வாய்ப்பாகவும் அமையலாம். இறுதியாக, தமிழ்பௌத்தம் சார்ந்த மொழியியல் [26] ஒன்றையும் நாம்

விவரிக்க முடியும். இவையனைத்தும், அயோத்திதாசர் மற்றும் அவரது மரபு சார்ந்த விஷயங்களில் கிடைக்கக்கூடிய தெளிவுகள்.

அதே போல், இரண்டாவதாக, அயோத்திதாசரின் மொழி சார்ந்த முறையியல் அறிவு, நமது தற்கால மொழியியல் பார்வைகளை மறுபரிசீலனை செய்வதற்கும் உதவக்கூடும். குறிப்பாக, நவீன மொழியியலின் பின்னணியில் 'மொழி - சிந்தனை- வரலாறு' என்ற மூன்று காரணிகள் குறித்தும் நாம் கொண்டுள்ள சிந்தனைகளை சரிபார்த்துக் கொள்ள நம்மால் முடியும். இத்தகைய மறுபரிசீலனை, நவீன மொழியியலை வளப்படுத்தும் என்ற நம்பிக்கையும் இங்கு அவசியம்.

இந்த இரண்டு காரணங்களுக்காகவே அயோத்திதாசரின் முறையியல்களை பேசவேண்டிய நிர்பந்தம் நமக்கு ஏற்படுகிறது. அயோத்திதாசரையும். அவரது மரபையும் வரையறுத்தல்; நவீன மொழியியலை மறுபரிசீலனை செய்தல் என்ற இரண்டு காரணங்களும் ஒட்டுமொத்தமாக 'விடுதலைக்கான வரலாற்றை எழுதும்' விளைவை மேலும் மேலும் செழுமையூட்டும் என்பதே இவையனைத்திற்கும் பொதுவாகவுள்ள உற்சாகம்.

•

அடிக்குறிப்புகள்

1. *'வேதாளம்' பற்றிய விளக்கம் 'பேதாதை - பேதாளம்' என்று தலைப்பிடப்பெற்ற சிறு கட்டுரை (அயோத்திதாசர் சிந்தனைகள் தொகுதி 2 - பக்.77) மூலம் நமக்குத் தெரியவருகின்றது. திருவள்ளுவர் பற்றிய பல்வேறு பொய்க்கதைகளையும் கட்டுடைத்துக் காட்டுகிற முயற்சியில் முதற்காரியமாக அயோத்திதாசர் இதனை எழுதுகிறார். 1908, மார்ச் மாதம், 11ம் தேதி வெளியான இச்சிறு குறிப்பினைத் தொடர்ந்து, அதே வருடம், ஜூன் மாதம், 17ம் தேதியிட்ட இதழிலிருந்து 'திருவள்ளுவ நாயனார் பறைச்சிக்கும், பார்ப்பானுக்கும் பிறந்தாரென்னும் பொய்க்கதா விவரம்' (அ.சி. தொகுதி 2 - பக்:455) என்ற தலைப்பில் தொடர் கட்டுரையும் எழுதத் தொடங்கினார். திருவள்ளுவர், பறைச்சிக்கும் பார்ப்பானுக்கும் பிறந்தார், திருமணம் செய்து கொண்டார் என்பது போன்ற கதைகளின் பொய்மையை விளக்க, 'வேதாளம்' என்ற கதாபாத்திரத்தின் பொய்மை சுட்டப்படுகிறது. 'வேதாளம்' குறித்த அயோத்திதாசரின் விளக்கத்தின் மீது ஆர்வம் கொள்பவர்கள், அவர் வேறு சில தருணங்களில் 'காட்டேறி', 'இசக்கி' போன்றபயமுறுத்தும் கதைகளுக்குச்சொல்லும் விளக்கங்களையும் தேடிப் படிக்கலாம் (அ.சி. தொகுதி 2 -பக்:118).*

2. அந்தணர் என்ற அறவோர்களுக்கு இரண்டு பிறப்புகள் உண்டு என்று மரபு சொல்கிறது. அந்தணர் அல்லது பிராமணர் என்ற வார்த்தைகளுக்கு இன்றைய அரசியல் சூழலில் வழங்கப்படும் 'சாதி' என்ற அர்த்தம் பொருந்தாது. 'அந்தணர்' என்பதை அறவோர், ஞானவான், துறவி என்ற பொருளிலேயே அயோத்திதாசர் பயன்படுத்துகிறார். 'யதார்த்த பிராமணர்', 'வேஷ பிராமணர்' என்ற கருத்தாக்கங்களைப் புரிந்து கொண்டாலே அவரது 'அந்தணராகிய சமணர்' என்பதை விளங்கிக் கொள்ள முடியும்.

இரண்டு பிறப்புகளையும் அயோத்திதாசர் இவ்வாறு விளக்குகிறார்: தாயின் வயிற்றிலிருந்து பகிரங்கமாய் வெளிவரும் பிறப்பு ஒன்று: பகிரங்கமான உடலை விட்டு அந்தரங்கமான ஜோதியாய் மாறும் பிறப்பு ஒன்று என பிறப்புகள் இரண்டு. முதற்பிறப்பு அனைத்து மனிதர்களுக்கும் பொதுவானது. இரண்டாவது பிறப்பு, மாபெரும் ஞானிகளுக்கே வாய்க்கும் (அ.சி- தொகுதி 2 - பக்:550).

இரண்டாவது பிறப்பிற்கு அயோத்திதாசர் காட்டக்கூடிய உவமைகள் ரசிக்கத்தக்கவை. புளியம் ஓடும், பழமும் தனித்தனியே பிரிவது போல உடலும், ஒளியும் பிரியுமாம்; புழுவானது ஓர் இலையால் தன்னை மூடி, திரண்டு, உருண்டு, சிலகாலம் தொங்கலாக ஆடி, வெடித்து, இறகுகள் உண்டாகி, பறந்து போவது போல அறவோர்கள் தங்களது உடலைவிட்டு ஒளியாக வெளியேறுவார்களாம் (அ.சி- தொகுதி 2 - பக்: 555 - 557).

3. கல்லறை, சமாதி போன்ற சொற்களுக்கான விளக்கங்கள் 'யதார்த்த பிராமண வேதாந்த விபரம்' என்ற தொடர் கட்டுரையில் இடம் பெற்றுள்ளன. (அ.சி- தொகுதி 2 - பக்:545-564). இத்தொடர்க்கட்டுரை, துறவறம் குறித்த பௌத்த கருத்துகளை தமிழ் நூலாதாரங்களைக் கொண்டு விளக்குகிறது. சீவக சிந்தாமணி, மணிமேகலை, சிலப்பதிகாரம், திருக்கலம்பகம், விரசோழியம், நன்னூல் விளக்கம், முன்கலை திவாகரம், பின்கலை நிகண்டு, காக்கை பாடியம், சிவவாக்கியர், தாயுமானவர், திரிமந்திரம், பாம்பாட்டிச் சித்தர், அகஸ்தியர் பரிபாஷை, திருக்குறள், மச்சமுனியார் ஞானம், இடைக்காட்டு சித்தர், அகப்பேய் சித்தர், ஔவை ஞானக் குறள், கருவெளி சித்தர், பட்டினத்தார், நெஞ்சறி விளக்கம், சூளாமணி, அருங்கலைச் செப்பு, காசிக்கலம்பகம் போன்ற பாடல்கள் மூலம் 'யதார்த்த பிராமணன்' என்பவன் யார் என்று விளக்குகிறார். இதனையொட்டி அவர் எழுதுகின்ற 'வேஷ பிராமண வேதாந்த விபரம்' என்ற கட்டுரையும் சிறப்பிற்குரியது. 'மனுதர்ம சாஸ்திரம்' பற்றிய அயோத்திதாசரின் கூர்மையான, கடுமையான விமர்சனம் இக்கட்டுரையில் இடம்பெற்றுள்ளது (அ.சி- தொகுதி 2 - பக் :535-544)

4. அரசமரத்திற்கான விளக்கத்தை மீண்டும் மீண்டும் பல்வேறு தருணங்களில் தனது எழுத்தில் பதிவு செய்துள்ளார். ‘புத்தர் என்னும் இரவு பகலற்ற ஒளி’ (அ.சி- தொகுதி 2 -பக்:10) என்ற கட்டுரையில், புத்தரின் வாழ்க்கையை சுருக்கமாக எழுதும் போது கல்லாலமரம், அரசமரமாகியதைக் குறிப்பிடுகின்றார். அதே போல், ‘ஞானத்தாய் ஔவையார் அருளிச் செய்த திரிவாசகம்’ (அ.சி- தொகுதி 2 - பக்:10) என்ற கட்டுரையில், புத்தரின் வாழ்க்கையை சுருக்கமாக எழுதும் போது கல்லாலமரம், அரசமரமாகியதைக் குறிப்பிடுகின்றார். அதே போல். ‘ஞானத்தாய் ஔவையார் அருளிச் செய்த திரிவாசகம்’ (அ.சி- தொகுதி 2 - பக்: 464) விளக்கவுரையிலும் இதே செய்தியைக் குறிப்பிடுகின்றார். ஆத்திச் சூடி என்பதன் சரியான வடிவம் ‘ஆத்திச் சுவடி’ என்று சொல்லும் அயோத்திதாசர், ஆத்தி மரத்தின் சுவடாகிய நிழலில் அமர்ந்த புத்த பிரானின் போதனைகளைச் சொல்லும் நூல் என்று விளக்கம் தருகின்றார். ‘கல்லாத்தி’ என்ற மரமே பின்னாட்களில் ‘அரசமரம்’ என்று வழங்கியதாய் குறிப்பிடுகிறார்.

5. ‘சூத்திரர்’ என்ற சொல்லுக்கான விளக்கமும் அயோத்திதாசரால் திரும்பத் திரும்ப சொல்லப்படுகின்ற ஒன்று. ‘தமிழ் பாஷையிலுள்ள நான்கு வகைத் தொழிற்களின் பெயரும் அதன் சிறப்பும்’ (அ.சி- தொகுதி 1 - பக்: 527) என்ற கட்டுரையிலும், ‘இந்திரர் தேச சரித்திரம்’ (அ.சி- தொகுதி 1 - பக்:600) என்ற தொடர் கட்டுரையிலும் இக்கருத்து வலியுறுத்தப்படுகின்றது. ‘சூத்திரன்’ என்ற சொல் இழிவானதாகக் கருதப்படுகிற காலகட்டத்தில் அதன் உண்மையான அர்த்தம் என்று ஒன்றைச் சொல்லி, அதனைத் தலைகீழாக மாற்றுகின்ற வித்தை அயோத்திதாசரிடம் இயல்பாகக் காணப்படுகிறது. ‘தொழில் நுட்ப வல்லுனன்’ என்று பொருள் தரும் வகையில், சூழ்திறம் தெரிந்தவன், சூத்திரம் அறிந்தவன், எனவே சூத்திரன் என்று பெயரிடப்பட்டதாய்க் கூறும் விளக்கம் இன்னும் பல்வேறு மரபான அர்த்தங்களையும் கேள்விக்கு உட்படுத்துகிறது. சூத்திரம் என்ற சொல்லைப் போலவே சாத்திரம், சாஸ்திரம், சாஸ்திரி என்று உருமாறும் சொற்களுக்கான அர்த்தங்களையும் மறுபரிசீலனை செய்யவேண்டும் என்று தோன்றுகிறது.

6. ‘திராவிடம்’ என்ற சொல் தமிழ் மொழிக்கான இன்னொரு பெயர். தமிழ் மொழியைத் தமிழர்கள் ‘தமிழ்’ என்றும், பிறர் ‘திராவிடம்’ என்றும் வழங்கினர் என்ற கருத்தை அயோத்திதாசர் தொடர்ந்து சொல்லி வந்திருக்கிறார். மொழி குறித்து பேசும் பொழுது மகட பாஷை (பாலி), சகட பாஷை (சமஸ்கிருதம்). திராவிட பாஷை (தமிழ்) என்ற மூன்றும் தனித்தனி குடும்பங்கள் என்று குறிப்பிடுகின்றார். இன்றைய அரசியல் சூழலில் பயன்படுத்துவது போல் திராவிடம் என்பது தமிழ், மலையாளம், தெலுங்கு, கன்னடம் போன்ற தென்னிந்திய மொழிகளின் பொதுப்பெயர் என்பதை அவர்

ஏற்றுக்கொள்ளவில்லை. அதே போல், பூர்வத்தில் இத்தேசமெங்கும் மொழிவாரி அரசுகள் அமைந்திருந்ததாகவும் அவர் குறிப்படுகின்றார். அத்தகைய அரசுகளில் தமிழ் அரசு, தெலுங்கு அரசு, கன்னட அரசு, மகாராஷ்டிர அரசு முக்கியமானவை என்பதை 'இந்திர தேச சரித்திரத்தில்' எழுதுகிறார். அதோடு கூட, மொழி அடையாளமே ஒருவனின் சாதி (சாதிக்கும்) அடையாளம் என்ற அயோத்திதாசரின் யோசனையையும் இங்கு கவனத்தில் கொள்ள வேண்டும்.

7. பழந்தமிழ் இலக்கியங்களில் பாண்டித்யம் பெற்றிருந்த அயோத்திதாசர், ஔவையாரின் திரிவாசகத்திற்கு எழுதிய உரைகள் முழுமையாகக் கிடைத்துள்ளன. இதேபோல் செய்யத் தொடங்கிய திரிக்குறள் விளக்கவுரை, அவரது திடீர் மறைவால் பாதியில் நின்றுவிட்டது. 'ஞானத்தாய் ஔவையார்' என்ற அடைமொழியுடன் உரை எழுதத் தொடங்கும் அயோத்திதாசர், ஆத்திச்சூடி, கொன்றை வேந்தன், வெற்றிவேற்கை என்ற மூன்று தொகுப்பையும் திரிவாசகங்கள் என்று அழைக்கிறார். மேலும் தொடர்ந்து, ஆத்திச் சூடியை ஆத்திச் சுவடு என்றும், கொன்றை வேந்தனை குன்றை வேந்தன் என்றும், வெற்றி வேட்கையை வெற்றி ஞான வீரன் என்றும் பயன்படுத்துகிறார். 'தையல் சொற்கேளேல்' என்ற ஆத்திச் சுவட்டு மொழிக்கு விளக்கமளிக்கையிலேயே 'தையல்' என்ற சொல் குறித்துப் பேசுகிறார். (அ.சி- தொகுதி 2 - பக்:491)

8. இந்துத்துவக் கட்டமைப்பிற்கு எதிராக, அயோத்திதாசர் உருவாக்கும் தமிழ் பௌத்த சொல்லாடலின் மிக முக்கியமான தருணத்தில் 'இந்திரம்' என்ற சொல் விளக்கம் தரப்படுகிறது. 'இந்தியா' என்ற பெயர், வெளிதேசத்தவர்களால் வழங்கப்பட்ட பெயர். சிந்து நதிக்கரையோர நாகரிகம் 'சிந்து நாகரீகம், என்று அழைக்கப்பெற்று, நாளடைவில் சிந்து என்ற பெயர் இந்து என்று மருவி, இந்து நாகரீகம், இந்து சமயம், இந்து தேசம் என்று பரவலாக வழங்கப்பட்டது என்ற வரலாற்று நம்பிக்கையை அயோத்திதாசரின் விளக்கம் மறுக்கிறது. பௌத்தம் தழுவிய தேசம் ஒன்று நிர்மாணிக்கப்பட்டிருந்தது என்று வாதிடும் அவர், அத்தேசம் இந்திர தேசமென அழைக்கப்பட்டதாய் விவரிக்கின்றார். இது குறித்த கூடுதல் தகவல்களுக்கு 'இந்திர தேச சரித்திரம்' நூலை வாசிக்கலாம்.

9. 'மாற்று' என்ற சொற்பிரயோகம் நம்முடையது என்று சொல்லிக் கொள்வது அவசியமென்றே நினைக்கிறேன். மாற்றுப் பண்பாடு, மாற்று அரசியல், மாற்று வரலாறு என்று பல்வேறுவகையான சொற்சேர்க்கைகளை நாம் இன்று பயன்படுத்துகின்றோம். இந்த 'மாற்று' விஷயங்களை 'எதிர்' என்ற பொருள் தொனிக்கும் வகையிலும் நாம் பயன்படுத்துவதுண்டு. 'அதிகாரம் - அதிகாரமாற்றது' என்ற முரண்பாட்டின் பின்னணியில் ஆதிக்கப் பண்பாட்டையும், வரலாற்றையும் அரசியலையும் எதிர்த்த நிலைப்பாட்டை நாம்

'மாற்று' என்ற அடை தந்து குறிப்பிடுகின்றோம். 'அங்கீகாரம் பெற்றவை - பெறாதவை', சொல்லப்பட்டவை - படாதவை.' 'அறிந்தவை - அறியப்படாதவை' என்ற எதிர்நிலைகள் பண்பாட்டுச் சொல்லாடல்களில் பயன்படுத்தப்படுகையில் 'பன்முகம்', 'கூட்டு', 'கலவை' போன்ற கற்பனைகளும் இடம்பெறுவதை உணரலாம். ஒரு சமூகம் பன்மைத்தன்மை கொண்டதாய், பல்வேறு நிலைப்பாடு களையும் அனுமதிப்பதாய் விளங்கவேண்டும் என்ற ஜனநாயக வேட்கையுடனேயே நமது 'மாற்று', 'எதிர்' போன்ற தேடல்கள் அமைந்துள்ளன. இந்த அடிப்படையிலேயே நாம், 'மாற்று' அரசியலுக்கான நியாயத்தை வலியுறுத்துகிறோம். ஆதிக்கப் பண்பாட்டிற்கு வழங்கப்படும் அதே அளவிலான அங்கீகாரம், மாற்றுப் பண்பாடுகளுக்கும் வழங்கப்பட வேண்டுமென்ற கோரிக்கையை 'மாற்று' என்ற வார்த்தை தொடர்ந்து சுட்டுகிறது. ஆனால், அயோத்திதாசரின் ஆய்வு முறையியல், பன்மை வாதத்தை முற்றிலுமாக நிராகரித்து விடுகிறது. 'பன்முகம்' என்ற வாதத்திற்குப் பதிலாக 'பொய் - மெய்' என்ற நிலைப்பாட்டை முன்வைத்து அவர் விவாதம் செய்கிறார். தான் சொல்லக்கூடிய விளக்கங்களைத் தர்க்கம், சான்றாதாரங்கள் மூலம் வலியுறுத்தும் அயோத்திதாசர், அவையே உண்மையான விளக்கங்கள் என்றும், மற்ற அனைத்தும் திரித்தல்களே என்றும் தொடர்ந்து வாதிடுகின்றார்.

10. வேதங்கள், புராணங்கள், மதங்கள், தேவதைகள், சாதிகளுக்கு எதிரான போராட்டமே அயோத்திதாசரின் அரசியல் வாழ்க்கை என்று சொல்லமுடியும். வேஷ பிராமணர்கள் முன்னிறுத்தும் வேதங்களை வன்மையாகக் கண்டிக்கும் அயோத்திதாசர், நால்வகை வேதம் என்பது பௌத்த கருத்துக்களான நால் வகை சீலங்களே என்று விளக்குகிறார். பேத வாக்கியங்களே திரிக்கப்பட்டு வேத வாக்கியங்கள் என்று சொல்லப்பட்டதாய் எழுதுகின்றார். அதே போல, புராணங்களுக்கு எதிரான அயோத்திதாசரின் செயல்பாடு 'சரியான வரலாற்றை' எழுதுவதாக அமைகின்றது. அரிச்சந்திர புராணம், நந்தன் கதை, அம்மன் கதை, நரசிம்ம அவதாரம், கிருஷ்ண அவதாரம் என்று பல்வேறு புராணங்களையும் கட்டுடைத்து மெய்யான சரித்திரத்தை எழுதும் அவரது பாங்கு ஆய்விற்குரியது.

11. வித்தை, அறிவு, கொடை, ஒற்றுமை அழிந்து, பூர்வ குடிகள் தாழ்வுற்றது குறித்து அயோத்திதாசர் மிக விரிவாகவே பேசுகிறார். குறிப்பாக, வித்தையில் நிகழ்ந்த சீர்கேடுகள் பற்றி வருத்தத்துடன் பேசுகையில், பௌத்தர்கள் ஒடுக்கப்பட்டதே இதற்கான முக்கியக் காரணம் என்று விவரிக்கின்றார். புதிய வகை தானியங்களோ, கனிகளோ கண்டு பிடிக்கப்படாதது; பயிர் செய்யும் புதிய உத்திகள் தோன்றாமல் இருப்பது; புதிய கருவிகள் கண்டுபிடிக்கப்படாமல் போனது போன்ற இழிநிலைக்குக் காரணம் வித்தையில், அறிவில் ஏற்பட்ட சிக்கல்களே

என்று விளக்குகிறார் (அ.சி- தொகுதி 1 - பக்:326, 332, 372, 405,434, 517, 716).

12. சாதி அமைப்பை யோசிக்கக்கூடிய பல்வேறு தரப்பினரும் வெவ்வேறான முடிவுகளுக்கு வந்திருக்கிறார்கள். சாதியை, சமயம் என்ற நிறுவனத்திற்குள் உருவான துணை அமைப்பு என்று பலர் கருதுகின்றனர். வேறு சிலர், சாதியப் படிநிலைகள் இந்திய சமூகம் உருவாக்கி வைத்துள்ள ஏற்றத் தாழ்வுகளின் முறைமை என்று கூறுகின்றனர். சுத்தம் - அசுத்தம் என்ற கருத்தாக்க முரணே சாதியத்தின் உயிர் நாடி என்பது சில ஆய்வாளர்களின் முடிவு. சாதியப் பாகுபாடுகள் பிராமணியத்தின் திணிப்பு என்ற கருத்தும் சொல்லப்படுகிறது. சாதிய ஒழுங்கமைப்பை விளங்கிக் கொள்ள முன்வரும் ஐரோப்பிய ஆய்வாளர்களும் சரி, இந்திய ஆய்வாளர்களும் சரி, சமூகத்தின் ஏதோவொரு பகுதியில் நிகழ்ந்த கோளாறே சாதிய வேற்றுமைகள் என்ற நம்பிக்கையில், சாதி குறித்த தங்களது விசாரணையை மேற்கொள்கிறவர்களாய் இருக்கிறார்கள். சாதியம் ஒரு மிருகம் போலும், அதன் கொடூரகரங்களில் பண்பாடு சிக்குண்டிருப்பதாகவுமே அவர்களது கற்பனை அமைந்திருக்கிறது.

13. சாதி ஒழிப்பு குறித்த அயோத்திதாசரின் சிந்தனைகள் கவனத்திற் குரியவை. சாதியத்திற்கு எதிரான போர் என்பதை இருபதாம் நூற்றாண்டின் தொடக்க காலங்களில் பலரும் தாழ்த்தப்பட்டவர்களின் மேம்பாடாகவே புரிந்து கொண்டிருந்தனர். சமூகத்தின் அதிகாரத் தளங்களில் சூத்திரருக்கும், பஞ்சமருக்கும் இடமளிப்பதன் மூலம் சாதியத்தை ஒழித்து விடலாம் என்று பலர் கருதியிருந்தனர். சாதியின் பெயரால் ஒடுக்கப்பட்டவர்களுக்கு கல்வியும், அரசியல் அதிகாரமும் வழங்கி சீர்திருத்தினால் சாதி ஒழியும் என்பதும் தலைவர்களின் திட்டமாக இருந்தது. இதையெல்லாம் கவனித்து வந்த அயோத்திதாசர், தாழ்த்தப்பட்டவர்களைச் சீர்திருத்தி சாதி ஒழிப்பில் ஈடுபடும் பலரையும் வன்மையாகக் கண்டிக்கத் தொடங்கினார். சாதிய வேறுபாட்டிற்கான காரணமே, தாழ்த்தப்பட்டவர்களின் இழி நிலைதான் என்று தொனிக்கும் வகையில் பேசும், செயல்படும் பலரையும் நோக்கி அவரது கண்டனக் குரல் பாய்கிறது.

14. சாதியின் வரலாறு பற்றிப் பேசக்கூடிய பலரும் அதனை வர்ணாசிரமக் கோட்பாட்டோடும், ஆரியர்களின் வருகையோடும் தொடர்புபடுத்தி பேசுகிறார்கள். பிராமணர்கள் இந்திய சமூகத்திற்குள் ஊடுருவியபோது. சாதி வாரியான தரப்படுத்தங்களை ஏற்படுத்தியதாய் பெரும்பான்மை ஆய்வாளர்கள் கருதுகின்றனர், சாதியின் தோற்றம் பற்றிப் பேசுகிற அயோத்திதாசர், வர்ணம், சாதி, தொழில் என்ற மூன்று கருத்தாக் கங்களுக்கும் இடையிலான உறவையும், அவை தோன்றியதன் காரணங்களையும் புரிந்து கொண்டால் மட்டுமே இன்றைய சாதிப் பாகுபாட்டை விளங்கிக்கொள்ள முடியுமென்று கருதுகிறார்.

15. ‘அயோத்திதாசரின் சமூக அறிவியல் பார்வை’ என்ற சொற்பிரயோகம் சற்று அதிகமானது போலத் தோன்றினாலும், அப்படியொன்றைக் கண்டறியக்கூடிய சாத்தியங்களை அவரது எழுத்துகள் தொடர்ந்து வெளிப்படுத்துகின்றன. எங்கிருந்து கற்றுக் கொண்டார் என்று ஆச்சர்யப் படும் வகையில் ஓர் ஆய்வுமுறையை அவர் கைக்கொண்டிருக்கிறார். ஒப்பிடுவதிலும் சரி, அந்தரார்த்தங்களைக் கண்டடைவதிலும் சரி, மேற்கோள்களைக்கையாளுவதிலும் சரி, அவருக்கென்று தெளிவான ஒரு முறையியல் இருக்கிறது. அவருடைய வாழ்க்கையையும், எழுத்தையும் முழுமையாக அறியமுடிந்தால் அந்தச் சமூக அறிவியல் பார்வையைக் கண்டுபிடித்துவிடமுடியும்.

16. எல்லாவிதமான ஆய்வுகளும் சில முன்முடிவுகளின் மீதே எழுப்பப்படுகின்றன. இந்த முன்முடிவுகள் பல தருணங்களில் தத்துவம் சார்ந்ததாக அமைந்து விடுகின்றது. கோட்பாட்டின் துணையோடு ஆய்வு செய்பவர்கள் அக்கோட்பாடு கொண்டிருக்கும் நம்பிக்கைகள் மீதே தங்களது ஆய்வையும் கட்டத் தொடங்குகிறார்கள். அனைத்து அறிவியல்களும் தங்களுக்கான, கேள்வி கேட்கக்கூடாத அடிப்படைகளைக் கொண்டே தங்களது எல்லைகளை வரையறுக் கின்றன. இந்தப் பின்னணியிலேயே அயோத்திதாசரின் முன்முடிவு களையும் யோசிக்கத் தொடங்குகிறோம்.

17. சாதிய வேறுபாட்டின் தோற்றம் குறித்து பல்வேறு இடங்களில் பேசினாலும் ‘இந்திர தேச சரித்திரம்’ என்ற நூலில் அயோத்திதாசர் அதனை மிக விரிவாகப் பேசுகிறார். எவ்வாறு படிப்படியாக, பௌத்த ஒழுக்கத்தில் கட்டப்பட்ட இந்திர சமூகம் வீழ்த்தப்பட்டு, வேஷ பிராமணர்களின் இந்தியா எழுப்பப்பட்டது என்பதை அப்புத்தகம் தெளிவாக விளக்குகிறது. இச்சரித்திரத்தின் சுருக்கத்தை ‘பார்ப்பார்களென்று சொல்லிக் கொள்ளுவோர்களுக்கும் பறையர் என்று அழைக்கப்படுவோர்களுக்கும் உள்ள பழைய விரோதத்தைப் பரக்கப் பாருங்கள்’ என்ற கட்டுரையிலும் பார்க்கலாம் (அ.சி- தொகுதி 1 - பக்: 101.102).

18. அயோத்திதாசரின் இத்தகைய ‘அந்நியப் பார்வை’ சங்கடமானதாகத் தோன்றினாலும், இன்றைய சூழலில் அது ஏராளமான தெளிவுகளை ஏற்படுத்துகிறது. சமூகத்தின் ‘மையம் - விளிம்பு’, ‘அதிகார முடையோர் - அதிகாரமற்றோர்’ என்ற முரண்பாட்டை அயோத்திதாசர் நிராகரிக்கிறார். அவ்வாறு நிராகரிப்பதன் மூலம், இன்றளவிலும் கொண்டாடப்படும் விளிம்பு நிலை அல்லது அடித்தள அரசியல் செயல்பாட்டைக் கடுமையாக விமர்சிக்கவும் செய்கிறார். விளிம்பு நிலையினர் மையத்திற்கும்; அடித்தள மக்கள் மேற்தளத்திற்கும்; அதிகாரமற்றவர்கள் அதிகாரம் உடையவர் களாகவும் மாறுவது பிரச்சினையின் யதார்த்தத்தைப் புறக்கணிப்பதே யொழிய விடுதலைக்கான உத்தி அல்ல. அடிப்படையான கேள்வி,

அதிகாரத்தை யார் பகிர்ந்து கொள்வது என்பதல்ல, எதைஅதிகாரம் என்று தீர்மானிப்பதே ஆகும். 'விளிம்பு நிலை', 'அடித்தள' பார்வைகள் அனைத்தும், இன்றைய சமூகப் பண்பாட்டு ஒழுங்கமைப்பில் காணப் படும் நடைமுறைச் சிக்கல்களை விவாதிக்க விரும்புகின்றன. ஆனால், இச்சமூகத்திலிருந்து வெளியேற்றப்பட்ட நபராய் யோசிக்கும் அயோத்திதாசர் சமூகப் பண்பாட்டு ஒழுங்கமைப்பையே மாற்றியமைக்க வேண்டிய தேவையைப் பேசுகிறார். இதையே அவரது அந்நியப் பார்வை என்று சொல்கிறோம்.

19. இந்திய சமூகத்தில், தாழ்த்தப்பட்டவர்களையும் மேன்மையையும் இணைத்துப் பேசும் பேச்சு இவரிடமே முதன் முறையாக நடைபெறுகிறது. காலங்காலமாக, தாழ்த்தப்பட்டவர்கள் ஒழுக்கக் கேட்டின் சின்னமாகவே சித்தரிக்கப்பட்டனர். தேக ஒழுக்கம் இல்லாதவர்கள்; உணவு ஒழுக்கம் கெட்டவர்கள் என்பதெல்லாம் 'பஞ்சமர்' மீதான பழைய குற்றச்சாட்டுகள். 'சுத்தம் - அசுத்தம்' என்ற இரட்டை எதிர்மறையில் சுத்தத்தின் பிரதிநிதியாய் பிராமணனும், அசுத்த சின்னமாய் பஞ்சமனும் காட்டப்படுவது வழக்கம். ஆனால், அயோத்திதாசர் சமூகத்திலிருந்து ஒதுக்கப்பட்ட மக்களையே பூர்வீக ஒழுக்கசீலர்களாகச் சித்தரிக்கின்றார். இந்திய சமூகம் தாழ்த்தப் பட்டவர்களை வெளியேற்றியபோது தனது சீலத்தை இழந்து அசுத்தமாகிப் போனது என்பதே அயோத்திதாசரின் வாதம்.

20. 'தீண்டாமை' என்பது சமூகக் குழுக்களின் மீது தண்டனையாகவே வழங்கப்பட்டதாய் அயோத்திதாசர் கருதுகிறார். பிராமண ஆதிக்கத்தைக் கேள்விக்கு உட்படுத்தி, எதிர்ப்பை வெளிப்படுத்திய சமூகங்கள் அனைத்திற்கும் இத்தண்டனை வழங்கப்பட்டது. இதன்படி, இம்மக்கள் ஊரிலிருந்து ஒதுக்கி வைக்கப்பட்டார்கள்; குடிநீர் மறுக்கப்பட்டார்கள்; பொது நீர் நிலைகளை பயன்படுத்தத் தடைவிதிக்கப்பட்டது; உணவு மறுக்கப்பட்டது; கொடுக்கல் வாங்கல் நிறுத்தப்பட்டது; அவர்களது துணிகளை வெளுக்க அனுமதியில்லை; சவரம் செய்ய அனுமதியில்லை. இதனால், நாளடைவில், அம்மக்கள் உடல் கெட்டு, அறிவு பாழாகி கீழ்நிலைக்குத் தள்ளப்பட்டனர். இப்பொழுது, உண்மையாகவே 'அவர்களைத் தீண்ட வேண்டாம்!' என்று சொல்ல ஒரு காரணம் கிடைத்தது.

21. அயோத்திதாசரின் பல்வேறு முகங்களில். 'வைத்தியர்' என்ற முகம் கூடுதல் பிரபலம். திரு.வி.கல்யாணசுந்தரத்திற்கு சிறுவயதில் ஏற்பட்ட வாத நோயை அயோத்திதாசரே குணப்படுத்தினார் (பார்க்க. திரு.வி.க.வாழ்க்கைக் குறிப்புகள். தென்னிந்திய சைவ சித்தாந்த நூற்பதிவுக் கழகம், சென்னை, 1964. பக்: 38). இதுபோல், அந்நாட்களில் வெளியான பல்வேறு சித்த வைத்திய நூற்கள் இவரது சரிபார்த்தலுக்குப் பின்பே அச்சிடப்பட்டன. சித்த வைத்திய அறிவு

அவரது சமூக ஆய்வுகளில் உறுதுணையாக இருந்திருக்கிறது. அம்மன் குறித்த ஆய்வில் வாந்தி, பேதியைப் பரப்பும் சாமளை என்ற கண்ணுக்குத் தெரியாத கிருமியைப் பற்றிப் பேசுகிறார். அதே போல, 'பதார்த்த சிந்தாமணி' என்ற நூல் அவரால் பல இடங்களில் குறிப்பிடப்படுகிறது. அவரது ஆய்வு முறைக்கும், வைத்திய முறைக்கும் நெருங்கிய தொடர்புகள் உள்ளன. சித்த வைத்திய பரிச்சயம் உள்ளவர் இது குறித்து யோசிக்கலாம். மனித உடலின் நோய்க்கூறுகளை கண்டு கொள்வதற்கான பொது முறையியல் என்று எதுவும் இருக்குமா, அதுவே அயோத்திதாசரால் பின்பற்றப்பட்டதா என்பதை யோசிக்க வேண்டும்.

22. 'வரலாற்றை எழுதுதல்', அமைப்பியல்வாத சூழலில் மிகப்பெரிய சவாலாகவே பார்க்கப்பட்டு வந்தது. 'எழுத்து' என்ற கருவி என்றைக்குமே யதார்த்தத்தைச் சொல்வதில்லை; தனக்குள்ளே தவிர்க்க முடியாத புனைவொன்றை அது கொண்டிருக்கிறது; எழுத்தால் செய்யப்படும் சொல்லாடல்கள் இத்தகைய புனைவுகளின் பலத்திலேயே எழுப்பப்படுகின்றன; எனவே, வரலாற்றை எழுதுதல் என்பதும் புனைவுகளை உருவாகும் செயலே என்ற அமைப்பியல் வாத விளக்கங்கள் 'வரலாற்றுத் தன்மை' என்பதைக் கடுமையாக விமர்சித்தன. (பார்க்க. Roland Barthes, 'Discourse of History', trans Stephen Bann, in *'Comparative Criticism: A Yearbook 3'*, ed. E.S. Shaffer, Cambridge University Press, 1981.) இதோடு தொடர்புடைய, மிஷல் ஃபூக்கோவிற்கும் ழாக் தெரிதாவிற்கும் இடையிலான 'பகுத்தறிவு - வரலாறு' குறித்த விவாதத்தையும் கவனத்தில் கொள்ள வேண்டும். (Michal Foucault, *'My Body, This Paper, This Fire'*, tr. Geoff Benningtom, Oxford Literary Review 4:1, 1979, 26-27), வரலாற்றை எழுதும் நிகழ்வு பற்றிய கூடுதல் தெளிவிற்காக, 12ம் நூற்றாண்டு ஃப்ரஞ்ச் இறையியலரான பியர் அபிலார்டின் 'எல்லாச் சொல்லாடல்களும் அரசியல் சொல்லாடல்களே' என்ற சிந்தனையை வாசித்துப் பார்க்கலாம். (H.S. Gill, *'The Abelardian Semiotics in Structure of Signification - Vol. I'*, ed. H.S. Gill, Eiley Eastern Limited, New Delhi, 1990).

23. மாற்று வரலாற்றின் தேவைக்கும், மரபான வரலாற்றின் மீதான விமர்சனத்திற்கும் பார்க்க. *'On Some Aspects of the Historiography of Colonial India in Subaltern Studies I'*, ed, by Ranajit Guha, Oxford University Press, New Delhi, 1986, P.1-8; Jan Vansina, *'Oral Tradition as History'*, The University of Wisconsin Press, 1985.

24. பார்க்க, Lynwood Montell, 'Preface to the Saga of Coe Ridge' in *'Oral History: An Interdisciplinary Enthology'*, ed. By David K. Dunaway and Willa K. Baum, Altamira Press, London, P.175-186, 1996

25. இருபதாம் நூற்றாண்டு மொழியியல் சிந்தனை பெரும்பாலும் பெர்டினாண்ட் டி சசூராலும், ரோமான் யாக்கப்ஸன், ஹெம்ஸ்லேவ் போன்றோராலும் தீர்மானிக்கப்படுகிறது. மிகவும் குறிப்பாக சசூர் முன்வைக்கக்கூடிய தளப்பார்வை - காலபார்வை என்ற இரட்டை எதிர்மறையும், மொழியை ஆய்வு செய்வதில் 'காலப்பார்வை' ஏற்படுத்துகின்ற குழப்பங்கள் என்ற விமர்சனமும், வேர்ச்சொல்லாய்வுகள் தனி நபர்களின் மொழி ஞானத்தை மட்டுமே வெளிப்படுத்த உதவுகின்றன என்ற குற்றச்சாட்டும், அதனைத் தொடர்ந்து சொற்களின் வரலாறு என்ற பார்வை காலாவதியானதும் இந்தத் தருணத்தில் முக்கியமானது. மேலும் தெளிவிற்காக பார்க்க: Robert Godol, 'F.de Sassure's Theory of Language', in *Current Trends in Linguistics - No:3*; E.R. Curtius, 'Etymology as a Category of Thought', in *'European Literature and the Latin Middle Ages'*, tr. Willard R. Trask, Princeton University Press, Princeton, 1967; Raimo Anttila, *'An Introduction to Historical and Comparative Linguistics'*, Macmillan, Newyork, 1972.

26. தமிழ் பௌத்த மொழியியல் தொடர்பான செய்திகளை அயோத்திதாசர் தனது எழுத்துகளில் தொடர்ந்து சொல்லி வந்திருக்கிறார். ஒரு படி அதிகமாக, பௌத்த சீலங்களை விளங்கிக் கொள்ளாதவர்கள் தமிழ் மொழியை விளங்கிக் கொள்ள முடியாது என்றும் குறிப்பிடுகின்றார். மொழிக்கு இலக்கணம் இருப்பது போல், இலட்சணமும் இருப்பதாகச் சொல்லும் அயோத்திதாசர் இலட்சணத்தை அழகு, அர்த்தம், தத்துவம் என்ற பொருள்படப் பயன்படுத்துகிறார். (பார்க்க. அ.சி- தொகுதி 2 - பக் 566,567)

7

~~~

சாதி - மொழி - சமயம்: அடையாளங்கள் குறித்து அயோத்திதாசர்

இருபதாம் நூற்றாண்டு இந்தியாவில் அதிதீவிரமாக விவாதிக்கப்பட்ட, அரசியல்படுத்தப்பட்ட கருத்தாக்கங்கள் என்றொரு பட்டியலை தயார் செய்தால் அதில் கட்டாயம் சாதி, மொழி, சமயம் என்ற மூன்றும் இடம்பெற்றிருக்கும். கடந்த ஒரு நூற்றாண்டின் இந்தியச் சமூக அசைவுகளை அடையாள உருவாக்கங்கள், அதிகாரத்தை நோக்கிய நகர்வுகள், சமூக சீர்திருத்த நடவடிக்கைகள், ஒடுக்கப்பட்டோரின் விடுதலை என்று வெவ்வேறு பெயர்களில் குறிப்பிட்டாலும் இவையனைத்தின் மைய விவாதப் பொருட்களாக இம்மூன்று கருத்தாக்கங்களே இருந்து வந்துள்ளன.

இவற்றை விளங்கிக் கொள்வதன் மூலம் இந்திய சமூக அமைப்பை விளங்கிக் கொள்ள முடியுமென்ற யோசனை ஆய்வுத்தளங்களில் ஆழமாக வேரூன்றியிருந்துள்ளது. இதனால், இம்மூன்றைப் பற்றியும் ஏராளமான வாதங்களும் விவாதங்களும் நடைபெற்றுள்ளன.

'சாதி' என்ற வினோதமான காரணியைப் புரிந்து கொள்வதற்கும் அவ்வமைப்பிலிருந்து வெளியேறுவதற்கும் எடுத்த முயற்சிகளில் ஒருபடித்தான ஏற்றத்தாழ்வு, சுத்தம் - அசுத்தம், தாழ்த்தப்பட்டவர்களின் 'கருத்தொற்றுமை'யும் 'திரும்பச் செய்தலும்', சாதியின் இனச்சமூகவியல், அம்பேத்கரின் 'சாதித் தோற்றம் பற்றிய வரலாற்று
~~~

மீட்டுருவாக்கம்', இந்துமத வெளியேற்றம், பிராமணரல்லாதோர் என்ற அடையாள உருவாக்கம், சுயமரியாதை, சமஸ்கிருதவயமாதல், தலித்தியம் போன்றவை காத்திரமான நகர்வுகளை சாத்தியப் படுத்தியுள்ளன.

அதே நேரம், மொழியை மையமாக வைத்து நடைபெற்ற உரையாடல்கள் பெரும்பாலும் தேசிய இன அடையாளச் சிக்கல்களாகவும், அதிகாரத்தை கையகப்படுத்தும் உத்திகளாகவும் வெளிப்பட்டதை யும், 'ஆரியம் - திராவிடம்' என்ற இரு எதிரெதிர் அடையாளங்களை உடையதாக இந்திய சமூக அமைப்பு கட்டமைக்கப்பட்டதையும் நாம் பார்க்க முடிகிறது.

சாதி குறித்து பேசும் போதும் சரி, மொழி குறித்து பேசும் போதும் சரி, தவிர்க்க முடியாத வகையில் இணையான விவாதப்பொருளாகவே இருந்து வந்திருக்கும் சமயம் என்ற காரணி, பிற இரண்டு கருத்தாக்கங் களை விடவும் 'உணர்ச்சிகரமாக' விவாதிக்கப்பட்டதற்கான அறிகுறிகளாக சமய மோதல்களால் வெடித்த வன்முறையையும் சிந்தப்பட்ட இரத்தத்தையும் குறிப்பிடமுடியும். இது இருபதாம் நூற்றாண்டின் தனித்துவம் மட்டுமல்ல, மாறாக வரலாறு நெடுகிலும் இந்திய நிலப்பரப்பானது மத மோதல்களால் வழிந்த இரத்தத்தில் தான் நனைந்திருக்கிறது.

இந்தியாவின் நவீனத்துவம் என்று ஏதாவது சொல்லப்படுமானால் அதனை, இம்மூன்று கருத்தாக்கங்கள் தொடர்பான விவாதங்களும், அரசியல் செயல்பாடுகளுமே வடிவமைக்கின்றன. சாதியமைப்பி லிருந்து விடுவித்துக் கொள்ளவும், மொழியை இன்னும் கூடுதலாக விளங்கிக் கொள்ளவும், சமய நடவடிக்கைகளுக்கான எல்லைகளைக் கறாராக வடிவமைக்கவும் இந்தியாவின் வெவ்வேறு சமூகப் பண்பாட்டுக் குழுக்கள் தொடர்ந்து முயற்சி செய்து கொண்டிருப்பதையும், அம்முயற்சிகள் சொற்பமான வெற்றியையும் வலிமிகுந்த, வெட்கப் படத்தக்க தோல்விகளைத் தந்து கொண்டிருப்பதையும் நம்மால் பட்டியலிடமுடியும்.

ஒருபக்கம் தொடர்ச்சியான விவாதங்கள், நீண்டநெடிய களச்செயல் பாடுகள் நடைபெற்றுக் கொண்டிருக்கின்றன என்றாலும், இன்னொரு பக்கம் சாதியமைப்பு மேலும் மேலும் இறுக்கமடைவதையும், சமய நிறுவனங்கள் புதிய புதிய வடிவங்களில் பல்குவதையும், மொழி மீதான ஈடுபாடு வெறியாகவும் துவேஷமாகவும் உருமாறுவதையும் நம்மால் பார்க்க முடிகிறது.

இப்படியான திசையறியா நிலையும்கூட மனிதகுல வரலாற்றைப் பொருத்த வரையில் பரிச்சயமான ஒன்று தான். வேகப்பாய்ச்சல்,

தடுமாற்றம், திகைப்பு, பின்பு பலங்கொண்ட பாய்ச்சல் என்ற படியே சமூகம் நடைபயின்று வந்திருக்கிறது. ஒவ்வொரு முறை தடுமாறுகையிலும், திகைத்துப் பின்வாங்குகையிலும் சற்றே மறந்து போயிருந்த கடந்த காலத்திலிருந்து பற்றுக்கோல்களைக் கண்டடைவது தான் வழமை.

அந்த வகையில், தற்போதைய தமிழ்ச்சமூக இயங்குதளங்களில் உணரப்படும் தடுமாற்றத்திலிருந்தும், திகைப்பிலிருந்தும் விடுபடுவதற் கான வெளிச்சங்களைத் தேடி பத்தொன்பதாம் நூற்றாண்டு நடவடிக்கை களை மீள்பார்வை பார்ப்பது உபயோகமான காரியமாக இருக்கும்.

இப்பின்னணியில், பத்தொன்பதாம் நூற்றாண்டின் பிற்பகுதியில் தோன்றி இருபதாம் நூற்றாண்டின் தொடக்க வருடங்களில் தனது எழுத்துகள் மூலம் பெரும் பதிவொன்றை விட்டுச் சென்றுள்ள அயோத்திதாசரின் சிந்தனைகளிலிருந்து புதிய பதில்களைக் கண்டடைய முடியுமா என்று தேடுவதே இக்கட்டுரையின் நோக்கம்.

•

அயோத்திதாசரின் சிந்தனைகளை மீண்டும் வாசித்துப் பார்ப்பதில் ஏதேனும் லாபம் இருக்க முடியுமா என்று கேட்பவர்களுக்கு தற்சமயம் என்னால் இரண்டு தகவல்களை மட்டுமே ஞாபகப்படுத்த முடியும். ஒன்று, நாம் இங்கு விவாதிக்க விரும்புகிற சாதி - மொழி - சமயம் என்ற மூன்று கருத்தாக்கங்களையும் அயோத்திதாசர் விரிவாகப் பேசியிருக்கிறார்; இரண்டு, அதிர்ஷ்டவசமாக (?) அயோத்திதாசரின் எழுத்துகள் அவருடைய மறைவிற்குப் பின்னர் உதாசீனப்படுத்தப் பட்டிருந்தன. இந்த அளவில் நிறுத்திக் கொண்டு மேற்கண்ட மூன்று கருத்தாக்கங்கள் குறித்த அயோத்திதாசரின் பார்வைகளுக்குச் சென்றுவிடலாம் என்று நினைக்கிறேன்.

1 - அயோத்திதாசரும் அவரது எழுத்துகளும்

அயோத்திதாசரின் எழுத்துகளை வாசித்துப் புரிந்து கொள்வதில் இரண்டு நடைமுறை சிக்கல்கள் இருக்கின்றன. முதலாவது, அவர் பயன்படுத்தும் மேற்கோள் நூற்கள் குறித்தது. அவற்றுள் பலவற்றை நம்மால் இன்றைக்கு அடையாளம் காண முடிவதில்லை. வேறு சில இன்றைக்கு வழக்கில் இல்லை. அவருடைய சமகால மனிதர்களின் எழுத்துகள், நண்பர்களின் ஞாபகங்கள், குடும்பப் பதிவுகள், அவர் பயன்படுத்திய நூலகம் என்று யாராவது தீவிரமான முயற்சியை மேற்கொண்டாலொழிய இந்த இடைவெளியை இட்டு நிரப்பமுடியாது.

இரண்டாவதாக, அயோத்திதாசரின் பெரும்பான்மை எழுத்துகள், பத்திரிகைகளில் வெளியானவை என்பதால், ஒரு தலைப்பை பற்றிய

சிந்தனைகள் முழுமையாகக் கிடைக்காமல், துண்டு துண்டாக அங்கொன்றும் இங்கொன்றுமாகவே தொகுக்கப்பட்டுள்ளன. சில தலைப்புகளிலேயே அவர் தொடர் கட்டுரைகளை எழுதியுள்ளாரே தவிர (சுதேசியம், இந்திர தேச சரித்திரம், ஆதி வேதம், இலக்கிய உரைகள் போன்றவை), பிற அனைத்தும் காலச்சூழல்களுக்கு தக்கவாறு வேறு வேறு தருணங்களில் வேறு வேறு தலைப்புகளில் எழுதப்பட்டுள்ளன. எடுத்துக்காட்டாக, சாதி குறித்த அவரது சிந்தனைகள் ஐந்தாறு தலைப்புகளில் வெளியாகியுள்ளன. அதே போலவே மொழி மற்றும் சமயம் பற்றிய சிந்தனைகளும்.

2 - சாதி

1911, மார்ச்சு மாதம் 8ம் நாள் வெளியான (எண் 4:39) தமிழன் இதழில் அயோத்திதாசர் 'சாதி' என்ற தலைப்பில் ஒரு கட்டுரை எழுதியுள்ளார்.

அளவில் சிறிய இக்கட்டுரையில் இந்தியாவில் வழங்கப்படும் அடையாளங்களைக் குறித்தான தனது கருத்துகளைப் பதிவு செய்துள்ளார். குறிப்பாக, 'சாதி', 'வருணம்', 'குலம்' போன்ற சொற்களுக்கான அர்த்தங்களையும் அவை பயன்படுத்தப் பட்ட முறைகளையும், தற்சமயம் அதன் அர்த்தத்தில் ஏற்பட்டுள்ள மாற்றங்களையும் குறிப்பிடுகிற அயோத்திதாசர், சொற்களுக்கான அர்த்தங்களில் மாற்றத்தை ஏற்படுத்தியவர்கள் யார் என்பதையும் குறிப்பிட்டுச் சொல்கிறார்.

ஏறக்குறைய அயோத்திதாசரின் முறையியலே இதுவாகத்தான் அமைந்திருக்கிறது. எந்தப் பொருளைப் பற்றி பேசுகிறாரோ அது தொடர்பான கலைச்சொற்களை முதலில் அடையாளம் காண்பது; பின்பு, அச்சொற்களுக்கான அர்த்தங்களை விளக்குவது; அந்த விளக்கங்கள் எப்பொழுது, யாரால், எதற்காக உருவாக்கப்பட்டது என்ற காரணத்தை விவரித்தல் (இந்த வரலாற்றுப் பின்னணி பெரும்பாலும் பௌத்த சமயம் வழக்கிலிருந்த 'பூர்வ' காலத்தையே குறிப்பிடுவதாய் அமையும்); இச்சொற்களின் முறையான அர்த்தங்களை திரிக்கிற, சிதைக்கிற வேலைகள் நடைபெற்ற சூழலை விளக்குதல் (இதுவும் பெரும்பாலும் பிராமண சாதியின் ஆதிக்கம் மேலோங்கிய தன்மையை விவரிப்பதாகவே அமையும்).

'சாதி' என்ற சொல்லைக் குறிப்பிடும் போது, அது 'சாதித்தோர்' அல்லது 'சாதிப்போர்' என்று சொல்லப்படுவதன் குறுகிய வடிவம் என்று எழுதுகிறார்.

மக்கள் எந்த வழியில் சாதிக்கிறார்களோ அதுவே அவர்களது 'சாதி'யாக சொல்லப்பட்டது. சாதி என்ற சொல் உருவாக்கப்பட்ட

காலத்தில் அல்லது ஆதி காலத்தில் ஒவ்வொரு மக்கள் கூட்டமும் தங்களுக்குள் எந்த மொழியால் பேசிக்கொள்கிறார்களோ அதுவே அவர்களது சாதி என்று அழைக்கப்பட்டது.

'தமிழ் பாஷையாகிய திராவிடத்தை ஓர் கூட்டத்தார் சாதிக்கும் வார்த்தை ஒலியைக் கொண்டு 'திராவிட சாதியாரென்றும்', கன்னட பாஷையை ஓர் கூட்டத்தார் சாதிக்கும் வார்த்தை ஒலியைக் கொண்டு 'கன்னடசாதியாரென்றும்' (ப.693, அ.சி- தொகுதி 1) அழைக்கப் பட்டதாக அயோத்திதாசர் எழுதுகிறார். அவரது யோசனையின் படி 'பூர்வத்தில்' சாதி என்ற வார்த்தை ஒரு சமூகக் குழுவின் மொழி அடையாளமாகவே இருந்து வந்தது.

ஒவ்வொரு குழுவும் தனக்கேயுரித்தான தனித்த மொழி அடையாளங் களுடன் தனது காரியங்களை நிகழ்த்தி வருகிறது, அதாவது 'சாதித்து' வருகிறது. இதனடிப்படையாகவே ஒவ்வொரு குழுவைக் குறித்தும் 'இக்குழு என்ன வழியில் சாதிக்கிறது?' என்று கேட்கையில் அக்குழுவின் மொழியைக் குறிப்பிட்டு அதன் மூலம் சாதிக்கிறது என்று சொல்லும் வழக்கம் இங்கு இருந்ததாக அயோத்திதாசர் குறிப்பிடுகிறார்.

சாதித்தல் என்ற சொல் இன்றைக்கு 'அரிதான, அபூர்வமான காரியத்தைச் செய்தல்,பிடிவாதமாக இருத்தல்' என்ற அர்த்தங்களில் பயன்படுகிறது. ஆனால், அயோத்திதாசர் சாதித்தல் என்பதை இயல்பான நடவடிக்கை என்ற அர்த்தத்தில் பயன்படுத்துகிறார். அதே நேரம் இந்த சாதித்தல் தான் அக்குழுவை பிறக் குழுக்களிடமிருந்து வேறுபடுத்தும் வேலையையும் செய்வதாகக் கருதுகிறார்.

வேறெந்தவொரு அடையாளத்தைக் காட்டிலும் ஒரு சமூகக்குழுவின் மொழி அடையாளமே அதனைக் 'குழுவா' பிறவற்றிலிருந்து வேறுபடுத்தி வைத்திருக்கிறது. வித்தியாசம் மொழியால் உருவாகிறது.

'சாதி' என்ற சொல்லை விளக்க வந்த அயோத்திதாசர், தொடர்ச்சியாக அதனோடு நெருக்கமான வருணம், குலம் என்ற இரண்டு சொற்களுக்கான அர்த்தங்களையும் விவரிக்கின்றார்.

இவ்விரண்டு சொற்களும் கூட அடையாளங்கள் தான் என்றாலும், 'சாதி' என்ற குழு அடையாளத்திலிருந்து வேறுபட்டவை. 'வருணம்' என்பது ஒருவனின் நிறம் என்றும், நிறம் தொடர்பான கேள்வி அக்குறிப்பிட்ட நபர் இல்லாத சூழலிலேயே எழுகிறது என்றும் எழுதுகிறார்.

ஒருவனின் தோல் நிறத்தைக் கொண்டு அடையாளப்படுத்தும் இவ்வழிமுறையில் 'அவனென்ன வருணமென்னும் வினாவிற்கு

கறுப்பு வருணம், கறுப்பும் வெள்ளையும் கலந்த வருணமெனக் காணாதோன் நிறத்தை...' (அ.சி- தொகுதி 1, பக். 693) குறிப்பிடுவர் என்பது அவரது விளக்கம்.

ஆனால், குலம் பற்றிய விசாரிப்பு, அக்குறிப்பிட்ட நபரிடமே நேரடியாக நடைபெறும் என்றும், அதற்கு அக்குறிப்பிட்ட நபர் தனது குடும்பத் தொழிலை விடையாகச் சொல்வார் என்றும் விளக்குகிறார். முந்தைய காலத்தில் தொழில்கள் நான்கு - பிராமணம், ஷத்திரியம், வைசியம், சூத்திரம்.

பிராமணம் அல்லது அந்தணம் என்ற தொழில் '..சீவர்களுக்கு உண்டாகும் பிணிப் பீடைகளை அகற்றி, கால மழைகளைப் பெய்ய வைத்து குடிகளுக்கு செல்காலம், நிகழ்காலம், வருங்காலம் என்னும் முக்கால செயல்களை...' (அ.சி- தொகுதி 1, பக். 530) விளக்குவதாகும்; ஷத்திரியம் அல்லது அரசம் என்ற தொழில் 'புஜ பல வலிமையாலும் மன்னு திடத்தாலும் துட்ட மிருகங்களுக்கு அஞ்சாது வேட்டையாடித் தண்டிப்பது ... எதிரிகளுடன் ... முன் மார்பு கொடுத்து போர்புரிவது...' (அ.சி- தொகுதி 1, பக். 529).

வைசியம் அல்லது வணிகம் என்பது '...பொருட்களை தக்க லாபத்திற்கு விற்று செட்டை நிலைநிறுத்தி ஒன்றைக் கொடுத்து மற்றொன்றை வாங்குவோருக்கு' (அ.சி- தொகுதி 1, பக். 528) பெயராகும்; சூத்திரம் அல்லது வேளாளம் என்பது 'உலகச் சீர்திருத்த தொழில்களை விடா முயற்சியால் விருத்தி செய்து சகலருக்கும் உபகாரியாய் விளங்குவதாகும்' (அ.சி- தொகுதி 1, பக். 529). உன் குலமென்ன என்ற கேள்விக்கு, தான் பிறந்த குலத்தின் தொழிலே பதிலாக சொல்லப்பட்டது என்பது அவரது முடிவு.

'சாதி' பற்றிப் பேச வந்த அயோத்திதாசர் அதனோடு தொடர்புடைய வருணம், குலம் போன்ற சொற்களின் 'மெய்'யான அர்த்தங்களை விளக்கிய பின்பு, அம்மெய்யான அர்த்தங்கள் யாரால், எப்படி, என்ன காரணத்திற்காக திரிக்கப்பட்டு, இன்றைய தவறான அர்த்தங்கள் நடைமுறைக்கு வந்தன என்றும் விவரித்துச் செல்கிறார்.

ஏற்கனவே பார்த்தது போல் 'ஆதி'யில் அல்லது 'பூர்வ'த்தில் சொற்களுக்கான 'மெய்' அர்த்தங்கள் நிலவின என்றும், அப்பொழுதே 'இத்தேசத்தின் சத்திய தன்மத்திற்கு சத்துருவாக அசத்தியர்களாம் மிலைச்சர், மிலேச்சரென்னும் ஓர் சாதியார்...' (அ.சி- தொகுதி 1, பக். 609) இங்கு வந்து குடியேறி தங்களைப் பிராமணர்கள் என்று பொய்யாக அழைத்துக் கொண்டு 'பூர்வ' அர்த்தங்களை சிதைக்கத் தொடங்கியதாக தெரிவிக்கிறார்.

'இவ்வேஷ பிராமணர்களுக்கு மற்ற சாதியோர்களைப் பற்றி யாதொரு அக்கரையும் முயற்சியும் கிடையாது ... சாதியென்னும் மொழி தோன்றிய விவரமும் அதன் பொருளும் இவர்களுக்கு இன்னும் தெரியவே மாட்டாது...மேற்சாதி கீழ்ச்சாதி எனும் பொய்க்கதைகளை ஏற்படுத்தி தங்கள் சொல் வல்லபத்தால் மெய்போலும் மெய்போலும் சொல்லி... பொருளற்ற கற்பனைக் கதைகளையேப் பரப்பினர்)..' *(அ.சி- தொகுதி 1, பக். 693 - 694)*. இந்தக் கட்டுக்கதைகளும் கூட ...விவேகிகள் தோன்றுங்கால் பொய், பொய், பொய்யெனப் பொருந்த விளங்கிப் போகும்' *(அ.சி- தொகுதி 1, பக். 694)* என்பதே அவரது தீர்மானமான நம்பிக்கை.

அயோத்திதாசரின் ஒட்டுமொத்த சிந்தனைத் தளத்தின் சில முக்கியமான அடிப்படைகளை நம்மால் இப்பொழுது அடையாளப் படுத்த முடியும். இந்தியத் தேசத்தின் சிந்தனைப் போக்கில் மிகப்பெரும் சீரழிவு நடைபெற்றிருப்பதாக அவர் கருதுகிறார். அந்தச் சீரழிவை நிகழ்த்தியவர்கள் 'பிராமண சாதி' என்பது அவரது தெளிவு. இந்த அர்த்த சிதைவை அவர்கள் 'சுய சாதி நலனை' முன்னிட்டே செய்தார்கள் - அதுவும் கற்பனையாய் செய்யப்பட்ட கட்டுக்கதை களைப் பரப்பியதன் மூலம் செய்தனர்.

இன்றைக்கு வழக்கிலிருக்கும் எந்தவொரு அர்த்தமும் இந்த நிலப்பரப்பின் சிந்தனா முறையிலிருந்து தோன்றியதல்ல; மாறாக அத்தனையும் திரிக்கப்பட்டவை. பிராமணர்களின் வருகைக்கு முன்பு இந்தச் சொற்களுக்கெல்லாம் வேறு அர்த்தங்கள் வழங்கப்பட்டன; மெய்ப்பொருட்களான அவையனைத்தும் வெகுஜனப் பரப்பிலிருந்து நீக்கம் செய்யப்பட்டன என்பதே அயோத்திதாசரின் விவாதம்.

பிராமணர்களின் தலையீடு, இந்திய சமூகத்தின் கருத்தியல் தளத்தில் ஏற்படுத்திய சீர்கேடுகளே அத்தனை பின்னடைவுகளுக்கும் காரணம். வெற்றிகரமாக திட்டமிடப்பட்ட மூளைச்சலவையின் மூலமே பிராமணர்கள் அதிகாரத்தைக் கையகப்படுத்தினார்கள் என்று அயோத்திதாசர் முடிவு செய்கிறார்.

'சாதி' மட்டுமல்ல, வேறெந்தவொரு பொருளைப் பற்றிய ஆய்விற்கும் அவர் இந்த முறையியலையே மேற்கொள்கிறார். 'புருசீக' நாட்டிலிருந்து வந்து சேர்ந்ததாகச் சொல்லும் பிராமணர்களின் நுழைவு, அறிவுத் தளத்திலும் வெகுஜனத் தளத்திலும் பின்னடைவுகளை ஏற்படுத்தியதோடு எல்லோரையும் 'வேஷக்' கருத்தியலுக்குள் கொண்டு வந்து சேர்த்தது என்பது அயோத்திதாசரின் விளக்கம்.

அயோத்திதாசரின் சிந்தனையின் படி 'சாதி' என்ற சொல்லுக்கு இரண்டு விளக்கங்கள் இருக்கின்றன; ஒன்று, 'ஒரு கூட்டத்தார்

செயல்படும் மொழியே அவர்களது சாதியாகக் கருதப்படுகிறது' என்பதாகும். இந்த விளக்கமே 'மெய்'யானது; 'யதார்த்த பிராமணர்கள்' காலத்தது; பௌத்த தன்மத்தில் தோய்ந்தது.

இரண்டு, 'பிறப்பினடிப்படையில் தீர்மானிக்கப்படும், மாற்றிக் கொள்ள முடியாத, ஏற்றத்தாழ்வுகள் கொண்ட படிநிலை அமைப்பிற்குள் வரக்கூடிய தொழில் அடையாளமே சாதியாகும்'. இது, வேஷ பிராமணர்களால் உருவாக்கப்பட்டது; கற்பனைகளாலும் கட்டுக்கதைகளாலும் செய்யப்பட்ட 'பொய்'; சுயநலத்திற்காக உருவாக்கப்பட்ட அமைப்பு.

யதார்த்த / பௌத்த விளக்கமே மெய்விளக்கம் என்று சொல்வதற்கு அயோத்திதாசர் சான்றாதாரங்கள் எதையும் காட்டவில்லை. ஆனால், இது போன்ற மெய்விளக்கத்தைப் பறைந்ததற்காகவே பூர்வ பௌத்தர்கள் 'பறையர்' என்று ஒதுக்கி வைக்கப்பட்டனர் என்கிறார். அயோத்திதாசர் சொல்லக்கூடிய இது போன்ற 'யதார்த்த பிராமண' விளக்கங்கள் இன்றைய 'பறையர்கள்' மத்தியிலோ, குறைந்தபட்சம் 'வள்ளுவர்கள்' மத்தியிலோ வழங்கப்படுவதற்கான ஆதாரங்கள் நமக்குக் கிடைக்கவில்லை. அப்படியானால், இது போன்ற பௌத்த தன்மம் சார்ந்த, வேஷபிராமணியத்திற்கு முந்தைய விளக்கங்களை அவர் எங்கிருந்து கற்றுக்கொண்டார் என்பதற்கு நாம் பதில் தேட வேண்டும். அதற்கு முன், 'சாதி' என்ற கருத்தாக்கத்தை ஒரு கூட்டத்தின் மொழியோடு இணைத்து விளக்குவதால், மொழி பற்றி அவர் என்ன சொல்கிறார் என்பதைப் பார்த்து விடலாம்.

3 - மொழி

மொழி பற்றி அயோத்திதாசர் பேசக்கூடியவற்றை இரண்டு பிரிவுகளாகப் பிரித்துக் கொள்ள முடியும் - மொழிகளின் வரிவடிவ உருவாக்கம் குறித்தவை, தமிழ் மொழியின் கட்டமைப்பு குறித்தவை.

இவ்விரண்டின் அடிப்படையில் தமிழ் பௌத்த மொழித் தத்துவமொன்றைக் கட்டமைக்கும் முயற்சியை அவருடைய எழுத்துகளில் பார்க்க முடிகிறது. அயோத்திதாசரின் மொழி பற்றிய சிந்தனைகளை 'தமிழ் பௌத்த மொழித் தத்துவம்' என்று அழைப்பதில் காரணமிருக்கிறது. பௌத்தத்தில் காணப்படும் மொழிக் கோட்பாட்டிற்கும் இவர் தரக்கூடிய விளக்கங்களுக்கும் பாரதூரமான வேறுபாடுகள் இருப்பதை நம்மால் பார்க்க முடிகிறது.

பௌத்த மொழிக் கோட்பாடு என்று பேசுபவர்கள் அனைவரும் பாலி மற்றும் சமஸ்கிருத மொழிகளை அடிப்படையாகக் கொண்டே

விவாதிப்பதால், தமிழை மையமாகக் கொண்டு விவாதத்தில் ஈடுபடும் இவருடைய சிந்தனை 'பௌத்தம்' என்று அங்கீகரிக்கப்பட்டதிலிருந்து நிச்சயமாய் வேறுபட்டு நிற்கிறது. எனவே, மொழியின் தோற்றம் குறித்தும், ஒழுங்கமைப்பு குறித்தும் இவர் முன்வைக்கக்கூடிய கருத்துகளை 'தமிழ் பௌத்த மொழிக் கோட்பாடு' என்று சொல்வதே சரியாக இருக்கமுடியும்.

எல்லா சமயங்களையும் போலவே மொழியின் தோற்றத்தை இறைவனோடு தொடர்புபடுத்தியே தமிழின் பௌத்த இலக்கண நூலான வீரசோழியமும் பேசுகிறது. 'ஆயுங்குணத்து அவலோகிதன் பக்கல் அகத்தியன் கேட்டே இப்புவனிக்கு இயம்பிய தண் தமிழ்' என்பது தான் வீரசோழிய பாயிரத்தின் குறிப்பு.

இதற்குப் பாரம்பரியமாக உரை எழுதக்கூடியவர்கள், அவலோகிதன் என்ற புத்தர் அகத்தியருக்கு தமிழ் மொழியைக் கற்றுத் தந்து நாடெங்கும் போய் பரவச் செய்தார் என்று எழுதுகின்றனர். இதனை, சற்றும் பொருட்படுத்தாத அயோத்திதாசர் வீரசோழியப் பாயிரம், வீரசோழியப் பதிப்புரை, சிவஞானயோகியார், முன் கலை திவாகரம், தொல்காப்பியம், சிலப்பதிகாரம், மிக முக்கியமாக பதஞ்சலியார் ஞானம் போன்ற பனுவல்களிலிருந்து தருவித்த ஆதாரங்களைக் கொண்டு பௌத்தத்திற்கும் மொழியின் தோற்றத்திற்குமான புதிய கதையாடலொன்றை உருவாக்குகிறார்.

இப்புதிய கதையாடலின் படி, பௌத்தம் தோன்றுவதற்கு முன்பு வரை எல்லா மொழிகளையும் மக்கள் 'ஒலிவடிவாகவே பேசி வந்தார்கள். அக்கால் ஆதிபகவனாகும் புத்தபிரான் ஓதிவைத்த ஆதிவேதமொழி, ஆதிமறை மொழி என்னும் திரிபீட வாக்கியங்களாம் மூவரு மொழிகளை வரிவடிவின்றி ஒலிவடிவ சுருதியாக...' போதித்து வந்தார்.

அதனைக் கேட்ட சிலர், கேட்ட மாத்திரத்தில் விளங்கிக் கொண்டு அது குறித்து சிந்திக்கத் தொடங்கினார்கள். ஆனால், '...சிலர் கேட்டும் அவரவர்கள் மனதிற் படியாமல் சுருதி மயக்கங்கண்டனர்'. இதனால், புத்தர் '...சகடபாஷையாம் சமஸ்கிருதத்தையும், திராவிட பாஷையாம் தமிழையும் வரிவடிவமாக இயற்றி... தாம் நிலைநாட்டி வரும் சங்கத்தோர் யாவருக்கும் கற்பித்து சத்தியதன்மமானது மேலும் மேலும் பரவுவதற்காக... அகஸ்தியருக்கு திராவிட பாஷையைக் கற்பித்துமதென்புறத்திற்கு அனுப்பி...தானும் அந்தந்த இடங்களுக்குச் சென்று வரிவடிவமாம் பாஷையை ஊன்றச் செய்து மெய்யறமாம் புத்த தன்மத்தையும் பரவச் செய்தார்' (ப. 601, இந்திரதேச சரித்திரம் - அ.சி- தொகுதி 1).

மொழியின் தோற்றம் என்பது அயோத்திதாசரைப் பொறுத்தவரை வரி வடிவ உருவாக்கம். இவ்வுருவாக்கம் மூன்று மொழிகளுக்கும் ஒரே சமயத்தில் நடைபெற்றது என்று சொல்வதிலிருந்து நாம் சில விஷயங்களை யூகிக்க முடியும்.

முதலாவதாக, பத்தொன்பதாம் நூற்றாண்டின் பிற்பகுதியில் மொழியியல் - இந்தியவியல் என்ற பின்புலத்தோடு செய்யப்பட்டிருந்த 'திராவிட மொழிகள் - இந்திய ஐரோப்பிய மொழிகள்' என்ற எதிர்வு நிலையை அயோத்திதாசர் கொஞ்சமும் நம்பியிருக்கவோ மதித்திருக்கவோ இல்லை.

இரு வேறு மொழிக் குடும்பங்கள் என்ற வேறுபாட்டை 'திராவிட இனம் - ஆரிய இனம்' என்ற இன எதிர்வாகக் கட்டமைக்கும் வாதத்தின் படி, சமஸ்கிருதத்தை ஆரியர்களின் மொழியாக விளக்குவதை அடியோடு மறுக்கும் அயோத்திதாசர், ஆரியர்களின் வருகைக்கு முன்பே இங்கு பாலி, தமிழ், சமஸ்கிருதம் என்னும் மூன்று மொழிகளும் வழங்கி வந்ததாய் கருதுகிறார்.

ஆரியர்கள் குறித்து வரைந்து வைத்துள்ள சித்திரங்களை ஒத்துக் கொள்ள மறுக்கும் அவர், 'நாணமற்ற ஒழுக்கத்தையும், கொடூரச் செயலையும், மிலேச்ச குணத்தையும்...' உடையவர்கள் என்று எழுதுகிறார். இதன் காரணமாகவே, '...சேந்தன் திவாகர தேவர், தனது முன் கலை நூலிலும், மண்டல் புருடன் தனது பின் கலை நூலிலும் மிலைச்சரென்றும், மிலேச்சரென்றும், ஆரியரென்றும் இவர்களை அழைத்திருக்கிறார்கள்' (ப. 609, அ.சி- தொகுதி 1). எனவே ஆரியர்களுக்கும் சமஸ்கிருதத்திற்கும் எந்தவொரு தொடர்பும் இல்லை என்பதே அவரது முடிவு.

இரண்டாவதாக, பிற சமயவாதிகள் செய்தது போல், மொழியை உருவாக்கித் தந்ததே புத்தர் தான் என்று சொல்வதில் அயோத்திதாசருக்கு உடன்பாடு இருக்கவில்லை. அப்படி இருக்கவும் முடியாது என்பது அவருடைய யோசனை.

ஆனாலும், அவலோகிதன் என்ற புத்தர் ஜனகர், வாமதேவர், நந்தி, ரோமர், கபிலர், பாணினி, அகத்தியமுனி போன்றோருக்கு மொழியைப் போதித்து உலகெங்கும் போய் பரவச்செய்தார் என்ற வரலாற்றுக் குறிப்பை அவரால் ஒதுக்கித் தள்ளவும் வழியில்லை. இந்த இக்கட்டிலிருந்து மீண்டு வருவதற்கே, 'சகட பாஷையாம் சமஸ்கிருதத்தையும், திராவிட பாஷையாம் தமிழையும் ஆதியாக வரிவடிவில் போதித்தவரும் புத்தபிரானேயாகும். இவ்விரு பாஷை களை இயற்றியது கொண்டே அருங்கலை நாயகனென்றும், அருங்கலை விநோதனென்றும் மற்றும் பெயர்களை அளித்துள்ளார்கள்' (ப. 544, அ.சி- தொகுதி 2) என்ற கதையாடலாகும்.

மொழி குறித்து பேசும் அயோத்திதாசர் தமிழ் மொழியின் ஒழுங்கமைப்பு என்ற பொருளில் ஏராளமான புதிய தகவல்களைத் தெரிவிக்கிறார். தகவல்கள் மட்டுமல்லாது புதிய கருத்தாக்கங்களை யும் உருவாக்குகிறவராகத் தோற்றமளிக்கின்றார்.

அவரது கருத்தின்படி ஒவ்வொரு மொழிக்கும் இரண்டு முகங்கள் உண்டு, அதனுடைய இலக்கண முகமும், இலட்சண முகமும். மொழியின் இலக்கண முகம் நமக்கெல்லாம் பரிச்சயமானது - மொழியைப் பயன்படுத்துவதற்கான சட்ட திட்டங்களும், வழி முறைகளும்! தமிழுக்கான பயன்பாட்டு விதிமுறைகள் தொல்காப்பியம், நன்னூல், வீரசோழியம் போன்ற இலக்கண நூற்களில் சொல்லப் பட்டுள்ளன.

மொழியின் இரண்டாவது முகமான இலட்சணம்தான் நமக்குப் புதியது. இந்த இலட்சணங்கள் ஐந்து (பஞ்சலட்சணம்) என்று எழுதுகிறார். எழுத்து, சொல், பொருள், யாப்பு, அணி என்ற இந்த ஐந்து இலட்சணங்களும் பௌத்தத் தத்துவத்தோடு நெருக்கமான உறவுகளை உடையவை.

தமிழ் மொழியில் எழுத்துகள் உருவாக்கப்பட்டதன் பின்னணியில் பூரண தர்க்கமொன்று இருப்பதாக அவர் கருதுகிறார். அதே போல் சொற்களின் உருவாக்கம், பொருளின் உருவாக்கம், யாப்புகளின் தன்மை, அதில் பயன்படுத்தப்பட்டுள்ள அணிகளின் இயல்பு என்று அனைத்து விதமான இலட்சணங்களின் பின்னணியிலும் விரிவான தர்க்க ஒழுங்குகள் உள்ளன.

மொழியின் வரிவடிவத்தை உருவாக்கியபோது அதன் இலட்சணங் களையும் பௌத்தம் உருவாக்கியிருந்தது. தமிழ் மொழி என்பது இலக்கணமும் இலட்சணமும் இணைந்தது என்பதே மரபான நம்பிக்கை. இலக்கணத்தை மட்டும் கற்றுக்கொண்டு தமிழின் இலக்கியப் பனுவல்களை விளங்கிக் கொள்ளலாம் என்று நினைப்பது தவறாகவே முடியும். தமிழ் மொழியின் ஐந்து இலட்சணங்களும் விளங்காதவர் களுக்கு பனுவல்களின் உண்மைப் பொருள் விளங்குவதில்லை.

இலட்சணம் என்பது மொழியின் அகக்கட்டமைப்பு போல் ஏதோ வொன்று என்று விளங்குகிறதேயொழிய அதன் முழு வடிவமும் புலப்படவில்லை. உண்மையிலேயே அது என்னது என்பதைத் தெரிந்துகொண்டால்தான், அது தத்துவமா, தருக்கமா, பௌத்த விளக்கமா, உரை எழுதுவதற்கான முறையியலா என்று நம்மால் ஒரு முடிவிற்கு வரமுடியும்.

இந்தத் தருணத்தில் அயோத்திதாசர் சொல்ல விரும்பும் ஒரு செய்தி மட்டும் நமக்குத் தெளிவாகத் தெரிகிறது - தமிழ் மொழி

விதிமுறைகளால் மட்டுமே செய்யப்பட்ட இயந்திர மொழி அல்ல; அது தனக்குள்ளேயும் ஓர் அர்த்த ஒழுங்கமைப்பைக் கொண்டுள்ளது!

தமிழ் மொழியின் இலட்சணங்கள் குறித்த விவரிப்புகள், அதன் பெயர்க்காரணத்திலிருந்து தொடங்குகின்றன. தமிழ் மொழியை, 'தமிழ்' என்றும் 'திராவிடம்' என்றும் இரண்டு பெயர்களில் அழைப்பது வழக்கம். 'தமிழ்' என்ற பெயர் தென்பகுதியிலும், அதாவது தமிழ் வழங்கக்கூடிய பகுதியிலும், 'திராவிடம்' என்ற பெயர் வட பகுதியிலும் வழக்கிலிருந்தது.

இதற்குக் காரணமும் இருந்தது. தமிழ் எழுத்துகளில் சிலவற்றை அமுத எழுத்துகள் என்றும் வேறு சிலவற்றை நஞ்சு எழுத்துகள் என்றும் வகுத்திருக்கிறார்கள். குறிப்பாக யாப்பு இலட்சணம் இந்த அமுத, நஞ்சு எழுத்துகளைப் பற்றிக் கூறி இவற்றுள் நஞ்சு எழுத்துகளை முதல் எழுத்தாகக் கொண்டு பனுவல்களை உருவாக்குவது தவறு என்று சொல்லியிருக்கிறது (ப. 463, அ.சி- தொகுதி 2).

அதன்படி, யா, யோ, ரா, ரோ, லா, லோ என்ற மூன்று ஒற்றெழுத்துகள், இரண்டளபடை, மகரக்குறுக்கம், ஆய்த எழுத்து - இவை அனைத்தும் நஞ்சு எழுத்துகள்; அ, இ, உ, எ, க, ஸ், த, ந, ப, ம, வ அனைத்தும் அமுத எழுத்துகள்.

அமுத எழுத்துகளை முதலெழுத்தாகக் கொண்டு பனுவல்களை உருவாக்குவதே தமிழின் இலட்சணம். மொழியில் அமுதமும் நஞ்சும் எழுத்து நிலையிலேயே காணப்படுவதால், தமிழில் அமுதம் உண்டு என்று சொல்ல விரும்புபவர்கள் அதனை அமுதம், அமிழ்தம், தமிழ் என்று அழைத்தனர்; தமிழின் நச்சுத்தன்மையைச் சுட்டிக்காட்ட விரும்பியவர்கள், விஷ மொழி, விட மொழி, தீராத விடம் உடைய மொழி, தீராவிடம், திராவிடம் என்று அழைத்தனர். இப்படியே அதற்கு தமிழ் (அமிழ்தம்) என்றும் திராவிடம் (தீராவிடம்) என்றும் பெயர்கள் வந்தன (ப.544, அ. சி. 2).

'எழுத்து இலட்சணம்' என்று சொல்லப்படும் எழுத்துகளின் ஒழுங்கமைவு பௌத்த தன்மத்தை அடியொற்றியது. மனிதன், உடலும் உயிருமான இரு வேறு தன்மைகளை உடையவன்; ஆனால், தோற்றத்தாலும் செயலாலும் ஒரே வடிவமாய் வெளிப்படுபவன்.

உடல் - உயிர் என்ற இரு தன்மைகள் இருப்பது கொண்டு தனக்கு அப்பால் வேறொரு பொருள் இருக்கக்கூடுமென்று அவன் மலைக்கக் கூடாது. 'தானே தன் செயலால் சீர் கெடுவான்.. தானே தன் செயலால் சீர் பெறுவான்... தானே தன் செயலால் துக்கமடைவான்..' (ப. 566, அ.சி- தொகுதி 2). உயிர் என்பது 'உள் மெய்', அதாவது 'உண்மெய்';

இது 'அந்தர் அங்கத்தில்' (அந்தரங்கம்) இருக்கிறது. உடல் என்பது 'புற மெய்', இது 'பகிர் அங்கத்தில்' (பகிரங்கம்) உள்ளது. இதனையே 'உயிர் மற்றும் மெய் எழுத்துகள்' என்ற வகைப்பாடு சுட்டுகிறது.

இவ்வகையாய் எழுத்துகள் இரண்டாவது இலட்சணமான சொற்களாய் '..திரண்டு இலக்கிய இலட்சணம் அமைந்த போது ஒரு சொல் வாக்கியம், இரு சொல் வாக்கியம், முச்சொல் வாக்கியங்களாக...' மாறுகிறது (ப. 567, அ.சி- தொகுதி 2) என்று 'சொல் இலட்சணம்' குறித்து பேசத் தொடங்குகிறார்.

மரபான மொழியியலும் சரி, நவீன மொழியியலும் சரி வார்த்தைகளை வாக்கியங்களாக ஒத்துக்கொள்வது இல்லை. சொல் என்பதை 'உருபன்' அல்லது 'குறி' என்று அழைக்கிற மொழியியல் அதற்கு அர்த்தம் உண்டு என்று ஒத்துக்கொள்கிறதே தவிர, அவ்வர்த்தங்கள் தர்க்கத்தின் அடிப்படையில் உருவாக்கப்பட்டிருக்கிறது என்று ஏற்றுக் கொள்வதில்லை.

சொற்களுக்கான அர்த்தங்கள், அதாவது 'குறிப்பான்'கள், இடுகுறித் தன்மையை உடையவை என்பது தான் நவீன மொழியியலின் வாதம். ஆனால், அயோத்திதாசர், எழுத்துகளிலிருந்து சொற்கள் உருவாகும் முறையை 'இலக்கியம்' என்று அழைக்கிறார்; ஒவ்வொரு சொல்லும் ஒரு வாக்கியம் என்கிறார்.

அதாவது, சொற்கள் தத்தம் அளவில் தொடர் நிலை உறவையோ அல்லது சேர்க்கை நிலை உறவையோ கொண்டிருக்கின்றன என்று விளக்குகிறார். அவரைப் பொறுத்த வரையில் ஒவ்வொரு சொல்லும் ஒரு வாக்கியம்; அதனுள் கிடைக்கோட்டு அல்லது குத்துக்கோட்டு உறவு ஓடிக்கொண்டிருக்கிறது என்று அர்த்தம்.

ஒவ்வொரு தமிழ் சொல்லும் ஒரு வாக்கியம், எனவே அது இலக்கியம் என்று அயோத்திதாசர் வாதிடுவதை விளக்குவதற்கு அதிகமாய் மெனக்கெடத் தேவையில்லை. அவர் புதிதாக விளக்கமளித்த சொற்களையே நாம் உதாரணங்களாய் எடுத்துக் கொள்ள முடியும். 'சாதி' என்ற சொல்லுக்கு, 'சாதிக்கிற மொழியே சாதி' என்று அவர் தரக்கூடிய விளக்கம் ஒரு சொல் வாக்கியத்திற்கான மிகச் சரியான உதாரணமாக இருக்க முடியும். சாதி என்ற சொல்லினுள் 'ஒரு காரியத்தைச் செய்து முடிக்கும் வழிவகை' என்றொரு வாக்கியம் ஒழிந்திருக்கிறது என்பது தான் அவரது வாதம்.

அதே போல், 'அந்தரங்கம்' என்ற சொல், இரு சொல் வாக்கியமாகும். 'அந்தர்', 'அங்கம்' என்றொரு தர்க்கம் அதனுள் செயல்படுகிறது என்பது

அவரது விளக்கம். 'பொம்மை' என்பது, இரு சொல் வாக்கியம்; அதனுள் 'பொய் எனும் மெய்' என்ற வாக்கியம் தொழிற்படுகிறது.

இவ்வகையாக சொற்களுக்கான அர்த்தங்களைக் கண்டறிவது தான் தமிழின் 'சொல் இலட்சணம்' என்று சொல்லும் அயோத்திதாசர், '...இரு சொல் வாக்கியத்தை ஒரு சொல்லே என்றும், பகுபதத்தை பகாபதமேயென்றும் பண்பு பிறழ்ந்து ஒருமை, பன்மை, தன்மை என்று வரைவதானால், பஞ்சலட்சண வாக்கியத்தின் கருத்தும் கெட்டு அதன் உரிய பொருளும் கெட்டு மறைவுற்று போகும்' (ப. 567, அ.சி- தொகுதி 2) என்று எழுதுகிறார்.

ஜி. யு. போப்பின் திருக்குறள் விளக்கவுரையைப் பார்த்து மனம் வெதும்பிப் போகிற அயோத்திதாசர் 'பௌத்தர்களின் இலக்கணோற்பவம் போப்பையருக்கு தெரியாதென்பது பௌத்தர்களது இலட்சணோற்பவம் போப்பையருக்கு தெரியாதென்பதேயாம்' என்ற தலைப்பில் 1914, ஏப்ரல் 22 தேதியிட்ட தமிழன் இதழ் 7:46ல் ஒரு கட்டுரை எழுதியுள்ளார்.

அக்கட்டுரையில் தமிழ் மொழியின் இலட்சணங்களை விளக்கி எழுதிவிட்டு, '...பஞ்சலட்சணமே விளங்காதோர்க்கு தருக்க லட்சண பாகுபாடுகளே விளங்காவாம். விளங்குவோர் பால் வாதிடுவதே விவேக விருத்தி, விளங்கார் பால் வாதிடுவதால் விவேகம் குறைவாம்' (ப. 567, அ.சி- தொகுதி 2) என்று முடிக்கிறார்.

இத்தகைய ஐந்து இலட்சணங்களையும் அறிந்து கொள்வதற்கு என்ன வழி என்று கேட்டால் அதற்கும் அந்தக் கட்டுரையிலேயே பதில் சொல்கிறார்: '...பௌத்தர்களால் இரு நூறு வருடங்களுக்கு முன் வரைந்து வைத்துள்ள ஓலைப் புத்தகங்களிலும் சிலா சாசனங்களிலும் காணில் (இவை) பரக்க விளங்கும். பண்டை காலத்தார் கருத்தையும், பண்டை நூற்களையும், பண்டை சிலாசாசனங்களையும் ஆய்ந்துணராதவர் களுக்கு பஞ்சலட்சணம் விளங்காவாம்'.

தமிழ் மொழியின் ஒழுங்கமைப்பாகச் செயல்படுவது பௌத்த தத்துவமே என்று கருதுகிற அயோத்திதாசர், மொழியை விளங்கிக் கொள்வதன் மூலம் பௌத்தம் சொல்லக்கூடிய நிர்வாண நிலையை அடையமுடியும் என்று சொல்வது அவரது உச்சபட்ச வேட்கையாக அமைகிறது.

மொழியின் இலட்சணம், இவ்வுலகைப் புரிந்து கொள்வதற்கான வழிவகை போன்றே செய்யப்பட்டுள்ளது என்பது அவருடைய யோசனை நஞ்செழுத்து - அமுதெழுத்து என்ற பாகுபாடு, மனிதனுக்குள்ளே தோன்றக்கூடிய 'ஆசை - சாந்தம்' என்ற இரு குணங்களின் உருவகமாக

நின்று கொண்டிருக்கிறது. எவ்வாறு பனுவலை உருவாக்கும் போது நஞ்செழுத்தை தவிர்க்கிறோமோ அதே போல் வாழ்க்கையிலும் ஆசை என்ற நஞ்சை தவிர்த்து 'அமுதமாகும் சாந்தத்தைப் பெருக்கி... உண்மெய்யில் நிலைத்து...' நிற்பதே தமிழின் அடிப்படையான யோசனை என்று வாதிடுகிறார்.

மொழிக்கும் சிந்தனைக்குமான தொடர்புகளைப் பலரும் சொல்லியிருக்கிறார்கள். மொழி, கருத்துப் புலப்படுத்த சாதனம் மட்டும் அல்ல; அது சிந்திக்கும் கருவியாகவும் செயல்படுகிறது என்பதை 12ம் நூற்றாண்டைச் சார்ந்த ஃப்ரெஞ்சு நாட்டு பொருள்கோளீயரான பியர் அபிலார்ட் ஐரோப்பிய தத்துவ மரபில் முதன் முறையாக அறிவிக்கிறார்.

இதன் தொடர்ச்சியாக அவர் சொல்லக்கூடிய இன்னொரு விஷயமும் நமக்கு உதவிகரமாக இருக்கக்கூடியது. சொல்லாடல்களின் வகைகளை யும், தோற்றத்தையும் பற்றிப் பேசக்கூடிய அவர் இறுதியாக, 'எல்லா சொல்லாடல்களும் அரசியல் சொல்லாடல்களே!' என்றொரு விஷயத்தை பதிவு செய்கிறார்.

அதாவது, எந்தவொரு சொல்லாடலும் சார்பின்றிச் செயல்படுவது இல்லை. சொல்லாடல்கள் கருத்தியலால் உருவாக்கப்படுகின்றன. எனவே, அரசியல் நிலைப்பாடுகளே அவற்றைச் சாத்தியப்படுத்து கின்றன. கிறிஸ்தவ புனித நூலான வேதாகமத்தைப் பனுவலாய்வு செய்தபோது மேற்கண்ட முடிவுகளை எட்டுகிற அபிலார்டின் இச்சிந்தனை, பின்னால் 17ம் நூற்றாண்டு கார்ட்டீசிய சிந்தனையாளர் களான தெகார்தே மீதும் டெஸ்டாட் டூ ட்ரேஸி மீதும் ஏராளமான தாக்கங்களை ஏற்படுத்தியிருக்கின்றன என்று ஆய்வாளர்கள் தெரிவிக் கின்றனர். குறிப்பாக, கருத்ததுருவம் என்று நாம் அழைக்கும் ideology என்ற கருத்தாக்கத்தை ட்ரேஸி உருவாக்குவதற்கு அபிலார்டின் மொழி பற்றிய சிந்தனைகளே அடிப்படைகளாக இருந்தன.

கருத்துருவம் என்பது மொழியின் மூலமே உருப்பெறுகிறது என்று ஐரோப்பிய மொழியியல் நம்புகிறது. பதினேழாம் நூற்றாண்டு வரை தொடர்ந்து வந்திருந்த மொழி குறித்த இந்தச் சிந்தனை, பத்தொன்பதாம் நூற்றாண்டில் ஏற்பட்ட வரலாற்றுப் பார்வையின் மூலம் சற்றே பின் தங்கியிருந்தது.

மொழியை வரலாற்றின் சுவடுகள் நிரம்பிய பொருளாகப் பார்க்கிற பார்வை, இருபதாம் நூற்றாண்டின் முற்பகுதி வரையிலும் கூட வேர்ச்சொல்லாய்வுகள் என்ற பெயரில் கோலோச்சி வந்தது. இந்தப் பார்வை மொழியின் ஒவ்வொரு சொல்லையும் ஒரு வரலாற்று ஆவணமாக உருவகித்தது.

ஆதியிலிருந்து பயின்று வரும் மொழி, மனித சமூகத்தின் வீழ்ச்சிகளையும் எழுச்சிகளையும் அருகிலேயே இருந்து பார்த்த சாட்சியாக இருக்கிறது. சாட்சியாக மட்டுமல்லாது, ஒவ்வொரு சூழலுக்கும் தகுந்தவாறு தன்னை தகவமைத்துக் கொண்டும் வந்துள்ளது. எனவே, மொழியின் தேகமெங்கும் கடந்த காலத்தின் பதிவுகள் தடயங்களாக மிஞ்சி நிற்பதற்கான வாய்ப்புகள் ஏராளம்.

ஒவ்வொரு சொல்லும் வரலாற்றின் பல்வேறு படிவங்களால் சூழப்பட்டுள்ளது. இந்தப் படிவங்களைக் கொஞ்சம் கொஞ்சமாக விலக்குவதன் மூலம் மொழியின் ஆதி வடிவை, வேர்களை நாம் அடைய முடியும் என்ற யோசனை, மொழியைத் திரைச்சீலை போலவோ அல்லது பிரதிபலிக்கும் கண்ணாடி போலவோ குறுக்கிப் பார்க்கும் தவறைச் செய்தது என்பது தான் குறியியலின் மூலமாக பெர்டினான் டீ சசூர் முன் வைத்த குற்றச்சாட்டு.

இதன் தொடர்ச்சியாகவே, சொல்லின் பகுதிகளான குறிப்பானுக்கும் குறிப்பீட்டிற்கும் இடையே தர்க்க ரீதியான உறவு ஏதும் இல்லை யென்றும், தொடர் நிலை - சேர்க்கை நிலை போன்ற தர்க்கங்களெல்லாம் சொற்கள் இணைந்து உருவாக்கும் வாக்கிய அமைப்பிலேயே உருவாகிறது என்றும் எழுதுகிறார்.ஆனால், மொழி ஒவ்வொரு மனிதனுக்குள்ளும் சேகரமாயிருக்கும் மாதிரியில் ஒரு ஒழுங்கமைப்பு இருப்பதாகவும் (langue), அதில் மேற்கூறிய தொடர் நிலை, சேர்க்கை நிலை உறவுகள் செயல்படுகின்றன என்றும் அவர் தெரிவிக்கிறார்.

இந்த தர்க்கமே சொற்களின் மீது கருத்தியல் தடயங்களை (traces) ஏற்படுத்துகிறது என்ற சசூரின் யோசனையையே அதன் பின்பு ழாக் தெரிதா கட்டுடைத்தல் (deconstruction) என்ற பனுவல் விளையாட்டிற்கு அடிப்படையாகக் கொண்டிருந்தார்.

எங்கெல்லாம் சொற்கள் குழுமியிருக்கின்றனவோ அங்கெல்லாம் தர்க்கம் செயல்படுகிறது; இந்தத் தர்க்கமே மொழி மூலம் சிந்திப்பதற்கு நமக்கு உறுதுணை செய்கிறது. மொழி, சிந்திக்கும் கருவி என்று அழைக்கப்படுவதன் காரணமும் இதுதான்.

ஒரு வகையில் மொழி சிந்திப்பதற்கு பயனுள்ள கருவியாக இருக்கிறது என்றாலும், இன்னொரு புறம் அது மாற்றுச் சிந்தனைக்கான கதவுகளை மூடியே வைத்திருக்கிறது என்பதும் உண்மை. மாற்றுச் சிந்தனைக்கு முயற்சிக்கையில் மொழி தரக்கூடிய அனுகூலங்களை நாம் அடியோடு மறுத்து விட வேண்டிய கட்டாயமும் இதனால்தான் ஏற்படுகிறது.

மொழியின் கட்டுக்கோப்பினுள் செயல்படுவதாகச் சொல்லப்படும் ஒழுங்கமைப்பு போன்ற ஒன்றாகவே, அயோத்திதாசர் சொல்லக் கூடிய 'இலட்சணம்' என்பதை நான் புரிந்து கொள்கிறேன். தமிழ் மொழியின் ஒழுங்கமைப்பு என்பது பௌத்த தன்மமே என்று அவர் நிறுவ முயற்சிக்கிறார்.

பௌத்தத் தத்துவம் இந்த உலகை எவ்வாறு மக்கள் விளங்கிக் கொள்ள வேண்டுமென்று விரும்புகிறதோ, அது போலவே தமிழ் மொழி கட்டப்பட்டிருக்கிறது. நஞ்சோடும் அமுதோடும். 'நான்' அமுது அமுது என்று சொல்ல, 'பிறர்' நஞ்சு நஞ்சு என்று சொல்லும் யதார்த்தத்தோடு. நஞ்சை விலக்கி அமுதை முன்வைத்துப் பனுவல் களைக் கட்டமைக்கும் முறையியலோடு. அப்பனுவல்களின் மெய்ப் பொருளை உணர்ந்து பேருவகை அடையும் வாய்ப்புகளோடு!

இவ்வாறு பௌத்த தன்மத்தின் தூல வடிவமாகவே விளங்கும் தமிழே நமது சாதி அடையாளம் என்பதே அயோத்திதாசரின் முடிவு. சாதியை மொழி அடையாளமாகவும், மொழியை சமய அடையாளமாகவும் விளக்குகிற அயோத்திதாசர் சமயத்தை என்ன சொல்லுவார் என்று அறிந்து கொள்ள நிச்சயமாய் ஆவல் ஏற்படும். ஆச்சரியப்படும் வகையில் சமய அடையாளத்தை அவர் மறுத்து விடுகிறார்.

சமயம் என்ற சொல்லின் உண்மைப் பொருள் 'காலம்' என்று சொல்லி தனது விளக்கத்தை ஆரம்பிக்கிறார்.

'நீ என்ன சமயத்திலிருக்கிறாய்?' என்ற கேள்வி அறப்பள்ளிகளில் தங்கியுள்ள சமண முனிவர்களைப் பார்த்தே பெரும்பாலும் கேட்கப்படும். பொது நிலையிலுள்ளவர்களைப் பார்த்து இந்தக் கேள்வியை பூர்வத்தில் யாரும் கேட்பதில்லை. சமயம், முனிவர்களின் பிரச்சினை. வெகுஜன மக்களுக்கு அதனால் ஆக வேண்டியது ஒன்றும் இல்லை.

பள்ளிகளில் வாழும் முனிவர்களின் கடமைகள் மூன்றாகச் சொல்லப் படுகின்றன - விவேக விருத்தி, வித்துவ விருத்தி, ஞான விருத்தி. இதில் விவேக விருத்தி என்பது அறிவைப் பெருக்குவதாகும்.

இதற்காக '...தமிழ் அட்சர இலட்சணங்களை விளக்கும் இலக்கண நூற்களையும், பல் பொருட்களை விளக்கும் இலக்கிய நூற்களையும், கலை நூற்களையும், கணித ஆராய்ச்சிக்குரிய சோதிட நூற்களையும், ஓடதி விருத்திக்குரிய வைத்திய நூற்களையும் வகுத்தல்..' (ப. 548, அ.சி- தொகுதி 2) முனிவர்களின் பணியாகும்.

இரண்டாவது கடமையான வித்துவ விருத்தியின் போது '...சிறுவர் களுக்கு தமிழ் பாஷையைக் கற்பித்து...'அவர்களை நல்வழிப்

படுத்துவார்கள். மூன்றாவது கடமையான ஞான விருத்தியின் போது 'தன்னை ஆய்வதே' முக்கியமாக நடைபெறும். இந்த மூன்று கடமைகளையும் முனிவர்கள் நிகழ்த்த வேண்டியது கட்டாயம்.

விவேக விருத்திக்கான நூற்களை இயற்றும் காலத்தை அருக சமயம் என்றும், சிறுவர்களுக்குக் கற்பிக்கும் காலத்தை பௌத்த சமயம் என்றும், தன்னையே அறியும் காலத்தை சீவ சமயமென்றும் சொல்வது மரபு. எனவே, முனிவர்களைத் தவிர்த்த பிறருக்கு சமய அடையாளங்கள் இருக்கவில்லை என்பதே அவரது விளக்கம்.

சமயத்திற்கு இணையான 'மதம்' என்ற சொல்லை, அவச்சொல் போலவே அயோத்திதாசர் பயன்படுத்துகிறார். மதம் ஒரு வணிக நிறுவனம் என்பதே அவரது நிலைப்பாடாகும்.

'...கல்லுகளாலும், பித்தளைகளாலும், களிமண்ணாலும், எலும்பு களினாலும் செய்துள்ள பலவகை சிலைகளைப் பரப்பி இந்த சாமி பெரியசாமி, அந்த சாமி சின்னசாமி, அந்த சாமி மோட்சத்திற்கு நேரே வழி காட்டும் சாமி, இந்த சாமி எதிரிகளையெல்லாம் கொல்லும் சாமி, அந்த சாமி உங்கள் நோய்களையெல்லாம் போக்கி விடும் சாமி, இந்த சாமி உங்கள் பாவங்களையெல்லாம் நீக்கிவிடும் சாமி எனக்காட்டி தட்சணை தாம்பூலம் கொண்டு வாருங்கோளென்றும், உண்டிப் பெட்டிக்கு காசுகள் போட்டுக் கொண்டே வாருங்கோ என்றும்... பேசும்...இத்தகைய மதக்கடைகளும், மதக்கடை வியாபாரிகளும் உலகிலுள்ள எத்தேசத்திலும் விசேஷமாகக் கிடையாது. இந்து தேசத்தில் மட்டும் விசேஷமாகக் காணலாம்' *(ப.152-152, அ.சி- தொகுதி 2).*

மதம் என்ற சொல்லையும் அதன் மூலம் உருவாக்கப்படுகிற அடையாளத்தையும் ஒட்டு மொத்தமாய் மறுக்கிறார். பௌத்தத்தையும் மதம் என்று அழைத்து, புத்தரை பெரிய சாமி அல்லது சின்ன சாமி என்று வியாபாரம் செய்பவர்களையும் அவர் விட்டுவைக்கவில்லை என்பது இங்கு முக்கியம்.

சாதி - மொழி - சமயம் என்ற மூன்றில் எது மனிதனின் அடையாளமாக இருக்க முடியும் என்ற கேள்விக்கு அயோத்திதாசரிடம் தெளிவான பதில் இருந்தது. தனது பத்திரிகைக்கு 'தமிழன்' என்று பெயர் சூட்டியதிலிருந்தே இதை நாம் யூகிக்க முடியும். அதே சமயம், தமிழ் அடையாளத்தை அவர் எவ்வாறு விளங்கிக் கொள்கிறார் என்பதே இங்கு முக்கியமாகிறது.

தமிழ் என்பது எல்லோரையும் இணைக்கும் கருவி என்று தட்டையாகவோ; பாரம்பரிய சின்னம் என்று உணர்ச்சிவசப்பட்ட

நிலையிலோ; பிராமணர்களுக்கு (சமஸ்கிருதத்திற்கு) எதிரானது என்று எதிர்மறையாகவோ; தமிழ்த் தாய், பெண் என்று கற்பனையாகவோ; உயிர், மூச்சு, தெய்வம் என்று பக்தி வசப்பட்டோ விளங்கிக் கொள்ள வேண்டியது அல்ல என்பதை அவர் தீவிரமாக நம்புகிறார். மொழி, அவரைப் பொறுத்தவரையில் ஒரு தத்துவார்த்த நிலைப்பாடு. கருத்துருவ அரசியல் நிலை. ஒருவனின் இலட்சணத்தைத் தீர்மானிக்கக் கூடியது.

அயோத்திதாசர், பௌத்த தன்மம் என்று சொல்லக்கூடிய அனைத்தும் உலகாயதத்தின் அடிப்படையாக இருப்பதை நாம் எளிதாக விளங்கிக் கொள்ள முடியும். எந்தவொரு அர்த்தமும் இந்த உலக நிகழ்வு களிலிருந்தே பெறப்படுகிறது என்பதும், ஒருவன் செய்யக்கூடிய செயலே அவனது தன்மையைத் தீர்மானிக்கிறது என்பதும், உலகைக் கடந்து வேறொரு சக்தி எதுவும் நம்மை இயக்கவில்லை, அறிவை விருத்தி செய்வதன் மூலமே ஒருவன் முக்தி அடைய முடியும் என்ற தீர்க்கமும், பிறப்பினடிப்படையிலான ஏற்றத்தாழ்வுகளை மறுக்கிற தன்மையும், இவையனைத்தும் செழித்தது தான் பண்பாடு என்ற யோசனையும் அவரால் பௌத்தம் என்று சொல்லப்பட்டாலும், நவீன கருத்துருவ நிலையாகவே தோன்றுகிறது.

தமிழ் என்ற அடையாளத்தை இவ்வாறு தனிமனித - சமூக விடுதலைக்கான கருத்தியல் தளமாக வரையறுப்பதோடு அதுவே ‘சாதிக்கும்’ அடையாளமாகவும் இருக்கமுடியும் என்று அவர் பேசுவது, மிகத் தெளிவான அரசியல் நிலைப்பாடாகவே காணப்படுகிறது.

அடையாளம் குறித்த கேள்வியில், சாதி, மொழி, சமயம் என்ற காரணிகளுக்கு இடையேயான உரையாடலில் அவர் இறுதியாக என்ன நிலைப்பாட்டிற்கு வந்து சேர்கிறார் என்பது எவ்வளவு முக்கியமோ அதே அளவு முக்கியத்துவம், அந்த முடிவை எவ்வாறு எட்டுகிறார் என்பதும்.

பகுதி மூன்று

பூர்வ பௌத்தனின் கல்லறை

1

~~~

ஒவ்வொரு முறை அயோத்திதாசரை யோசிக்கும்பொழுதும் இரண்டு விஷயங்களே முன்னுக்கு வருகின்றன - மறதி, ஞாபகம்.

அயோத்திதாசரை 'மறைத்தது அல்லது மறந்தது குறித்து நானும் ஞான. அலாய்சியஸூம் பேசிக் கொண்டோம்' என்று அன்பு பொன்னோவியம் அயோத்திதாசர் சிந்தனைகள் தொகுதியின் அணிந்துரையில் எழுதுகிறார். எனது 'நான் பூர்வபெளத்தன்' நூலிலும் ஒரு நூற்றாண்டு மறதி என்ற தலைப்பில் அயோத்திதாசரை மறந்தது குறித்து எழுதியிருக்கிறேன்.

அயோத்திதாசர் பற்றி பேசக்கூடிய யாரும் இந்த மறதி பற்றித்தான் ஆரம்பிக்கிறார்கள் அல்லது ஆரம்பித்த ஐந்து நிமிடங்களுக்குள் அவரை மறந்திருந்த ஆச்சரியத்திற்குள் வந்து விழுகிறார்கள். திடீரென்று பழசெல்லாம் ஞாபகம் வந்தவனின் திக்பிரமை தான் அயோத்திதாசர் குறித்து எல்லோருடைய முதல் அனுபவமும்.

வேடிக்கை என்ன என்றால், நூறாண்டு மறதிக்குப் பின் அயோத்திதாசரை நாம் கண்டுபிடித்துக் கொண்டாடினால், அவரோ பல்லாயிரம் ஆண்டுகள் மறந்திருந்த பூர்வ பெளத்தனைக் கண்டுபிடித்துக் கொண்டாடிக் கொண்டிருக்கிறார்.

நம்மைப் போலவே அவரும் ஞாபகத்தின் சுழலில் அலைக்கழிந்தவர். அயோத்திதாசரின் 'தமிழன்' நமது கண்டுபிடிப்பு என்றால், 'பூர்வபெளத்தன்', நமது கண்டுபிடிப்பின் கண்டுபிடிப்பு. நமது
~~~

ஞாபகத்திற்கு ஞாபகம் வந்த ஞாபகம். நாம் காணும் கனவு, கண்டு கொண்டிருக்கும் கனவு.

ஞாபகம் ஒரு கருந்துளையைப் போல. எல்லாவற்றையும் இறந்த காலமாக மாற்றிவிடுகிறது. அல்லது, எது நிகழ்காலம் எது இறந்தகாலம் என்ற போதத்தையாவது அது அழித்துவிடுகிறது.

அப்படித்தான், அயோத்திதாசர் பூர்வபௌத்தனை ஞாபகங்களிலிருந்து கூட்டி வரும் பொழுது தானுமே ஒரு ஞாபகமாக மாறிப்போய் விடுகிறார் - மறந்து போன ஞாபகமாக! மறதியையும் ஞாபகத்தையும் விளங்கிக் கொள்ளாமல் இந்த அயோத்திதாசரை விளங்கிக்கொள்ள முடியாது.

2

~~~

தமிழகத்தின் இருபத்தோராம் நூற்றாண்டு அயோத்திதாசர் சிந்தனைகளோடுதான் ஆரம்பித்தது. ஞான. அலாய்சியஸ் தொகுத்து, நாட்டார் வழக்காற்றியல் ஆய்வு மையம் வெளியிட்ட அந்த மூன்று தொகுப்பு நூற்களும் எல்லோருக்கும் எல்லையற்ற ஆச்சரியத்தை ஏற்படுத்தியிருந்தன. மொழி, சமயம், சுதந்திரம், சுயமரியாதை, சாதி குறித்து முற்றிலும் புதிய வகை விளக்கங்களை அந்த எழுத்துக்கள் கொண்டிருந்தன.

அது வரை தமிழில் வழங்கி வந்த அரசியல் சொல்லாடல்களின் எந்தவொரு சாயலும் அந்த எழுத்துக்களில் இல்லை. மிகவும் குறிப்பாக, இருபதாம் நூற்றாண்டில் இந்தியாவெங்கும் செல்வாக்குப் பெற்று விளங்கிய ‘ஒடுக்கப்பட்டோர் அரசியலுக்கு’ எதிரானப் போக்கை அயோத்திதாசர் சிந்தனைகள் கோடிட்டுக் காட்டின.

அவ்வாறு கோடிட்டுக் காட்டப்பட்டவை, தமிழ் நிலத்தோடும், வரலாற்றோடும், இலக்கியத்தோடும், சிந்தனை முறையோடும், வாழ்க்கையோடும் பின்னிப் பிணைந்திருந்தன. அவரது எழுத்துக்களை சிரத்தையாய் தொடர முடிந்தால், ஒரு திடீர் திருப்பத்தில் ‘பூர்வத்தில் பௌத்தம் என்பது தமிழ் பௌத்தமாகவே இருந்தது!’ என்று சொல்லி விடக்கூடியவர் என்று தோன்றும். ஆனால், அப்படி எதையும் அவர் எழுதவில்லை. பின்னாளில் அலாய்சியஸே அயோத்திதாசரின் பௌத்தத்தை ‘தமிழ் பௌத்தம்’ என்று எழுதுகிறார்.

அயோத்திதாசர் மீதான எனது ஆர்வம் இந்தப் புள்ளியிலிருந்துதான் தொடங்கியது. மொழியையும், நிகழ்வுகளையும் ஆதாரங்களாகக்
~~~

கொண்டு அவர் கற்பனை செய்யும் உலகு ஒரே நேரத்தில் கவர்ச்சியாகவும், பயமுறுத்துவதாகவும் இருந்தது. இதனாலேயே, அவர் என்ன மாதிரியான நபர் என்று நான் விளங்கிக் கொள்ள விரும்பினேன்.

அதாவது, மெய்யாகவே அவர் யார் என்பதே எனது தேடல். அவரது வார்த்தைகளிலேயே சொல்வது என்றால், அயோத்திதாசரின் மெய்த் தன் மெய் (being qua being) என்ன என்பதே எனது வினா.

3

~~~

எனக்கு முன், அயோத்திதாசர் குறித்த ஆய்வுகளை முற்றிலும் வேறொரு தொனியில் அலாய்சியஸ் செய்திருந்தார். அவரது ஆய்வு, அயோத்திதாசரை ஒரு வரலாற்று நாயகராக வடிவமைக்க முனைந்திருந்தது. (G. Aloysius, *Religion as Emancipatory Identity - A Buddhist Movement among the Tamils under Colonialism,* 1998, New Age International Limited, Publishers, Bangalore.)

'தமிழன்' இதழில் அவர் தொடர்ச்சியாக எழுதிய கட்டுரைகளுக்குப் பின்புலமாக விளங்கும் சமூகச் சூழலையும் தென்னிந்திய சாக்கிய பௌத்த சங்கத்தின் செயல்பாடுகளையும் மீளுருவாக்குவதன் மூலம் அயோத்திதாசர் என்ற சித்திரத்தை வரைவதற்கு அவர் முயற்சி செய்திருந்தார். சுருக்கமாகச் சொன்னால், அயோத்திதாசரை ஒரு கள செயல்பாட்டாளராக முன்னிறுத்துவது அலாய்சியஸின் கிடக்கை.

இதற்கு அவரிடம் ஒரு காரணமும் இருந்தது. அயோத்திதாசரால் ஆரம்பிக்கப்பட்ட சாக்கிய பௌத்த சங்கத்தின் செயல்பாடுகள் பின்னாளில் வரவிருக்கும் திராவிட இயக்கத்தின் அடித்தளமாக விளங்கின என்பதை அலாய்சியஸ் நிரூபிக்க விரும்பினார். சுயமரியாதை, பிராமண எதிர்ப்பு, பகுத்தறிவு போன்ற திராவிட இயக்கச் சிந்தனைகளின் தோற்றுவாயாக சாக்கிய சங்கச் செயல்பாடுகள் இருந்திருக்கக்கூடும் என்ற சந்தேகத்தின் அடிப்படையிலேயே அவரது நூல் எழுதப்பட்டிருந்தது.

'பிராமணரல்லாதோர்' என்ற பதத்தை தொடர்ச்சியாக வெவ்வேறு சூழல்களில் மறுத்தும், கேலி செய்தும் எழுதி வந்தாலும்
~~~

அயோத்திதாசரிடம் காணப்படும் பிராமண எதிர்ப்பே பெரியாரின் பிராமண எதிர்ப்பிற்கான மூல வடிவம் என்ற யோசனை அலாய்சியஸிடம் மேலோங்கியிருந்தது. இதனால், அயோத்திதாசர் என்று சுருக்கி விடாமல் சாக்கிய பௌத்த சங்கத்தவர்களின் ஒட்டுமொத்தச் சொல்லாடல்களிலும் பிராமண எதிர்ப்பிற்கான சாரங்களை அவர் தேடத் தொடங்கினார்.

இந்தத் தேடல் அயோத்திதாசரையும் கடந்து, அக்காலகட்டத்து ஒடுக்கப்பட்ட மக்கள் இயக்கத்தை நோக்கி அவரைத் தள்ளிச் சென்றது. அயோத்திதாசரின் பௌத்த சிந்தனைகளோடு முரண்பட்ட பார்வை களைக் கொண்டிருந்த இன்னொரு பௌத்த சிந்தனையாளரான லட்சுமி நரசுவின் எழுத்துக்களை அலாய்சியஸ் 2007ல் வெளிக் கொண்டு வந்ததும் இதன் காரணமாகவே. (Lakshmi Narasu, Edited and Introduced by G. Aloysius, *Religion of the Modern Buddhist*, 2003, Wordsmiths).

சாக்கிய பௌத்த சங்கச் செயல்பாடுகளை அறிந்து கொள்வதற்காக அலாய்சியஸ் மேற்கொண்ட பயணங்கள் அவர் எதிர்பார்ப்பைத் திறம்பட பூர்த்தி செய்தன. திராவிட இயக்கத்தின் அடித்தளமாக சாக்கிய சங்கம் இருந்தது என்பதை அவரால் வெற்றிகரமாக நிரூபிக்க முடிந்தது. என்றாலும், சாக்கிய சங்கத்தினருக்கும் திராவிட இயக்கத்தவருக்கு மான முரண்களையும் இதன் மூலம் அவர் உணர்ந்தவர் ஆனார்.

அயோத்திதாசரின் 'தமிழன்' இதழ்களைப் பாதுகாத்து வைத்திருந்த அன்பு பொன்னோவியம் 'அயோத்திதாசர் சிந்தனைத் தொகுதிகள்' வெளிவந்த போது '...(இதைத்) தமிழன் பத்திரிகையின் மறுபிறப்பாக எண்ணி மகிழ்கிறேன்' என்று கொண்டாடுகிற அளவிற்கு சாக்கிய சங்கத்தினர் திராவிடர்களின் சூழ்ச்சிகள் குறித்து மனக்கலக்கத்தில் இருந்தனர் என்பதே உண்மை.

'மறைக்கப்பட்டவராகவும் மறக்கப்படுபவராகவும்' விளங்கிய அயோத்திதாசரின் எழுத்துக்கள் 'நூலகங்களிலோ, ஆவணங்களிலோ பாதுகாக்கப் பெறாமல் பண்டிதரின் கருத்து வாரிசுகளிடம் (மட்டுமே) சிதறிக்கிடந்தன' (அலாய்சியஸ். ஞான, 1999). அப்படியொரு கருத்து வாரிசான அன்பு பொன்னோவியமே ஏறக்குறைய நூறாண்டுகள் கடந்தும் 'தமிழன்' பிரதிகளை அடைகாத்து வந்திருந்தார்.

1992ம் ஆண்டு எஸ். வி. ராஜதுரையும் வ. கீதாவும் எழுதியிருந்த கட்டுரையின் (Geetha.V, S.V.Rajadurai, 'Dalits and Non-Brahmin Consciousness in Colonial Tamil Nadu', in *Economic and Political Weekly*, Vol. 28, No. 39, (Sep 25, 1993) pp. 2091- 2098) ஒரு பகுதியைப் பற்றிக்

கொண்டு, அயோத்திதாசரின் 'தமிழன்' இதழ்களைக் கேட்டு, அன்பு பொன்னோவியத்தை அலாய்சியஸ் அணுகியபோது, அது ஒன்றும் அவ்வளவு எளிதான காரியமாக இருக்கவில்லை. தமிழன் இதழ்களைத் தொகுத்து வெளியிடலாம் என்ற யோசனையை 'அயோத்திதாசரின் கருத்து வாரிசுகள்' உடனடியாகச் சந்தேகிக்கவே பழகியிருந்தனர்.

ஏனெனில், 'ஏற்கனவே பலருக்கு நூல்கள், பத்திரிகைகள், மாநாட்டு உரைகள், தீர்மானங்கள் போன்றவைகளைக் கொடுத்து (அவர்கள்) ஏமாந்(திருந்தனர்)'. அவநம்பிக்கை! யாரை நம்புவது என்ற குழப்பம்.

'இறுதி முறையாகவே (அலாய்சியஸை) நம்புவோம் என்ற முடிவுக்கு' அவர்கள் வந்ததாக அன்பு பொன்னோவியம் எழுதுகிறார். அந்த முடிவையும் அவர் உடனடியாக நடைமுறைப்படுத்திவிட வில்லை. 'பல சந்திப்புகளுக்குப் பிறகு என்னிடமிருந்த தமிழன் பத்திரிகைத் தொகுப்பை அவர் முயற்சிக்கு உதவட்டும் என்று கொடுத்தேன்' என்று எழுதுகிறார்.

அயோத்திதாசரின் சிந்தனைகள் தொகுப்பாக மாறுவதற்கு முன் நிகழ்ந்த இந்த அனுபவம் அலாய்சியஸோடு நின்றுவிடவில்லை. தொகுதிகள் வெளியான பின்பு இன்னும் கூடுதலான முரண்பாட்டோடு அது வெளிப்பட்டது. ஒரு கட்டத்தில், அயோத்திதாசரா பெரியாரா என்றும் அது கூர்தீட்டப்பட்டது. அயோத்திதாசரை முன்னிறுத்தி பெரியாரை மறுக்கவும், பெரியாரை முன் வைத்து அயோத்திதாசரை புறந்தள்ளவுமாக அதுவொரு கச்சேரி போல நடந்து கொண்டிருந்தது.

4

~~~

ஞாபகம் என்றால் என்ன, 'நினைவுகளைச் சேமித்தல்' என்று சொல்லலாமா?

அப்படியானால், மறதி என்றால் என்ன? ஞாபகத்தின் எதிர்ப்பதமா? நினைவுகளை வீணே செலவழித்து விடுவது தான் மறதியா? அப்படியானால் நினைவுகளை அழித்து விடுவதும் தொலைத்து விடுவதும் சாத்தியமா?

இல்லை! பேச்சு இல்லாமல் ஞாபகம் இல்லை. அந்த வகையில், மொழியே ஞாபகத்தை சாத்தியப்படுத்துகிறது. மொழிக்குறையை ஞாபகக்குறை என்று சொல்லலாம். ஆனால், ஞாபகக்குறை வேறு, மறதி வேறு. ஞாபகக் குறைபாடு என்பது நினைவுகளை முன்னுக்குக் கொண்டு வருவதில் ஏற்படும் தாமதம். ஞாபக அடுக்குகளிலிருந்து ஒரு நினைவை எடுத்து வருவதிலுள்ள சுணக்கம். மறதி அப்படி அல்ல. அது, மொழியின் மௌனம். கனத்த மௌனம்.
~~~

5

~~~

ஒவ்வொருவரின் முதல் ஞாபகமும் பேச்சோடு பின்னிப் பிணைந்திருக்கிறது. குறியீடுகளோடு புழங்கும் கைப்பக்குவம் வந்த பின்பே ஞாபகம் உருவாக ஆரம்பிக்கிறது. அந்த வகையில், ஞாபகம் வெற்றிடத்தின் மீதே கட்டப்படுகிறது. அல்லது, எங்கே என்று தெரியாத ஓரிடத்திலிருந்து ஞாபகம் துளிர்க்கிறது என்று சொல்லிக் கொள்ளலாம்.

அந்த வெற்றிடம்தான் மறதியா? அதாவது, ஞாபகம் எந்த வெற்றிடத்தை நிரப்புகிறதோ அந்த வெற்றிடமே மறதி என்று சொல்வோமா? அப்படியானால், ஞாபகம் தோன்றுவதற்கு முன்பே மறதி தோன்றியிருக்க வேண்டும். ஒரு வேளை வேதாந்திகள் இதனை ஒப்புக்கொள்ளக்கூடும்; ஆனால், நிஜம் அப்படி இல்லை. ஏனென்றால், நமக்கு நன்றாகத் தெரியும், மறதியிலிருந்து ஞாபகம் உருவாகுவதில்லை.

அப்படியானால், ஞாபகத்தின் துணை விளைவே மறதி என்று சொல்லிப் பார்க்கலாமா? என்றால், அதற்கும் வழியில்லை. ஏனெனில், ஞாபகம் மறதியை உருவாக்குவது இல்லை. அப்படியானால், மறதி என்பது என்ன? எது மறதியை ஏற்படுத்துகிறது?
~~~

6

~~~

நினைவுகள், மனதின் செயல்பாடு. அவற்றை நம்மால் பராமரிக்க முடிகிறது. திரும்ப நினைப்பதன் மூலமும், ஒரு ஞாபகத்திலிருந்து மற்றொரு ஞாபகத்தை வேறுபடுத்துவதன் மூலமும் நாம் தொடர்ச்சியாக ஞாபகங்களை மெருகூட்டிக் கொள்கிறோம்.

திரும்பச்செய்யும் பழக்கம், ஞாபகத்தை உடற்கூறின் ஒரு அங்கமாகவே மாற்றி விடுகிறது. நினைவுகளில் இருந்த ஞாபகத்தைத் திரும்பத் திரும்பச் செய்வதன் காரணமாக அது உடற் பாகங்களுக்கு இடம் பெயர்ந்து விடுகிறது. ஞாபகம், பழக்கமாக மாறிவிடுவது இப்படித்தான்.

அதே வேளையில், நினைவுகளாக உள்ள ஞாபகத்தை நினைவுகளாகவே திரும்ப நினைத்துப் பார்க்கும் பொழுது அதிலிருந்து புதிய ஞாபகங்களையும் நம்மால் உருவாக்கிக் கொள்ள முடிகிறது. இந்தப் புதிய ஞாபகங்களை டெலியூஸ், 'மெய் நிகர்' என்று அழைக்கிறார். (Gilles Deleuze, 1966, *Bergsonism*, trans. Hugh Tomlinson and Barbara Habberjam, New York: Zone).

ஆனால், மறதி, ஞாபகத்தைப் போன்று தன்னிச்சையான அகச் செயல்பாட்டின் மூலம் உருவாகுவது அல்ல. ஏனெனில் அகம், ஞாபகத்தால் ஞாபகத்தைக் கொண்டு மட்டுமே செய்யப் பட்டிருக்கிறது. மறதி என்பது தன்னிலையின் (அது தனி நபராகவோ அல்லது குழுவாகவோ இருந்தாலும்) பிரக்ஞா பூர்வ உருவாக்கம் அல்ல. சுருக்கமாகச் சொன்னால், நம் மறதி நம்முடையது இல்லை.
~~~

ஒவ்வொருவரின் முதல் மறதியும் மற்றவர்களுடையது. மற்றமையின் ஞாபகத்தையும் தன்னிலையின் ஞாபகத்தையும் ஒப்பிட்டுப் பார்த்துக் கொள்ளும்போது கிடைக்கின்ற வேறுபாட்டையே நாம் மறதி என்கிறோம்.

இந்த வேறுபாட்டை இன்னும் துல்லியமாகச் சொன்னால் நமது ஞாபகம் குறித்த மற்றவர்களின் ஞாபகமே நாம் எதை மறந்திருக்கிறோம் என்பதைச் சுட்டுகிறது. நான் மறந்ததை நீங்களே எனக்கு ஞாபகப்படுத்த முடிகிறது. அப்படியானால், உங்களின் அதிகப்படியான ஞாபகமே என் மறதி. இதைத்தான், தன்னிலைகளின் மறதி, மற்றமைகளின் ஞாபகம் என்கிறோம்.

இந்த வேறுபாட்டை, தன்னிலையின் ஞாபகத்திற்கும் மற்றமையின் ஞாபகத்திற்குமான வேறுபாட்டை, தன்னிலைகள் உள்வாங்கிக் கொள்ளும் போதே 'மறதியும்' ஒரு நினைவாக மாற்றப்படுகிறது. ஒரு வகையில், மறதி என்பதும் ஞாபகமே. தன்னிலைகளின் ஞாபகம் குறித்த மற்றமைகளின் ஞாபகம். ஞாபகத்தின் ஞாபகம். ஒவ்வொருவரின் முதல் மறதியையும் மற்றவர்களே உருவாக்குகிறார்கள்.

7

~~~

பிராமணர்களுக்கும் பறையர்களுக்குமான விரோதத்திற்கு என்ன காரணம் என்று தேடிய பயணத்தில் அயோத்திதாசர் வரலாற்றை இப்படியொரு மற்றமையாகவே எதிர் கொள்கிறார். நாரதீய புராண சங்கைத் தெளிவு போன்ற பனுவல்களால் கட்டப்பட்ட வரலாற்றுச் சொல்லாடலை அவர் எதிர்கொள்ளும்போதே, தமிழர்களின் மறதியை அவரால் அடையாளம் காண முடிந்தது. ‘பூர்வத்தில் நாமெல்லாம் பௌத்தர் என்பதை இத்தனை காலமும் மறந்திருந்தோமே?’ என்ற பதட்டமும் ‘அயோத்திதாசர் மாதிரியான சிந்தனையாளரை மறந்திருந் தோமே?’ என்ற அங்கலாய்ப்பும் ஏறக்குறைய ஒரே மாதிரியானவை.

எனவே, மறதி என்பது ஞாபகத்தின் வெற்றிடம் அல்ல. புதிய ஞாபகங் களின் வருகை. இந்தப் புதிய ஞாபக வருகையினால், நினைவுகள் தங்கள் ஒழுங்கமைப்பை இப்பொழுது சீரமைக்க வேண்டிய தேவையை உணரத் தொடங்குகின்றன. புதிய ஞாபகங்களின் வருகையால் ஏற்படும் சச்சரவு இது.

இந்தச் சச்சரவு, தன்னிலைக் கட்டமைப்பின் சச்சரவு. மறதி கொண்டு வந்து சேர்க்கும் புதிய ஞாபகங்கள், ஏற்கனவே கட்டப்பட்டிருக்கும் தன்னிலைகளை மாற்றியமைக்கத் தூண்டுகின்றன. சில நேரங்களில், புதிய ஞாபகங்கள் புதிய தன்னிலைகளையும் முன்மொழியத் தொடங்குகின்றன. மறதியை, அந்த வகையில், புதிய ஞாபகங்களுக் கான மனவெளிகளை உருவாக்கும் காரணி என்றுகூடச் சொல்ல முடியும். இந்த மனவெளிகளை ஞாபகங்களே உருவாக்குகின்றன.
~~~

8

~~~

ஞாபகம், ஒரு காலவாசி. ஒவ்வொரு ஞாபகமும் தனக்கான பிரத்தியேகக் காலவெளியில் வசித்து வருகிறது.

காலவெளியோ, 'சங்கப்பலகை'யைப் போன்றது. புலவர்கள் வர வர சங்கப்பலகை அகண்டு விரிவதைப் போல, ஞாபகங்கள் சேரச் சேர காலவெளியும் அகல்கிறது, ஏனெனில், காலம் ஒரு புனைவு.

ஆனால், அறிவியல் என்றே நம்புகிறோம்; கூடவே, 'அது புனைவு இல்லை' என்பதை இன்னும் தீவிரமாய் நம்புகிறோம். கறாரான விதிகளுடன் கூடிய ஒழுங்கமைப்பாக அது செயல்படுவதைச் சுட்டிக்காட்டி அது நிச்சயமாய் புனைவு இல்லை என்றே வாதிடுகிறோம். இந்த இக்கட்டான சூழ்நிலையில், காலமோ புனைவாகவும் இருக்கிறது, அறிவியலாகவும் இருக்கிறது.
~~~

9

~~~

எல்லா அரூபங்களும் இரட்டைகளே. அடிப்படையில், சாரத்தில், மெய்ப்பொருளில் அது ஒரு புனைவு; செயல்பாட்டில், வெளிப்படும் விதத்தில், பொருள் கொள்ளும் முறையிலோ அது அறிவியல். அரூபங்களின் பொது இயல்பு இது. காலமும் இதற்கு விதிவிலக்கு அல்ல.

காலத்தின் உள்ளர்த்தம் புனைவு என்பதாலே நம்மால் புதிய ஞாபகங் களைக் கண்டடைய முடிகிறது. ஒவ்வொரு முறை புதிய ஞாபகங்கள் வந்து சேரும் போதும் காலவெளி நெகிழ்ந்து, அகண்டு அவற்றை உள்வாங்கிக் கொள்வது, அது புனையப்பட்டது என்பதனால் மட்டுமே.
~~~

10

~~~

காலம் ஒரு ஜவ்வைப் போல எட்டுத்திக்கும் விரிக்கக்கூடியது என்பது அதன் யதார்த்தம். காலமெய் அப்படியே வடிவமைக்கப்பட்டிருக்கிறது. அதே 'காலம்' பொருளாகவும் உருத்திரளக்கூடியது. அதாவது புலன்களால் உணர முடிகிற மெய்ப்பொருளாகவும் அது திரள்கிறது. இத்தருணத்திலேயே காலம் தன்னை ஒழுங்கமைப்பின் விதிகளுக்கு உட்படுத்திக் கொள்கிறது. இந்த ஒழுங்கமைப்பு விதிகளே, காலத்தின் ஜவ்வுத்தன்மைக்கு தர்க்க நியாயமொன்றைக் கற்பனை செய்கின்றன.

புதிய ஞாபகங்களின் குடியேற்றத்திற்காகக் காலம் தன்னை விரித்துக் கொள்கிறது. இதனால் காலத்தில் கணிசமான இடைவெளிகள் ஏற்படுகின்றன. இப்பொழுது காலத்தின் முன் தர்க்கரீதியாய் ஒரு கேள்வி வைக்கப்படுகிறது:

'காலமே! புதிய ஞாபகங்கள் வந்த பின்பே இந்த இடைவெளி தோன்றியது. அப்படியானால் அவை வருவதற்கு முன் இந்த இடைவெளி எங்கே இருந்தது? நீ புனைவு என்றால் இந்தக் கேள்விக்கே இடமில்லை. புனையப்பட்ட எதுவும் விரியவும் விரியும், சுருங்கவும் சுருங்கும். ஆனால், நீயோ அறிவியல் அல்லவா? எனவே, இந்தக் கேள்விக்குப் பதில் சொல் - இந்த இடைவெளி இதற்கு முன் உனக்குள்ளே எங்கே இருந்தது?'

இப்பொழுதே கால அறிவியல் 'மறதியைக்' கண்டுபிடிக்கிறது. காலம் குறித்த பொருள்கோளியல், காலவெளி ஸ்தூலமானது என்றே நிரூபிக்க விரும்புகிறது. புதிய ஞாபகங்களுக்கு வழங்கப்பட்ட
~~~

இடைவெளி, ஏற்கனவே அங்கே இருந்து வந்தது என்றே அது வாதிடுகிறது.

அதாவது, காலம் விரியவோ அகலவோ இல்லை; அந்த 'இடைவெளி' அங்கேயே இருந்தது என்றும், அது மறதியாக இருந்தது என்பதே அதன் வாதம்.

இந்த வாதத்தின் படி, மறதி என்பது காலவெளியில் நிலவும் வெற்றிடம். ஞாபகங்கள் எதுவும் வசிக்காத பாழடைந்த இடைவெளி. பாழடைந்த ஞாபகம்.

உண்மையில், அந்த வெற்றிடமே புதிய ஞாபகங்களின் பூர்வீகக் குடியிருப்பு. அஞ்ஞாபகங்கள் கொஞ்ச காலமாய் பஞ்சம் பிழைக்க அயல் தேசம் போயிருந்தன. அதனால்தான் அவற்றின் பூர்வீகக் குடியிருப்பு பாழடைந்து போயிருந்தது. இதோ இப்பொழுது, கூடு திரும்பி விட்ட அந்நினைவுகள் தத்தம் பூர்வீக வீடுகளில் குடியேறி விட்டன. பாழ்ஞாபகம் நிரம்பி விட்டது. அதனால் மறதியும் விலகிவிட்டது. இப்படியாக, காலத்தின் பொருள்கோளியல் யதார்த்தமே மறதியைக் கண்டுபிடிக்கிறது.

11

~~~

ஒவ்வொருவரின் முதல் மறதியும் ஞாபகங்களின் மூலமே உருவாக்கப்படுகின்றது. ஒரு முறை உருவான பின்பு, காலவெளியில் ஞாபகங்களோடு ஞாபகங்களாக 'மறதி' என்ற பாழ்ஞாபகமும் நிரந்தரமாக இடம்பெறத் தொடங்குகிறது.

'மறதி'யின் வருகை ஞாபக வரலாற்றில் காத்திரமான மாற்றங்களை உருவாக்கத் தொடங்குகின்றது. ஏதோவொரு புதிய ஞாபகமே முதல் மறதியை உருவாக்குகிறது என்றாலும், மறதியின் வருகை ஞாபகங்களுக்குள் தொழிற்படும் பழைய / புதிய என்ற பேதத்தையே முதலில் அழிக்கின்றன. ஞாபகம் என்பதே இறந்தகாலத்தைச் சார்ந்தது தான் எனும் போது அதில் புதிதென்ன, பழசென்ன?

காலவெளியில் ஞாபகங்களோடு ஞாபகமாய் மறதியும் ஒரு பாழ்ஞாபகமாக செயல்படத் தொடங்கும் சூழல், நினைவுகளின் ஒழுங்கமைப்பிற்கு முழுமையான அறிவியல் குணத்தை வழங்கி விடுகிறது. ஆச்சரியப்படும் வகையில், மறதி என்ற பாழ்ஞாபகம் நினைவுகளின் உட்கட்டமைப்பை ஒழுங்குபடுத்தும் காரணியாகவும் மாறத் தொடங்குகிறது.

திடீரென்று கண்டடைந்த ஞாபகங்கள், அதற்கு முந்தைய கணம் வரை எங்கிருந்தன, அவை ஏன் அறியப்படாமல் இருந்தன போன்ற கேள்விகளுக்கு இப்பொழுது ஒரே ஒரு பதில் போதுமானதாக இருக்கிறது - மறந்துவிட்டது!

அந்த ஞாபகம் பாழடைந்திருந்தது. ஒரு விபத்து போல, தற்செயல் போல அஞ்ஞாபகங்களை நாம் மறந்திருந்தோம் என்று சொல்வதன்
~~~

மூலம், புதிய ஞாபகங்களின் மீதான அந்நியவுணர்வு அல்லது விரோதம் மறையத் தொடங்குகிறது. ஆக, மறதியே ஞாபகத்தின் இருப்பையும், நியாயத்தையும் வடிவமைக்கத் தொடங்குகிறது. இப்படியாகத்தான் மறதி என்ற பாழ்ஞாபகம் ஒரு அரசியல் நிலைப்பாடாக உருமாறத் தொடங்குகிறது.

ஒவ்வொருவரின் முதல் பாழ்ஞாபகமும் மற்றமைகளின் துணையோடே உருவாக்கப்படுகிறது. அதன் பின்பு, அப்பாழடைந்த ஞாபகத்தை தன்னிலைகள் கெட்டியாகப் பிடித்துக் கொள்கின்றன. மனவெளியில் நினைவுகள் மட்டுமல்ல பாழ் நினைவுகளும் இருக்கின்றன என்ற கற்பனை ஞாபக விளையாட்டில் நமக்குப் புதிய உத்வேகத்தை அளிக்கத் தொடங்குகிறது.

12

~~~

ஞாபகத்தினுள் மறதியும் இருக்கிறது என்ற யோசனையே எது சரியான ஞாபகம் என்ற தேர்வை சாத்தியப்படுத்துகிறது. இதனால், தன்னிலைகள் தங்களுக்கு வசதியான ஞாபகங்களைத் தேர்ந்து கொள்ள முடிகிறது. புதிய ஞாபகங்களின் வருகைக்கான நிரந்தர மனவெளியொன்றை ஏற்படுத்தித் தருவதன் மூலமே இது சாத்தியப்படுகிறது. இந்த ஏற்பாட்டை மறதியே செய்கிறது. அதையும் நினைவு வெளிகளில் செய்கிறது.

புதிய ஞாபகங்கள் எப்பொழுதுமே முரண்களை ஏற்படுத்துகின்றன, அல்லது முரண்கள் முற்றும் போதே புதிய ஞாபகங்களைத் தேடத் தொடங்குகின்றோம். ஏற்கனவே நினைவிலிருக்கும் ஞாபகங்கள் மீதான அவநம்பிக்கையிலிருந்து இது துளிர்க்கிறது. நினைவிலிருக்கும் ஞாபகங்கள் உங்களைத் துன்புறுத்துகின்றன. எனவே, நீங்கள் புதிய ஞாபகங்களைத் தேடிச் செல்ல ஆரம்பிக்கிறீர்கள்.

தன்னிலைகள் ஞாபகத் தேடலை மற்றமைகளிடமே நிகழ்த்துகின்றன. மற்றமைகளை எதிர்கொள்ளும் போதே ஞாபகங்களின் ஞாபகத்தை, அதாவது நமது பாழ்ஞாபகத்தை உணர ஆரம்பிக்கிறோம். பூர்வபௌத்த ஞாபகத்தைக் கண்டு கொள்ளும் கணமே, அது பாழ்ஞாபகமாக இருந்தது என்பதையும் அயோத்திதாசர் கண்டு கொள்கிறார். அயோத்திதாசர் குறித்த ஞாபகங்களை எதிர் கொள்ளும் அக்கணமே, அவரை மறந்திருந்தோம் என்பதும் நமக்கு ஞாபகம் வந்து விடுகிறது.

இப்படிக் கண்டடைந்த ஞாபகங்களுக்குப் ‘புதிய’ என்று அடையிடும் பொழுதே, ஏற்கனவே புழக்கத்திலிருக்கும் ஞாபகங்கள் ‘பழைய’
~~~

ஞாபகங்களாகி விடுகின்றன. இந்த இடத்தில், தன்னிலை இரண்டு முக்கியமான காரியங்களைச் செய்ய முயலுகிறது: புதிய ஞாபகங்களுக்கான பாழ்வெளியொன்றை உருவாக்குவது, பழைய ஞாபகங்களைப் புறந்தள்ளுவது.

ஒரு வகையில் இரண்டுமே மறதி தொடர்பானது தான். புதிய ஞாபகங்களை மறதியிலிருந்து மீட்டெடுத்தல், பழைய ஞாபகங்களை மறந்து விடுதல். அந்த வகையில் பாழ்ஞாபகம், ஒரு அரசியல் நிலைப்பாடு மட்டுமல்ல, அரசியல் செயல்பாடும் கூட.

'புதிய - பழைய' ஞாபகங்களுக்கு இடையிலான முரண் என்பது ஒரே விஷயத்தைப் பற்றிய இரண்டு நினைவுகளுக்கு இடையிலான மோதல். இரண்டு ஞாபகங்கள் சமரில் இறங்குகின்றன என்றால் இரண்டு அர்த்தங்கள் தத்தம் மெய்த்தன்மை குறித்த வாதப்பிரதிவாதங்களுக்குள் இறங்குகின்றன என்று அர்த்தம்.

எது மெய்யான ஞாபகம் என்பதே முரணின் மையம். ஒவ்வொரு ஞாபகமும் தன்னை நிரூபிப்பதற்காக பிற ஞாபகத்தை நிர்மூலமாக்க விரும்புகிறது. ஞாபகங்களை நிர்மூலமாக்குதல் என்றால், பாழ்ஞாபகங்களை (மறதியை) உருவாக்குதல் என்று பொருள்.

இந்த ஒட்டுமொத்த முரண்பாட்டையும் பாழ்ஞாபகம் என்ற மறதியே நிர்வகிக்கிறது. அதுவே ஞாபகப்பன்மையையும் சாத்தியப்படுத்துகிறது; அதன் மூலம் கருத்தியல் மோதல்கள் நிகழும் சூழலை உருவாக்குகிறது. அதில் வீழ்ந்த கருத்தியல்களை பாழ்ஞாபகமாக மாற்றவும் செய்கிறது. சுருங்கச் சொன்னால் மறதியே கருத்தியல் மாற்றங்களை சாத்தியப்படுத்துகிறது.

13

~~~

சில வேளைகளில், நாம் வெறுக்கக்கூடிய பழைய ஞாபகங்களுக்கு இணையான புதிய ஞாபகங்களை நம்மால் கண்டுபிடிக்க முடியாமல் போகலாம். அப்படியானச் சூழல்களில், நமக்குப் பிடிக்காத பழைய ஞாபகங்களை ஏறக்குறைய மறக்கத் தயாராகி விடுகிறோம். அதற்குப் பதிலாகப் புதிய ஞாபகங்கள் கிடைக்காத வரைக்கும், மறதி சும்மா இருப்பது இல்லை.

மறதி, கற்பனையாகவேனும் நமக்குத் தேவைப்படும் புதிய ஞாபகத்தை உருவாக்கத் தொடங்குகிறது. அதாவது, பாழடைந்த நினைவுகளை மீட்டெடுக்கத் தொடங்குகிறது. இது முழுக்க முழுக்க, வேட்கையினால் உருவாகும் மாய நிலை.

நடக்காத, ஆனால் நடக்க விரும்புகிற ஒன்றை மனம் 'நினைவு' போலக் கற்பனை செய்து கொள்கிறது. அதற்கான சூழல், காட்சி என ஒவ்வொன்றையும் அத்தனைத் துல்லியமாக அது கற்பிதம் செய்கிறது.

தொன்மங்கள், பெரும்பாலும், இந்த வகையைச் சார்ந்தவை. அவை அனைத்தும் மாய நினைவுகள். நிஜம் போன்ற பொய்கள். அதாவது, பொய் ஞாபகங்கள். பெரும்பான்மை நாட்டுப்புற வாழ்க்கை இந்தப் பொய் ஞாபகங்களோடே கழிகிறது.

அதிர்ச்சி தரும் வகையில், சில அரிதான பொழுதுகளில் இந்தப் பொய் ஞாபகங்களை நீங்கள் நேரில் சந்திக்க முடியும். காலம்காலமாக எதிர்பார்த்திருந்து, கிடைக்காமல், அதனால் கற்பனையில் மட்டுமே வாழ்ந்து வந்த புதிய ஞாபகம், திடீரென உங்கள் முன் நிகழ்கிறது.
~~~

அப்போதெல்லாம் பதட்டத்தில் மனம் ‘துணுக்’ என்கிறது. ஏற்கனவே இருக்கும் பொய்ஞாபகப் பரிச்சயத்தால், இதை, இந்தக் கணத்தை ஏற்கனவே வாழ்ந்திருக்கிறோமே என்று திகைத்துப் போகிறோம். வாழ்க்கை இன்னும் அமானுஷ்யம் நிரம்பியதாய் மாறிவிடுவது இப்படித்தான்,

இந்த இடத்தை, இந்தச் சூழலை, இந்த மனிதர்களை, இந்த மாதிரியான சம்பவத்தை நான் ஏற்கெனவே அனுபவித்திருக்கிறேன் என்று நமக்குத் தோன்றுகிறது. இதை ‘தேஜா வூ’ என்கிறது உளவியல். இதுவும் கூட மறதியின் ஒரு வகை விளையாட்டே! ஏனெனில், மறதி பொய் ஞாபகங்களை உருவாக்கும் வல்லமையையும் கொண்டிருக்கிறது.

14

~~~

ஞாபகங்களைத் தேர்ந்து கொள்வதன் மூலம் தன்னிலைகளைத் தேர்ந்து கொள்ள முடிகிறது. ஞாபகங்களுக்கிடையிலான முரண் கருத்தியல் முரண் என்பது போலவே, தன்னிலைகளின் முரணும் கூட. வழங்கப்பட்டத் தன்னிலைகளில் திருப்தியுறாத மனமே, புதிய ஞாபகங்களைத் தேடிச் செல்கிறது. கருத்தியல் முரண்களில் ஈடுபடுகிறது. அதன் மூலம் தன்னிலைகளை மாற்றியமைக்கவும் முயற்சிக்கிறது.

ஏற்கனவே வழங்கப்பட்டிருக்கும் 'பறையர்' என்ற தன்னிலையின் மீது அயோத்திதாசருக்கு இருந்த விரோதமே 'பௌத்தம்' குறித்த புதிய ஞாபகங்களைக் கண்டடையச் செய்கிறது. இவ்வாறு கண்டடைந்த பௌத்த ஞாபகங்களே 'பூர்வபௌத்தன்' என்ற தன்னிலை உருவாக்கத்திற்கும் துணை செய்கிறது. அந்த வகையில், பூர்வபௌத்த அல்லது தமிழ் பௌத்த அடையாளம் 'பறையன்' என்ற வழக்கிலிருக்கும் தன்னிலைக்கு முற்றிலும் முரணானது.
~~~

15

~~~

அயோத்திதாசரின் ஒட்டுமொத்த அரசியல் சொல்லாடலையும் 'பறையன் - பௌத்தன்' என்ற தன்னிலைகளுக்கு இடையிலான மோதல் என்று சொல்லிவிட முடியும்.

ஒரு நந்தனைப் போல, விக்டோரியா மெமோரியல் ஹால் கூட்டத்தில் 'எங்களையும் உள்ளே வர விடுங்கள்' என்று இறைஞ்சிய காட்சியில் ஆரம்பிக்கிறது அவரது பயணம்.

'நாங்களும் இந்துக்கள் தானே! இந்தக் கோவில்கள் எங்களுக்கும் பாத்தியப்பட்டவை தானே! நாங்களும் உள்ளே வந்து கும்பிடுகிறோம், எங்களையும் உள்ளே வரவிடுங்கள்' என்பது தான் அயோத்திதாசத் திருநாளைப்போவாரின் கோரிக்கை.

அந்தக் கோரிக்கைக்கு எதிராக எழுந்த வன்மமே அவரை நிலைகுலைய வைத்தது. அக்கணமே அவருக்குள் மிச்சமிருந்த நந்தனும் இறந்து போகிறான். அதன் பின் நாம் பார்ப்பது முற்றிலும் மாறுபட்ட அயோத்திதாசரை. காலம்காலமாகச் சொல்லப்பட்டு வந்த நந்தன் படிமத்திலிருந்து, அன்றைய தினம், அவர் வெற்றிகரமாக வெளியேறிக் காட்டியிருந்தார்.

பிராமணருக்கும் பறையருக்குமான பழைய விரோதம் என்ன என்ற கேள்வியே இந்த வெளியேற்றத்தின் முதல் நகர்வு. அந்தக் கேள்விக்கானப் பதிலை ஏறக்குறைய எல்லோரும் மறந்து விட்டிருந்தனர். ஏனிந்த விரோதம் என்று கேட்டால், கடவுள் என்றும் பிறப்பு என்றும் நிகழ்ந்தே இருக்காத சம்பவங்களையே காரணங்களாய்
~~~

சொன்னார்கள். சாதித் தோற்றத் தொன்மங்கள் அனைத்தும் பொய்யாய் கட்டப்பட்ட ஞாபகங்களே! இந்தப் பொய்ஞாபகப் புராணங்களைத்தான் அவர் மறக்க விரும்பினார்.

நிஜஞாபகம் மறந்துவிட்டாலும், அது விளைவித்த குரோதம் மட்டும் காலம் காலமாக வளர்ந்து கொண்டே இருக்கிறது. ஒரு பழக்கதோஷம் போல. ஒரு அனிச்சை செயலைப் போல அது தொடர்ந்து நிகழ்ந்து கொண்டிருப்பதை அயோத்திதாசர் நேரடியாய் பார்த்தார்.

இதுவொரு வினோதச் சூழலை நமக்கு அறிமுகம் செய்கிறது. நிஜ ஞாபகத்தை பொய் ஞாபகத்தால் இடம் பெயர்க்கும் பொழுது, அதாவது, யதார்த்தத்தைப் புராணத்தால் மறைக்கும் பொழுது, நிஜம் அல்லது யதார்த்தம் உருவாக்கிய உணர்வுகளையே பொய்யும் புராணமும் தத்தம் உணர்வுகளாக வரிந்து கொள்கின்றன. நிஜம் இல்லையே தவிர, அது விளைவித்த உணர்வுகள் அப்படியே இருக்கின்றன.

அயோத்திதாசரைப் பொறுத்தவரையில், பறையர் - பிராமணர் இடையிலான பகை தொடர்ந்து கொண்டிருக்கிறது; அதில் எந்த மாற்றமும் இல்லை. ஆனால், அதை விளைவித்த சம்பவங்கள் மட்டுமே மாற்றப்பட்டுள்ளன. குறிப்பீடு அப்படியே இருக்கிறது; குறிப்பான்கள் மட்டுமே மாற்றப்பட்டுள்ளன. இப்பொழுது இருப்பவை பொய்க்குறிப்பான்கள். அதனாலேயே, குறிப்பீட்டிற்கும் குறிப்பானுக்கும் இடையிலான தொடர்புகளை நம்மால் விளக்க முடிவது இல்லை. இடுகுறி என்ற முடிவிற்கு வந்துவிடுகிறோம்.

அந்த விரோதம், அயோத்திதாசருக்கு, ஒரு இடுகுறியைப் போலவே தோன்றியது. இதனாலேயே, அதற்கான காரணகாரியங்களைத் தேடி வரலாற்றினுள் பயணம் செய்யத் தொடங்குகிறார். இது, அயோத்திதாசரின் உண்மை அறியும் வேட்கை. மறந்து போன காரணத்தை மறுபடியும் ஞாபகப்படுத்திக் கொள்வது.

2003 ஆம் ஆண்டு வெளியான 'நான் பூர்வபௌத்தன்' என்ற சிறு நூலை இந்தச் சம்பவத்திலிருந்து தான் நான் எழுதத் தொடங்கினேன். சிவனும் காத்தவராயனும் என்று தலைப்பிடப்பட்ட அம்முதல் கட்டுரை இதைக் கோடிட்டுக் காட்டும் ஒரு புனைவு. மிதமிஞ்சிய நாடகக்குணங்களைக் கொண்டது.

சிவனோடு நடத்திய சமரில் காத்தவராயன் / நந்தன் எப்படி இறந்து போகிறான் என்பதையே அக்கட்டுரையில் நான் கற்பனை செய்திருந்தேன். அவ்வாறு கற்பனை செய்தால் மட்டுமே அயோத்திதாசர் பிறந்த கதையை எழுதமுடியும் என்று நான் நம்பவும் நம்பினேன்.

அதற்குப் புனைவு மட்டுமே சரியான உத்தியென்றும் எனக்குப் பட்டது. புனைவு ஒரு சிந்தனா முறை. எழுதுவதை விடவும் உருவாக்குதல் / கற்பனை செய்தல் உங்களுக்குப் பேருதவிகளைச் செய்யமுடியும். தர்க்கம் தயங்கி நிற்கிற பொழுதுகளில் புனைவே உங்களை உந்தவும் உந்துகிறது.

அயோத்திதாசர்கூட அப்படியொரு புனைவின் வழி சிந்தித்தல் என்ற முறையியலையே கைக்கொண்டிருந்திருக்க வேண்டும். அவரது 'பூர்வபௌத்தன்' அப்படியொரு உந்தித்தள்ளும் புனைவு. 'நான் பூர்வபௌத்தன்' என்று அவர் கண்டுகொண்ட போது, மறந்து போன பழசெல்லாம் ஒவ்வொன்றாய் அவருக்கு ஞாபகம் வரத் தொடங்குகிறது.

பூர்வத்தில் நாம் பௌத்தராய் இருந்தோம்; ஆடி மாதம் அம்மனை வழிபடுவது மருத்துவக் காரணங்களுக்காக; தீபாவளிக் கொண்டாட்டம், நல்லெண்ணெய் கண்டுபிடித்த கொண்டாட்டம்; விளக்கு கண்டுபிடித்த கொண்டாட்டமே கார்த்தீகை தீபத் திருவிழா என்று ஒரு புதிய உலகம், புதிய ஞாபகம், புதிய மறதியை அவர் கண்டு கொண்டிருந்தார்.

16

~~~

எது எனது அடையாளம் - பறையனா பௌத்தனா - என்ற இந்தியக் கேள்வி எந்தச் சூழலிலும் மத நிறுவனங்களோடு தொடர்புடையது அல்ல என்பதை அயோத்திதாசர் மிகச் சீக்கிரமே விளங்கிக் கொண்டார். ஆனால், அதற்கிடையில், இலங்கைக்குச் சென்று அவர் பௌத்தராக மதம் மாற்றப்பட்ட விபத்துகளும் நடந்து முடிந்திருந்தன.

ஆல்காட் மாதிரியான காலனிய மனம் யோசிப்பது போல, இந்தியாவில் செயல்படுவது நிறுவனமயப்பட்ட மதம் இல்லை என்று விளங்கிக்கொண்ட பின்பே 'நாம் ஏற்கனவே பௌத்தராகத் தானே இருக்கிறோம்!' என்று அயோத்திதாசர் எழுத ஆரம்பிக்கிறார் (பார்க்க, 81. சென்னை சாக்கைய புத்த சங்க சட்டதிட்டங்கள், அயோத்திதாசர் சிந்தனைகள் - தொகுதி 2, 1999, தொகுப்பாளர் ஞான. அலாய்சியஸ், நாட்டார் வழக்காற்றியல் ஆய்வு மையம்).

மதமாற்றமும் மனமாற்றமும் வேறு வேறான தர்க்கங்களைக் கொண்டிருக்கின்றன. இரண்டுமே புதிய தன்னிலைகளின் உருவாக்கத்தை அடிப்படையாகக் கொண்டிருந்தாலும், அதைச் செயல்படுத்தும் முறையில் பாரதூரமான வேறுபாடுகளைக் காட்டுகின்றன.

மதமாற்றத்தின்போது அடையக்கூடிய புதிய தன்னிலைகளுக்காக நீங்கள் பெரிதாய் மெனக்கெடத் தேவையில்லை. 'உங்களது பழைய நினைவுகள் மொத்தமும் அழிக்கப்பட்டு விடுகின்றன' எனப் புதிய மதம் உங்களை நம்பச் சொல்கிறது.
~~~

மதமாற்றத்தின் போது நிகழ்த்தப்படுகிற சடங்குகள் புதிய தன்னிலை உருவாக்கத்தை உடல் சார்ந்த பௌதீக மாற்றமாக நினைக்கச் செய்கின்றன. புதிய பெயர், புதிய ஒப்பனை, புதிய வழிபாட்டு முறைகள், புதிய உணவுப் பழக்க வழக்கங்கள், புதிய வாழ்க்கை வட்டச் சடங்குகள் என்று புறக்காரணங்களை வலுவாகக் கட்டமைப்பதன் மூலம் புதிய தன்னிலையை அடைந்து விட்ட உணர்வை மதங்கள் வெற்றிகரமாக ஏற்படுத்துகின்றன.

இந்த உணர்வையும் நினைப்பையும் அடைவதற்கு ஒருவர் செய்ய வேண்டியதெல்லாம் பக்தராகத் தன்னை ஒப்புக் கொடுப்பது மட்டும் தான். மதமாற்றத்தின் போது, புதிய தன்னிலைக்கு ஒருவர் 'மாறிக்' கொள்கிறார்.

ஆனால், அயோத்திதாசர் முன்வைக்கும் மனமாற்றம் புதிய தன்னிலையாக ஆகுவதையே மீண்டும் மீண்டும் பேசுகிறது. மாறுவதும் ஆகுவதும் இரண்டு வேறுபட்ட செயல்பாடுகள். நீட்ஷேயின் வார்த்தைகளில் சொல்வது என்றால், அடிமைகளே இன்னொன்றாக மாறுகிறார்கள், தலைவர்களோ இன்னொன்றாக ஆகிறார்கள் (Nietzsche, Untimely Meditations, 1997, edited by Daniel Breazeale, trans. by R. J. Hollingdale, Cambridge University Press, PP. 83).

தன்னிலையை மாற்றிக் கொள்வதற்கு 'தன்னையே ஒப்புக் கொடுப்பது' முக்கியம் என்றால், புதிய தன்னிலையாக ஆகுவதற்கு பழைய தன்னிலையை மறப்பது அவசியம். நீட்ஷேயைப் பொறுத்த வரையில் மறதி, ஒரு தீவிர அறிவுச் செயல்பாடு. பழைய தன்னிலையை வெற்றிகரமாக மறக்க முடிகிறவர்களே புதிய தன்னிலையாக ஆகிறார்கள். அதாவது, ஞாபகத்தை மறதியால் ஒழுங்குபடுத்தும் பொழுதே இன்னொன்றாக ஆக முடிகிறது.

அயோத்திதாசர் - மிகத் தாமதமாகவேனும் - பௌத்தராக மாறுவதை விடவும் ஆகுவதே சரியான நடவடிக்கை என்பதை உணர்ந்திருந்தார். எனவே, அவர் என்றைக்கும் யாருக்கும் பௌத்த மதமாற்றத்தை பரிந்துரைக்கவில்லை.

தென்னிந்திய பௌத்த சங்கச் செயல்பாடுகள் குறித்த ஐயங்களுக்குப் பதில் தரும் பொழுது, கிளைச் செயல்பாடுகளை ஒழுங்குபடுத்தத் தலைமையிலிருந்து யாரும் வரமாட்டார்கள்; நீங்களே உங்களை பௌத்தர்களாக வழி நடத்திக் கொள்ளுங்கள் என்று எழுதுகிறார். அவரைப் பொறுத்தவரையில், பௌத்தராக ஆகுதல் சாதிய ஞாபகங்களை மறப்பதிலிருந்து ஆரம்பிக்கிறது. அதையே அவர் எல்லோருக்கும் பரிந்துரைத்தபடி இருந்தார்.

அயோத்திதாசருக்கு முன்னிருந்த சவால் மிகச் சிக்கலானது. தங்கள் ஞாபகத்தை முற்றிலுமாக இழந்துவிட்டவர்களோடு அவர் உரையாட வேண்டியிருந்தது. இழந்ததோடு, இழந்தோம் என்பதை அறியாதவர்களாகவும் அவர்கள் விளங்கினர்; மட்டுமின்றி, அவர்கள் தங்களை வேறொரு ஆளாகவும் கற்பனை செய்து வாழ்ந்து கொண்டிருந்தனர். நனவு என்று கருதுவதை மெய்நிகரென்றும், மெய்நிகரென்று இகழப்படுவதை நனவு என்றும் நிரூபிக்கவேண்டிய சிக்கலான காரியத்தை அவர் கையில் எடுத்திருந்தார்.

இது ஏன் எளிமையாய் இல்லை என்றால், அடிப்படையில் இரண்டுமே - இந்து என்பதும் பௌத்தன் என்பதும் - மெய்நிகர் பிம்பங்கள்தான். ஒவ்வொரு மெய்நிகர் அடையாளமும் தான் மட்டுமே நனவு என்றே நிரூபிக்க விரும்புகிறது. அதற்காக, தனது மற்றமையை மெய்நிகர் என்று வாதிடுகிறது. மற்றதை மெய்நிகர் என்று நிரூபிப்பதன் மூலம் தன்னையே நனவாக நிரூபித்துக்கொள்ளும் உத்தி இது.

மற்றமை என்றென்றைக்கும் மெய்நிகர்தான் என்பதில் சந்தேகமில்லை. ஆகவே, இது மெய், இது மெய்நிகர் என்று சாராம்சம் தீர்மானிப்பதில்லை. இந்திய சமயச் சூழலைப் பொறுத்த வரையில் வெகுஜனப் பழக்கவழக்கமே மெய்யெது, மெய்நிகரெது என்று தீர்மானிக்கிறது.

இரண்டு மெய்நிகர் பிம்பங்களுக்கு இடையிலான மோதல் வெகுஜனத் தளத்திலேயே நடைபெறுகிறது என்ற தெளிவு அவருக்கு இருந்தது. தங்களைப் பௌத்தர்கள் என்று மறந்து போன தமிழர்களுக்கு பழைய ஞாபகங்களைக் கொண்டு வருவதுதான் தனது வேலைத் திட்டம் என்றும் அவர் வரையறுத்துக் கொண்டார்.

17

~~~

அயோத்திதாசரின் முன்னிருந்த சவால், ஏற்கனவே நிரூபிக்கப் பட்டிருந்த இந்து என்ற பிம்பத்தைப் பொய் என்று அறிவுறுத்துவதாக இருந்தது. வரலாறு நெடுகிலும் வெவ்வேறு காலகட்டங்களில் சைவம் என்றும் வைணவம் என்றும் பனுவல்கள் மூலமாக கட்டப் பட்டிருந்த முரண் பிம்பங்கள், காலனிய அதிகாரத்தின் மக்கள் தொகைக் கணக்கெடுப்பின் துணையோடு 'இந்து' என்று திடப்படுத்தப்பட்டதை மிகச் சரியாகவே அவர் அடையாளம் கண்டிருந்தார். இவ்வாறு அரசு அதிகாரத்தின் துணையோடு 'இந்து' அடையாளம் கட்டப்பட்டது என்றாலும், அது வெகுஜனத் தளத்தில் வேரூன்றியதன் காரணம் இந்திய தேச விடுதலை எழுச்சி என்பதையும் அவர் உணர்ந்திருந்தார்.

ஆக, மூன்று மிக முக்கியமான செயல்பாடுகளை அவர் தொடர்ந்து எதிர்க்க வேண்டியிருந்தது. அந்த எதிர்ப்புகள் இவ்வாறு வெளிப் பட்டன: இந்து என்று நியாயப்படுத்தும் பனுவல்களை மறுவாசிப்பு செய்தல், காலனிய அரசுச் செயல்பாட்டை கண்காணித்தல், இந்திய தேச இயக்கத்தை விமர்சித்தல்.

எழுத்து அதிகாரத்தையும், அரசு அதிகாரத்தையும், வெகுஜன அதிகாரத்தையும் அவர் ஒரே நேரத்தில் எதிர்கொள்ள வேண்டியிருந்தது. இந்த மூன்றுமே 'இந்து' என்ற மெய்நிகர் பிம்பத்தை நனவு என்று நிரூபிக்கின்றன என்பது அவரது முடிவு.

இந்த வலுவான மூன்று அதிகாரங்களையும் எதிர்ப்பதற்கு அயோத்திதாசரிடம் இருந்த ஒரே ஆயுதம், 'சாதி பேதமற்ற சமத்துவ சமுதாயம்' என்ற நியாயம் மட்டுமே.
~~~

பனுவல் அதிகாரத்திற்கு எதிரான அவரது செயல்பாடு 'தமிழன்' இதழாக இருந்தது. தொடர்ச்சியாக, பழைய பனுவல்களை மறுவாசிப்பு செய்வதன் மூலம், தான் மீட்டுக் கொண்டு வர விரும்பிய பௌத்த ஞாபகங்களுக்கு அவரால் ஒரு மெய் வடிவம் கொடுக்க முடிந்தது. ஆனால், துரதிர்ஷ்டவசமாக, கடல் போலப் பெருகி நிற்கும் பனுவல்களை மறுவாசிப்பு செய்யவும், புதிய பௌத்த பனுவல்களை உருவாக்கவும் அவரோடு இணைந்து பணியாற்றுவதற்கான படைப்பாளிகள் யாரும் இருக்கவில்லை.

அதே போல, தேசிய இயக்கத்தின் வாயிலாக பரப்பப்படும் இந்து பிம்பத்தை எதிர்கொள்ள தென்னிந்திய சாக்கிய பௌத்த சங்கத்தை உருவாக்கி அதற்கான தளங்களை விரிவாக்கத் தொடங்கினார். மீண்டும், துரதிர்ஷ்டவசமாக, அந்தச் சங்கமும் அவருக்குப் பின்பு, தன்னை திராவிட இயக்கம் என்ற வெகுஜன எழுச்சியில் கரைத்துக் கொண்டது.

அதே போல, காலனிய அரசோடு அவர் தொடர்ச்சியாக மேற்கொண்ட உரையாடல்கள் எந்தச் சிறு கல்லையும் பெயர்க்க முடியாமல் வீணாகக் கழிந்தன.

18

~~~

'பௌத்தராகுதல்' என்ற அயோத்திதாசரின் அரசியல் செயல் பாட்டை முழுமையாக விளங்கிக் கொள்ள, அவர் அயோத்திதாசராக ஆகி வந்த வரலாற்றைத் தெரிந்து கொள்வது பயன் அளிக்கும்.

அயோத்திதாசர் கொஞ்சம் பழைய காலத்து மனிதர். பழைய காலத்தின் கடைசி மனிதர் என்றுகூடச் சொல்லலாம். கதை போலச் சொல்லி நாம் கேள்விப்பட்டிருக்கும் திண்ணைப் பள்ளிக்கூடத்தில் தான் அவர் கல்வி கற்றிருக்கிறார். கல்வி என்றால் இங்கே, தமிழ் என்று அர்த்தம்.

தமிழ் என்றதும் இலக்கண - இலக்கியம் மட்டுமல்ல, வாழ்க்கையை யும் சேர்த்தே கற்றுத் தந்திருக்கிறார்கள். மொழி வழி விரியும் வாழ்க்கை. தமிழ் எழுத்துக்களுக்குப் பின்னால் இலக்கணம் மட்டு மல்ல, ஒரு கச்சிதமான கருத்தியலே இருப்பதாக அக்காலங்களில் நம்பியிருக்கிறார்கள். அமுத எழுத்து - நச்சு எழுத்து என்று அயோத்திதாசர் பேசுவது அனைத்தும் அத்திண்ணைப் பள்ளிக் கூடத்தில் கற்றதுதான்.

இது ஒரு வேடிக்கையான மொழியியல். 'சொற்கள் உருவாகும் போது தான் அர்த்தங்கள் உருவாகின்றன!' என்று மொழியியல் சொல்லும் போது, 'இல்லையில்லை, எழுத்துக்களுக்கும் அர்த்தங்கள் உண்டு!' என்று நம்பும் மொழியறிவு.

இந்த வகை தர்க்கத்தை, அறிவியலுக்கு அப்பாற்பட்டது என்று சொல்லி இப்பொழுதெல்லாம் நாம் கற்றுக் கொள்வது இல்லை. 'என்னவொரு கட்டுப்பெட்டித்தனம்' என்பது நமது வாதம். ஆனால்,
~~~

தனது மொழியியல் நம்பிக்கையை அப்படியே சமூக விமர்சனமாக அவர் மாற்றிக் காட்டும் போது தான், அது வேடிக்கை மட்டுமே இல்லை என்று விளங்குகிறது.

அவர் நிறைய இடங்களில் நம்மை 'நூதனம்!' என்று சுட்டிக்காட்டி கேலி செய்கிறார். 'எங்களுக்கெல்லாம் திண்ணைப் பள்ளிக் கூடங்களில் இப்படித்தான் சொல்லித் தந்தார்கள்', 'நாங்களெல்லாம் இப்படித்தான் படித்து வந்தோம்'. இதெல்லாம் அவரது முத்திரை வாக்கியங்கள். பனுவல்களுக்கு விளக்கம் சொல்லும் ஒவ்வொரு இடத்திலும் அவர் திரும்பத் திரும்ப இப்படிச் சொல்கிறார்.

'...மை' என்றெல்லாம் நாங்கள் எழுதிப் படிக்கவில்லை; '...மெய்' என்று தான் எங்களுக்குச் சொல்லித் தந்தார்கள். 'குழந்தை வைத்து விளையாடுவது 'பொம்மை' அல்ல, அது 'பொய்மெய்.'

இப்படிச் சொல்லும் போதுதான் அது வேடிக்கை மட்டும் இல்லை என்று உரைக்கிறது. அவர் சொன்னாரே என்று, எல்லா மையீற்று தமிழ்ச் சொற்களையும் மெய்யீற்றாக எழுதி வாசித்தால் மலைப்பாக இருக்கிறது. இன்னும் அவர் 'திரு'வை 'திரி' என்றும், '...சூடி'யை '...சுவடி' என்றும், அறத்தை 'அறன்' என்றும் சொல்லும்போது அவர் பேசும் தமிழ் அந்நிய பாஷை போலத் தொனிக்கிறது.

'எங்களுக்கெல்லாம் இப்படிச் சொல்லித் தரவில்லையே!' என்று நாம் கேட்பதற்கு முன் அவரே சொல்லிவிடுகிறார் - 'பாருங்கள், இப்படித்தான் எங்களுக்குக் கற்றுத் தந்தார்கள்!'. அதாவது, என்மனார் புலவராம்!

'அதெப்படி? எங்கேயோ கோளாறு நடந்திருக்கிறது? எங்களுக்கு ஏன் இப்படிச் சொல்லித்தரவில்லை? எங்கே நடந்தது கோளாறு?'

நம்முடைய இந்தக் கேள்விக்காகவே காத்துக் கொண்டிருந்தது போல 'இந்திர தேச சரித்திரம்' என்று எழுத ஆரம்பித்து விடுகிறார்.

அவருடைய ஒவ்வொரு அசைவிலும் வலுவான தர்க்கம் இருக்கிறது. எனவே, உதாசீனப்படுத்த முடியவில்லை. அவர் எழுதும் போது ஒரு சின்ன இடைவெளியில் மொழிக் காரணங்கள் சமூகக் காரணங்களாக மாறிவிடுகின்றன. அதன் பின், சமூகக் காரணங்கள் என்ற வலுவான அஸ்திவாரத்தின் மீது மொழிக் காரணங்கள் நிற்கத் தொடங்குகின்றன.

இதையே வேறு வார்த்தைகளில் இப்படிச் சொல்ல முயற்சிக்கலாம். மொழிக் காரணம் என்பது ஒரு யோசனை. அதாவது, நஞ்செழுத்து, அமுத எழுத்து, 'மை'யை 'மெய்' என்று எழுது போன்ற அனைத்தும் யோசனைகள் மட்டுமே. இந்த யோசனைகளை சமூகக் காரணம் என்ற

நிகழ்வு தாங்கி நிற்கிறது. நஞ்சைப் பார்த்த பிறர் அதைத் 'தீரா(த) விடம்' என்றார்கள், அதன் அமிழ்தத்தை உணர்ந்த நாம் 'தமிழ்' என்றோம்.

ஆகவே சமூக நிகழ்வு தான் 'மெய்'! நிஜம், உண்மெய், ஸ்தூலம், துலக்கம், கட்புலன், பருப்பொருள், நிகழ் எப்படிச் சொன்னாலும் ஒன்று தான். இவற்றிலிருந்தே மொழிக் காரணங்கள் தோன்றின. அமுத எழுத்து - நஞ்சு எழுத்து என்ற யோசனை சமுக நிகழ்வுகளிலிருந்தே தோன்றியது.

அப்படியானால், மொழி தீர்க்கமான ஞானத்திலிருந்து தோன்றியதா என்ற கேள்வி எழுவது இயல்பு. மொழியைக் கடவுள் உருவாக்கினார் என்றே எல்லா மதங்களும் சொல்லிக் கொண்டிருக்கின்றன. அந்த வாதத்திற்கும், ஞானிகள் உருவாக்கினர் என்று சொல்லும் வாதத்திற்கும் என்ன பெரிய வித்தியாசம்? இரண்டுமே கதை தானே!

திண்ணைப் பள்ளிக்கூட மொழியியல்களின் இந்தக் குணம் நமக்கு ஏற்கனவே தெரியும். ஒரு பள்ளிக்கூடம் முருகன் தான் தமிழை உருவாக்கினான் என்று சொல்வது போல அயோத்திதாசர் படித்த பள்ளிக்கூடம், 'தமிழை உருவாக்கியது புத்தன்!' என்கிறது.

'அடிப்படையில் இந்த வாதங்கள் எதிலுமே உண்மை இல்லை. மொழி சாதாரண மனிதர்களால் உருவாக்கப்பட்டது. அது தான் உண்மை அல்லது உண்மெய்' என்று மறுக்கத் தோன்றலாம்.

நமது இந்த மறுப்பை அவர் மிக எளிதாகக் கையாளுகிறார்.

'மொழிக்காரணம் எழுத்துக்களுக்குத் தானே தவிர, சப்தங்களுக்கு அல்ல. அதாவது, அமுத எழுத்து, நஞ்சு எழுத்து தான் உண்டே தவிர, அமுத ஒலி, நச்சு ஒலி இல்லை என்கிறார். ஏனெனில் சப்தங்கள் சாதாரணர்களால் உருவாக்கப்பட்டன. அவர்களுக்கு அமுதம் - நஞ்சு என்ற பாகுபாடுகள் இல்லை; ஆனால், அட்சரங்களை விசேடிகளே உருவாக்கினர். வைசேடிகத்தில் பாகுபாடுகள் இருந்தன'.

அயோத்திதாசரின் திண்ணைப்பள்ளிக்கூடம் 'மொழி, மொழி' என்று பேசுவது அனைத்தும் எழுத்து மொழியைப் பற்றியது தானேயொழிய, பேச்சு மொழி அல்ல. பேச்சு மொழி இயற்கையாய் தோன்றியது. அதன் தேவைகள் கருத்துப் புலப்படுத்தம் சார்ந்தவை மட்டுமே. ஆனால், எழுத்து மொழி அப்படி அல்ல; அது திட்டமிடப்பட்டது.

இந்தத் திட்டமிடலுக்கும் ஒரு சமூகக் காரணம் இருந்தது.

புத்தர், தான் கண்டடைந்த ஞானத்தை உலகெங்கும் கொண்டு செல்ல விரும்பினார். வெவ்வேறு மொழி பேசும் சமூகங்களுக்கும் அதைக்

கொண்டு செல்வது அவரது விருப்பம். ஆனால், அக்காலத்தில் எல்லா மொழிகளும் பேச்சு மொழிகளாகவே (எழுதாக் கிளவிகள்) இருந்தன.

இந்த எழுதாக் கிளவிகளை நம்ப முடியாது என்றார் புத்தர். சதா பேசிக்கொண்டிருப்பவை. எவ்வளவு பெரிய விஷயத்தையும் அரைத்து மாவாக்கி விழுங்கி விடுபவை.

எனவே எளிதில் அரைக்க முடியாத வடிவத்தில் மொழி இருந்தால் உத்தமம். இப்படித்தான் ஒலிகளுக்கு வரி வடுக்களை ஏற்படுத்துவது என்று தீர்மானித்தார்கள். காயங்களை விடவும் வடுக்கள் நிரந்தரமானவை.

அயோத்திதாசரின் நம்பிக்கையின் படி இவை அனைத்தும் பௌத்த சங்கத்தில்தான் நடந்தன. அப்படி, முடிவு செய்து, திட்டமிட்டு உருவாக்கப்பட்ட பாஷைகள் மூன்று: தமிழ் என்ற திராவிடப் பேச்சு, சமஸ்கிருதம் என்ற சகடப் பேச்சு, பாலி என்ற மகடப் பேச்சு.

இது அயோத்திதாசர் சிந்தனைப் பள்ளி சொல்லும் எழுத்தைத் திட்டமிட்ட கதை. மொழியும் தத்துவமும் ஒன்றை ஒன்று தழுவிக் கொண்ட கதை. இதே போல் பல்வேறு கதைகள் இருக்கின்றன. வேறு கதை ஒன்றையும் நான் கேட்டிருக்கிறேன்.

தமிழில், மொழியறிவையும் வானியலையும் ஒரு கட்டத்தில் இணைக்க விரும்பினார்கள். இரண்டும் ஒன்றையொன்று ஆதரிக்க வேண்டுமென்பது அவர்களது ஆசை.

வானியல், கோள்கள் மொத்தம் பனிரெண்டு என்றது. அதற்கு இணையாக, தமிழ் உயிரெழுத்துகளும் பனிரெண்டாக இருந்தால் உத்தமம் என்று யாருக்கோ பட்டது. ஆனால், இருந்ததோ பத்து மட்டுமே (ஐந்து குறில், ஐந்து நெடில்). வானியலையும் மொழியியலையும் சமப்படுத்த இன்னும் இரண்டு உயிரெழுத்துக்கள் தேவைப்பட்டன. அதற்காக உருவாக்கப்பட்டவை தான் ‘ஐயும் ஔவும்’. இந்தக் காரியத்தைச் செய்தது ஒரு தமிழ்க் கிழவி. அந்தக் கிழவிக்கு பின்னாளில் அந்த எழுத்துக்களே பெயராகவும் மாறின - ஔ ஐ!

இந்தக் கதைகளையெல்லாம் அப்படியே நம்ப வேண்டுமென்று அவசியம் இல்லை. கதைகள் தானே!

ஆனால், அவற்றிற்கு உந்துதலாய் இருக்கக்கூடிய விஷயம் உண்மை. எந்த அறிவும் இங்கு தனித்து இயங்கவில்லை. ஒன்றையொன்று சார்ந்தே செயல்படுகின்றன. அல்லது எப்பாடுபட்டேனும் தங்களை இணைத்துக் கொள்கின்றன. மொழி, தத்துவம், வானியல், மருத்துவம், சிற்பவியல், கட்டிடவியல் என்று இன்னும் இருக்கிற அத்தனை வகை ஞானங்களும் ஒன்றோடு ஒன்று பிணைந்தவையே.

இந்த அடிப்படையில் அயோத்திதாசர் தமிழோடு மருத்துவத்தையும் சேர்த்தே கற்றிருந்தார். இப்படிக் கற்ற அறிவுதான் பின்னாளில் திருவிகாவின் நோயுற்ற உடலையும், அம்மன் வழிபாட்டையும், தீபாவளி பண்டிகையையும், கார்த்திகை தீபத் திருவிழாவையும் ஒழுங்குபடுத்த அவருக்கு உதவியது.

அயோத்திதாசர் திண்ணைப்பள்ளியில் கற்றுக்கொண்ட மொழியறிவு முழுக்க முழுக்க எழுத்து சார்ந்தது. அவர் எழுப்புகிற மொழிப் பிரச்சினைகள் அனைத்தும் எழுதுவது தொடர்பானவை. 'மை' யென்று எழுதுவதா 'மெய்' யென்று எழுதுவதா? 'திரு'வா 'திரி'யா? 'அறஞ் செய...' என்று எழுதப்பட்டிருப்பதை 'அறன் செயல்' என்று வாசிப்பதா 'அறம் செய்ய' என்று வாசிப்பதா? அவ்வளவும் எழுதுவதால் வந்த சிக்கல்கள். புத்தர் பேச்சை நினைத்து எதற்குப் பயந்தாரோ அது எழுத்திலும் தொடர்ந்தது என்றே அர்த்தம்.

எல்லாமே எழுத்துப் பிரதியில் நிகழ்ந்த கோளாறுகள் என்றுதான் அயோத்திதாசர் நம்பினார். எனவே அவர் கடைசி வரை எழுத்துப் பிரதிகளைச் சந்தேகத்தோடே பார்த்துக் கொண்டிருந்தார். அதன் மீது நம்பிக்கை இல்லை என்பதை விடவும், அவற்றை எளிதில் திரித்து விட முடிகிறது என்பதனால் அவர் சந்தேகப்பட்டார். ஆனால், அதே நேரத்தில் ஒவ்வொரு எழுத்திற்கும் ஒரு 'மெய்ப்பொருள்' உண்டு என்பதையும் அவர் பூரணமாக நம்பினார்.

'எங்களுக்கு இப்படித்தான் சொல்லித் தந்தார்கள்' என்ற அவரது முத்திரை வாக்கியத்தை நான் இப்படித்தான் புரிந்து கொள்கிறேன். பிரதிகளை நம்பாதே! அவற்றின் மெய்ப்பொருளை நம்பு! பிரதிகளை விடவும், அவற்றிலிருந்து அர்த்தங்களை உருவாக்கும் நிகழ்விற்கே அதிக நம்பகத்தன்மை இருக்கிறது. பிரதிகளில் 'மெய்' இல்லை என்பது அவரது கோட்பாடாகவே இருந்தது. அவர் மேற்கொண்ட அனைத்து மாற்று விளக்க முயற்சிகளிலும் இதை நாம் உணர முடியும்.

பிரதிகளை விடவும் நிகழ்வை நம்புகிற அயோத்திதாசரின் குணத்திற்கு மிகச் சரியான உதாரணங்களாக அவரது அம்மன் வழிபாடு குறித்த விளக்கத்தைச் சொல்ல விரும்புகிறேன்.

ஆடி மாதத்தில் செய்யப்படும் அம்மன் வழிபாட்டை ஆய்விற்கு எடுத்துக் கொள்கையில், அவரது பரிபூரண நம்பிக்கை அத்திருவிழா நிகழ்வுகளின் மீது தான் படிந்திருக்கிறது.

ஆடி மாதத்தில் நிகழ்த்துவது, பத்து நாள் நிகழ்த்துவது, ஊர்க் கட்டுப்பாடு விதிப்பது, காப்பு கட்டிக் கொள்வது, வேப்பிலைத் தோரணம் கட்டுவது, கூழ் காய்ச்சுவது என்று அத்திருவிழாவின்

எந்தவொரு நிகழ்வையும் அவர் சந்தேகிக்கவில்லை. ஏதாவது இடைச்செருகல் நடந்திருக்குமோ என்ற துளி குழப்பமும் அவரிடம் இல்லை. வேப்பிலை வடிவில் அம்மன் தான் எழுந்தருளியிருக்கிறாள் என்பதைக் கூட நம்பி விடுகிறார்.

ஆனால், அவர் சந்தேகமெல்லாம் அந்த அம்மனுக்குச் சொல்லப் படுகிற கதைகள் மீது தான். அந்தப் பிரதிகள் அனைத்தும் திரிக்கப் பட்டவை என்று அடியோடு மறுத்துவிடுகிறார். இதே போன்ற தன்மையை தீபாவளிப் பண்டிகை குறித்த விளக்கத்திலும், கார்த்திகை தீபத் திருவிழா விளக்கத்திலும் நாம் பார்க்கமுடியும். அவரைப் பொறுத்தவரை நிகழ்வுகள் நம்பகமானவை, ஏனெனில் ஜனநாயகத் தன்மை மிகுந்தவை; எழுத்துப் பிரதிகள் திரிக்கப்பட்டவை, ஏனெனில் தனி நபர்களின் ஆளுகைக்கு உட்பட்டவை.

எழுத்துப்பிரதிகளைப் பற்றிய ஆராய்ச்சியின் போது (ஆத்திச்சுவடி, திரிக்குறள் போன்றவை) அவர் முழு சந்தேகப்பிராணியாகவே மாறிவிடுகிறார். திருவள்ளுவர் குறித்த கதைகள், பிரதிகளில் எவ்வாறு தொடர்ந்து திரிக்கப்பட்டன என்பதை அவரால் ஆணித்தரமாக நிரூபிக்க முடிகிறது. ஜி.யு. போப் மாதிரியான ஐரோப்பியர்கள் திரிக்குறள் பிரதிகளிலிருந்து எதையுமே கற்றுக் கொள்ள முடியாது என்ற முடிவிற்கும் அவர் இந்த அடிப்படையிலேயே வந்து சேர்கிறார்.

இந்த இடத்தில் அவர் பயன்படுத்தும் 'இலக்கணம் - லட்சணம்' என்ற கருத்தாக்கங்களையும் நாம் கணக்கிலெடுக்க வேண்டும். போப் ஐயருக்கு இலக்கணம் தெரியும், ஆனால், லட்சணம் தெரியாது என்பதுதான் அவரது விமர்சனம்.

எழுத்துப் பிரதி இயந்திரத்தனமானது. அதில் இலக்கணம் மட்டுமே இருக்கிறது. இலக்கணம், என்றைக்கும் அர்த்தத்தை வாரி வழங்காது. எந்தவொரு பிரதியையும் மனிதர்களே வாசிக்க வேண்டியிருக்கிறது. அப்பொழுதே (நிகழ்வு) அர்த்தம் உற்பத்தியாக முடியும். இந்த அர்த்த உற்பத்தியை அயோத்திதாசர், 'லட்சணம்' என்ற பெயரில் அழைக்கிறார்.

அவரது கணக்குப்படி ஒரு பிரதிக்கு பல இலட்சணங்கள் இருக்க முடியும். ஆனால், 'பௌத்த இலட்சணமே' நேர்மையான லட்சணம்; மற்ற அனைத்தும் அவலட்சணம். பௌத்த இலட்சணமே மெய்ப் பொருளை வெளிக்கொண்டு வருகிறது. இந்த நேர்மையான வாசிப்பையே ஜி. யு. போப் மாதிரியான ஐரோப்பியர்கள் தொடர்ந்து தவற விடுகிறார்கள் என்பது தான் அவர் சொல்ல வருவது.

அயோத்திதாசர் மாதிரியானவர்கள் கற்று வந்த திண்ணைப் பள்ளிக் கல்வி முறையை வேண்டுமென்றே மிகைப்படுத்துகிறேனோ என்ற

சந்தேகம் உங்களுக்குத் தோன்றலாம். அவர் மிக எளிமையான அர்த்தத்தில் பயன்படுத்திய சொற்களை நான் கருத்தாக்கங்களாக சித்தரிப்பது போலக்கூடத் தெரியலாம். ஆனால், பிரதி, இலக்கணம், லட்சணம், பொருள்கொள்ளும் முறையியல், மெய்ப்பொருள் போன்ற கருத்தாக்கங்களை இணைக்கும் நீண்ட விவாதமொன்று தமிழ்ச் சூழலில் நடந்து வந்திருக்கிறது என்பதை நாம் கணக்கிலெடுக்க வேண்டும்.

19

~~~

மொழி குறித்து அயோத்திதாசர் கொண்டிருந்த யோசனைகளை நாம் இன்னும் கொஞ்சம் மேம்படுத்த முயற்சிக்கலாம்.

தமிழ் மொழியைக் காலனிய அறிஞர்கள் அணுகும்முறை குறித்து விமர்சிக்கும் அயோத்திதாசர், மொழிக்கு இரண்டு குணங்கள் உண்டு என்று வாதிடுகிறார். ஒவ்வொரு மொழிக்கும் வெளிப்படையாய் தெரியக்கூடிய வடிவம் ஒன்று உண்டு என்று சொல்லி அதனை இலக்கணம் என்று வரையறுப்பவர், மொழியின் உள்ளர்த்தம் (அந்தரார்த்தம் என்பதே அவர் பயன்படுத்தும் சொல்) என்று ஒன்று உண்டு என்றும் அதனை லட்சணம் என்று அழைக்க வேண்டும் என்றும் அறிவிக்கிறார்.

மொழியின் இலக்கணத்தை, அதாவது புற ஒழுங்கமைப்பை, எவரொருவரும் மனனம் செய்துவிட முடியும் என்று சொல்கிறவர், அதன் அக ஒழுங்கமைப்பான இலட்சணத்தை கற்றுத் தேர வேண்டும் என்கிறார். காலனிய அறிஞர்கள், தமிழ்ப் பனுவல்களை அணுகும் பொழுது இந்த இலட்சணத்தையே தவற விடுகிறார்கள் என்பது அவரது விமர்சனம்.

மொழியின் இலக்கணம் - லட்சணம் என்று அயோத்திதாசர் விவரிப்பது, மிகத் தெளிவாக இரு வேறு தத்துவப் புலன்களைச் சார்ந்தது. மொழியை ஒரு உயிரியைப் போல பாவிக்கும் அயோத்திதாசர், அவ்வுயிருக்கு இரண்டு குணங்கள் இருப்பதாகக் கற்பனை செய்கிறார். மொழியின் உள்ளடக்கம் என்பது வேறு, அதன் வெளிப்பாட்டு வடிவம் வேறு.
~~~

ஒரு மொழியில் புழங்கும் அனைத்து விதமான இலக்கண - இலக்கியப் பனுவல்களும் அதன் வெளிப்பாட்டு வடிவத்தையே புலப்படுத்துகின்றன. இந்த வெளிப்பாட்டு வடிவங்களை அறிந்து கொள்ளும் முறையை பொருள்கோளியல் (Epistemology) என்று தத்துவம் வரையறுக்கிறது.

பொருள்கோளியல், மிகத் தெளிவாக வரலாற்றோடும் நிகழ்வுகளோடும் தொடர்புடையது. ஒரு பனுவல் உருவான / புழங்கும் சூழலை அடிப்படையாகக் கொண்டு அதற்கான விளக்கங்கள் / மாற்று விளக்கங்களைக் கட்டமைக்கிற வேலையை பொருள்கோளியல் செய்கிறது. இதனால் பொருள் கொள்ளும் முறையியலானது மொழியை இலக்கண - இலக்கியப் பனுவல்களின் துணையோடே விளங்கிக் கொள்ள முயற்சிக்கிறது.

விளக்கமளித்தலின் நோக்கமும் கூட, பனுவல்களை விளங்கிக் கொள்வது தானேயொழிய, மொழியை விளங்கிக் கொள்வது இல்லை. அல்லது, பனுவல்களை விளங்கிக் கொள்வதன் மூலம் ஒரு மொழியின் உள்ளடக்கத்தை விளங்கிக் கொள்ள முடிவது இல்லை.

ஏனெனில், பனுவல்கள் காலச்சூழலோடு பின்னிப் பிணைந்துள்ளன. பனுவல்களிலிருந்து தருவிக்கப்படும் எந்தவொரு அர்த்தமும், அப்பொருட்கள் உருவான காலத்தின், புழங்கும் காலத்தின் அர்த்தம் மட்டுமே. எந்தவொரு பனுவலும் - அது எழுத்தின் எழுத்தான இலக்கணப் பனுவலாக இருந்தாலும் கூட - மொழியின் பிரதிநிதியாக மாறுவது இல்லை. எல்லாப் பனுவல்களும் காலத்தின் பிரதிநிதிகள் மட்டுமே.

காலத்துள் சிறைப்பட்டிருக்கும் பனுவல்களையும் கடந்தது மொழியின் அர்த்தம். அதாவது, பொருள்கோளியலையும் கடந்தது மொழியின் அர்த்தம். இந்த அர்த்தத்தைத் தத்துவம் மெய்ப்பொருளியல் (Ontology) என்று அழைக்கிறது.

மொழியின் வெளிப்பாட்டு வடிவம் பனுவல் என்றால் அதன் உள்ளடக்கத்தை 'மெய்' என்று அழைக்க வேண்டும். ஒரு மொழியின் 'மெய்' பனுவல்களைக் கடந்தது என்பதால் காலத்தையும் கடந்தது. அதை அறிவியலின் மூலம் அளப்பது கடினம். ஏனெனில் அறிவியல் காலத்தோடு பயணிப்பது.

அறிவியலையும் கடந்த மொழியின் மெய்யை, அதாவது இலட்சணத்தை, தன்மம் / தம்மம் / தர்மம் என்று அயோத்திதாசர் அழைக்கிறார். இன்னும் தெளிவாகச் சொன்னால், ஒழுக்கம் அல்லது அறமே ஒவ்வொரு மொழியின் உண்மையுமாகும் என்பது அவரது கணிப்பு. அதாவது, அறமே மொழியின் உள்ளர்த்தம்.

20

~~~

தொடர்ச்சியாகப் பனுவல்களை மறுவாசிப்பு செய்து காட்டியவர் அயோத்திதாசர். அதிலும் குறிப்பாக, அவரது பொருள்கோளியலில், பனுவல் பேதங்களை வெளிப்படுத்துவது மிக முக்கியமான உத்தி. இதனால் பனுவல்கள் மீது அவர் மாறாத அவநம்பிக்கை கொண்டிருந்தார்.

பனுவல்களை விடவும் ஒரு பண்பாட்டுச் செயல்பாட்டை நம்புவதற்கு அவர் தயாராக இருந்தார். வரலாற்றை அறிந்து கொள்வதற்கு பனுவல்களை நம்புவதை விடவும் ஆபத்தான காரியம் எதுவுமில்லை என்பது அவரது நடவடிக்கைகளில் வெளிப்படையாகத் தெரிந்தது.

வரலாறு திரிக்கப்பட்டிருக்கிறது என்ற அவரது வாதத்திற்கு வலு சேர்ப்பதாக இலக்கண - இலக்கியம் குறித்த அவரது மதிப்பீடுகளும் இருந்தன. வேஷ பிராமணர்களின் ஒட்டுமொத்த நடவடிக்கையும் பொருள்கோளியல் சார்ந்தது என்று நம்புகிற அயோத்திதாசர் அதற்குப் பதிலாகவே மெய்ப்பொருளை முன்வைக்கத் தொடங்குகிறார்.

'மொழியின் இயல்பு அறம்' என்ற அயோத்திதாசரின் யோசனையை விளங்கிக் கொள்வதற்கு அவர் மொழி குறித்துக் கொண்டிருந்த இன்னொரு விளக்கத்தையும் நாம் கவனப்படுத்த வேண்டும். இந்த முறை அவர், மொழியோடு சமயத்தையும் சாதியையும் இணைத்து யோசிக்க ஆரம்பிக்கிறார். அயோத்திதாசரைப் பொறுத்தவரையில் சமயம் என்றால் 'காலம்' என்று அர்த்தம். எல்லா சமயங்களும் அந்தந்த வரலாற்றுச் சூழல்களுக்கு ஏற்ப கொடுக்கப்பட்ட விளக்கங்கள் என்பது அவரது வாதம்.

வெவ்வேறு நபர்கள், வெவ்வேறு நோக்கங்களுக்காக, வெவ்வேறு தருணங்களில் கொடுத்த விளக்கங்களுக்கு 'சமயம்' என்பதைத் தவிர வேறு எந்த வார்த்தைதான் பொருத்தமாக இருக்கமுடியும்?
~~~

21

~~~

அயோத்திதாசரின் சிந்தனைகள், மொழியியல் உண்மைகளை அடிப்படையாகக் கொண்டவை. அவர் நம்பும் மொழியியலை விளங்கிக்கொள்ள, அவர் முன்வைக்கும் எழுத்துச் சீர்திருத்தம் நமக்குத் துணை செய்ய முடியும். தமிழை எழுதுவதில் நடந்த கோளாறுகள் என அவர் கீழ்க்கண்டவற்றைக் குறிப்பிடுகிறார்:

'மை எனும் மகர ஐகாரமும் மெய் எனும் மகர ஏகாரமும் யகரவொற்றுங்கூடி வரக்கூடிய மொழிபேதங்களின் அந்தரார்த்தங்கள் யாவும் புத்த தன்மத்தைத் தழுவிய சமண முனிவர்களுக்கும், பௌத்த வித்வான்களுக்கும் விளங்குமே அன்றி ஏனைய மதச்சார்பினர்களுக்கு விளங்க மாட்டாது.

'காரணமோவென்னில், ஏனைய மதத்தார் யாவரும் தங்களுக்கு அப்புறப்பட்ட ஓர் பொருளுண்டென்றும், அதைக் கொண்டே தாங்கள் சுகம்பெறவேண்டுமென்றுங் கூறுவார்கள்.

'பௌத்தர்களோ அங்ஙனமன்று. உடலுயிர் பெற்ற தங்களுக் குள்ளாகவே சகல துக்கமும் சகல சுகமும் உண்டென்றும் தங்களைக் கொண்டே தங்களை சீர்திருத்திக்கொள்ளல் வேண்டுமென்றும் சகல துக்கத்திற்கும் ஆதாரந் தாங்களே, சகல சுகத்திற்கும் ஆதாரம் தாங்களேயன்றி தங்களுக்கு அப்புறப்பட்டப் பொருள் வேறில்லை யென்று உணர்ந்து பொய்யை அகற்றி மெய்யைக் கண்டடைய வேண்டிய செயலில் விளங்குவார்கள்' (அயோத்திதாசர் சிந்தனைகள் - தொகுதி 2, பக்கம் 549).
~~~

மொழியின் உள்ளர்த்தம் என்ன என்ற கேள்வியிலேயே நாம் தொடங்க வேண்டும். மொழியின் மெய்ப்பொருளைத் தெரிந்து கொள்வதற்கு நமக்கிருக்கும் மிக முக்கியமான சான்று இலக்கணம்.

தமிழிலக்கணம் ‘எண்ணும் எழுத்தும்’ என்று திரும்பத் திரும்ப சொல்லிக் கொண்டிருக்கிறது. எழுத்தோடு எண்ணையும் சேர்த்து யோசிப்பதன் மூலம், இலக்கணம் மொழியின் கணித சூத்திரமாகச் செயல்படுகிறது என்று உணர்த்தப்படுகிறது.

இலக்கம் என்பது எண்களைச் சுட்டும் சொல். எண்களின் கூட்டம் கணம். எவ்வாறு இலக்கங்கள் கணங்களாகத் திரண்டு செயல்படு கின்றனவோ அதே போல, மொழியின் அடிப்படை இலக்கங்களான எழுத்துக்களும் எவ்வாறு கணங்களாகச் செயல்படுகின்றன என்பதை விளக்குவதே இலக்கணம்.

தமிழ்ச் சிந்தனையின் படி, இலக்கணம் என்பது எழுத்துக்களின் கணக் கோட்பாடு. கணத்தைத் திரட்சியின் சூத்திரம் என்று சொல்லலாம். அப்படியானால், இலக்கணத்தின் உள்ளர்த்தம் கணச்சூத்திரம். தமிழிலக்கணம் முன் வைக்கும் கணச்சூத்திரம் என்ன என்று அறிந்து கொண்டால் தமிழின் உள்ளர்த்தம் என்ன என்று நம்மால் சொல்ல முடியும்.

தமிழிலக்கணம், எழுத்துக்களையே தனது தொடக்கப் புள்ளியாகச் சொல்கிறது. எழுத்துக்கள் இரண்டு வகை. ஒலிக்கும் எழுத்துக்கள், ஒலிக்கா எழுத்துக்கள்.

ஒலிக்கும் எழுத்துக்கள் பனிரெண்டு. அடிப்படை ஒலிகள் இவை. நிரந்தரமானவை; வரையறுக்கப்பட்ட எண்ணிக்கை உடையவை; மாறாதவை. எந்தக் காரணத்தை முன்னிட்டும் உருவம் திரியாதவை. இவற்றை உயிர்கள் என்கிறோம்.

ஒலிக்கா எழுத்துக்களுக்கு ‘மெய்’ என்று பெயர். இவற்றிற்கு தனித்தனி எழுத்து வடிவம் உண்டு. தலையில் புள்ளி கொண்டவை. இவற்றை எழுதமுடியும். ஆனால், உச்சரிக்க முடியாது. சுயமாய் உச்சரிப்பு இல்லாதவை (‘மெய்யினளவே யரையென மொழிப’, தொல். எழுத். சூ.*11* - *‘அவ்வரை மாத்திரையுந்தனித்துக் கூறிக் காட்டலாகாது, நாச் சிறிது புடைபெயருந்தன்மையாய் நிற்றலின்’ - நச்சினார்க்கினியர் உரை*).

உச்சரிப்பு இல்லாத, ஒலிக்க இயலாத இந்த மெய் எழுத்துக்கள் மொத்தம் பதினெட்டு. பதினெட்டு என்பதற்கு தமிழ்க் கணித மரபில் ஆதி முதல் அந்தம் வரையில் என்ற அர்த்தம் உண்டு. நூற்று எட்டு,

ஆயிரத்து எட்டு, லட்சத்து எட்டு என்பது அதன் வேறு வேறு வடிவங்கள். ஒன்று முதல் எட்டு வரை என்றால் பன்மெய் என்று பொருள். எண்ணிலடங்காதது. கணக்கிட முடியாதது. எல்லையற்றது. தூய பன்மெய் என்று அர்த்தம்.

இதையே, தமிழ் எழுத்துக்கள் 'ஒன்றும் பலவும்' என இரண்டு வகைப்படும் என்றும் சொல்லலாம். 'வரையறுக்கப்பட்ட ஒன்று' என்ற உயிர் எழுத்துக்களையும், 'வரையறுக்கப்படாத பல' என்ற மெய் எழுத்துக்களையும் கொண்டது தமிழ் மொழி. ஒற்றை - பன்மெய்யிருந்தே தமிழ் தோன்றுகிறது.

ஒற்றைகள் வரையறுக்கப்பட்டவை, நிரந்தரமானவை என்பதால் அவற்றை அறிந்து கொள்வதில் எந்தவொரு சிக்கலும் நமக்கு இல்லை. ஆனால், வரையறுக்கப்படாத, மாறக்கூடிய, எண்ணிலடங்கா பன்மெய்களை விளக்குவதே கடினமானது. இவையே மொழியின் மெய்ப்பொருளியலை வரையறுக்கின்றன.

22

~~~

பதினென் பன்மெய்களின் அடிப்படைக் குணங்களை நாம் வரிசைப்படுத்த முயற்சிக்கலாம்.

மெய்யெழுத்துக்களில் எந்தவொரு தனி எழுத்தும் தன்னளவில் ஒலிக்க முடியாதது. 'க்' தொடங்கி 'ன்' வரையிலான மெய்யெழுத்துக்கள் அரை மாத்திரை ஒலிப்பே பெற்றவை என்பதால் அவற்றின் ஓசையை நம்மால் வெளிப்படுத்த முடிவதில்லை.

ஒரு உதாரணத்திற்கு 'க்' என்பதை உச்சரிக்க முடிகிறதா என்று சோதித்துப் பாருங்கள். 'இ' சேர்த்து 'இக்' என்று உச்சரிக்கக் கூடாது. 'க்' ஐ தனியே உச்சரிக்க வேண்டும். உங்களால் முடியாது. 'க்'கை மட்டுமல்ல பதினெட்டில் எந்த ஒன்றையும் உங்களால் தனியே உச்சரிக்க முடியாது. ஒவ்வொரு முயற்சியிலும் ஓசைகள் நமக்குள்ளேயே சிக்கிக்கொள்வதைக் கவனியுங்கள். உங்களின் மேல் அண்ணத்திலோ, உதட்டு விளிம்பிலோ, உப்பிய கன்னத்திலோ, மூக்கின் அடிவாரத்திலோ, அடித்தொண்டையிலோ அவ்வொலிகள் தேங்கி நிற்கின்றன. உங்களால் அதை உணர முடிகிறதா?

திக்குகிறீர்கள். பன்மெய்யை ஒற்றையாய் பாவிக்க முனையும் ஒவ்வொரு முறையும் நாம் இப்படித்தான் திக்குகிறோம், திணறுகிறோம். பாதிக்கிணறு தாண்டிய நிலையில் தவிக்கிறோம். நாண் முறுக்கி அம்பு பூட்டப்பட்ட வில் போல வலிக்கிறது வாய்.

எந்தவொரு பொருளையும் தனித்து அறிந்து கொள்வதற்கு சூத்திரமாகச் சொல்லப்பட்ட 'ஒன்றும் பலவும்' என்பது மெய்யெழுத்துக்களிடம் செல்லுபடியாகவில்லை.
~~~

ஒவ்வொரு மெய்யெழுத்தையும் அக்கூட்டத்திலிருந்து தனியே பிரித்தெடுத்து, அதாவது 'ஒன்று - பல' என்ற தொனியில், விளங்கிக் கொள்ளும் சாத்தியம் நமக்கு இல்லை. ஏனெனில், மெய்யெழுத்துக்கள் பூரண பன்மெய்யாக விளங்குகின்றன. அவை, தனித்தனி மெய்களின் கூட்டம் அல்ல. பன்மெய்யே அதன் அடிநாதம். ஒற்றை மெய்க்கு ஒலிப்பு இல்லை என்பதே இலக்கணச் சூத்திரம்.

பன்மெய்களுக்கும் 'மெய்' என்ற பெயரைச் சூட்டியதே தமிழிலக் கணத்தின் மாயாஜாலம் ('னகார இறுவாய்ப் பதினெண் எழுத்தும் மெய் என மொழிப' - தொல். எழுத். சூ. 9). இலக்கணம் என்ற எல்லையையும் கடந்து, அதனைத் தத்துவார்த்த உரையாடலாக வளர்த்தெடுக்கும் சாத்தியங்களை 'மெய்' என்ற சொல்லே நமக்கு ஏற்படுத்துகிறது.

மெய் என்ற சொல் உடலையும் உண்மையையும் ஒருங்கே சுட்டக் கூடியது. மெய் பூரண பன்மெய்த் தன்மை கொண்டது என்றால், உடல் மட்டுமல்ல, உண்மையும் பன்மெய்யானது என்ற தத்துவ அடிப்படையை உடையது தமிழ் இலக்கணம். இலக்கணத்தின் லட்சணம் என்ன என்ற கேள்வியை இப்பொழுது நாம் வேறு மாதிரியாகக் கட்டமைக்க முயற்சிக்கலாம் - இலக்கணம் சொல்லும் 'மெய்த் தன்மை' என்றால் என்ன?

பதில் சொல்வதற்கு முன் அக்கேள்வியை நாம் சிறுசிறு கேள்விகளாக உடைத்துக் கொள்ளலாம். மெய் என்றால் என்ன? தனி மெய் என்றால் என்ன? மெய்த் தன் மெய் என்றால் என்ன?

மெய் என்றால் என்ன என்பதற்கு நமக்கு ஓரளவிற்குப் பதில் தெரியும். மெய், பூரணப் பன்முகத் தன்மை கொண்டது; வரையறுக்க இயலாதது; அதனால், எண்ணிக்கையற்றது. ஒற்றை வரியில் சொல்வதானால், மெய் என்பது பன்மெய்யின் பன்மெய். பன்மெய்யே அதன் வடிவம்; பன்மெய்யே அதன் உள்ளடக்கமும்.

மெய், பன்மெய்யின் பன்மெய் என்றால், தனி மெய் என்பது என்ன என்பதை இனி நாம் விளக்க வேண்டும். தனி மெய், தனியே ஒலிக்க மறுக்கிறது. தனிமைக்குத் தனியே மெய் இல்லை. அதாவது, எழுத்து உண்டு; ஓசை இல்லை. அதன் ஒலி, ஒலிக்காமல் நிற்கிறது. ஆமாம், ஒலிக் ஆ நிற்கிறது.

'ஆ நின்று' என்பது காலம் பற்றிய தமிழ்ச் சூத்திரம்.

ஆ நின்றை, நிகழ்வு என்று வரையறுக்கிறது தமிழிலக்கணம். 'ஆ நின்று' என்பது செய்யா என்ற எதிர்மறை வாய்ப்பாட்டு வினையெச்சம். இந்த இலக்கண விதியின் படி, தனி மெய் ஒலிக்கா

நிற்கிறது என்றால் அதற்கு ஒலிப்பு இல்லை என்று அர்த்தம் இல்லை. அது நிரந்தரமாய் ஒலித்துக் கொண்டிருக்கிறது என்றே பொருள்.

மூன்று காலங்களுக்குள்ளும் செயல்படும் எச்சம் - ஆ நின்று. நேற்றும் இருந்தது, இன்று இருக்கிறது, நாளையும் இருக்கும் என்றால், 'ஆநின்று' என்று பொருள். விளங்கா நின்றான். அசையா நின்றான். ஓடா நின்றான் என்றெல்லாம் சொன்னால், அவனுக்கு விளங்குகிறது; அவன் அசைகிறான்; அவன் ஓடுகிறான் என்றே பொருள். இந்த ஆ நின்றை நிகழ் காலக்குறிப்பு மட்டுமே என்று நம்பியதும், வழக்கொழிந்த வழக்கு என்று சொன்னதும் நன்னூலுக்குப் பின்பு மட்டுமே. அது வேறொரு கதை.

ஒலிக்கா தனி மெய்க்கு வடிவம் உண்டு, ஆனால் உள்ளடக்கம் இல்லை. அப்படியானால், 'இல்லை' என்பதே அதன் உள்ளடக்கம். அதாவது, தனி மெய்யின் உள்ளடக்கம் (தன்மை) 'இல்லாமெய்' - இன்மெய் என்று சொல்லலாமா?

மெய்களின் இயல்பு, தனிமையின்மை. இது மிக எளிய தர்க்க சாத்திரம். இந்தத் தர்க்கத்தின் அடிப்படையில், மூான் போல் சார்த்தர் போன்றவர்கள் கூட, தனிமெய்யை இன்மையோடு (Being and Nothingness) யோசித்து, தமிழ் மரபிற்குக் கொஞ்சம் கொஞ்சம் நெருக்கமாக வருகிறார்கள்.

மொழியின் இயல்பு ஒலித்தல் என்றால், தனி மெய்க்கு எழுத்து என்ற குறிப்பான் உண்டு, ஆனால் ஓசை என்ற குறிப்பீடு இல்லை என்று கொள்ள வேண்டும். 'வெளிப்படாத ஓசையே' தனிமெய்யின் உள்ளர்த்தம்.

அப்படியானால், மெய்த் தன் மெய் என்பது என்ன? மெய் என்பது பன்மையின் பன்மை; அதே போல, தன்மெய் என்பது இன்மை என்று சொன்னால், மெய்த் தன் மெய் என்றால் பன்மையின் பன்மையின்மை என்று பொருள்.

இதைக் கேட்டு, 'பன்மையின் பன்மையின்மை தானே ஒற்றை!' என்று வியக்கிறார் டெலியூஸ் (Deleuze, Gilles, 2001, Difference and Repetition, trans. by Paul Patton, Continuum, London, P.304). அலெய்ன் பாத்யோவுக்கோ, பன்மையின் பன்மையின்மை என்பது, 'பன்மைக்குள் நிலவுமொரு வெற்றிடம்' என்று புலப்படுகிறது (Badiou, Alain, 2005, Being and Event, Trans. by Oliver Feltham, Continuum. London, P.295). ஆனால், மாயாவாதமோ இன்மையோடு சேர்ந்த எதுவும் இன்னொரு இன்மையே என்கிறது. அப்படியானால், மெய்த் தன் மெய் என்பது என்ன - ஒற்றையா, பன்மெய்ச் சுழலா அல்லது மாயையா?

23

~~~

வெளிப்படுதலே மெய்களின் இயல்பு என்ற நம்பிக்கையிலிருந்து இன்மை தோன்றுகிறது. இயல்பு என்பதை இருப்பு என்று விளங்கிக் கொள்ள வேண்டும். மெய் இருப்பதை எவ்வாறு அறிகிறோம் என்றால், அது வெளிப்படுவதால் அறிகிறோம்.

மெய் தனியாக வெளிப்படுவது இல்லை என்பதால் (அதாவது, அதற்கு அரை மாத்திரையே ஒலிப்பு) அதனை இன்மை என்று அடையாளப்படுத்துகிறோம். மெய் இருக்கிறது, ஆனால், வெளிப்படாமல் இருக்கிறது. உயிரோடு இணையும் போது மட்டுமே அது வெளிப்படுகிறது. அதாவது, கட்புலன்களால் அறியக்கூடிய வகையில் அது வெளிப்பட்டு விடுகிறது.

புலனுணர்வே அறிதலின் ஆரம்ப நிலை என்பதை ஒத்துக் கொண்டால், உயிரோடு கலந்து உச்சரிக்கப்படாத வரைக்கும் மெய்க்கு இருப்பு இல்லை என்றே அர்த்தம். அதாவது, மெய் என்று ஒன்று இல்லை என்று முடிவு செய்ய வேண்டும். புலன்களால் அறிய முடிகிற உயிரோசைகள், திரிந்தும் மருவியும் புரண்டும் குழன்றும் உயிர்மெய்களாக மாயாஜாலம் செய்கின்றன என்ற முடிவிற்கு வந்து சேர வேண்டும்.

உண்மையில், இலக்கணம், உயிரோசைகள் நிகழ்த்தும் மாயஜாலத்தின் சூட்சுமத்தையே நமக்கு ‘மெய்யோசைகள்’ என்று அறிமுகம் செய்கின்றது. பனிரெண்டு உயிர்களும் பதினென் மெய்களின் மீது ஏறி உயிர்மெய்களாக வெளிப்படுகின்றன என்று விளக்கியதே இலக்கணத்தின் ஆணிவேர்.
~~~

அந்தப் பதினென்மெய்களும் புலன்களால் அறிய முடியாத வகைக்கு தனித்து வெளிப்படும் திராணியின்றி நிற்கின்றன என்பதே நெடுங்காலம் வரைக்கும் உயிரின் மாயமந்திரமாக இருந்து வந்தது. உண்மையில், உயிரின் வினோதம் என்பது ஒலிக்கா மெய்கள் மட்டுமே. இந்த ஒலிக்கா மெய்களை 'மெய்யெழுத்துக்கள்' என்று அறிமுகம் செய்வதன் மூலம் உயிரெழுத்துக்களின் மேலாண்மையை இலக்கணம் கட்டுடைத்து, அவ்வினோதம் உயிர்களின் வினோதம் அல்ல, மெய்களின் வினோதம் என்கிறது.

உயிரொலிகள் ஒலிக்கின்றன என்பதல்ல; பதினென் மெய்யொலி களால் ஒலிக்க முடிவதில்லை என்பதே ஆச்சரியம்.

இவ்வுலகமே கலந்த மயக்கமாக இருக்கிறது என்பதே தொல்காப்பிய அபிப்பிராயம் ('நிலம் நீர் தீ வளி விசும்பொடு ஐந்தும் கலந்த மயக்கம் உலகம் ஆதலின்...' தொல்காப்பியம், மரபியல் - 91). இந்த மயக்கம், உயிர்களின் நிகழ்வுகளால் தோன்றியது. ஒவ்வொரு நிகழ்வின் போதும் உயிர்கள், கண்ணுக்குப் புலப்படாத ஓசைகளோடு இணைந்து புதுப் புது தோற்றத்தை எட்டுகின்றன. புலனுக்கு அப்பாற்பட்ட இவ்வோசைகளை ஒலிக்கா ஒலிகள் என்றும் அவை பன்முகத்தவை என்றும் அறிவித்ததே தமிழிலக்கணத்தின் சாதனை.

ஒலிக்கா ஒலிகளே உயிர்களை இயக்குகின்றன; உயிரின் நிகழ்வுகளைச் சாத்தியப்படுத்துகின்றன என்ற இலக்கணச் சூத்திரம் ஏராளமான மெய்யியல் சிக்கல்களை உருவாக்கக் கூடியது. தமிழை அரவம் என்றதும் (ரவா என்றால் ஓசை, அரவா என்றால் ஓசையற்ற என்று பொருள்), நாகார்ஜுனருக்கு இரண்டு நாகர்கள் 'வெற்றிடம்' குறித்த அறிவியலை அறிமுகப்படுத்தியதும் தற்செயல்கள் அல்ல.

24

~~~

மெய்த் தன் மெய் என்பது வெளிப்படுத்த முடியாத சங்கடம். திணறல். பரிதவிப்பு. திக்கல்.

திக்கல் என்பது மானுடத் துயரம். அதிலும் பதினென் திக்கல். அதாவது, எண்ணிக்கையற்ற பரிதவிப்புகள். இத்துயரங்களுக்கான தீர்வே, மொழி என்கிறது தமிழிலக்கணம்.

மொழி, கருத்துப்புலப்படுத்தக் கருவி என்றே பலரும் சொல்லி வந்திருக்கிறார்கள். ஆனால், அப்படிச் சொல்வது கூட மேலோட்டமானது, தட்டையானது.

மொழி பெரும்பாலும் புலப்படுத்துவது இல்லை. புலப்படுத்துவது போல நடிக்கிறது. பாவனை செய்கிறது. ஆனால், திக்கித் திணறும் மெய்களுக்கு இந்தப் பாவனையே போதுமானதாக இருக்கிறது. அந்த வகையில், மொழி நமது திணறல்களுக்கான ஆசுவாசம்.

அது, திக்குதலின் இடைவெளிகளை ஒலிகளால் நிரப்புகிறது (திக்கு தான் எத்தனை அற்புதமான சொல்? எட்டுத்திக்கும் திக்குகள்). அல்லது, மெய்கள் ஒன்றையொன்று சந்தித்துக் கொள்ளும்படிச் செய்கிறது. தமிழ் மொழியின் ஆகப்பெரிய பலமே ஒலிக்கா மெய்களை சந்திகளாக மாற்றியமைத்ததுதான்.

முழுமையற்ற (அரை மாத்திரை மட்டுமே ஒலிக்க முடிந்த) அந்த மெய்யொலிகள் ஒலிப்பிற்காக சதா அல்லாடுகின்றன. இந்தப் பதட்டமே, அவற்றை உயிரொலிகளுடன் இணைய வைக்கிறது. இந்தப் பதட்டமே, அவற்றை சொற்களுக்கிடையே சந்திகளாகவும்
~~~

வந்து நிற்கச் செய்கிறது. சொல்லப்போனால், தன்னந்தனியே திக்கிக் கொண்டிருந்த பன்மெய்களே மொழியை சாத்தியப்படுத்துகின்றன. திக்குதலே மொழியை உருவாக்குகிறது.

இதையே இப்படியும் சொல்லலாம். பேச்சின் உள்ளடக்கம் திக்குதல். எல்லாப் பேச்சுகளும் கனத்த மௌனத்தையே வெளிப்படுத்திக் கொண்டிருக்கின்றன. கனத்த என்பதை சூல்கொண்ட என்ற அர்த்தத்தில் வாசிக்க வேண்டும். வெளிப்படுத்தக் கூச்சப்படும் உணர்வொன்றை சூல்கொண்டிருப்பதால் அது கனத்த மௌனம். மொழி, ஒவ்வொரு முறையும் இப்பரிதவிப்பைக் கடக்கவே உதவி செய்கிறது.

ஆனால், கூச்சங்களும், பரிதவிப்புகளும், சங்கடங்களும் எண்ணிறந்தவை. தொடர்ந்து புதிது புதிதாய் உருவாகிக் கொண்டிருப்பவை. இதன் காரணமாகவே, மொழி தொடர்ந்து தன்னை புதுப்பித்துக் கொண்டும் வருகிறது.

இருந்தாலும், மானுடம், மொழியின் போதாமையைத் தொடர்ந்து உணர்ந்து கொண்டிருக்கிறது. ஏனெனில், மொழிவழி வெளிப்பாடுகள், அந்த ஆரம்பக் கூச்சங்களை, பரிதவிப்புகளை மடைமாற்றம் செய்கின்றனவே ஒழிய, வெளிப்படுத்த உதவுவதில்லை. திக்கித் திணறுவதை என்றைக்கு ஒருவரால் பேசிவிட முடியும்?

இதனாலேயே, மெய்த்தன்மெய் என்பது பனுவல்களில் (பேச்சோ எழுத்தோ) காணக் கிடைப்பதில்லை என்று முடிவு செய்கிறோம். பனுவல்கள் எங்கிருந்து தோன்றியதோ அந்தப் புள்ளிகளை பனுவல்கள் மூலமாக அடைந்துவிட முடிவது இல்லை. மெய்த் தன்மெய்யிலிருந்து (வெளிப்படாமை அல்லது ஒலிக்காமை) தான் பனுவல்கள் உருவாகுகின்றன என்றாலும், பனுவல்கள் மூலமாக மெய்த் தன்மெய்யை நெருங்கமுடிவது இல்லை.

அப்படியானால், அயோத்திதாசரின் பனுவல்களிலிருந்து அவரது மெய்த்தன்மெய்யை அறிவது எப்படி? அவரது மொழி வழி வெளிப் பாடுகளிலிருந்து வெளிப்படாமையை, ஒலிக்காமையை அறிவது எப்படி?

இந்த நேரம், பனுவல் என்பது முற்று முதலான, பிசிரற்ற வடிவமல்ல என்பதையும் நாம் கவனத்தில் கொள்ள வேண்டும். பனுவல் எத்தனைக்கெத்தனை ஒழுங்குபட்டதோ அத்தனைக்கு அத்தனை இரைச்சல்கள் உடையது. பனுவலின் இந்த இரைச்சல்கள், தர்க்க மீறல்களாகவோ அல்லது வழமைக்கு மீறிய அமைதியாகவோ அல்லது அதீத உரையாடலாகவோ அல்லது கோளாறுகளாகவோ வெளிப்படக் கூடும்.

பனுவல்களில் நாம் சந்திக்கக் கூடிய இத்தகைய இரைச்சல்களே, அப்பனுவல்களுக்குப் பின்னிருக்கும் ஒலிக்கா மெய்களை நமக்குக் காட்டக்கூடியவை. அயோத்திதாசரின் பனுவல்களில் வெளிப்படும் இரைச்சலை அடையாளப்படுத்த முடிந்தால் அவரது மெய்த்தன் மெய்யை நம்மால் நெருங்க முடியலாம்.

25

~~~

மொழி எப்பொழுதுமே மிதமிஞ்சிய சாகசக் குணங்களைக் கொண்டது. ஒற்றையா, பன்மெய்யின் பூஜ்யமா அல்லது மாயையா என்று குழப்பிக் கொண்டிருக்கிற மெய்த்தன்மெய் குறித்து தமிழில் வழங்கப்படும் இன்னொரு கற்பனையை நான் உங்களுக்குச் சொல்லவேண்டும். தமிழில் நிகழ்ந்த மிக அற்புதமான சாகசம் அது.

'க' முதல் 'ன்' வரை நீளும் பதினெட்டு மெய்களும் ஒலிக்கா மெய்கள் என்பது நமக்குத் தெரியும். திக்குதலே அவற்றின் ஆதார உணர்வு என்பதும் நமக்குத் தெரியும். தங்களுக்கென்று அரை மாத்திரை ஒலிப்பை வைத்துக் கொண்டிருக்கிற அந்தப் பன்மெய்களும் ஒலிக்காமல் என்னதான் செய்து கொண்டிருக்கின்றன?

அந்த அரை ஒலிப்புகள் என்னவாயின என்று கேட்டால், தமிழ்ச் சிந்தனை மரபு, பதினென் மெய்களும் 'கம்மென்று' இருக்கின்றன என்றே பதில் சொல்கிறது. அதாவது, 'க'ம்முன் பதினெட்டு மெய்களும் 'கம்' என்று இருக்கின்றன. 'கம்' என்றால் மௌனம்; ஆனால், வெறும் மௌனம் அல்ல; சொல்ல விரும்புவதை சொல்லாமல் இருக்கும் மௌனம்.

கம்மென்ற மௌனத்தோடு மெய்கள் நின்று விடவும் இல்லை. அவ்வொலிக்கா மெய்கள் (அரவங்கள்) புராதனமான இன்னொரு மொழியில் பேசிக் கொண்டிருப்பதாகவும் தமிழ் நம்புகிறது. எழுத்திற்கும் பேச்சிற்கும் முந்தைய மொழி அது.
~~~

மோப்பமே அதன் பாவனை. ஒவ்வொரு அசைவிற்கும் ஒரு வாசம். ஒவ்வொரு உணர்விற்கும் ஒரு நாற்றம். ஆழி சூழ் உலகு போல, இது ஆவி சூழ் உலகம். ஆவியாகும் திரவத்தால் நிரம்பிய உலகம்.

இந்த யோசனையின் படி, ஆதியிலே வார்த்தை அல்ல, நெய்யே இருந்தது. அதுவும் வாசமாக இருந்தது. வாசநெய் / வாசனை பரவிய உலகு. மெய் எவ்வாறு மனிதர்களின் மொழியோ அது போல நெய் விலங்குகளின் மொழி. மோப்பத்தால் உணவை, ஆபத்தை, பாலிணையை, பாசத்தை, கோபத்தை, அச்சத்தை, காதலை, குழுவை, சமூகத்தை, இருப்பிடத்தை உணர்ந்து கொள்ளும் மொழி. உடலில் ஊறும் ஒவ்வொரு திரவியமும் ஒவ்வொரு புத்தகம். ஏறக்குறைய ஒரு காட்டு விலங்கைப் போல, அப்பதினெட்டு மெய்களும் தத்தம் இருப்பை வாசனையாக காற்றில் எழுதுகின்றன என்று கற்பனை செய்கிறது தமிழ் மொழி.

மொழி கம்மென்று இருக்கிறது! அமைதியாகவும், வாசனையாகவும். எழுத்திற்கு ஓசையே அடிப்படை. அதே போல ஓசைக்கு நாற்றமே அடிப்படை. வாசனையே ஓசையாக மாற்றப்பட்டு, பின் வரிவடிவமாக உருமாறியிருக்கிறது. 'க்' என்ற வரிவடிவத்தின் பின்னால், உச்சரிக்க முடியாத 'க்' என்ற ஓசை இருப்பதைப் போல, அவ்வோசைக்குப் பின், கம்மென்று மணக்கும் வாசனையும் இருக்கிறது. ஒலிக்கா ஒலிகளான பதினெட்டு மெய்களும் தொடர்ந்து வாசநெய்யைப் பரப்பிக் கொண்டிருக்கின்றன.

தமிழ் மொழியின் ஆதாரமான மெய்யொலிகள் அரவமாக (அதாவது, ஒலிப்பு அற்று) இருக்கின்றன என்பதே பொது அபிப்பிராயம். திக்குதல், திணறுதல், திண்டாடுதல், திகைத்தல், திமிருதலே அதன் உணர்வு நிலைகள். இவ்வுணர்வுகள் உயிரோடு இணையும் பொழுது பேச்சாக வெளிப்படுதலே தமிழ்.

ஆனால், ஒலிக்கா நிலையையும், அரவ நிலையையும், திக்கு நிலையையும் கடந்த நறுமணங்களால் கட்டப்பட்டிருக்கிறது மொழி. அந்த வகையில், ஒவ்வொன்றின் நறுமணமே அதன் மெய்த்தன் மெய்யும் ஆகும். அதாவது, இவ்வுலகின் ஒவ்வொரு ஜீவ/அஜீவ ராசிக்கும் மணங்கள் உள்ளன. அந்தச் சுகந்தங்களே அவற்றின் மெய்த்தன்மெய்யும் ஆகும். இவற்றிலிருந்தே எல்லாவிதப் பனுவல்களும் தோன்றுகின்றன.

அம்மணம் பெரும்பாலும் கம்மென்றே இருக்கிறது. அந்த கம்மிலிருந்தே, அதாவது, மௌனத்திலிருந்தே பேச்சு கிளைக்கிறது; இன்னும் யுகங்கள்

கழிந்து எழுத்து தோன்றுகிறது. அனைத்தும் வாசநெய்யிலிருந்தே தோன்றுகின்றன. இந்த வாசனையே, மெய்த்தன்மெய்யுமாகும்!

வாசனை மொழி யதார்த்ததோடு இன்னும் நெருக்கமானது. பேச்சு மொழி அல்லது எழுத்து மொழியில் காணப்படும் இடுகுறித்தன்மை என்ற அந்நியவுணர்வு வாசனை மொழியில் இல்லை. ஏனெனில், வாசனை மொழி அண்மையுணர்வால் நிரம்பியிருக்கிறது. பேச்சு நிர்பந்திக்கும் தர்க்க அறிவு கூட வாசனைக்குத் தேவையில்லை. அது, எப்பொழுதுமே தர்க்கத்திற்கு எதிர்த் திசையில் பயணிக்கிறது. சொல்லப்போனால், வாசனை மதிமயக்குகிறது. அது முதலில் உங்களது சுற்றுப்புறத்தை மறக்கடிக்கிறது. இன்னும் ஆழமாய் சுவாசிப்பதற்காக நீங்கள் கண்களையும் காதுகளையும் மூடிக் கொள்கிறீர்கள். கண்களுக்கெட்டாத காதுகளுக்கு எட்டாதக் காட்சிகளைக் கூட அது உங்களுக்குப் புலப்படுத்துகிறது. மெய்சிலிர்த்துப் போகிறீர்கள்.

வாசனை மொழியின் கவித்துவம், அலங்காரங்களும் அணிகளும். மலர்களாலும் நறுமணப்பொடிகளாலும் வனையப்பட்ட அலங்காரங்கள் அவை. அக்கவித்துவம் வெளிப்படும் உச்சபட்ச இரு உணர்வுகள், காமமும் பக்தியும். ஆனால், இரண்டுமே எதிரும் புதிருமானவை. காமத்தைப் பொறுத்தவரை வாசனையின் கவித்துவம் ஒரு திறவுகோல். அதன் பின் காமம் உடலின் வாடையிலும் கவிச்சியிலும் முயங்கத் தொடங்குகிறது. பக்திக்கோ அதுவே கருவறை. கம்மென்ற மௌனத்தை உருவாக்கும் காரணி. 'எல்லாம் கடந்த' என்ற மா-உணர்வைத் தரும் போதைப் பொருள். எடுத்துக்காட்டாக, கற்பூரம் உடனடியாகப் பற்றிக் கொள்வதால் அல்ல, பற்றிக் கொண்டு கிளர்த்தும் வாசனை மூலமே புத்தியை மயக்குகிறது.

பேச்சையும் எழுத்தையும் விட புராதனமானது வாசனை மொழி. தமிழிலக்கணத்தின் படி, வாசனை மொழியை அடியொற்றியே எழுத்து பின்னப்பட்டிருக்கிறது. அதனாலேயே, தமிழின் அடிப்படையான பதினெண் பன்மைகளும் தம்மளவில் ஒலிக்க மறுக்கின்றன. அவை அரவமாக இருப்பதன் காரணமும் அதுதான். இந்த ஒலிக்கா மெய்யே மெய்த்தன்மையும் கூட. எந்தவொரு பனுவலிலும் நாம் தேடிக் கண்டடைய வேண்டியதும் கூட இந்த ஒலிக்காமெய்களையே! டெலியூஸின் வார்த்தைகளில் சொல்வதானால், image of thought.

26

~~~

அயோத்திதாசரிடம் நாம் உணரும் முதல் இரைச்சல் - அவரைச் சூழும் மறதி.

தமிழர்களின் ஆயிரம் ஆண்டுகால மறதியை பௌத்த ஞாபகங்களின் மூலம் சரிசெய்ய நினைத்த அயோத்திதாசரையும் தமிழர்கள் மறந்தார்கள் என்பதே வரலாறு. மறதியும் ஞாபகமும் அயோத்திதாசரோடு விடாப்பிடியாய் ஒட்டிக் கொண்டிருந்தன. தமிழக வெகுஜனம் பௌத்தத்தையும், பின்னாட்களில் அயோத்திதாசரையும்கூட மறந்து விட்டதன் காரணங்கள் என்ன என்பதை அறிவது முக்கியம்.

பௌத்தம் வீழ்ந்தது என்ற அபிப்பிராயத்தின் பின்னுள்ள நிஜம், அதன் ஞாபகங்களை வெகுஜனங்கள் இழந்தார்கள் என்பதுதான். அதாவது, பௌத்தத்தை மறதி சூழ்ந்தது. அதே போல, அயோத்திதாசரின் சிந்தனைகள் வீழ்ந்தன என்பதும் அவர் குறித்த ஞாபகங்கள் மறைந்தன என்பதுதான்.

அதாவது, அயோத்திதாசரையும் மறதி சூழ்ந்தது. ஆனால், அதே நேரம், அவருக்குப் பின்னால் வந்த திராவிட இயக்கம் கட்டமைத்த திராவிடர் என்ற மெய் நிகர் பிம்பம் வெற்றிகரமான வெகுஜன ஞாபகமாக மாறியிருந்தது.

பௌத்தர் என்ற பிம்பத்திற்கும் திராவிடர் என்ற பிம்பத்திற்குமான அடிப்படை வேறுபாடுகள் என்று சொல்வதற்கு பெரிதாய் எதுவும் இல்லை. பூர்வ பௌத்த அடையாளத்தை விவரிக்கும் அயோத்திதாசரே கூட திராவிடர் என்ற சொல்லையும் பயன்படுத்தியிருக்கிறார்.
~~~

அவரைப் பொறுத்தவரையில், திராவிடம் என்பது மொழி அடையாளம். தமிழின் இன்னொரு பெயர் திராவிடம். தமிழர்கள் தங்களைத் தமிழர்கள் என்று அழைத்துக் கொள்ள, மற்றவர்கள் திராவிடர்கள் என்று அழைத்ததாக அவர் கருதுகிறார். தமிழன் என்பது தன்னுணர்வு; அந்த மொழி ஒவ்வொருவரையும் அவ்வாறு உணரச் செய்கிறது. திராவிடன் என்பது பிறனுணர்வு. அந்த மொழியைப் பேசுவதால், கூட்டமாக அவ்வாறு உணர்த்தப்படுகிறோம்.

தமிழன் என்பதும் திராவிடன் என்பதும் இரு வேறு உணர்தல். இன்னொரு இடத்தில், மொழியே ஒருவரின் சாதி அடையாளம் என்று விவாதிக்கும் அயோத்திதாசரின் கருத்துப்படி, திராவிடர் என்பது ஒரு சாதி அடையாளம் கூட. அதாவது, தமிழர்கள் திராவிடத்தால் சாதிக்கிறார்கள் என்று பொருள்.

தமிழின் லட்சணம் அல்லது அழகு பௌத்த சிந்தனைகளால் செய்யப் பட்டது என்பதும் அயோத்திதாசரின் முடிவு. அழகு அல்லது லட்சணம் என்று சொல்வதை மொழியின் அக யதார்த்தம் என்று விளங்கிக் கொண்டால், பௌத்தமே தமிழின் ஆதாரம் என்று பொருள். அந்த வகையிலும் தமிழ் அல்லது திராவிடம் என்பதும் பௌத்தம் என்பதும் வேறு வேறு அல்ல என்பதே அயோத்திதாசரின் எண்ணவோட்டம். இதனாலேயே, தென்னிந்திய / சாக்கிய பௌத்த சங்கத்தை தமிழ் பௌத்த சங்கம் என்று அழைக்க அலாய்சியஸ் துணிகிறார்.

உண்மையில், பூர்வ பௌத்தருக்கு இணையான சொல் திராவிடரோ தமிழரோ அல்ல; ஆதிதிராவிடர் அல்லது ஆதித்தமிழர் என்று சொல்லுவதே சரியாக இருக்கும். ஆதி திராவிடரும் ஆதித் தமிழரும் அரசியல் அடையாளங்களாக பரிணமித்தவை. இரண்டு ஒடுக்கப்பட்ட சாதிகள் தத்தம் பாரம்பரியத்தை அந்த வார்த்தைகளில் சேமித்து வைத்திருக்கின்றன.

எனவே நிச்சயமாய் இவை, வெகுஜன அடையாளங்கள் அல்ல. தனித்தனியான குழுக்களின் அரசியல் அடையாளங்கள். வலிமை யானக் கருத்தியல்களால் சூழப்பட்டவை. அப்படியானால், பூர்வ பௌத்தர் என்ற பிம்பத்தை ஏற்றுக் கொள்வதில் வெகுஜனத்திற்கு இருந்த சிக்கல், அவை ஏற்கனவே அரசியல் சாயம் பூசப்பட்டவை என்பது தானா என்றால் அப்படியும் அல்ல.

ஏனெனில், ஆதிதிராவிடர் என்ற அரசியல் அடையாளம் இருக்கும் போதே, அதில் ஆதியை ஒதுக்கி விட்டு மிச்சத்தைத் தனது பொது அடையாளமாக தமிழக வெகுஜனத்தால் ஏற்றுக்கொள்ள முடிந்திருக்கிறது. இதே வாதத்தின் படி, பூர்வ பௌத்தர் என்பதிலுள்ள 'பூர்வ'த்தை

ஒதுக்கிவிட்டு தங்களை பௌத்தர்களாக அடையாளப்படுத்திக் கொள்ளும் சூழல் இருந்தும் அப்படி எதுவும் நடைபெறவில்லை.

பூர்வ பௌத்த பிம்பத்திலிருந்து தமிழர்களை அந்நியப்படுத்துகிற காரணியாக இப்பொழுது மிச்சமிருப்பது அதன் சமய அடையாளம் மட்டும் தான்.

பெரியாருக்குப் பின்பு திராவிட இயக்கத்தின் மையக் கருத்துக்களில் ஒன்றாக நாத்திகம் மாறியிருப்பதை நாம் கவனத்தில் கொள்ள வேண்டும். பிராமண எதிர்ப்பும் சுயமரியாதையும் எவ்வாறு விவாதப் புள்ளிகளாக விளங்கினவோ அதற்கு சற்றும் குறைவுபடாத இடத்தை கடவுள் மறுப்பும் பெற்றிருந்தது.

பிராமண எதிர்ப்பின் வெகுஜன வடிவம் அர்ச்சகர் எதிர்ப்பு. அதாவது, சுயமரியாதையின் வெளிப்பாட்டு வடிவம் பிராமண மேலாதிக்க எதிர்ப்பு. அர்ச்சக / பிராமண மேலாதிக்க எதிர்ப்பின் குறியீட்டு அடையாளமே கடவுள் மறுப்பு என்று சொல்லவேண்டும். பெரியாரின் பிரபல வாக்கியங்களான 'கடவுளை வணங்குகிறவன், நம்புகிறவன் - முட்டாளும் காட்டுமிராண்டியும்' மூலம் வலியுறுத்தப்படும் விஷயம், பிராமண ஆதிக்க எதிர்ப்பு மட்டுமே.

கடவுள் நம்பிக்கையை மூலதனமாகக் கொண்டு மட்டுமே பிராமண மேலாண்மை செயல்படுகிறது என்ற யோசனையே திராவிட இயக்கத்தின் கடவுள் மறுப்பை வடிவமைக்கிறது. உதாரணத்திற்கு, பிராமண அர்ச்சகர்களின் நிழல் கூடப்படாத நாட்டுப்புறத் தெய்வ வழிபாடுகள், சடங்குகள் குறித்து திராவிட நாத்திகம் அமைதி காத்ததை கவனம் கொள்ள வேண்டும்.

அதே போல, சுயமரியாதை நடவடிக்கைகள் என்ற பெயரில், வாழ்க்கை வட்டச் சடங்குகளை மீட்டெடுக்க விரும்பிய திராவிட இயக்கம், பிராமண அர்ச்சகர்களின் பங்களிப்பு மிகுந்த திருமணச் சடங்கை மட்டுமே சுயமரியாதையோடு மாற்றியமைத்தது என்பதைக் கவனத்தில் கொண்டால், கடவுள் மறுப்பு என்பது அடிப்படையில் பிராமண மறுப்புதான் என்பதும் நமக்கு விளங்கும். பிராமண அர்ச்சகர்களின் பங்களிப்பு ஏதுமற்ற இறப்புச் சடங்குகளுக்கு மாற்றாக மூடநம்பிக்கைகள் இல்லாத 'சுயமரியாதைக் கருமாதி' தேவைப்பட வில்லை என்பதும் இங்கு முக்கியம்.

எனவே, கடவுள் மறுப்பு என்ற சித்தாந்தமே திராவிட இயக்கம் பூர்வ பௌத்த அடையாளத்தை மறந்து போனதற்கானக் காரணம் என்றும் சொல்வதற்கு இல்லை. சொல்லப்போனால், அயோத்திதாசர் கற்பனை செய்த பௌத்தமும் கூட கடவுள் என்ற காரணியை

சடங்குகளிலிருந்து பெருமளவு விலக்கியே வைத்திருந்தது என்பதுதான் உண்மை.

மேலதிகமாக, திராவிட இயக்கத்தின் கடவுள் மறுப்பு நாட்டுப்புறத் தெய்வங்கள் குறித்தும், அன்றாட வாழ்க்கையில் இடம்பெறும் நம்பிக்கைகள், சடங்குகள், திருவிழாக்கள் குறித்தும் கொண்டிருந்த மௌன அங்கீகரிப்பை, அயோத்திதாசரின் பௌத்தம் தர்க்க ரீதியாக ஏற்றுக்கொள்ளும் வழிமுறையைக் கூடக் காட்டித்தந்திருந்தது. அப்படியானால், தமிழக வெகுஜனம் பூர்வ பௌத்த பிம்பத்தை மறந்து போனதற்கு இன்னும் வலுவான காரணம் ஏதோ இருக்கவேண்டும்.

27

~~~

பூர்வபௌத்தன் என்ற மெய் நிகர் பிம்பத்தின் கட்டமைப்பில் அல்லது உருவாக்கத்தில் ஏதாவது சிக்கல்கள் இருக்குமோ என்று யோசித்துப் பார்க்கலாம்.

நாம் ஏற்கனவே விரிவாகப் பார்த்திருப்பது போல, அயோத்திதாசர் இந்தப் பிம்பத்தை ஞாபகங்களிலிருந்து கட்டமைக்கிறார். தமிழ்ச் சமூகம் மறந்து போன ஞாபகங்களிலிருந்து.

அந்த ஞாபகங்களின் உண்மைத்தன்மையை பனுவல்கள் வாயிலாகவும், வழக்காறுகள் வாயிலாகவும் நமக்கு நிரூபிக்கிறார். அந்தப் பனுவல் களை நாம் அறிந்திருந்தோம், வழக்காறுகளில் நாம் பங்கு கொள்கிறோம் என்றாலும் அவற்றின் மெய்ப்பொருளை நாம் மறந்து விட்டோம் என்று அவர் திரும்பத் திரும்பச் சொல்கிறார்.

தான் சொல்லக்கூடிய ஞாபகங்களுக்கு வலு சேர்ப்பதற்காக, இவற்றையெல்லாம் இன்னமும் மறந்து விடாமல் பாதுகாத்து வரக்கூடிய ஒரு ரகசிய மரபு 'திண்ணைப்பள்ளிக் கூடங்களாக' இருந்து வருகிறதாகவும் அவர் கருதுகிறார்.

அவர் எழுதிச் செல்வதைப் படிக்கப் படிக்க ஒரு மர்ம நாவலை வாசித்துக் கொண்டிருக்கிற பாவனையே நமக்குள் பொங்கி எழுகிறது.

எப்பொழுதோ நினைவிற்கெட்டா நெடுங்காலத்திற்கு முன் நிகழ்ந்த ஒரு வரலாற்றுத் துயரம், அத்துயரத்தின் விளைவாக சமூகத்திலிருந்து
~~~

விரட்டப்பட்ட ஒரு சிறு குழு, ஒட்டுமொத்த சமூகத்தின் விடுதலைக் கான சூட்சுமம் நிரம்பிய அதிசயப் பிரதிகளை அக்குழு மிக ரகசியமாக ஆயிரமாயிரம் ஆண்டுகளாகக் கடத்தி வந்து கொண்டிருக்கிறது.

காலப்போக்கில் பெருஞ்சமூகம் அந்த ரகசியத்தைத் தொலைத்து விட, அச்சிறு குழு மட்டிலும் என்றைக்காவது தேவைப்படும் என்று அதைத் தலைமுறை தலைமுறையாக 'பண்டிதர்' என்ற போர்வையில் ஞாபகம் வைத்துக் கொண்டிருக்கிறது. அந்த ரகசியம், பெருஞ்சமூகம் மறந்து போன ரகசியம், இந்தத் தேசத்தின் வரலாற்றை, சமூக அமைப்பை, சமய நிறுவனங்களை, பொருளாதாரக் கட்டமைப்பையே மாற்றியமைக்கும் வல்லமை கொண்டது.

இருபதாம் நூற்றாண்டின் ஆரம்ப காலங்களில், அச்சு இயந்திரங்களின் வருகையினால், அந்த ரகசியத்தை முதல் முறையாக அயோத்திதாசர் பெருஞ்சமூகத்தின் முன் போட்டு உடைக்கிறார். ஆயிரமாயிரம் ஆண்டு கால ரகசியம் வெளிப்பட்டதால் சமூகத்தில் தலைகீழ் மாற்றங்கள் நடக்கும் என்றும் அவர் எதிர்பார்த்தார். எதிர்பார்த்த மாற்றங்கள் நிகழவும் நிகழ்ந்தன. ஆனால், அவரையும் 'பூர்வபௌத்தன்' என்ற பிம்பத்தையும் புறக்கணித்து விட்டு அவை நிகழ்ந்தன.

இந்த இரைச்சல் ஏன் நிகழ்கிறது?

28

~~~

பூர்வபௌத்தன் மற்றும் தமிழ் பௌத்தம் என்ற மெய் நிகர் பிம்பங்கள் எவ்வாறு மறதிக்கு இலக்காகின்றன என்பதற்கு நாம் சில காரணங்களைச் சொல்ல முடியும். அயோத்திதாசர் வாழ்ந்த கால கட்டத்திலும் சரி, இருபத்தோராம் நூற்றாண்டில் அவர் கண்டுபிடிக்கப் பட்ட போதும் சரி, இந்த மறதியில் எந்த மாற்றமும் இருக்கவில்லை.

வெகுஜனம் மட்டுமின்றி, சமூகத்தின் பல்வேறு தளங்களைச் சார்ந்தோரும் இந்த மறதியால் பீடிக்கப்பட்டிருந்தனர். நூறாண்டு களாக மறக்க / மறைக்கப்பட்டிருந்த அயோத்திதாசரை தமிழன் இதழ்கள் வாயிலாக பாதுகாத்து வந்தவர்கள் அவரது 'கருத்து வாரிசுகள்' என்று அலாய்சியஸ் எழுதுகிறார். இந்தக் கருத்து வாரிசுகள் என்ற பதத்தையும் கூட நாம் நேரடியான அர்த்தத்தில் புரிந்து கொள்ள முடியுமா என்ற சந்தேகம் எனக்கு இருக்கிறது.

அயோத்திதாசரின் கருத்தியல் எது என்பதற்கு ஆய்வுகள் மிகத் தெளிவான பதிலை முன்வைக்கின்றன - சாதி, சமய பேதங்களற்ற, பகுத்தறிவை அடிப்படையாகக் கொண்ட சமத்துவ சமூகத்தை உருவாக்குதல். இந்த 'சமத்துவ சமூகம்' முழுக்க முழுக்க கற்பனையானது. அதிசய உலகம் போல மாயத்தன்மைகள் கொண்டது.

இந்த மாயம் மெய்ப்படுவதற்கு சாதி வேஷங்களும் (வேஷ பிராமணம்), மதக்கடைகளுமே மாபெரும் தடைகள் என்று அயோத்திதாசர் முடிவு செய்கிறார். வரலாற்றில் நடைபெற்ற மாபெரும் துயரம் இந்த வேஷமும், வணிகமும் என்பதை அவர் ஆணித்தரமாக நம்பினார்.
~~~

இந்தத் துயரத்திலிருந்து விடுபடுவதற்கு அவர் இரண்டு விதமான உத்திகளையும் முன்வைக்கிறார் - தென்னிந்திய பௌத்த சங்கம் மாதிரியான இயக்கச் செயல்பாடுகளின் மூலம் மக்கள் அனைவரையும் பூர்வ பௌத்தர்களாக உணரவைத்தல்; சாதி வேஷமும், இறை வணிகமும் ஏற்படுத்தியிருந்த பொருளியல் பேதங்களை நிவாரணங்களின் மூலம் நிவர்த்தி செய்தல். இந்த இரண்டாவது உத்தியின் வெளிப்பாடே, இலவச கல்வியையும் நிலத்தையும் பஞ்சமருக்கு வழங்கும்படி காலனிய அரசுக்கு அவர் தொடர்ந்து கொடுத்து வந்த நெருக்கடிகள்.

சமத்துவ சமூகத்தைக் கட்டமைப்பதற்கான அவரது இரண்டு உத்திகளும் ஒன்றுக்கொன்று முரண்பாடானவை என்பதை உடனடியாக விளங்கிக் கொள்ள முடியும். ஒன்று மனமாற்றம்; மற்றொன்று இருத்தல் மாற்றம்.

முதலாவது உள்ளீடு தொடர்பானது, இரண்டாவது பொருள் கோளியல் சார்ந்தது. இரண்டையுமே தமிழில் 'பொருள்' என்ற ஒரே சொல்லில் தான் அடையாளப்படுத்தி வந்திருக்கிறோம், ஆனால் வெவ்வேறு அர்த்தங்களில்.

சாதியை வேஷம் என்றும் மதங்களை வணிகமென்றும் யோசிக்கக் கூடிய தன்னிலைகளை உருவாக்குவது தான் நமது லட்சியம் என்று சொல்லும் போது ஒரு விஷயம் தெளிவாகிறது - நாமும் நம்மை வியாபித்திருப்பதும் சாதியை யதார்த்தம் என்றும், மதத்தை ஆன்மீகமென்றும் நம்பிக்கொண்டிருக்கிற தன்னிலைகளே!

இந்தத் தன்னிலைகளையே நாம் லட்சிய தன்னிலைகளாக மாற்றுவதற்கு முயற்சி செய்கிறோம். எதை மறுக்கிறோமோ அதுவாகவே இருக்கிறோம். எதை வேஷம் என்கிறோமோ அதுவே நிஜமாக நிற்கிறது. எதை நிஜம் என்றோமோ அது மெய் நிகர் என்று அழைக்கப் படுகிறது.

வேஷம், நிஜம், மெய் நிகர்களுக்கு இடையிலான சிக்கலைச் சாதியொழிப்பில் ஈடுபடுகிற ஒவ்வொருவரும் எதிர்கொள்ள வேண்டியிருக்கிறது.

அயோத்திதாசரின் மெய் நிகர் உலகத்தில் போல, பிராமணர்கள் வேஷம் போடுகிறார்கள் என்று அவர் பறையறிவித்ததை, இருபதாம் நூற்றாண்டுத் தமிழகம் காது கொடுத்துக் கேட்டது. அதன் வெளிப்பாடே, திராவிட இயக்கமாக உருப்பெற்றது.

பார்ப்பனர் என்ற சொல்லின் மீது ஏற்றப்பட்டிருந்த அத்தனை மாயைகளையும் இருபதாம் நூற்றாண்டுத் தமிழக அரசியல்

கேள்விக்கு உட்படுத்தியிருந்தது. சாதியொழிப்பிற்கான வெகுஜன அரசியலின் முதல் அடியெடுப்பு இது.

ஆனால், அயோத்திதாசர் கற்பனை செய்தது அல்லது நிர்மாணித்தது இன்னும் வலுவான, காத்திரமான ஒரு போராட்டம். பிராமணர்களின் வேஷத்தை அம்பலப்படுத்துவது மட்டுமல்லாது, அவர்களின் ஏதேச்சதிகாரக் கேந்திரமான பெருங்கோவில்களில் இருந்து வெளியேற்றுவது. அதற்காக இந்த நிலத்தின் பண்பாட்டு வரலாற்றை பௌத்த வரலாறாக ஏற்றுக்கொள்வது என்று தொடர்ச்சியான சமூக மாற்றத்தை அவர் எதிர்பார்த்திருந்தார். இதுவெல்லாம் நிகழும் பொழுது சாதியொழிப்பும் நடந்து முடியும் என்பது அவரது திட்டமாக இருந்தது.

29

~~~

'**பி**ராமணர்' பற்றிய அயோத்திதாசரின் பார்வை பிற சாதியொழிப்புப் பார்வைகளிலிருந்து சற்றே வேறுபட்டது. அவர், பிராமணர்களை இரண்டு வகை என்கிறார் - யதார்த்த பிராமணர், வேட பிராமணர்.

அவரைப் பொறுத்தவரையில், இன்றைக்கு நாம் பார்க்கிற பிராமணர்கள் அனைவரும் வேட பிராமணர்கள். இந்த வேடதாரிகள் ஒரு சமூகக் குழு. ஆனால், அயோத்திதாசர் விதந்து பேசும் 'யதார்த்த பிராமணர்' ஒரு குழு அல்ல; ஏன் தனி நபர்கள் கூட அல்ல. அனைத்தையும் கடந்தவர்கள் என்கிறார். பிறப்பு, இறப்பு என்ற மகிழ்ச்சியையும் துக்கத்தையும் ஒரு சேரக் கடந்தவர்கள். லட்சத்தில், கோடியில் ஒருவர் யதார்த்த பிராமணராக மாறக்கூடும் என்பதே அயோத்திதாசரின் நம்பிக்கை.

யதார்த்த பிராமணம் என்பது ஒரு நிலை. மெய்ப்பாடுகளைக் கடந்த நிலை. இது சந்நியாசமும் இல்லை. எனவே, துறவிகளெல்லாம் யதார்த்த பிராமணர்கள் இல்லை.

யார் யாரெல்லாம் யதார்த்த பிராமணர்கள் என்பதற்கு அவர் வரலாற்றிலிருந்து எடுத்துக்காட்டுகளைச் சொல்கிறார். நாம் எதிர்பார்ப்பது போல கௌதம புத்தரோடு இந்தப் பட்டியல் ஆரம்பிக்கிறது. அவரை தொடர்ந்து வெவ்வேறு நூற்றாண்டுகளில் வாழ்ந்திருந்த சமண முனிவர்கள் இந்தப் பட்டியலில் இடம் பெறுகிறார்கள்.

அவரது யதார்த்த பிராமணர் அட்டவணையில் சமகாலத்தவர் யாரும் இல்லை. இதன் மூலம் ஒரு விஷயத்தை நாம் விளங்கிக்கொள்ள முடிகிறது: யார் யதார்த்த பிராமணர் என்பதை வரலாறே
~~~

தீர்மானிக்கிறது. யதார்த்த பிராமணர் என்ற அடையாளம் நிகழ்காலத்தைச் சார்ந்தது அல்ல.

யதார்த்த பிராமணம் என்பது ஒருவர் செய்யும் ஏதாவதொரு காரியத்தைக் கொண்டு தீர்மானிக்கிற அடையாளமும் அல்ல. மாறாக, ஒருவரது ஒட்டுமொத்த வாழ்க்கையையும் சீர்தூக்கிப் பார்த்து வழங்கப்படும் அடையாளம். பிராமணம் என்பது ஒருவரின் ஒட்டுமொத்த வினைத் தொகுதியிலிருந்து தீர்மானிக்கப்படுகிறது.

பிராமணம் என்பது தெரிவு செய்யும் அடையாளமும் அல்ல. வழங்கப்படுவது. எல்லாம் கழிந்த பின் வழங்கப்படுவது. ஏனெனில், பிராமணம் ஒரு கருத்தாக்கம். கருத்தாக்கங்களின் கருத்தாக்கம். மாறாத, எல்லையற்ற, அனைத்தையும் கடந்து நிற்கும் உன்னதக் கருத்தாக்கம். சொல்லப்போனால், கருத்தாக்கங்களின் பிராமணம்.

லாக்லவ்விடம் கேட்டால் மிதக்கும் குறிப்பான் என்று சொல்வார். (Ernesto Laclau, 2005, *On Populist Reason,* Verso, London.) அடையாளமற்ற அடையாளம். கருத்தாக்கங்களை நிர்வாகம் செய்யும் கருத்தாக்கம்.

பிராமணம் என்ற இந்த மிதக்கும் குறிப்பானையே இன்றைய பிராமண சமூகக் குழு வம்படியாய் ஆக்கிரமித்திருக்கிறது என்று அயோத்திதாசர் கருதுகிறார். எல்லோருக்கும் பொதுவான அல்லது யாருக்கும் சொந்தமற்ற, வரலாற்றால் மட்டுமே தீர்மானிக்க முடிகிற, பிராமண அடையாளத்தை எதேச்சாதிகாரமாக ஒரு சமூகக்குழு தனக்கான 'சாதி' அடையாளமாக முன்னிறுத்திய செயலையே 'வேஷம்' என்று விவரிக்கிறார்.

இதன் மூலம், இந்திய ஞான மரபிலிருந்து உருவாகி வந்த கருத்தாக்கங்களின் கருத்தாக்கத்தை 'பிராமணர்கள்' சாதிய அடையாளமாக சுருக்கினார்கள் என்றும் வாதிடுகிறார். மிதக்கும் குறிப்பானாக செயல்பட்ட பிராமணம் என்ற கருத்தாக்கத்தினுள் குடிபுகுந்து, அதன் கதவுகளை வேஷ பிராமணர்கள் இறுக்கச் சாத்தினார்கள் என்று இதனை விளங்கிக் கொள்ள வேண்டும்.

சாதியின் தோற்றம் பற்றிப் பேசுகையில் அம்பேத்கரும் ஏறக்குறைய இதே மாதிரியான ஒரு தருணத்தைக் கற்பனை செய்கிறார் (பார்க்க, தருமராஜ். டி., 2015, 'நான் ஏன் தலித்தும் அல்ல?', கிழக்கு பதிப்பகம், சென்னை). ஒரு கட்டத்தில், இந்திய சமூக வரலாற்றில், பிராமணர்கள் தங்கள் கதவுகளையும் ஜன்னல்களையும் சாத்திக் கொண்டார்கள்; அதன் மூலம், பிற இந்திய சமூகக் குழுக்களிடமிருந்து தங்களை அந்நியப்படுத்திக் கொண்டார்கள் என்று அவர் விவரிக்கிறார்.

அயோத்திதாசரைப் பொறுத்த வரையில் பிராமணர்கள் குடியேறிய வீடு இந்தியத் தத்துவ மரபு உருவாக்கி வைத்திருந்த மிதக்கும் வீடு - வீடுகளுக்கெல்லாம் வீடு. பொது இல். பொதுவில். பொதுமடம். இந்தப் பொதுமடமே அக்கிரகாரமாக உருமாறியது என்பது அயோத்திதாசரின் விமர்சனம். அவரது கருத்துப்படி, 'ஓண்ட வந்த பிடகறி, ஊர்ப் பிடகறியை விரட்டிய கதை!'

ஒரு சமூகக் குழு தரித்த பிராமண வேடமும் அதை நியாயப்படுத்த அவர்கள் மேற்கொண்ட தனித்தொதுங்கும் செயல்பாடும் (அம்பேத்கர் கருதுவது போல பிராமணர்களின் கதவடைப்பு) பிற அத்தனை சமூகக்குழுக்களின் வாயில்களையும் இறுக அடைத்தது. அத்தோடு, 'பொதுவில்' என்ற மிதக்கும் குறிப்பானையையும் ஆக்கிரமித்தது.

அயோத்திதாசரின் விளக்கத்தின் படி, 'சாதி' அடையாளம் சமூக அடையாளமாக மாறிய தருணம் இது. பிராமணர்களின் வேடத்தை கண்மூடித்தனமாக ஏற்றுக்கொண்ட பிற சமூகக்குழுக்கள் (அயோத்திதாசரின் வார்த்தைகளில் 'கல்லாப் பெருங்கூட்டம்') அதன் பின் தங்களையும் சாதிகளாக உணரத்தொடங்கின.

இந்தக் கதவடைப்பிற்கான காரணம் அம்பேத்கரைப் பொறுத்த அளவில் 'அகமண முறைகள்'. ஆனால், அயோத்திதாசர் பிராமணர் களின் வேடத்தரிப்பை ஒரு பொருளாதார நடவடிக்கையாகவே பார்க்கிறார். இவ்வாறு வேடமிடுவதன் மூலம் மிக எளிதாகப் போஜனம் கிடைக்கிறது என்று கண்டுகொண்ட பிராமணர்கள் அதனைத் தொடர்ந்து செய்ய ஆரம்பித்தார்கள் என்று எழுதுகிறார்.

இதனை அடுத்து, 'பறையர்' என்ற சொல் தோன்றிய விதத்தை அவர் விளக்கத் தொடங்குகிறார். அவரது பார்வையில் பறையர் என்பது ஒரு வினை. காரியம். செயல். நடவடிக்கை. வெளிப்படுத்துதல். அறிவுறுத்துதல்.

'பொது' என்ற மிதக்கும் குறிப்பானை வேஷ பிராமணர்கள் எவ்வாறு அநியாயமாக அபகரித்தனர்; அதன் மூலம், இந்திய சமூகம் எவ்வாறு பல்வேறு சாதிகளாகத் துண்டாடப்பட்டது என்பதையெல்லாம் பொதுச்சமூகத்திற்குப் பறையும் வேலையை பௌத்தர்கள் செய்யத் தொடங்கினார்கள்.

இத்தருணமே, பூர்வ பௌத்த தொன்மக் கதையின் மிக முக்கியமான சம்பவத்தை அயோத்திதாசர் விவரிக்க ஆரம்பிக்கிறார்.

தங்களது வேஷத்தைத் தொடர்ந்து அம்பலப்படுத்திக் கொண்டிருக்கும் பௌத்தர்களை வேஷ பிராமணர்கள் சமூக வாழ்விலிருந்து விலக்கி வைக்கின்றனர். எந்தவித விசாரணைக்கோ அறிதல் முறைக்கோ

பழகியிருக்காத பொதுஜனம் வேஷ பிராமணர்கள் சொல்வதற்கெல்லாம் தலையாட்ட தயாராக இருந்தது.

'பௌத்தர்கள் பறைகிறார்கள்; எனவே, அவர்களைப் பறையர் என்று சொல்லுங்கள்' என்று சொல்ல பொதுஜனம் அப்படியே ஏற்றுக் கொண்டது. பௌத்தர்கள் செய்த ஒரு காரியமே (உண்மையைப் பறைதல் / வெளிப்படுத்துதல்) அவர்களது அடையாளமாக மாற்றப்படுகிறது.

அயோத்திதாசர் முன்வைக்கும் இந்த வாதம் ஒரு முக்கியமான விஷயத்தை நமக்குச் சொல்லக்கூடும். மிதக்கும் குறிப்பான் (பிராமணம்) பற்றிய உண்மையைப் பறைவது / வெளிப்படுத்துவது ஒரு குழுவை சமூகத்திலிருந்து வெளியேற்றப் போதுமானக் காரணமாக இருக்கிறது.

அதை ஆக்கிரமிக்கிற வேஷ பிராமணர்கள் செய்வதை விடவும், அது குறித்த உண்மையை வெளிப்படுத்துகிற பறையர்கள் செய்வது தண்டனைக்குரிய குற்றமாகப் பார்க்கப்படுகிறது. மிதக்கும் குறிப்பானை ஆக்கிரமிப்பதை விடவும் அம்பலப்படுத்துவது மாபாவம். வெளிப்படுத்துதல் அல்லது உரைத்தல் அல்லது அம்பலப் படுத்துதல் ஏன் மாபாவமாகக் கருதப்பட்டது?

30

~~~

பறைவதற்கும் பார்ப்பதற்குமான முரண் புராதனமானது. ஓசைக்கும் காட்சிக்குமான மோதல். பேச்சிற்கும் எழுத்திற்குமான முரண். அயோத்திதாசரின் பூர்வ பௌத்தம் என்ற பெருங்கதையாடலின் அடிப்படையான எதிர்மறை 'பார்ப்பாரும் பறைவோரும்'.

பிராமணருக்கும் பறையருக்குமான விரோதத்திற்கான காரணம் என்ன என்ற கேள்வியிலிருந்தே அவர் தனது விசாரணையை ஆரம்பித்தார். இந்தக் கேள்விக்கு அவர் கண்டடைந்த பதில் - பிராமணம் என்ற மிதக்கும் குறிப்பானை வேஷபிராமணர் ஆக்கிரமித்தனர்; அந்த இழிசெயலைப் பறையர் அம்பலப்படுத்தினர்.

பேச்சும் எழுத்தும் இரட்டை எதிர்மறைகளா என்று கேட்டால், மொழியியல் இல்லை என்றே பதில் சொல்கிறது. இரண்டும் ஒன்றையொன்று தழுவி நிற்பவை.

பொருளுக்கும் ஓசைக்கும் என்ன மாதிரியான தொடர்போ, அதுவே ஓசைக்கும் எழுத்துக்கும். எழுத்து, ஒலியின் காட்சி வடிவம். குறிப்பான். அல்லது, ஓசையின் மதிப்பு கூட்டப்பட்ட வடிவம், எழுத்து. Hybridity.

அழிந்துபடும் ஓசையை, எழுத்தே நிரந்தரமாக்குகிறது. அதே நேரம், காட்சி வடிவ எழுத்து, நம்மை ஓசைக்கே இட்டுச் செல்கிறது. பின், அந்த ஓசையின் மூலமே நாம் பொருளை உணர்கிறோம்.

எழுத்தின் வருகைக்குப் பின் ஓசை அழிவற்றதாக மாறியது என்றாலும், அதற்காக அது கொடுத்த விலை அதிகம். உச்சரிப்பாக
~~~

இருந்த ஓசை, எழுத்தின் வருகைக்குப் பின் மௌனமாக மாற்றப் பட்டது. ஒவ்வொரு முறை எழுத்தை வாசிக்கும் பொழுதும் அதன் உச்சரிப்பையே வாசிக்கிறோம் என்றாலும், அந்த வாசிப்பு மௌன வாசிப்பாக இருப்பதால், ஓசை தனது இயல்பான உருவத்தில் திரிந்து நிற்கிறது. ஓசையை அழிவிலிருந்து காப்பாற்றுவதற்காக, எழுத்து, அதன் அடிப்படைப் பண்பையே உருமாற்றி அமைத்தது.

ஆதியிலே மொழி ஒலியாகவே இருந்தது. எல்லாமே பேச்சு. பேச்சும், பேசப்படும் போது மட்டுமே ரூபம். மற்ற பொழுதுகளில் அரூபம். அதாவது, ஒலியின் ஞாபகம். ஞாபகத்தில் அதற்கு வடிவம் இல்லை. பேசப்படும் பொழுது ஒலி வடிவத்தில் இருக்கும் ஒருவரின் பேச்சு, மறுகணமே, பேசப்பட்ட பொருளாக மாறிவிடுகிறது.

அதன் பின் அப்பேச்சை நினைத்துப் பார்க்கும் ஒவ்வொரு முறையும் பேசப்பட்ட பொருளையே 'பேச்சு' என்று நினைத்துப் பார்க்கிறோம்.

பேச்சு என்பது இரண்டும். ஒலியும் அது. அர்த்தமும் அது. குறிப்பான், குறிப்பீடு என்ற பேதங்கள் அதற்கு இல்லை. இரண்டுமே ஒன்று. அந்த ஒன்றும் கூட, பேசப்பட்ட பொருள் என்ற குறிப்பீடு மட்டுமே.

எழுத்தோ, குறிப்பான் வேறு குறிப்பீடு வேறு என்கிறது. அதாவது, பேச்சை ஒலி வடிவமாக, அதிலும் மௌன ஒலி வடிவமாக எழுத்து குறுக்குகிறது. அம்மௌன ஒலியின் காட்சி வடிவமாக தன்னையே முன்னிறுத்தியும் கொள்கிறது. இப்பொழுது, பறைதலுக்கு எந்த வேலையும் இல்லை.

வாசித்தல் என்றால் எழுத்தைப் பார்த்தல் என்று அர்த்தம். எழுத்தைப் பார்த்த மறுகணம் அதன் ஒலியை நம்மால் உணர முடிகிறது. பேசுபொருளாக இருந்த ஒலியை எழுத்து காட்சிப்பொருளாக மாற்றியிருக்கிறது. ஒலி காட்சியை நினைவு படுத்தியது மாறி, இப்பொழுது காட்சி ஒலியை ஞாபகப்படுத்துகிறது.

இனி, ஒலி ஒரு ஞாபகம் மட்டுமே. அந்த நினைவு இல்லாமலும் எழுத்து இல்லை தான். ஆனால், இங்கே ஞாபகவொலிக்கு எந்தவிதப் பருமனும் இல்லை. இப்பொழுது, பறைதல் என்றால் மௌனம் என்று அர்த்தம்.

எழுத்து கண்டுபிடிக்கப்பட்ட பின்பு, பறைதலுக்கென்று பிரத்யேகமான செயல்பாடு எதுவும் இல்லை. அது வெறும் மௌனம். ஒரு எழுத்திற்கும் இன்னொரு எழுத்திற்குமான இடைவெளி. எழுத்தை எழுத்திடமிருந்தும், சொல்லை இன்னொரு சொல்லிடமிருந்தும் வேறுபடுத்திக் காட்டும் வேலையை மட்டும் செய்யத் தொடங்குகிறது.

மௌனம் என்ற பறைதல், காட்சி என்ற பார்த்தலுக்குள் அடங்கி விடுகிறது. பறைவதெல்லாம் பார்ப்பதாகிறது.

பிராமணமயமாதல் என்பது அதீத பனுவல்மையவாதம் என்று இதனை விளங்கிக் கொள்ள வேண்டும். பனுவலுக்கு அப்பால் எதுவும் இல்லை என்ற மயக்கம். தானே குறிப்பான் தானே குறிப்பீடும் என்கிறது பார்ப்பு / பனுவல்.

ஆரம்பத்தில், மிதக்கும் குறிப்பானாக உருவாக்கப்பட்ட பனுவல், தன்னை அர்த்தங்களால் நிறைந்தவன் என்று பறைசாற்றத் தொடங்குகிறது. பனுவலை வாசித்து அர்த்தங்களை உருவாக்குவது மறைந்து, பனுவலே அர்த்தம் என்று கற்பிக்கப்படுகிறது. நூல்கள் புனித நூல்களாக மாறுகின்றன. மிதக்கும் குறிப்பானாக விளங்கிய எழுத்து வடிவம், இப்பொழுது நிரந்தரமான அர்த்தங்களால் நிரப்பப்பட்டுவிடுகிறது.

மிதக்கும் குறிப்பானாக இருந்த வரையில், பன்முக அர்த்தங்களுக்கான சாத்தியங்களைக் கொண்டிருந்த எழுத்து, புனிதம் என்று கருதப்பட்ட பின்பு, ஒற்றை அர்த்தத்தால் நிரப்பப்பட்டுவிடுகிறது. பிராமணம் என்ற மிதக்கும் குறிப்பானை வேஷ பிராமணர்கள் 'தாங்களே அது!' என்று சொன்னதைப் போன்றது இது.

வேஷ பிராமணர்கள் தங்களைப் பிராமணர்களாக ஸ்தாபித்த சம்பவம் நிச்சயமாய் தனித்த செயல் அல்ல. பிராமணர்கள் உருவாகும் பொழுதே பறையர்களும் தோன்றுகிறார்கள். பிராமணர்கள் தங்களைப் பார்ப்பாராக நிரூபிக்கும் அதே சமயம் பௌத்தர்களைப் பறையர் களாகவும் நிரூபிக்கிறார்கள். தங்களைக் காட்சியாக முன்னிலைப் படுத்தும் அதே சமயம் பௌத்தர்களை மௌனிகளாகவும் மாற்றி விடுகிறார்கள்.

பேச்சுரிமை மறுப்பே முதல் அடக்குமுறை. எந்தவொரு கருத்தியல் மோதலிலும் ஒன்று இன்னொன்றின் குரல்வளையை நெறிக்கவே விரும்புகிறது. இறுதியில் மௌனமாக்கப்படும் தரப்பே வீழ்ந்தும் படுகிறது. அதன் பின் அத்தரப்பு பேசுகிற / பறைகிற அனைத்தும் பேச்சாக மதிப்பிடப்படுவது இல்லை. ஒரு கணத்தில் பறைதல் ஓங்காரமாக மாறிவிடுகிறது. ஏனெனில், மௌனமே ஆகப்பெரிய ஓங்காரம்.

31

~~~

அயோத்திதாசர் எழுதும் வரலாற்றின் படி, முதல் புனித நூல்களை பௌத்தமே உற்பத்தி செய்கிறது. அவற்றிற்கு முப்பிடகங்கள் / தம்மபதங்கள் என்று பெயர். அத்தனையும், புத்தனின் வாக்குகள் என்கிறது பௌத்தம்.

புத்தனின் போதனைகள் பெரும்பாலும் பேச்சு வடிவிலேயே இருந்தன. இதனால், பேதங்கள் கிளைத்தன என்று சொல்கிறது இந்திர தேச சரித்திரம். பறைதல் அர்த்தங்களைச் சிதைக்கின்றன என்பதால் பார்ப்பு வடிவம் தோற்றுவிக்கப்பட்டதாக சரித்திரம் சொல்கிறது.

பனுவல் / பிடகம் என்ற மிதக்கும் குறிப்பான்களை பௌத்தமே உருவாக்கியது. ஒவ்வொரு காலகட்டத்திலும் (சமயத்திலும்), அக்காலச் சூழல்களுக்கு ஏற்ப சமண முனிவர்கள் இப்பனுவல்களுக்கு விளக்கங்களைத் தந்தபடியே இருந்தனர். அதாவது, புத்தனின் வாக்குகள் பன்முக வாசிப்புகளுக்கு இடம் தந்தபடி மிதந்து கொண்டிருந்தன. ஒரு துர்ச்சமயத்தில், இம்மிதக்கும் குறிப்பான்களை வேஷபிராமணர்கள் ஒற்றை அர்த்தத்தால் நிரப்பத் தலைப்பட்டனர் என்பதே அயோத்திதாசரின் குற்றச்சாட்டு.
~~~

32

~~~

இந்தியாவில் பிராமண ஆதிக்க வரலாற்றை எழுத ஆரம்பித்தால், அயோத்திதாசரின் இந்திரதேச சரித்திரத்தைத் திரும்ப எழுதுவது போலவே இருக்கும். சில முக்கியமான வேறுபாடுகளோடு.

ஆனாலும், எந்த ஒன்றின் வரலாற்றையும் எழுதுவதில் சில அடிப்படையானச் சிக்கல்கள் இருக்கின்றன. வரலாறு, கருத்தாக்கங்களை மானிடர்களாக தோற்ற மயக்கம் செய்கிறது. வரலாறு மட்டுமல்ல, சமூக அறிவியல்களும் இதே தோற்ற மயக்கத்தையே செய்கின்றன.

கருத்தாக்க முரண்கள் சமூகக் குழு முரண்களாகவே வெளிப்படுகின்றன. நாம் ஏற்கனவே பார்த்தது போல, பனுவல்களின் யதார்த்தம் அது. அவை, நிகழ்வுகளாகவே வெளிப்படுகின்றன. ஆனால், கருத்தாக்க முரண்கள் எவ்வாறு தொழிற்படுகின்றன என்பதை விளங்கிக் கொள்ள இந்த யதார்த்தம் மட்டுமே போதுமானது இல்லை. ஏனெனில், பனுவல்களுக்குள் அர்த்தம் இல்லவே இல்லை.

எந்தவொரு முரணையும் முழுமையாக விளங்கிக் கொள்ள அதன் தோற்ற மயக்கத்தைக் கடக்க வேண்டியிருக்கிறது. வேறு மாதிரி சொல்வதானால், சமூகப் பண்பாட்டு முரண்களை கருத்தாக்க முரண்களாக மடை மாற்றம் செய்ய முடியாத வரையில், அவற்றை உங்களால் வெற்றி கொள்ள முடிவது இல்லை. ஒரு உதாரணத்திற்கு, சாதிய முரண்களை சமூகப் பண்பாட்டு முரண்களாக மட்டுமே விவரித்துக் கொண்டிருக்கிற வரையில், அதனை விளங்கிக் கொள்ள முடிவது இல்லை.
~~~

வரலாற்று வரைவியலின் முதன்மைச் சிக்கல், அது சமூக முரண்களைக் கருத்தாக்க முரண்களாக மடை மாற்றுவதற்கு எதிராக நிற்கிறது. மிஷல் ஃபூக்கோ தொல்லியல் என்றும் வம்சாவளி (Foucault, Michel, 1966, The Order of Things. An Archaelogy of the human Sciences, Routledge, London and Newyork) என்றும் வேறு வேறு வழிகளில் வரலாற்றை முயற்சி செய்ததற்கும் இது ஒரு காரணம்.

அயோத்திதாசரின் இந்திர தேச சரித்திரம் முன்வைக்கும் சமூகப் பண்பாட்டு முரண் புருசீகர்களுக்கும் பௌத்தர்களுக்குமானது. ஆனால், இது ஒரு தோற்ற மயக்கம் மட்டுமே. ஏனெனில், அடிப்படையில் அதுவொரு கருத்தாக்க முரண்; 'பறைதலா பார்த்தலா' என்ற கருத்தாக்க முரண்.

இவ்விரண்டு கருத்தாக்க முரண்களும் ஆதிக்கத்திற்கானப் போட்டியில் ஈடுபட்டிருக்கின்றன. அதனால், ஒன்றையொன்று நிர்மூலமாக்க விரும்புகின்றன.

'பௌத்தர் என்ற பறையர்', பிராமணம் என்ற மிதக்கும் குறிப்பானை அம்பலப்படுத்தினார்கள் என்று புருசீகர் குற்றம் சாட்டுகின்றனர். பதிலுக்கு பௌத்தர்கள், புருசீகர்கள் பிராமணம் என்ற மிதக்கும் குறிப்பானை போலி செய்கிறார்கள் என்று குற்றம் சாட்டுகிறார்கள்.

லாக்லவ் குறிப்பிடுவது போல, இக்கருத்தாக்க முரணின் மையம் மிதக்கும் குறிப்பான்; முரண்பாட்டிற்கான சூழலையும் அதுவே உருவாக்கித் தருகிறது. இந்த மோதலின் ஒரு கட்டத்தில், பார்த்தல் பறைதலை வெற்றி கொண்டு, ஆதிக்கக் கருத்தியலாக உருமாறுகிறது. தனது ஆதிக்கத்தை தக்கவைத்துக் கொள்வதற்காக, வெற்றி கொண்ட கருத்தியல் தன்னையே அம்மிதக்கும் குறிப்பானாக போலி செய்ய ஆரம்பிக்கிறது.

லாக்லவ்வின் கருத்தின் படி, ஆதிக்கம் என்பது வெளியிலிருந்து திணிக்கப்படுவது இல்லை. அது, சமூகக் குழுக்களுக்கு இடையிலான முரண்பாட்டிலிருந்தே தோன்றுகிறது. அதாவது, உள்ளிருந்தே உருவாகிறது.

இந்த முரண்பாட்டையும், அச்சமூகத்தின் மிதக்கும் குறிப்பான்களே சாத்தியப்படுத்துகின்றன. அந்த வகையில், வேஷபிராமண மேலாதிக்கம் என்பதும் ஒரு அரசியல் செயல்பாட்டின் விளைவாகவே தோன்றியிருக்க வேண்டும். அந்த அரசியல் செயல்பாட்டை பிராமணம் என்ற மிதக்கும் குறிப்பானே சாத்தியப்படுத்தியது. ஏனெனில், இந்திர தேசத்தில், புருசீகர்களின் வருகைக்கு முன்பே பிராமணம் இருந்தது.

பொதுவாக, சாதி குறித்து ஆய்வு செய்யும் பலரும் கருதுவது போல பிராமணம் ஒரு குறிப்பிட்ட சமூகக் குழுவின் உருவாக்கமாக இருக்க வாய்ப்பில்லை. ஏனெனில், ஒரு குறிப்பிட்ட சமூகக் குழுவால் என்றைக்குமே 'பொது'வான மிதக்கும் குறிப்பான்களை கற்பனை செய்ய முடிவது இல்லை.

'பொது' என்ற யோசனை, நிச்சயமாய் ஒட்டுமொத்த சமூக விளைவு; சமூகம் தன்னை ஜனநாயகப்படுத்திக் கொள்வதற்கான வழிமுறைகளில் இதுவும் ஒன்று. மிதக்கும் குறிப்பான்களை இழக்கும் சமூகம் தனது பொதுத்தன்மையையும் சேர்த்தே இழக்கிறது என்று அர்த்தம். அந்த வகையில் பிராமணம் என்ற கருத்தாக்கம் முழுக்க முழுக்க இந்திய சமூகத்தின் உருவாக்கமே. அயோத்திதாசரும் மிகச் சரியாக இதைக் கணிக்கிறார்.

ஆனால், கருத்தாக்க முரண்களை குழு முரண்களாக மட்டுமே விவரிக்கும் அவரது வரலாற்று வரைவியல் அவரை அந்த ஒரு கணிப்போடு நிறுத்திவிடுகிறது. அதன் மூலம் கண்டடைந்த ஒரு உண்மையோடு அவர் திருப்தியடைந்து விடுகிறார்.

அதன் பின், வேஷ பிராமணத் தன்னிலையும், பௌத்த தன்னிலையும் உருவாகும் விதங்களை விவரிக்கச் சென்றுவிடுகிறார். இந்த விவரணை, அவரது இந்திர தேச சரித்திரத்தை ஒடுக்கப்பட்ட சரித்திரமாக சுருக்கி விடுகிறது. அதாவது, உணர்ச்சிகள் மேலோங்கிய காவியமாக மாற்றிவிடுகிறது.

அரசியல் முரண்களை குழுக்களின் முரண்களாகக் கற்பனை செய்வதிலுள்ள மிகப் பெரிய ஆபத்து, நீங்கள் வரலாற்றிற்குப் பதில் காவியங்களை எழுத ஆரம்பித்துவிடுகிறீர்கள். ஆதிக்கக் குழுவா அல்லது ஒடுக்கப்பட்ட குழுவா என்பதைப் பொறுத்து உங்களது 'சரித்திரம்' துன்பியலாகவும் இன்பியலாகவும் மாறுகிறது. மரபான வரலாற்று வரைவுகள் இன்பியலாகவும், மாற்று வரலாறுகள் துன்பியலாகவும் வெளிப்படுவதற்கான காரணம் இது.

அயோத்திதாசர் எழுதும் சரித்திரம் மிகத் தெளிவாக பௌத்தர்கள் பறையர்களாக ஒடுக்கப்பட்ட கதையை விவரிக்கிறது. இதற்காக ஒடுக்கப்பட்ட பார்வையொன்றை அவர் மகிழ்ச்சியோடு சூடிக்கொள்கிறார்.

ஒடுக்கப்பட்ட கண்ணோட்டமோ அல்லது ஆதிக்கக் கண்ணோட்டமோ, இரண்டுமே ஏற்கனவே வரையப்பட்ட சித்திரங்களையே உங்களையும் வரைய வைக்கின்றன. இந்தக் கண்ணோட்டச் சித்திரங்கள் இரண்டே இரண்டு உணர்வுகளையே வெளிப்படுத்தக் கூடியவை - பெருமிதம் அல்லது பச்சாதாபம்.

பிராமணராய் இருப்பதிலுள்ள பெருமிதம் அல்லது பச்சாதாபம்; பறையராய் இருப்பதிலுள்ள பெருமிதம் அல்லது பச்சாதாபம். அயோத்திதாசரும் இதற்கு விதிவிலக்கு அல்ல. பிற ஒடுக்கப்பட்ட சிந்தனையாளர்கள் 'பறையர்' மீது பச்சாதாபம் விளைவிக்கையில், அவர் பெருமிதத்தை உற்பத்தி செய்கிறார்; அவ்வளவுதான் வித்தியாசம்.

ஆனால், அயோத்திதாசரிடம் இந்த ஒடுக்கப்பட்ட அடையாளத்தி லிருந்து மீண்டெழும் வேட்கையும் இருந்தது என்பதையும் நாம் கவனத்தில் கொள்ள வேண்டும். அந்த எழுச்சி 'தமிழன்' ஆக இருந்தது.

அயோத்திதாசரிடம் வெளிப்பட்ட 'தமிழ்' அடையாள வேட்கைக்கு ஏராளமான சான்றுகள் உள்ளன. வாரப்பத்திரிகைக்கு 'தமிழன்' என்று பெயர் சூட்டியது அவற்றுள் ஒன்று. அவரது பௌத்தம் தமிழ் இலக்கியங்களையும், இலக்கணங்களையும், மொழியியலையும், சடங்கு சம்பிரதாயங்களையும், விழாக்களையும், மருத்துவத்தையும் அடிப்படையாகக் கொண்டது என்பதை நாம் அறிவோம்.

அதே போல, பறையர் என்ற அடையாளத்தின் மீது அவருக்கிருந்த ஒவ்வாமைக்கும் நிறைய சான்றுகள் இருக்கின்றன. இரட்டைமலை சீனிவாசன் நடத்திய 'பறையன்' இதழ் மீது காலனிய நீதிமன்றத்தில் வழக்கு தொடர்ந்தது அப்படி ஒன்று. 'பறையர்' என்பது, வேஷ பிராமணர்கள் திணித்த அடையாளம் என்பதை அவர் வரலாற்று ரீதியாய் நிரூபிக்கவும் செய்தார்.

'பறையர்' என்ற தனி அடையாளத்திலிருந்து 'தமிழர்' என்ற பொது அடையாளத்திற்கு வந்து சேர விரும்பும் அவரது வேட்கையை பல கட்டுரைகளில் நாம் பார்க்க முடிகிறது. ஆனாலும், அவரது சமகாலமும் சரி, வரலாறும் சரி இந்த வேட்கையை ஒரு பொருட்டாகக் கருதியிருக்கவில்லை. அவர் எந்தக் குறிப்பிட்ட அடையாளத்தை மறுத்தாரோ அந்த அடையாளத்தையே வரலாறு அவர் மீது சுமத்தியது.

பிராமண ஆதிக்கம் பௌத்தர்களின் மீது செலுத்திய அடக்குமுறையில் பல படிநிலைகள் இருந்தன. முதல் நிலையில், பௌத்தர் என்ற அடையாளம் 'பறையர்' என்று மாற்றப்பட்டது. இந்த அடையாள மாற்றம் பிராமண ஆதிக்கத்திற்கு எதிரானக் கலகத்தின் காரணமாக உருவாக்கப்பட்டது. பௌத்தர்களின் ஆதிக்க எதிர்ப்பு பறைதலாக இருந்தது. உண்மையைப் பறைதல். அதுவொரு எதிர் நடவடிக்கை. அந்த வகையில், கணநேரத் தன்னிலையை நிரந்தரத் தன்னிலையாக மாற்றிவிடும் முயற்சி இது.

பௌத்தர் என்பது கருத்துருவ நிலைப்பாடு. 'பறையர்' என்பதோ ஒரு எதிர் நடவடிக்கை. கருத்துருவம் சாராம்சத்தைப் பேசுகிறது. கலகம்

ஒரு வரலாற்று நிகழ்வு. இடம், பொருள், ஏவல் சார்ந்தது. அதாவது, தத்துவ அடையாளமோ, அறிவார்ந்த சேர்க்கை. வினை அடையாளம், செயலின் விளைவு.

தத்துவ அடையாளம் வரிந்து கொள்ளப்படுகிறது. தத்துவத்தை பௌத்தம் தம்மம் என்று அழைக்கிறது. எனவே, பௌத்தம் என்பது தம்மம். பௌத்தர் என்பதும் தம்மம். வினையை பௌத்தம் கர்மம் என்று அழைக்கிறது. அந்த வகையில், பறையர் என்பது கர்ம அடையாளம்.

பௌத்தராகுதலும் பறையராக மாற்றப்படுதலுமே அயோத்திதாசர் விவாதிக்கிற இரு விஷயங்கள். இவற்றுள், மாற்றப்படுதலை அவர் அடியோடு நிராகரிக்கிறார். சாதி அடையாளங்கள் அனைத்தும் 'மாற்றப்பட்ட' அடையாளங்களே என்கிறார்.

நியாயமாக அளக்கிற வணிகர், நாயக்கர் என்று அழைக்கப்பட்டார். ஒன்று கொடுத்தால் இரட்டிப்பாகக் கொடுக்கக்கூடிய வணிகர், ரெட்டியார் என்று சொல்லப்பட்டார். செட்டாய் வாழ்ந்தவர் செட்டியார். வேளாண்மை செய்தவர் வேளாளர். சூழலறிந்து வேலை செய்தவன் சூத்திரன். எல்லா சாதி அடையாளங்களும் 'வினை விளைவு' அடையாளங்களே. சாதியமைப்பின் ஆகக்கொடிய சர்வாதிகாரமே மனிதர்களைத் தொழில்களாக மாற்றியமைப்பது. தொழிலாளர்களாக அல்ல தொழில்களாக.

இதுவொரு ஜனரஞ்சக ஞானம். ஆகுபெயரை, அடையாளமாக நினைத்து மருளும் ஞானம். கத்தரிக்காய் விற்பவர், 'கத்தரிக்காய், கத்தரிக்காய்' என்று கூவிச் செல்லும் போது மட்டும் தான் அவர் 'கத்தரிக்காய்'. அவர் என்றைக்குமே ஒரு கத்தரிக்காயாக மாறிவிடுவது இல்லை.

ஆனால், பொதுஜன அறிவு, தொடர்ச்சியாகக் கத்தரிக்காய் மட்டுமே விற்றுக் கொண்டிருக்கும் ஒரு நபர் நாளடைவில் கத்தரிக்காயாகவே மாறிவிடுவார் என்றே நம்புகிறது. நம்புவதோடு, அவரைக் கத்தரிக்காயாகவே பாவிக்கவும் தொடங்குகிறது. விற்கிறவரும் ஒரு கட்டத்தில் தன்னைக் கத்தரிக்காயாக நினைக்கத் தொடங்கி, தன்னையே விற்றுவிடத் தொடங்குகிறார். மாயா யதார்த்தவாதம் இதைத் தான் கவித்துவமாக்க விளைகிறது.

சாதி தொடர்பான வெகுஜன உளவியலும் இதுதான். நீங்கள் தொடர்ச்சியாக செய்யுமொரு காரியம், உங்கள் உடல் உறுப்புகளில் ஞாபகமாகப் படியத் தொடங்குகிறது என்பது மிக எளிய நம்பிக்கை. பழக்கவழக்கம் உடலைத் தீர்மானிக்கிறது என்ற பாமரம் இது.

அழகன் என்றால் நட்டு வைத்த வேலன் என்று கற்பனை செய்தல்; அழகி என்றால் தனங்களும் யோனியும்; அதைப் போல, பறையர் என்றால் கலகன்.

வேஷ பிராமணர்களுக்கு எதிராகக் கலகம் செய்த பௌத்தர்களின் அடையாளம் கலகம் என்று மாற்றப்படுவதை அயோத்திதாசர் வன்மையாகக் கண்டிப்பதைப் பார்க்கிறோம். இந்த வெகுஜன அடையாள உருவாக்கத்தை அவர் என்றைக்குமே ஏற்றுக் கொண்டிருக்கவில்லை. அது ஒரு அடையாளமே அல்ல என்பதையே அவர் திரும்பத் திரும்ப சொல்லிக் கொண்டிருந்தார். ஏனென்றால், அடையாளம் என்பது இன்னொன்றாக ஆகுதல் தானே தவிர மாற்றப்படுதல் அல்ல என்பதில் அவர் பிடிவாதமாக இருந்தார்.

யார் நினைத்தாலும் கிறிஸ்தவன் ஆக முடியும், சீக்கியன் ஆக முடியும், இஸ்லாமியன் ஆக முடியும், பௌத்தன் ஆக முடியும், ஆனால் இந்து ஆவது எப்படி அல்லது சைவன் ஆவது எப்படி வைணவன் ஆவது எப்படி என்ற கேள்வியை அவர் தொடர்ந்து எழுப்பிக் கொண்டிருக்கிறார். இந்து என்பது ஒரு மதம் அல்ல என்பதற்காக அவர் இந்த வாதத்தை முன்வைக்கிறார் என்றாலும், இந்து அல்லது சைவன் அல்லது வைணவன் ஆவதற்கு நீங்கள் மெனக்கிட வேண்டிய எதுவும் இல்லை என்பதே அவரது வாதம். நீங்கள் இந்துவாக அல்லது சைவனாக அல்லது வைணவனாக மாற்றப்படுகிறீர்களே ஒழிய ஆகுவது இல்லை என்பதே இதில் ஆதாரமான விஷயம்.

பறையன் அல்லது கலகன் என்பது எவ்வாறு கருத்தியல் அடையாளம் இல்லையோ அதே போல, அது நிகழ்த்தப்படும் அடையாளமும் அல்ல. இன்னும் தெளிவாகச் சொல்லப் போனால், கலகம் என்பது ஒரு வினை அல்ல. அது ஒரு தீர்ப்பு. ஆதிக்கம் தனக்கு எதிரான எந்தவொரு நடவடிக்கையின் மீதும் எழுதும் தீர்ப்பு.

வேஷ பிராமணர்களின் பித்தலாட்டத்தைப் பௌத்தர்கள் அம்பலப் படுத்திய போது அதைக் கலகமாக நினைத்து செய்திருக்கவில்லை. அவர்கள் பௌத்தர்களாக ஆகுவதற்கே மேலும் மேலும் முயற்சி செய்து கொண்டிருந்தார்கள். அந்த முயற்சியின் ஒரு அங்கமே அறத்திற்குப் புறம்பான எதையும் அம்பலப்படுத்துதல். அதாவது, பூர்வத்தில் பௌத்தர்கள் பௌத்தராகுவதற்கே தொடர்ந்து முயன்று கொண்டிருந்தார்கள்.

எப்பொழுது, வேஷ பிராமணியம் மேலாதிக்கம் பெறுகிறதோ அப்பொழுது பௌத்தர்களின் நடவடிக்கைகள் 'கலகம்' (பறைதல்) என்று தீர்ப்பிடப்படுகிறது. அதுவே, அவர்களது அடையாளமாகவும்

மாற்றப்படுகிறது. மாற்றப்படும் எதுவும் அடையாளமல்ல என்பதே 'பறையர்' மீதான அயோத்திதாசரின் விரோதத்திற்கான காரணம்.

ஏனெனில், மாற்றப்படுகிற அடையாளங்கள் சாதி அடையாளங்களாக திரள்கின்றன என்பதை அவர் அடுத்து கோடிட்டுக் காட்டுகிறார். பறையர் அல்லது கலகக்காரர் என்ற காரணம் மட்டுமல்ல, பறையர் என்ற சாதித் திரட்சியும் உண்மை அல்ல என்பதே அயோத்திதாசரின் விளக்கமாக இருக்கிறது.

பௌத்தர்களைப் பறையர் என்று தீர்ப்பிட்ட பிராமண ஆதிக்கம் அத்தோடு நிறுத்திக் கொள்ளவில்லை. அந்த அடையாளத்தை சாதியாக மாற்றுவதற்கு வேண்டிய அனைத்து வேலைகளையும் அது தொடர்ந்து செய்து வந்தது.

கலகக்காரர்கள் என்பதால் ஊரை விட்டு விலக்கி வைத்தது. அவர்கள் மீது சமூகப் பொருளாதாரப் பண்பாட்டுத் தடையை விதித்தது. அத்தோடு நில்லாமல், இறுதியாய், பஞ்சம் பிழைக்க வந்த கல்வியறிவு அற்ற மக்களிடம் 'உங்களையும் பறையர் என்று சொல்லிக் கொள்ளுங்கள்!' என்று அறிவுறுத்தியது. இதனால், உண்மையைப் பறைந்த பௌத்தர்கள் மட்டுமல்லாது இப்பொழுது சமூகத்திற்கு வெளியிலிருக்கும் பலரும் பறையர் என்று மாறிப் போனார்கள்.

இந்திய சமூகத்தில் சாதி தொடர்பாக, பிராமணர்கள் செய்த மிக முக்கியமான காரியம், 'ஆகுவதல்ல; மாறுவதே அடையாளம்' என்று நம்பச் செய்தது. அதற்கு எதிராகக் கிளம்பிய பௌத்தர்களையும் அவர்கள் சாதியாக மாற்றினார்கள் என்பதே வரலாறு.

அயோத்திதாசரைப் பொறுத்த வரையில் எந்தவொரு சாதியும் அடையாளம் அல்ல. ஏனெனில், ஒருவன் செய்யும் காரியம் அவனது அடையாளமாக இருக்க முடியாது என்பதை அவர் தீவிரமாக நம்பினார். தொழில் அடிப்படையில் வருவிக்கப்படும் எந்தவொரு அடையாளமும் அடையாளமே அல்ல என்பதை ஆதாரபூர்வமாக தொடர்ந்து நிறுவி வந்தார்.

அப்படியே, சாதி என்ற சொல்லுக்கு ஏதாவது விளக்கம் சொல்லியே ஆக வேண்டும் என்று பிடிவாதம் பிடித்தால், அப்பொழுதும் சாதியை ஒருவர் செய்யும் காரியத்தைக் கொண்டு தீர்மானிக்க வேண்டாம்; அதை அவர் என்ன வழிமுறையில் செய்கிறார் என்பதைக் கொண்டு தீர்மானிக்கலாம் என்றார்.

எவ்வாறு பிராமணத்தை அடையாளம் எனச் சொல்லிக் கொள்ளும் பிராமணர்கள் வேஷ பிராமணர்களோ, அதே போல எல்லா சாதி

அடையாளங்களும் வேஷங்களே. உண்மையைப் பறைந்து கலகம் விளைவித்ததால் 'பறையர்' என்று அடையாளப்படுத்தப்பட்டது அக்குறிப்பிட்ட வரலாற்று காலகட்டத்தின் யதார்த்தம்.

அதனை நிரந்தர அடையாளமாக மாற்றும் பொழுது அது வேஷமாகி விடுகிறது. 'கல்வியற்றவர்களும், தங்க இல்லம் அற்றவர்களும், செல்வம் அற்றவர்களுமாகி காடே சஞ்சாரமும் மலையே சஞ்சாரமுமாக உள்ள ஏழைக்குடிகளைக் கொண்டு தங்களுக்குத் தாங்களே பறையர்கள் எனப் பறையும் வழியைத் தேடிக் கொண்டது...' *(அ. சி. 1, பக். 645)* இது, இன்னும் பெரிய வேஷம்.

ஒரு எளிய தர்க்கத்தின் மூலம், சாதியின் பௌதீகத் தன்மையை குலைத்துப் போடுகிறார். இன்றைக்கு நாம் கண்கூடாகப் பார்க்கக் கூடிய எந்தவொரு சாதியும் நிஜம் அல்ல. சாதிக்கென்று சொல்லப்படும் பெயர், புராணம், வரலாறு, பண்பாடு, சமூக ஒழுங்கமைப்பு எதுவும் உடற்கூறியலோடு தொடர்புடையவை அல்ல என்பதை மறுக்கும் அயோத்திதாசர், சரித்திரம் தாறுமாறான ஏற்ற இறக்கங்களைக் கொண்டது என்பதையே நிரூபிக்க விரும்புகிறார்.

ரத்த - மண சம்பந்த குழுக்களே சாதிகளாக பரிணமித்தன என்று சொல்லும் வாதம் அயோத்திதாசரின் 'பறையர்' சாதித் தோற்ற விளக்கத்தின் முன் வலுவிழந்து போகிறது. பூர்வத்தில் குற்றம் சாட்டப்பட்ட கணம் மட்டுமே பௌத்தர்கள், பறையர்களாக விளங்கினர்; அதன் பின், ஏதிலிகள், நலிந்தோர், ஒடுக்கப்பட்டோர், பின் தங்கியோர் என்று பலரும் பறையர்களாகச் சொல்லப்பட்டனர். 'பற', 'பிற' என்று திரிந்தது என்கிறார்.

33

~~~

அயோத்திதாசரின் யோசனைப்படி, பறையரின் மெய்ப்பொருள் ஒலிக்காமெய். திக்கல். பெருந்திணறல். ஒரு குறிப்பிட்ட வரலாற்றுத் தருணத்தில், அத்திக்கல் பெருங்கூச்சலாக வெளிப்பட்டு விடுகிறது. அக்கூச்சலும் தற்செயலாய் உருவான பனுவல் (contingent text) மட்டுமே. குறிப்பிட்டவொரு வரலாற்றுச் சூழலின் நியாய தர்மங்களுக்குப் பலியான தற்செயல் பனுவல். ஆனால், வெகுஜன அபிப்பிராயமோ, இத் தற்செயல் பனுவலையே பறைவோரின் நிரந்தர அடையாளமாக சுருக்க முனைகிறது.

ஒவ்வொரு முறை, 'பறையர்' என்ற பனுவலுக்குள் தங்களைச் சிறைப்படுத்த முனையும்போதும், அயோத்திதாசர் கொந்தளிப்பது இதன் காரணமாகவே. வேட பிராமணர்கள் 'பறையர்' என்று அறிவுறுத்தியபோதும், வெகுஜன 'கல்லாக்குடிகள்' பறையர், பறையர் என்று தூற்றிய போதும், காலனிய அரசு 'மனிதாபிமானத்' தோற்றத்தோடு 'பறையர் பிரச்சினை' என்று வெளிப்பட்ட போதும் அயோத்திதாசர் வெகுண்டெழுந்து மறுப்பதன் மூலம் ஒரு வரலாற்றுத் தருணத்திலிருந்து வெளியேறவே விரும்பினார். அதாவது, 'பறையர் என்பது பெருங்கூச்சல்' என்ற தற்செயல் பனுவலிலிருந்து வெளியேற விரும்பினார்.

இந்த நேரம் நம்மால் ஒரு கதைப் பின்னலைக் கற்பனை செய்ய முடிகிறது - எழுத்து அறிமுகமாகிறது; பார்த்தல் முன்னிலை பெறுகிறது; அதன் காரணமாக ஒலி மௌனமாகிறது; பறைதல், ஒலிக்காமெய்யாக பின்னிறுத்தப்படுகிறது; ஒரு இக்கட்டான
~~~

வரலாற்றுத் தருணத்தில், பார்த்தலின் சர்வாதிகாரம் வானளாவ விரியும் பொழுது, ஒலிக்காமெய்யாய் நின்றிருந்த பறைதல் கூச்சலாக வெடிக்கிறது; இது தற்செயல் என்றாலும், செயற்கையானது அல்ல - ஏனெனில், மௌனத்தின் உச்சக்கட்டம் பேரோசை என்பது நமக்குத் தெரியும். அதுவொரு கொதி நிலை மட்டுமே. அந்தக் கொதி நிலையைத் தருவது இக்கட்டான வரலாற்றுத் தருணம் மட்டுமே. அதனால் தான், மௌனம் தற்செயலாய் கூச்சலாக மாறுகிறது என்கிறோம்.

பறைதல் என்பது இக்கட்டான வரலாற்றுத்தருணத்தில் விளைந்த தற்செயல் நிகழ்வு. வரலாற்று ஓர்மையற்ற எவரும் இத்தற்செயல் விளைவையே அப்பொருளின் மெய்த்தன்மெய், அதாவது 'லட்சணம்' என்று மயங்கிப் போகிறார்கள். பௌத்தர்களைப் பறையர் என்று இழித்துரைத்த பார்ப்பனர்கள், அதை ஏற்றுக் கொண்ட இந்திர தேசத்தினர், அப்பறையர்களைக் காக்க முனைந்த காலனிய ஆட்சியாளர்கள், கொண்டாட விரும்பிய காந்தியர்கள், விடுவிக்க விரும்பிய அம்பேத்கரியர்கள், ஒன்று சேர்க்க விரும்பிய தலித்தியர்கள் என அத்தனை பேரும் அயோத்திதாசரின் பார்வையில் வரலாற்று ஓர்மையற்றவர்கள்.

இந்த வரலாற்றுப் பிரக்ஞையின்மைக்கு எதிராகவே அயோத்திதாசர் தொடர்ந்து பேசிக் கொண்டிருந்தார். பறையர் என்பது மெய்த்தன்மெய் அல்ல என்பதை நிரூபிக்கவே அவர் முயற்சி செய்து வந்தார். தற்செயல் நிகழ்வு மெய்த்தன்மெய்யாக இருக்க முடியாது என்பதை அவர் தீவிரமாக நம்பினார். அப்பிரக்ஞையின்மையே கூட ஒரு பிரக்ஞையாக வடிவமைக்கப்பட்டிருப்பதை அவர் அம்பலப்படுத்தி வந்தார். இதனாலேயே, பறையர் என்பது பொய்ப் பிரக்ஞை என்றும் பௌத்தர் என்பதே மெய்ப் பிரக்ஞை என்றும் அவர் வாதிட்டுக் கொண்டிருந்தார். சுருக்கமாகச் சொன்னால், ஓர்மையற்று செய்யப் பட்டிருந்த வரலாற்றிலிருந்து (பொய் வரலாறு) அவர் தப்பித்து விட விரும்பினார்.

ஆனால், வரலாற்றிலிருந்து யாரால் ஒரேயடியாக வெளியேறிவிட முடிகிறது? ஒரு வரலாற்றிலிருந்து வெளியேறுவது என்பது இன்னொரு வரலாற்றில் தவறி விழுவது மட்டுமே. ஒரு பிரக்ஞையிலிருந்து இன்னொரு பிரக்ஞைக்கு. அப்படித்தான் அவருக்கும் நிகழ்ந்தது. இந்திய வரலாற்றிலிருந்து தப்பித்து இந்திர வரலாற்றினுள் வந்து விழுந்திருந்தார்.

34

~~~

ஒடுக்கப்பட்ட சமூகத்தினரின் பௌத்த வரலாற்றுப் பின்னணியை அயோத்திதாசர் மீட்டெடுத்த காரியத்தில் நாம் கவனம் கொள்ள வேண்டிய சில விஷயங்கள் உள்ளன. முதலாவது, 'இந்திர தேச சரித்திரம்' என்ற பெயரில் ஒடுக்கப்பட்டோரின் பௌத்த வரலாற்றை எழுதும் பொழுது, பல்வேறு வகையான பனுவல்களை ஆதாரமாகக் கொள்கிறார் என்றாலும், மிக முக்கியமாக பறையர் சமூக ஞாபகங்களோடு அவர் மேற்கொள்ளும் ஊடாட்டம் இன்றியமையாதது.

ஞாபகங்களையும் வரலாற்றையும் இணைத்து யோசிக்கும் பியர் நோரா, 'வரலாறு, ஞாபகங்களை தொடர்ந்து சந்தேகப்படுகிறது; வரலாற்றின் நிஜ நோக்கம் ஞாபகங்களை தொலைப்பதும் அழிப்பதுமே' என்று எழுதுவது கவனத்திற்குரியது (Pierre Nora, 1989, Between Memory and History: Les Lieux de Memoire, in Representations, No. 26, *Special Issue: Memory and Counter-memory* (Spring, 1989), PP. 7-24). ஞாபகங்கள் ஒரு வகையில் பேச்சை ஒத்தவை. அதனால், நிகழ் காலத்தில் பயணிப்பவை. அன்றாடம், தினசரி, வாழ்க்கை, என்றென்றைக்குமானவை - தமிழிலக்கணப் பார்வையில் ஆநின்று.

வரலாறோ, மிகத் தெளிவாகக் கடந்த காலத்தைப் பற்றியது. முழுமையற்றது. எழுத்தைப் போலவே சிக்கலானது. விவாதத்திற் குரியது. ஆட்சேபணைகளைத் தொடர்ந்து எதிர் கொள்வது. விமர்சனமே அதன் மையம்.

ஆனால், ஞாபகங்கள் இல்லாமலும் வரலாறு இல்லை. அதனால் தான், வரலாறு, ஞாபகங்களை அழித்துவிடவும் முயற்சி செய்கிறது.
~~~

ஞாபகங்களை அழித்து விட்டு, தனக்குத் தோதான நினைவிடங்களைக் கட்டமைக்க முயல்கிறது. நினைவிடங்களுக்கும் வாழிடங்களுக்குமான வித்தியாசமே, ஞாபகங்களுக்கும் வரலாற்றிற்குமான வித்தியாசம்.

ஞாபகங்கள் எந்தெந்தத் தளங்களில் வாழ்கிறதோ அந்தத் தளங்களை எல்லாம் நினைவிடங்களாக மாற்றுவதே வரலாற்றின் சூட்சுமம். எழுத்து மரபிலிருந்து உருவாகி வருகிற வரலாறு, இன்றியமையாத வகையில் தனக்குள் ஒரு விமர்சனக் குரலைக் கொண்டிருக்கிறது. அந்த விமர்சனக் குரல், ஞாபகங்களின் நிகழுலகை நினைவுலகாக மாற்ற முயலுகிற அதே வேளையில், புதிய நவீன நிகழ்காலத்தையும் கட்டமைக்க விரும்புகிறது. வரலாற்றைக் கொண்டாடுவதற்கும் விமர்சிப்பதற்குமான ஒரே காரணமும் இதுதான் - அது புதிய நிகழ்காலத்தை உருவாக்குகிறது.

ஞாபகங்களுக்கு நினைவிடங்கள் இல்லை. அனைத்தும் வாழிடங்கள் மட்டுமே. இதனால், ஞாபகங்களுக்கு நினைவிடங்கள் - வாழிடங்கள் என்ற பேதமில்லை என்றும் சொல்லிவிட முடியாது. ஞாபகங்களுக்கு நினைவிடங்கள் என்ற யோசனையே இல்லை. நினைவிடம் என்பது முழுக்க முழுக்க வரலாற்றின் யோசனை.

ஞாபகத் தொகுதிகளை கறாரான ஆய்வுக்கு உட்படுத்துவதன் மூலம், வரலாறு அவற்றில் பலவற்றையும் அழித்து விடுகிறது; சொற்பமான சிலவற்றை மட்டும் நினைவிடங்களாக மாற்றிக் கொள்கிறது. எந்தெந்த ஞாபகங்களெல்லாம் வரலாற்றின் விமர்சனக் கண்ணோட்டத்திற்குப் பிழைத்து நிற்கின்றனவோ அந்த விஷயங்களையெல்லாம் வரலாறு நினைவிடங்களாக மாற்றியமைக்கின்றது. வரலாறு கடைபிடிக்கும் இந்த விமர்சனக் கண்ணோட்டதையே அதன் அரசியல் என்று விமர்சிக்கிறது வரலாற்றுவரைவியல்.

இந்திர தேச சரித்திரத்தை எழுத ஆரம்பிக்கும் அயோத்திதாசர், 'பறையர் - பிராமணர் மோதல்' என்ற மையச் சரடை, பாரம்பரிய பறையர் ஞாபகங்களிலிருந்து எடுத்துக் கொள்கிறார். 'என் தம்பி பாப்பான்' (பார்க்க, தருமராஜ். டி., 2015, நான் ஏன் தலித்தும் அல்ல? தலித் என்ற சாதியற்ற பேத நிலை, கிழக்கு பதிப்பகம், சென்னை) என்ற பெயரில் வாய்மொழியாக வழங்கப்படும் பறையர் தொன்மத்தின் முரணுக்கான வரலாற்றுச் சூழலைக் கற்பனை செய்வதே இந்திர தேச சரித்திரத்தின் உத்வேகமாக விளங்குகிறது. அத்தொன்மக் கதையில் தொழிற்படும் 'பறையர் - பிராமணர்' மோதலை அயோத்திதாசர் ஏற்றுக் கொள்கிறார் என்றாலும், அதற்காகச் சொல்லப்படும் தருணங்களையும், காரண காரியங்களையும், விளைவுகளையும் அவர் ஏற்றுக் கொள்கிறார் இல்லை.

பாரம்பரிய பறையர் ஞாபகம், தனது வீழ்ச்சிக்கான மூல காரணம் 'மொழி விளையாட்டு' என்றும், மாட்டிறைச்சி மீதான ஆசை என்றும், மூத்த குடிகளின் வெகுளித்தனம் என்றும், வெகுஜன உளவியலை விளங்கிக் கொள்ளாதது என்றும் வாதாடுவதை இந்திர தேச சரித்திரத்தை எழுதுவதன் மூலம் அயோத்திதாசர் ஒட்டுமொத்தமாக அழித்து விட முனைந்தார். எந்தவொரு வரலாறும் இதையே தான் செய்ய விரும்புகிறது. முதலில் ஞாபகங்களைக் கொன்று விட முயற்சிக்கிறது. பின், விமர்சனங்களாலும் பகுத்தறிவாலும் சரி பார்க்கப்பட்ட சம்பவங்களைக் கற்பனை செய்ய ஆரம்பிக்கிறது. இறுதியாக, இச்சம்பவங்களின் எச்சங்களைக்கொண்டு நிகழ் கால நினைவிடங்களை நிர்மானிக்கத் தொடங்குகிறது.

வரலாற்றின் இன்றியமையாத பணி, ஞாபகங்களை அழிப்பதும், அஞ்ஞாபகங்களின் ஸ்தூல வடிவங்களை நினைவுச் சின்னங்களாக மாற்றியமைப்பதுமே ஆகும். அந்த வகையில், வரலாறு என்ற யோசனை மிகத் தெளிவாகத் தன்னை நவீனத்துவத்தின் பிரதிநிதியாக நிலை நிறுத்திக் கொள்கிறது. பாரம்பரியத்தைப் போல அது ஞாபகங்களில் வாழ்ந்து கொண்டிருப்பதில்லை. கடந்த காலத்தை அது மிகத் தெளிந்த காட்சிப் பொருளாக மாற்றி விடுகிறது. ஞாபகத்தின் ஸ்தூல வடிவங்களை நினைவிடங்களாக மாற்றி விடும் பொழுதே, அஞ்ஞாபகங்கள் முழுமையாக அழிந்தும் படுகின்றன.

அயோத்திதாசரின் இந்திர தேச சரித்திர செயல்பாட்டில் நாம் சற்றே மாறுபட்ட சம்பவங்களை எதிர் கொள்கிறோம். பறையர் ஞாபகங்களிலிருந்து வெளியேற எத்தனிக்கும் அயோத்திதாசரை நம்மால் அடையாளம் கண்டுகொள்ள முடிகிறது. அவ்வாறு எத்தனிப்பவர், புதிய வரலாற்றை எழுத முனைவதையும் நாம் பார்க்க முடிகிறது. பறையர் என்ற பாரம்பரிய ஞாபகத்தைக் கொன்று விட்டு பௌத்தர் என்ற வரலாற்று ஞாபகத்தை அவர் முழுமையாகக் கட்டமைக்கவும் செய்கிறார். ஆனால், இவ்வாறு கட்டமைத்த பௌத்தர் என்ற வரலாற்று ஞாபகத்தை அவர் வாழும் பௌத்தமாக கற்பிக்கும் பொழுது முதல் சிக்கல் ஆரம்பித்துவிடுகிறது.

35

~~~

அயோத்திதாசரின் பௌத்த சோதனைகள் சுயம்புவானதோ தற்செயலானதோ அல்ல. அவருக்கும் முன்பு, இந்தியவியல் அல்லது கீழைத்தேயவியல் அறிஞர்கள் பௌத்தம் குறித்த உரையாடலை நிகழ்த்தியிருந்தனர். கீழைத்தேயவியலர், பௌத்தத்தோடு இந்து மதத்தை வரையறுக்கும் காரியத்தையும் செய்து வந்தனர்.

கீழைத்தேயவியலின் மதம் குறித்த கட்டமைப்புகளை விசாரிக்கும் ரிச்சர்ட் கிங், பௌத்த ஆய்வாளர்களிடம் காணப்படும் இரண்டு விதமான மனச்சாய்வுகளை அடையாளப்படுத்துகிறார் (King, Richard, 1999, *Orientalism and Religion: Postcolonial Theory, India and 'The Mystic East'*, Routledge, London and Newyork). இந்த இரண்டு போக்குகளும் ஒன்றுக்கொன்று சளைக்காமல் மேற்கத்திய பண்பாட்டு மேன்மைகளில் எவ்வாறு மயக்கம் கொண்டிருந்தன என்றும் அவர் விளக்குகிறார்.

முதலாவது வகை மனச்சாய்வு, பௌத்த சமயத்தை இந்து மதத்திற்கு அல்லது பிராமணியத்திற்கு எதிரான நடவடிக்கையாகக் கற்பனை செய்தது. இந்து வெகுஜன மரபின் சடங்கு ஆச்சாரங்களுக்கு எதிரான கலகக்குரலை எழுப்பியவர் புத்தர் என்ற இந்த கருதுகோளை மேற்கத்திய ஆய்வாளர்கள் மட்டுமல்ல இந்து சமயப் பண்டிதர்களும் ஆதரித்தனர்.

கௌதம புத்தரை ஒரு சமயச் சீர்திருத்தவாதியாகவோ அல்லது இன்னும் ஒரு படி மேலே போய் அவதாரமாகவோ ஏற்றுக் கொள்வதில் பிராமணப் பண்டிதர்களுக்கு எந்தச் சிக்கலும் இருக்கவில்லை.
~~~

கிறிஸ்தவ சமயத்தினுள் மார்ட்டின் லூத்தர் எழுப்பிய எதிர்க்குரலைப் போல, இந்து சமயத்தின் கலகக்குரலாக புத்தர் விளங்கினார் என்பது அவர்களுக்கு உவப்பாகவே இருந்தது.

இரண்டாவது வகை மனச்சாய்வு, பௌத்தம் என்று எதையாவது கட்டமைக்க விரும்பினால், அதை இன்றைய நடைமுறை பௌத்தத்தி லிருந்து அல்லாமல் பௌத்த பனுவல்களிலிருந்தே உருவாக்க வேண்டும் என்று வெளிப்படுத்தப்பட்டது. இதற்கென சொல்லப் பட்ட வாதம் ஒரு செய்தியைத் திரும்பத் திரும்ப வலியுறுத்தியது.

அதாவது, இன்றைக்கு, வெகுஜனத் தளத்தில் கடைபிடிக்கப்படும் பௌத்தம் உண்மையானது அல்ல; அது, மூட நம்பிக்கைகளாலும் ஆச்சாரங்களாலும் நிறைந்துள்ளது. நிஜ பௌத்தம் அதன் புனித நூற்களில் மட்டுமே உறைந்துள்ளது.

இப்படியானவொரு கருதுகோளுக்கு மேற்கத்திய ஆய்வாளர்கள் மத்தியில் ஆதரவு இருந்ததில் பெரிய வியப்பு ஒன்றும் இல்லை. ஏனெனில், கீழைத்தேய சமயமொன்று பன்னெடுங்காலத்திற்கு முன்பே, நாத்திகத்தையும் பகுத்தறிவையும் பேசியது என்பதை அவர்களுக்கு ஜீரணிக்க சிரமமாய் இருந்தது. எனவே, மிக வசதியாக, கீழைத்தேயத்தில் சிந்தனை என்று எதுவாவது இருக்கும் என்றால் அது புத்தகங்களில் மட்டுமே என்றும் கீழைத்தேய சமூகங்கள் பிற்போக்குத்தனமானவை என்றும் நிரூபிக்க அவர்கள் தீவிரமாக முயற்சித்தார்கள். இதன் நீட்சியையே இந்தியவியல் கோட்பாடுகளில், ஆரியர்-சமஸ்கிருதம்-பிராமணர் என்று ஒரு பக்கமும் திராவிடர்-தமிழ்-இந்திய வெகுஜனம் என்ற முரணாகவும் நாம் பார்க்கிறோம். அதாவது, புத்தர் மிகச் சரியானவர் - அவர் சேற்றில் முளைத்த செந்தாமரை!

அயோத்திதாசரின் பௌத்த விசாரணைகள் இந்த இரண்டு மனச்சாய்வுகளிலிருந்தும் விலகி நிற்கிறது என்பதை நாம் கவனிக்க வேண்டும். புத்தரது காலம், பிராமணியத்திற்கு முந்தையது என்பதை அவர் திரும்பத் திரும்ப வலியுறுத்திக் கொண்டிருந்தார். அதாவது, பௌத்த நெறி பிராமணிய சனாதனத்திற்கு எதிராக உருவான விளைவு அல்ல என்பது அவரது பிடிவாதமான நம்பிக்கை.

இவ்வாறு சொல்வதன் மூலம், பௌத்த சிந்தனைகள் இந்த நிலத்திலிருந்து, இந்தச் சமூகத்தின் தேவைகளுக்காக உருவானவை என்று அவர் நிறுவ விரும்பினார். அதே நேரம், பௌத்தம் புத்தகங்களில் மட்டுமே உயிர் வாழ்கிறது என்பதை அவர் தொடர்ந்து மறுத்தும் வந்தார். பௌத்தர்கள் இன்றைக்கும் வாழ்ந்து கொண்டிருக்கிறார்கள்;

நமது பண்பாட்டு நிகழ்வுகள் அனைத்துமே பௌத்த பின்னணி உடையவைதான் என்று அவர் எழுதி வந்திருந்தார். தர்மபாலா போன்றோர் ஏளனமான தொனியில் 'கிராமப்புற பௌத்தம்' என்று ஒதுக்கும் விஷயங்கள் எவ்வாறு பௌத்த தம்மத்தை அடிப்படை யாகக் கொண்டவை என்றும் அவர் விளக்கி வந்தார்.

அயோத்திதாசரின் வாழும் பௌத்தம் என்ற யோசனை இந்த நோக்கத்திலேயே உருக்கொண்டது. இறந்துபோன அல்லது அழிந்து போன மதம் என்று சொல்வதன் மூலம், இந்த மண்ணில் அறமும், நீதியும், ஒழுக்கமும், பகுத்தறிவும் அழிந்து போனது என்று சொல்லப் படுவதை அவர் ஏற்றுக் கொள்ளவில்லை. புத்தர், ஒரு கலகக்காரர் என்பதையும், பௌத்தம் புத்தகங்களில் உறைந்துள்ளது என்பதையும் அவர் மறுக்கிற காரணங்கள் மிகத் தெளிவானவை.

ஆனால், வரலாற்றில் பிராமணியம் இந்திய சமூகத்தில் ஏற்படுத்திய விளைவுகளும் மறுக்க முடியாதவை. புத்தரும் அவரது தம்மமும் பிராமணியத்திற்கு எதிராகக் கிளம்பிய குரல்கள் அல்ல என்றால், பிராமணியத்திற்கு எதிரான குரல்கள் என்ன வடிவில் அமைந்திருந்தன என்பதற்கு அயோத்திதாசர் தரும் விளக்கங்களே அவரது மிகப்பெரிய கொடையாகும்.

புத்தரது காலம் பிராமணியத்திற்கு முந்தையது என்று வாதிடும் அயோத்திதாசர், அந்த வகையில் புத்தர் பிராமணியத்திற்கு எதிரான கலகக்காரர் அல்ல என்று சொல்லும் அதே வேளையில், பிராமணியத்திற்கு எதிரானவர்கள் அதாவது புரட்சியாளர்கள் என்று அடையாளப்படுத்தும் கதாபாத்திரமே, பூர்வ பௌத்தர்கள்.

பூர்வ பௌத்தர்களே முதல் பிராமணிய எதிர்ப்பாளர்கள் என்பதை நிறுவுவதே அவரது இந்திர தேச சரித்திரத்தின் சாராம்சம். கீழைத்தேய அறிஞர்கள் புத்தருக்கு வழங்கிய கலகக் குணத்தை அயோத்திதாசர் பூர்வ பௌத்தர்களுக்கு வழங்கியிருந்தார். அந்த பூர்வ பௌத்தர்களே பிராமணிய சூழ்ச்சியால் தீண்டத்தகாதவர்களாக மாற்றப்பட்டனர் என்று வாதிடும் பொழுது, அவரால் மிக எளிதாக பௌத்தம் குறித்த கீழைத்தேயக் காலனியக் கற்பனைப் பிடியிலிருந்து உதறி எழ முடிந்திருந்தது.

அயோத்திதாசரின் பௌத்தத்தை 'தமிழ் பௌத்தம்' என்றும் 'வாழும் பௌத்தம்' என்றும் அழைக்கிற ஒவ்வொரு முறையும் நாம் இவ்வனைத்து இயல்புகளையும் கவனத்தில் கொள்ள வேண்டும். வரலாற்று ரீதியாய் புத்தருக்குப் பின் எழுந்ததே பிராமணியம். எனவே, புத்தர் சீர்திருத்த நினைத்தது, பேசியது, போதித்தது

அனைத்தும் இந்த நிலத்தில் வேரூன்றியிருந்த சனாதனங்களையே தவிர பிராமணியத்தை அல்ல!

ஆனால், பின்னால் வந்த பிராமணியம் அச்சனாதனங்களுக்கு சடங்கியல் அங்கீகாரங்களை வழங்கிய போது, அதற்கு எதிராகக் கிளம்பியவர்கள் புத்தரை அடியொற்றி வாழ்ந்து வந்த பூர்வ பௌத்தர்கள். இச்சமூகத்தின் அன்றாட வாழ்க்கையிலிருந்து வெகு தூரம் விலக்கி வைக்கப்பட்டிருந்த பூர்வ பௌத்தர்களே, பௌத்தம் இன்னமும் வாழ்ந்து கொண்டிருக்கிறது என்பதற்கான அரிய சாட்சிகள். அவரது கணக்கின் படி, இந்நிலப்பரப்பெங்கும் நீறு பூத்த நெருப்பாய் பௌத்தம் கனன்று கொண்டிருக்கிறது. அதன் மீது படிந்த நீறு அல்லது கசடு அல்லது மாசே பிராமணியம்.

பௌத்தம் தொடர்பான அயோத்திதாசரின் இத்தகைய வரலாற்றுக் கற்பனையில் எந்தவித தர்க்கக் கோளாறும் இருப்பதாகத் தெரியவில்லை. இக்கற்பனையின் மூலம் தீண்டத்தகாதவர்கள் குறித்து அவர் கட்டியெழுப்புகிற தன்னிலை பிரம்மாண்டமாகவும், செழுமை யாகவும் காணப்படுகிறது. ஆனால், இக்கற்பனைக்கான செயல் வடிவங்களின் போதே அவர் சறுக்க ஆரம்பிக்கிறார்.

கற்பனை செய்யப்படும் எந்தவொரு வரலாற்றுக் கதாபாத்திரமும் வாழ்வதற்கானது அல்ல. அல்லது, யாராலும் வரலாறாக வாழ்ந்து விட முடிவது இல்லை. வரலாற்றுத் தடயங்கள், அவை நபர்களாகவோ அல்லது பொருட்களாகவோ அல்லது இடங்களாகவோ எப்படி இருந்தாலும், நவீன வாழ்க்கையினுள் 'நினைவிட' அந்தஸ்தை மட்டுமே பெற முடிந்தவை.

பூர்வத்தில் பௌத்தராக இருந்தோம் என்றும், பெரும்பான்மை வெகுஜனத் தமிழ்க் கொண்டாட்டங்களும் சடங்குகளும் பௌத்த பின்னணி உடையவை என்றும் வரலாற்று பூர்வமாய் நிரூபிக்கும் அயோத்திதாசரிடம் 'இந்த வரலாற்று உண்மைகளை மேற்கொண்டு என்ன செய்வது?' என்று கேட்கும் பொழுது மிகத்தெளிவாக விடையளிக்கிறார் - எல்லோரும் பௌத்தர் ஆகி விடுங்கள்!

அவரது சாக்கிய பௌத்த சங்கச் செயல்பாடுகள் அனைத்தும் இதனையே நமக்குச் சுட்டிக் காட்டுகின்றன. மதமாற்றம் தேவைப் படாத, வெளிப்படையான மாறுதல்கள் அற்ற, 'பூரண மனமாற்றம்' பெரும் விளைவுகளை ஏற்படுத்தும் என்று அவர் கணிக்கிறார். அதாவது, மனதளவில் பௌத்தராக உணர ஆரம்பித்தல் ஆகப்பெரிய சமூகச் செயல்பாடாக அவரால் முன்வைக்கப்பட்டது.

இது, வரலாறு தரும் மாபெரும் மயக்கங்களுள் ஒன்று.

நிகழ்காலத்தின் நெருக்கடிகளிலிருந்து வெளியேற விரும்பி வரலாற்றினுள் பயணிக்கத் தொடங்கும் ஒவ்வொருவருக்கும், கடந்த காலம் பெரு வியப்புகளையே வழங்குகிறது. வரலாறு ஒரு நிறமாலை. ஒவ்வொரு ஒடுக்கப்பட்ட சமூகமும் தனக்கான சுந்தர வனத்தை அதனுள் கண்டடைய முடிகிறது. யுகபுருசர்களை அடையாளம் காண முடிகிறது. தத்தம் வீரக் கதாநாயகர்களை உற்பத்தி செய்து கொள்ள முடிகிறது. இவை அனைத்தையும் ஒருங்கிணைத்து பொற்காலம் ஒன்றை நாம் கட்டமைத்துக்கொள்ள வரலாறு கூடுமானவரை நெகிழ்ந்து கொடுக்கிறது. குறிப்பாக, வரலாற்று வரைவியலின் மீதான அக்கறைகளும் விமர்சனங்களும் பரவலாக வெளிக்கிளம்பிய இருபதாம் நூற்றாண்டிற்குப் பின் பொன்னுலகங்களை உருவாக்கிக் கொள்வது இன்னும் எளிதானக் காரியமாக மாறியிருக்கிறது.

பூர்வ பௌத்தர் என்ற கதாபாத்திரத்தை வரலாற்றிலிருந்து வருவிக்க முடிவதும் இப்படியாகத்தான். பெருமித வரலாற்றின் நினைவுச் சின்னமாக அது கையில் கிடைக்கிறது. இந்திய சமூகம் எதிர்கொண்ட மிக முக்கியமான சமூகச் சிக்கலின் போது, நீதியின் பக்கம் நின்று வீழ்ந்த யுகபுருஷனாக 'பூர்வபௌத்தன்' உருப்பெறுவது, பியர் நோராவின் கருத்துப்படி வரலாற்றின் அசைவியக்கத்தில் நிகழும் நினைவிட உருவாக்கம். சாதிப் பிரமீடுகளிலிருந்து கண்டெடுக்கப்படும் பாடம் செய்யப்பட்ட உடல். முதுமக்கள் தாழியினுள், தானிய மிச்சங்களோடும், சிதைந்த பானை ஓடுகளோடும், தட்டுப்படும் உதிர்ந்த எலும்புகள்.

அயோத்திதாசர் முன்மொழியும் பௌத்தமும் கூட அந்த பூர்வபௌத்தன் கடைபிடித்த சமய நெறி தான். தமிழ் இலக்கண, இலக்கிய, ஞான நூற்களிலிருந்து அவர் சித்தரிக்கும் பௌத்தம் அவர் காலத்திலும் சரி, இன்றைக்கும் சரி எந்த தேசத்திலும் நடைமுறையில் இல்லாதது. அவர் கற்பனை செய்வது போல, நீதியும் அறமும் மேலோங்கிய காலத்தில், அதாவது பூர்வபௌத்தர்கள் வாழ்ந்த காலத்தில் விளங்கிய சமயம் அது. ஏறக்குறைய அப்படியொரு சமயத்திற்கே அவர் உயிரூட்ட விரும்புகிறார். இன்னொரு வகையில் சொல்வது என்றால், பூர்வ பௌத்தத்தைப் புனருத்தாரணம் செய்ய விரும்பினார்.

உயிரூட்டுதல், புனருத்தாரணம் செய்தல் என்ற சொற்பிரயோகங் களைக் கூட அயோத்திதாசர் மறுக்கக்கூடும்; ஏனெனில், அவரைப் பொறுத்த வரையில் பூர்வ பௌத்தம் வாழும் பௌத்தமும் கூட. அதற்கு தனியே உயிரூட்டவோ அல்லது புனருத்தாரணம் செய்யவோ

அவசியமற்ற வகையில் அது வாழ்ந்து கொண்டிருக்கிறது (ரகசியமாகவாவது) என்பதே அவரது நம்பிக்கை.

அயோத்திதாசரின் பௌத்தம், அவரே சொல்வது போல பூர்வபௌத்தம் என்றாலும் சரி, அல்லது ஆய்வாளர்கள் தெரிவிப்பது போல தமிழ் பௌத்தம் என்றாலும் சரி, அல்லது அவரே நம்ப விரும்புவது போல வாழும் பௌத்தம் என்றாலும் சரி, அது முழுக்க முழுக்க வரலாற்றிலிருந்து தருவிக்கப்படும் ஒரு நினைவுச்சின்னம். கழுகுமலை வெட்டுவான் கோவிலைப் போல, ஆனைமலை சமணப் படுகைகளைப் போல, மருகால்தலை தமிழி கல்வெட்டுகளைப் போல, சித்தன்னவாசல் குகை ஓவியங்களைப் போல கடந்த காலத்தின் ஏதோவொரு தருணத்தில் அது உறைந்து நிற்கிறது.

அந்த வகையில் பூர்வ பௌத்தம், ஒரு நினைவிடம்! பயன்பாடுகளற்ற பாத்திரம். இன்றைக்கு மட்டுமல்ல, இருபதாம் நூற்றாண்டின் ஆரம்ப வருடங்களில் அவர் கண்டடையும் போதே அது நினைவுகளின் சமாதியாகவும் கல்லறையாகவும் தான் இருந்தது. அயோத்திதாசரை மறதி சூழ்ந்ததற்கு கவித்துவ நியாயம் ஒன்று இருந்தது - அவர் வீழ்ந்த ஞாபகங்களில் வாழ்ந்து கொண்டிருந்தார்.

36

~~~

அயோத்திதாசரின் பௌத்த மறுகட்டமைப்பு சார்ந்த அரசியல் நடவடிக்கைகளின் மிகச் சிக்கலான தருணம் இது. நவீனத்துவத்தின் உபகரணங்களை (வரலாற்று மீட்டுருவாக்கம், சமத்துவ சமூகத்தை உருவாக்குதல், பகுத்தறிவு சார்ந்த வாழ்வைத் திட்டமிடுதல்) வெற்றிகரமாகக் கையாளுகிற அயோத்திதாசர், அதன் மூலம் கட்டமைக்க விரும்புகிற புத்துலகில் வெகுஜன மக்கள் திரளுக்கான பாத்திரம் என்ன என்பதை வரையறுப்பதில் மரபு சார்ந்து யோசிக்கிற கட்டுப்பெட்டியாகவே இருக்கிறார்.

அயோத்திதாசர் முன்வைக்கிற வரலாற்றுச் சித்திரம் மிகக் கச்சிதமான கதாபாத்திரங்களை நமக்கு அறிமுகப்படுத்துகிறது. பௌத்த சிந்தனையில் தோய்ந்த பூர்வபௌத்தர்கள், பொருளியல் ஆசைக்காக பிராமண வேடம் தரித்த புருசீகர் என்ற ஆரியர், யதார்த்தமாய் பிராமணர்களான சமண முனிவர்கள், காமத்தால் பீடிக்கப்பட்ட அரசர்கள், இறுதியிலும் இறுதியாய் பழக்க தோஷத்தால் மட்டுமே பௌத்தர்களாகக் காட்சியளிக்கும் கல்லா வெகுஜனக் குடிகள்.

அயோத்திதாசர் நிர்மானிக்க விரும்புகிற நவீன சமூகத்தில் இவ்வொவ்வொரு கதாபாத்திரத்திற்கும் ஒரு கடமை சொல்லப் படுகிறது. பௌத்த மரபைக் காப்பாற்றி வந்து கொண்டிருக்கும், அதனாலேயே 'தீண்டத்தகாதவர்' என்று தூற்றப்படும், பூர்வபௌத்தர்களே நவீன சமூகத்தின் கருத்தியலை வடிவமைக்க வேண்டியவர்கள் என்று அவர் தொடர்ந்து எழுதி வருகிறார். ஒரு வகையில், சிந்தனையில் நோயுற்ற சமூகத்திற்கு மருத்துவம் செய்ய
~~~

வேண்டிய வைத்தியர்கள் இவர்கள். சமூகத்தை நவீனம் நோக்கி நகர்த்த வேண்டிய கடப்பாடு இவர்களுடையது.

வேடதாரிகளாக விளங்கும் பிராமணர்கள் தத்தம் வேடத்தைக் களைந்துவிட்டு, சடங்குகள் என்ற பெயரிலும் சாங்கியங்கள் என்ற பெயரிலும் வெகுஜனங்களை ஏமாற்றுவதை நிறுத்திக் கொள்வதே நவீன சமூக உருவாக்கத்திற்கு அவர்கள் ஆற்றுகிற கடமையாக இருக்க முடியும் என்று அறிவுறுத்துகிறார்.

காமத்தால் பீடிக்கப்பட்ட அரச அதிகாரம் வீழ்த்தப்பட வேண்டும் என்பதே அவரது தீராத வேட்கை. காலனிய ஆட்சி அரச அதிகாரத்தை வீழ்த்தியதைக் கொண்டாடும் அயோத்திதாசர் வேறெந்த வகையிலும் (அவரது காலத்தில் 'சுதேசியம்' என்ற பெயரில் அதே பழைய அரச அதிகாரம் வேறொரு ரூபத்தில் மேலெழுகிறது என்பது அவரது விமர்சனம்) அது உயிர்பெற்று விடக்கூடாது என்பதைத் தனது எழுத்துக்களில் திரும்பத் திரும்ப வலியுறுத்திக் கொண்டிருந்தார். அவரைப் பொறுத்த வரையில் அரச அதிகாரம் வேரோடு அறுத்தெறியப்பட வேண்டிய ஒன்று.

ஆனால், துரதிர்ஷ்டவசமாக, வெகுஜன மக்கள் திரளுக்கான நவீன சமூக உருவாக்கக் கடப்பாடுகள் குறித்து அவரிடம் எந்தவிதத் தெளிவான பார்வையும் இருக்கவில்லை. அம்மனை வழிபடுவது, தீபாவளி கொண்டாடுவது, கார்த்திகை தீபத் திருவிழா கொண்டாடுவது, வாழ்க்கை வட்டச் சடங்குகளைச் செய்வது, மஞ்சளாடை அணிவது, மொட்டையடித்துக் கொள்வது என்று வெகுஜனம் செய்கிற எல்லா காரியங்களும் பௌத்த பின்னணி உடையவை என்று மறுவிளக்கம் தருகிற அயோத்திதாசர், அவர்கள் தாங்கள் அறியாமலேயே பௌத்தர் களாக வாழ்ந்து கொண்டிருக்கிறார்கள் என்ற முடிவிற்கு வந்து விடுகிறார். அதாவது, வெகுஜனம் பழக்கத்தின் காரணமாக பௌத்தர் களாக வாழ்ந்து கொண்டிருக்கிறது.

பௌத்தராக மாறுதல், பௌத்தராக ஆகுதல் என்ற இரண்டு வழிமுறை களோடு மூன்றாவதாக ஒன்றையும் அயோத்திதாசர் கற்பனை செய்கிறார். அது, பௌத்தராக பழக்கப்படுதல்!

மாறுதலுக்கும் பழக்கப்படுதலுக்கும் பெரிய வித்தியாசம் எதுவும் இல்லை. மாறுதலும் கூட இன்னொரு வகைப் பழக்கப்படுதலே. ஒரு பழக்கத்திலிருந்து இன்னொரு பழக்கத்திற்கு நகர்வதே மாறுதல். பூர்வபௌத்தர்களுக்கு மாறுதலை நிராகரிக்கிற அயோத்திதாசர், வெகுஜன மக்களின் பழக்கப்படுதல் குறித்து ஆட்சேபணை ஏதும் தெரிவிக்கவில்லை. வெகுஜனங்களுக்கு விதிக்கப்பட்டது பழக்கப் படுதலே என்ற தொனியில் அதை வெகு எளிதாகக் கடந்து சென்றுவிடுகிறார்.

அயோத்திதாசரிடம் மட்டுமல்லாது, இந்தியச் சிந்தனை மரபிற்கே உரிய உதாசீனம் இது. இந்து சமய மரபுகள் வெகுஜனங்களின் அறியாமையில் மட்டுமே உயிர் வாழ்கின்றன என்று விமர்சிக்கிற பௌத்தத்திடம் கூட வெகுஜன மக்கள் திரள் குறித்து மரியாதையான எந்த அபிப்பிராயமும் இருக்கவில்லை. விசேடிகள் என்று சிலரும் சாதாரணர் என்று பலரும் நிரம்பியதே சமூகம் என்பதையே வைசேடிகம் மட்டுமல்ல பௌத்தமும் தனது நம்பிக்கையாகக் கொண்டிருக்கிறது.

அறிவும் பகுத்தறிவும் அடிப்படையான மானுட இயல்புகள் என்பதை எந்தவொரு மதமும் ஏற்றுக் கொள்வது இல்லை. சிந்தனை வயப்படுதலை மீமனிதர்களின் குணமாகவே விளக்கி வந்துள்ளனர். இந்தக் கட்டுப்பெட்டித்தனத்தை முதன் முதலில் நவீனத்துவமே விமர்சனத்திற்கு உள்ளாக்கியது. கல்வியை எல்லோருக்கும் பொது வானதாக மாற்றிய நடவடிக்கை, சிந்திக்கும் ஆற்றல் எல்லோருக்கும் இயல்பானது என்ற ஜனநாயகத்திலிருந்து தோன்றுகிறது.

அதனாலேயே சமத்துவம் என்பதும் பகுத்தறிவு என்பதும் ஒன்றை யொன்று சார்ந்து நிற்கக்கூடிய கருத்துக்கள் என்று சொல்கிறோம். சமத்துவம் எவ்வாறு பகுத்தறிவோ அதே போல பகுத்தறிவும் சமத்துவமானது. எல்லோருக்கும் பொதுவானது. நடைமுறையின் மீது எழும் எந்தவொரு அதிருப்தியும் பகுத்தறிவிலிருந்தே தோன்றுகிறது. இருப்பதை மாற்றுவது என்று தீர்மானிப்பதும், பிறரிடமிருந்து வேறுபடுவது என்று விரும்புவதும் பகுத்தறிவின் விளைவுகள். அந்த வகையில் பழக்க தோஷம் என்பது மானுட இயல்பு இல்லை; அது ஒரு மயக்கம் மட்டுமே.

திரும்பத் திரும்ப ஒரே விஷயத்தைச் செய்யும்போது, அந்த விஷயத்தில் வேண்டுமானால் மாற்றங்கள் நிகழவில்லை என்று சொல்லலாம்; ஆனால், அதைச் செய்கிற நபரின் மனதில் நிச்சயம் மாற்றம் நிகழ்கிறது. எனவே, திரும்பச்செய்வதிலும் மாற்றங்கள் நடக்க முடியும் என்று டெலியூஸ் குறிப்பிடுவது நமக்கு முக்கியம். எந்தவொரு மரபான நிகழ்வும் திரும்பத் திரும்பவே செய்யப்படுகிறது. அதனாலேயே அது பழக்கமாகவும் மாறிப் போகிறது. மனித இயல்புகளை வகைப்படுத்தும் டெலியூஸ், இப்படியான பழக்கதோஷங்களை 'மந்தத் தொகுதி' என்று அழைக்கிறார். ஆனால், மானுடம் மந்தத்தோடு நின்று விடுவதில்லை. அது, தொடர்ச்சியாக தன்னை வேறுபடுத்திக் கொள்ள முனைகிறது. மந்தத்தன்மையிலிருந்து விடுபட்டு அது தொடர்ந்து செயல்படவே விரும்புகிறது. பழக்கம் மந்தத்தன்மையை உருவாக்கினால், ஞாபகம் வினையூக்கத்தை ஏற்படுத்துகிறது என்கிறார் டெலியூஸ்.

வரலாற்றுவரைவு அப்படியொரு வினையூக்கம். அதனாலேயே, நவீனத்துவம் வரலாறு மானுடத்தை விடுதலை செய்யும் என்று கருதியது. பழக்கதோஷத்திலிருந்து விடுதலை செய்யும். மோப்பத்தி லிருந்து பேச்சு விடுவித்ததைப் போல. பேச்சிலிருந்து எழுத்து விடுவித்ததைப் போல. மந்தத்தன்மையிலிருந்து வினையூக்கம் மானுடத்தை விடுதலை செய்யும்.

டெலியூஸ் குறிப்பிடும், பழக்கத்திலிருந்து ஞாபகத்திற்கு நகரும் செயல்பாட்டின் மற்றொரு பக்கத்தையே பியர் நோரா, ஞாபகத்தி லிருந்து வரலாற்றிற்கு நகர்வது என்று விளக்குகிறார். அதனாலேயே எந்தவொரு பண்பாடும், மரபும் நிலையானது அல்ல என்று நாம் விளக்குகிறோம். தொடர்ந்து அது நகர்ந்து கொண்டிருக்கிறது. பழக்கத்திலிருந்து ஞாபகத்திற்கும், ஞாபகத்திலிருந்து வரலாற்றிற்கும். ஞாபகத்திலிருந்து வரலாற்றிற்கு நகர்ந்து செல்கையில் சமூகம் நவீனமடைகிறது. தனது பாரம்பரிய, மரபான பழக்க வழக்கங்களை வரலாறு என்ற பெயரில் அது நினைவுச் சின்னங்களாக மாற்றிவிடுகிறது.

அயோத்திதாசரின் பௌத்தத் திட்டத்தில் நாம் சந்திக்கக்கூடிய மிகப் பெரிய சிக்கல் இது தான். வெகுஜன மக்கள் திரள் பழக்கத்தின் காரணமாக பௌத்தர்களாக வாழ்கிறார்கள் என்று நிரூபிப்பது மட்டுமே அவருக்கு போதுமானதாக இருந்து விடுகிறது. நவீனத்துவ பயணத்தில் அவ்வெகுஜனம் என்ன செய்ய வேண்டும் என்ற கேள்விக்கு அவரிடம் எந்தப் பதிலும் இருக்கவில்லை.

நவீனத்துவ நகர்வை அவர் முழுக்க முழுக்க விசேடர்களுக்கான நகர்வாகவே விளக்கிச் சென்றார். தென்னிந்திய பௌத்த சங்கத்தின் செயல்பாடுகளுக்குள் அம்மனுக்கு ஆடி மாதம் கூழ் ஊற்றும் சடங்கு இருக்கவில்லை; கார்த்திகை தீபத் திருவிழா இருக்கவில்லை. அவையெல்லாம் வெகுஜனங்களின் பௌத்த பழக்க வழக்கங்கள். அவர்கள் அந்த மந்த நிலையிலேயே இருப்பதில் அயோத்திதாசருக்கு எந்தவித பிரச்சினையும் இல்லை. அவர்கள் அப்படி இருப்பது ஒருவகையில் அவருக்கு அனுகூலமாகவும் இருக்கிறது. அவரது பௌத்த மீட்டுருவாக்கத்தின் வாழும் சாட்சிகள் அவர்கள். அதாவது, வரலாற்று சான்றுகள். வாழும் நினைவிடங்கள்.

'உங்களது ஏமாற்று வேலையை நிறுத்தித் தொலையுங்கள்!' என்று கேட்க முடிந்த அயோத்திதாசருக்கு, அவர்களின் சதித்திட்டத்தை விளங்கிக் கொள்ளுங்கள் என்று வெகுஜனங்களிடம் கேட்கத் தோன்றவில்லை. அவரைப் பொறுத்தவரையில், வெகுஜனங்கள் உண்மையை நேரடியாய் எதிர்கொள்ளும் மனநிலை அற்றவர்கள். அவர்களைப் பழக்கமே நிர்வாகம் செய்கிறது. ஆடி மாதம் பொங்கி

வரும் புதுப்புனல் கொண்டு வரும் நோய்களுக்கு வேப்பிலையே மருந்து என்றால் வெகுஜனத்திற்கு நிச்சயமாய் விளங்கப் போவது இல்லை என்று அவர் நம்புகிறார். அவர்களுக்கு வேப்பிலையில் 'அம்மா' உறைந்திருக்கிறாள் என்று சொல்வதே சாஸ்வதம். அவர்களைப் பழக்கப்படுத்துவதே மிகச் சரியான வழிமுறை. வேட பிராமணர்களுக்கும் பூர்வபௌத்தர்களுக்கும் இந்த விஷயத்தில் எந்தவொரு வேறுபாடும் இல்லை. இரண்டு பேரும் வெகுஜனங் களைப் பகுத்தறிவிற்கு அப்பாற்பட்டவர்களாகவே கருதுகின்றனர். அவ்விருவரையும் பொறுத்தவரை இச்சமூகத்தின் மொத்த முரணும் பார்த்தலுக்கும் பறைதலுக்குமானது தான்.

அயோத்திதாசரின் நவீனத்துவ சிந்தனைகளும், செயற்திட்டங்களும் மறதிக்கு ஆளானதற்கான மிக முக்கியக் காரணமென்று நாம் இதனைச் சொல்ல முடியும். மரபான இந்தியச் சிந்தனை மரபுகள் தொடர்ந்து சொல்லி வரும் விசேடம் - சாதாரணம் என்ற வித்தியாசத்தையே அவரும் கடைபிடிக்கிறவராக இருந்தார். மற்றவர்களுக்கும் அவருக்குமான ஒரே வேறுபாடு - சாதாரணர்கள் விசேடர்களாக மாற முடியும் என்பதை அவர் ஏற்றுக் கொண்டார் என்பது தான். பூர்வபௌத்தன் என்பதே அவர் முன்மொழியும் விசேட அடையாளம்.

ஆனால், இதே மாதிரியான கருத்துக்களை, அச்சாதாரணர்களை நோக்கி, அச்சாதாரணர்களையே மையப்படுத்தி, யோசிக்கவும் பேசவும் எழுதவும் ஆரம்பித்ததே ஈவேரா பெரியாரின் வெற்றி. நவீனம் நோக்கிய பயணத்தில் சாதாரணர்களையும் இழுத்து வந்து இணைத்த வேலையை தமிழகத்தில் திராவிட இயக்கமே செய்தது. கடவுள் மறுப்பு, பிராமண எதிர்ப்பு, பகுத்தறிவு, வரலாற்றுப் பிரக்ஞை, சமத்துவம், மத நிராகரிப்பு என்று பெரியார் பேசிய அத்தனை விஷயங்களும் தமிழ்ச் சமூகத்தை மந்தத்தன்மையிலிருந்து விடுவித்து செயலூக்க நிலைக்குக் கொண்டு வந்தது என்பதே இருபதாம் நூற்றாண்டு வரலாறு. அந்த வகையில் இருபதாம் நூற்றாண்டு பௌத்த சங்கங்கள் செய்யத் தவறியதை திராவிட இயக்கங்கள் செய்து காட்டின. மத அமைப்புகளுக்கும் விடுதலை இயக்கங்களுக்குமான ஆதார வேறுபாடு இது தான் - வெகுஜனம் அசாதாரணமானது என்றும், பகுத்தறிவோடு செயல்படக்கூடியது என்றும் விடுதலை இயக்கங்கள் நம்பின. மதங்கள் அப்படி நம்புவது இல்லை.

www.ingramcontent.com/pod-product-compliance
Lightning Source LLC
LaVergne TN
LVHW101357051026
849519LV00005BC/1564

* 9 7 8 9 3 8 6 7 3 7 8 5 4 *